(ਆਲੋਚਨਾ)

[illegible] 6.2017

ਮੈਂ ਉਹਨਾਂ ਵਿੱਚ ਨਹੀਂ ਸ਼ਾਮਿਲ
ਘਰੋਂ ਜੋ ਤੁਰ ਤਾਂ ਪੈਂਦੇ ਨੇ
ਘਰੋਂ ਪਰ ਕੁਝ ਕਦਮ ਚਲਕੇ ਹੀ
ਰਾਹ ਵਿੱਚ ਰਾਤ ਦੇ
'ਨੇਰੇ ਤੋਂ ਡਰ ਜਾਂਦੇ.
ਨਾ ਮੈਂ ਉਹਨਾਂ 'ਚ ਸ਼ਾਮਿਲ ਹਾਂ
ਜੋ ਅੱਜ ਕਾਨੂੰਨ ਤੋਂ ਡਰਦੇ
ਘਰਾਂ ਵਿੱਚ
ਲਾਲ -ਸੂਹੇ ਫੁਲ ਨਹੀਂ ਰਖਦੇ.
ਮੈਂ ਉਹਨਾਂ ਵਿੱਚ ਸ਼ਾਮਿਲ ਹਾਂ
ਜਿਨ੍ਹਾਂ ਨੇ ਹੋਣੀਆਂ ਦੇ
ਅਰਥ ਬਦਲੇ ਨੇ
ਤੇ ਬੁਝ ਰਹੀ ਜ਼ਿੰਦਗੀ ਵਿਚ
ਫੇਰ ਨੇ ਚੰਗਿਆੜੀਆਂ ਧਰੀਆਂ
-ਡਾ. ਜਗਤਾਰ

ਸੁਖਿੰਦਰ ਰਚਿਤ ਪੁਸਤਕਾਂ :

☐ ਵਿਗਿਆਨ :

- ਪੁਲਾੜ, ਸਮਾਂ ਤੇ ਪਦਾਰਥ (1972)
- ਕਾਸਮਿਕ ਕਿਰਨਾਂ ਤੇ ਵਿਸ਼ਵ (1973)
- ਵਿਸ਼ਵ ਚਰਚਾ (1975)

☐ ਕਵਿਤਾ :

- ਸ਼ਹਿਰ, ਧੁੰਦ ਤੇ ਰੌਸ਼ਨੀਆਂ (1974)
- ਲੱਕੜ ਦੀਆਂ ਮੱਛੀਆਂ (1979)
- ਤਿੰਨ ਕੋਣ (ਤਿੰਨ ਕਵੀ) (1979)
- ਤੂਫ਼ਾਨ ਦੀਆਂ ਜੜ੍ਹਾਂ ਵਿੱਚ (1985)
- ਬੁੱਢੇ ਘੋੜਿਆਂ ਦੀ ਆਤਮ-ਕਥਾ (1991)
- ਸ਼ਕਿਜ਼ੋਫ਼ਰੇਨੀਆਂ (1993)
- ਇਹ ਖ਼ਤ ਕਿਸਨੂੰ ਲਿਖਾਂ (1998)
- ਕੁੱਤਿਆਂ ਬਾਰੇ ਕਵਿਤਾਵਾਂ (2006)
- ਪ੍ਰਦੂਸ਼ਿਤ ਹਵਾ ਨਾਲ ਸੰਵਾਦ (2006)
- ਗਲੋਬਲੀਕਰਨ (2008)
- ਸਮੋਸਾ ਪਾਲਿਟਿਕਸ (2012)
- ਕਵਿਤਾ ਦੀ ਤਲਾਸ਼ ਵਿੱਚ (2013)
- ਕਵਿਤਾ ਦੀ ਵਾਪਸੀ (2013) (ਸ਼ਾਹਮੁਖੀ)
- ਆਮ ਆਦਮੀ ਦਾ ਇਨਕਲਾਬ (2015)
- ਡਾਇਰੀ ਦੇ ਪੰਨੇ (2016)

☐ ਆਲੋਚਨਾ :

- ਕੈਨੇਡੀਅਨ ਪੰਜਾਬੀ ਸਾਹਿਤ (2010)
- ਕੈਨੇਡੀਅਨ ਪੰਜਾਬੀ ਸਾਹਿਤ (ਭਾਗ ਦੂਜਾ) (2011)
- ਕੈਨੇਡੀਅਨ ਪੰਜਾਬੀ ਸਾਹਿਤ (ਭਾਗ ਤੀਜਾ) (2013)

☐ ਵਾਰਤਕ :

- ਸਿੱਧੀਆਂ ਸਪੱਸ਼ਟ ਗੱਲਾਂ (2010)
- ਮੇਰਾ ਪਾਕਿਸਤਾਨੀ ਸਫ਼ਰਨਾਮਾ (2015)
- ਮੇਰਾ ਪਾਕਿਸਤਾਨੀ ਸਫ਼ਰਨਾਮਾ (2016) (ਸ਼ਾਹਮੁਖੀ)

☐ ਸੰਪਾਦਨਾ :

- ਮਕਤਲ (ਪ੍ਰਗਤੀਵਾਦੀ ਕਵਿਤਾ- ਸਹਿ ਸੰਪਾਦਨਾ) (1982)
- ਬਘਿਆੜਾਂ ਦੇ ਵੱਸ (ਕੈਨੇਡੀਅਨ ਪੰਜਾਬੀ ਕਵਿਤਾ) (1986)
- ਮੇਰੀਆਂ ਝਾਂਜਰਾਂ ਦੀ ਛਣਛਣ (ਦਵਿੰਦਰ ਬਾਂਸਲ ਦੀ ਕੋਲਾਜ ਕਿਤਾਬ) (1999)

☐ ਨਾਵਲ :

- ਅਲਾਰਮ ਕਲਾਕ (2003)

☐ ਬੱਚਿਆਂ ਲਈ :

- ਅਨੀਤਾ ਆਂਟੀ ਅਤੇ ਬੱਚੇ (2004)

☐ English :

- Children Are Not Hamburger Meat (Poetry) (2005)

ਕ੍ਰਾਂਤੀ ਦੀ ਕਵਿਤਾ
(ਆਲੋਚਨਾ)

-ਸੁਖਿੰਦਰ

2017

ਤਰਕਭਾਰਤੀ ਪ੍ਰਕਾਸ਼ਨ, ਬਰਨਾਲਾ

Copyright © 2017 Sukhinder

Kranti Di Kavita
(Poetry Of Revolution)
(Criticism)
-by Sukhinder

Sukhinder
Box 67089, 2300 Yonge St.
Toronto ON M4P 1E0 Canada
Tel. (416) 858-7077
Email: poet_sukhinder@hotmail.com

Cover Design
- by Saleem Pasha, Canada

Price : $20 (In Canada & U.S.A.)
: Rs. 150 (In India)

Typeset, Printed & Published by :

Published in India by :
Tark Bharti Parkashan
St. 8, K.C. Road
Barnala-148101, Punjab, India
Phone : 01679-233244, 241744
Email : tarksheel@gmail.com; www.thepunjabi.com

In Canada :
Knowledge Eye
Box 67089, 2300 Yonge St.
Toronto ON M4P 1E0 Canada
Tel. (416) 858-7077
Email: poet_sukhinder@hotmail.com

ਸਮਰਪਨ

ਕਰਾਂਤੀਕਾਰੀ ਕਵੀ ਅਤੇ ਦਾਰਸ਼ਨਿਕ
ਬਾਬਾ ਨਾਨਕ ਦੇ ਨਾਮ

ਕਿੱਥੇ ਕੀ ?

ਕੁਝ ਸ਼ਬਦ ਪੁਸਤਕ ਬਾਰੇ   7

1. ਬਾਬਾ ਨਜਮੀ   9
2. ਡਾ. ਜਗਤਾਰ   22
3. ਸੰਤ ਰਾਮ ਉਦਾਸੀ   37
4. ਪਾਸ਼   50
5. ਲਾਲ ਸਿੰਘ ਦਿਲ   66
6. ਦਰਸ਼ਨ ਖਟਕੜ   92
7. ਸੁਰਜੀਤ ਪਾਤਰ   107
8. ਸੁਖਿੰਦਰ   133

ਸਹਾਇਕ ਪੁਸਤਕਾਂ   177

ਕੁਝ ਸ਼ਬਦ ਪੁਸਤਕ ਬਾਰੇ

'ਕ੍ਰਾਂਤੀ ਦੀ ਕਵਿਤਾ' ਪੁਸਤਕ ਦੀ ਰਚਨਾ ਕਰਨ ਸਮੇਂ ਮੇਰੇ ਸਾਹਮਣੇ ਦੋ ਉਦੇਸ਼ ਬਿਲਕੁਲ ਸਪੱਸ਼ਟ ਸਨ : 'ਕ੍ਰਾਂਤੀ' ਸ਼ਬਦ ਨੂੰ ਬਹੁ-ਦਿਸ਼ਾਵੀ ਅਰਥਾਂ ਵਿੱਚ ਸਪੱਸ਼ਟ ਕੀਤਾ ਜਾਵੇ ਅਤੇ ਆਮ ਆਦਮੀ ਦੇ ਸਰੋਕਾਰਾਂ ਨਾਲ ਜੁੜੀ ਪੰਜਾਬੀ ਸ਼ਾਇਰੀ ਬਾਰੇ ਲਿਖੀ ਜਾ ਰਹੀ ਆਲੋਚਨਾ ਵੱਧ ਤੋਂ ਵੱਧ ਸੌਖੀ ਪੰਜਾਬੀ ਜ਼ੁਬਾਨ ਵਿੱਚ ਆਮ ਬੰਦੇ ਤੱਕ ਪਹੁੰਚਾਈ ਜਾਵੇ.

ਇਸ ਪੁਸਤਕ ਵਿੱਚ ਸ਼ਾਮਿਲ ਕੀਤੇ ਗਏ ਅੱਠ ਸ਼ਾਇਰਾਂ ਬਾਬਾ ਨਜਮੀਂ, ਡਾ. ਜਗਤਾਰ, ਸੰਤ ਰਾਮ ਉਦਾਸੀ, ਪਾਸ਼, ਲਾਲ ਸਿੰਘ ਦਿਲ, ਦਰਸ਼ਨ ਖਟਕੜ, ਸੁਰਜੀਤ ਪਾਤਰ ਅਤੇ ਸੁਖਿੰਦਰ ਬਾਰੇ ਪੇਸ਼ ਕੀਤੇ ਗਏ ਅੱਠ ਨਿਬੰਧ ਪੜ੍ਹ ਕੇ ਤੁਸੀਂ ਆਪ ਹੀ ਅਨੁਭਵ ਕਰੋਗੇ ਕਿ ਇਨ੍ਹਾਂ ਸਾਰੇ ਸ਼ਾਇਰਾਂ ਦੀ ਸ਼ਾਇਰੀ ਭਾਵੇਂ ਕਿ ਕ੍ਰਾਂਤੀ ਦੀ ਹੀ ਗੱਲ ਕਰਦੀ ਹੈ; ਪਰ ਕਿਸੀ ਇੱਕ ਸ਼ਾਇਰ ਦੀ ਸ਼ਾਇਰੀ ਵੀ ਨ ਤਾਂ ਕਿਸੀ ਦੂਜੇ ਕਿਸੀ ਹੋਰ ਸ਼ਾਇਰ ਵਰਗੀ ਹੀ ਹੈ ਅਤੇ ਨ ਹੀ ਉਹ ਸ਼ਾਇਰੀ ਕ੍ਰਾਂਤੀ ਦੀ ਇੱਕੋ ਜਿਹੀ ਦਿਸ਼ਾ ਦੀ ਹੀ ਗੱਲ ਕਰਦੀ ਹੈ.

ਇਹ ਨਿਬੰਧ ਪੜ੍ਹ ਕੇ ਤੁਹਾਨੂੰ ਇਸ ਗੱਲ ਦਾ ਵੀ ਅਨੁਭਵ ਹੋਵੇਗਾ ਕਿ ਕ੍ਰਾਂਤੀ ਸਿਰਫ ਰਾਜਸੀ ਕ੍ਰਾਂਤੀ ਹੀ ਨਹੀਂ ਹੁੰਦੀ; ਬਲਕਿ ਸਮਾਜਿਕ, ਸਭਿਆਚਾਰਕ, ਸਾਹਿਤਕ, ਸੰਗੀਤਕ, ਆਰਥਿਕ, ਵਿੱਦਿਅਕ, ਵਾਤਾਵਰਨ ਸਬੰਧੀ ਅਤੇ ਤਕਨੀਕੀ ਕ੍ਰਾਂਤੀ ਵੀ ਹੁੰਦੀ ਹੈ.

ਕ੍ਰਾਂਤੀਕਾਰੀ ਪੰਜਾਬੀ ਸ਼ਾਇਰੀ ਦੀ ਆਲੋਚਨਾ ਦੀ ਇਸ ਪੁਸਤਕ ਦੀ ਰਚਨਾ ਕਰਨ ਵੇਲੇ ਮੈਂ ਬਹੁਤ ਸਾਰੇ ਹਿੰਦੁਸਤਾਨੀ, ਪਾਕਿਸਤਾਨੀ, ਬਰਤਾਨਵੀ ਅਤੇ ਕੈਨੇਡੀਅਨ ਪੰਜਾਬੀ ਸਾਹਿਤਕ ਆਲੋਚਕਾਂ / ਲੇਖਕਾਂ ਦੀਆਂ ਕਿਤਾਬਾਂ ਦੀ ਮੱਦਦ ਲਈ ਹੈ. ਇਸ ਲਈ ਇਸ ਪੁਸਤਕ ਦੀ ਰਚਨਾ ਕਰਨ ਵੇਲੇ ਮੇਰਾ ਇਹ ਕੋਈ ਦਾਹਵਾ ਨਹੀਂ ਕਿ ਇਸ ਪੁਸਤਕ ਵਿੱਚ ਪੇਸ਼ ਕੀਤੇ ਗਏ ਵਿਚਾਰ ਸਿਰਫ ਮੇਰੇ ਹੀ ਹਨ; ਇਹ ਪੁਸਤਕ ਕ੍ਰਾਂਤੀਕਾਰੀ ਪੰਜਾਬੀ ਸ਼ਾਇਰੀ ਬਾਰੇ ਅਨੇਕਾਂ ਪੰਜਾਬੀ ਲੇਖਕਾਂ / ਚਿੰਤਕਾਂ / ਆਲੋਚਕਾਂ ਵੱਲੋਂ ਪੇਸ਼ ਗਏ ਵਿਚਾਰਾਂ ਦਾ ਇੱਕ ਸਮੂਹ ਹੈ. ਇਸ ਪੁਸਤਕ ਦੀ ਰਚਨਾ ਕਰਨ ਸਮੇਂ ਮੇਰਾ ਯੋਗਦਾਨ ਤਾਂ, ਮਹਿਜ਼, ਉਨ੍ਹਾਂ ਸਭ ਚਿੰਤਕਾਂ / ਆਲੋਚਕਾਂ / ਲੇਖਕਾਂ ਦੇ ਵਿਚਾਰਾਂ ਨੂੰ ਇੱਕ ਸਾਂਝੇ ਮੰਚ ਉੱਤੇ ਪੇਸ਼ ਕਰਨਾ ਹੀ ਹੈ.

'ਕ੍ਰਾਂਤੀ ਦੀ ਕਵਿਤਾ' ਕਿਤਾਬ ਨੂੰ ਸਮੇਂ ਸਿਰ ਪ੍ਰਕਾਸ਼ਿਤ ਕਰਨ ਅਤੇ ਪਾਠਕਾਂ ਤੱਕ ਪਹੁੰਚਾਉਣ ਲਈ ਮੈਂ ਤਰਕਭਾਰਤੀ ਪ੍ਰਕਾਸ਼ਨ, ਬਰਨਾਲਾ ਦੇ ਅਮਿੱਤ

ਮਿੱਤਰ ਦਾ ਧੰਨਵਾਦ ਕਰਨਾ ਆਪਣੀ ਜ਼ਿੰਮੇਵਾਰੀ ਸਮਝਦਾ ਹਾਂ.

ਇਸ ਪੁਸਤਕ ਦਾ ਕਵਰ ਬਨਾਉਣ ਲਈ ਸਲੀਮ ਪਾਸ਼ਾ (ਕੈਨੇਡਾ) ਦਾ ਧੰਨਵਾਦ ਕਰਨਾ ਵੀ ਮੈਂ ਆਪਣੀ ਜ਼ਿੰਮੇਵਾਰੀ ਸਮਝਦਾ ਹਾਂ. ਸਲੀਮ ਪਾਸ਼ਾ, ਦਰਅਸਲ, ਇਸ ਕਿਤਾਬ ਦਾ ਸਭ ਤੋਂ ਪਹਿਲਾ ਪਾਠਕ / ਸਰੋਤਾ ਵੀ ਹੈ. ਕਿਉਂਕਿ, ਇਸ ਕਿਤਾਬ ਦਾ ਇੱਕ ਇੱਕ ਸ਼ਬਦ ਸਲੀਮ ਪਾਸ਼ਾ ਨੇ ਹੀ ਸਭ ਤੋਂ ਪਹਿਲਾਂ ਮੇਰੇ ਕੋਲੋਂ ਸੁਣਿਆ ਹੈ ਅਤੇ ਇਸ ਕਿਤਾਬ ਬਾਰੇ ਮੈਨੂੰ ਆਪਣੇ ਕੀਮਤੀ ਵਿਚਾਰ ਦਿੱਤੇ ਹਨ. ਸਲੀਮ ਪਾਸ਼ਾ ਅੱਜ ਕੱਲ ਕੈਨੇਡਾ ਵਿੱਚ ਰਹਿ ਰਿਹਾ ਪਾਕਿਸਤਾਨੀ ਮੂਲ ਦਾ ਨਾਮਵਰ ਪੰਜਾਬੀ ਸ਼ਾਇਰ ਅਤੇ ਕਲਾਕਾਰ ਹੈ.

ਮੈਨੂੰ ਪੂਰੀ ਉਮੀਦ ਹੈ ਕਿ ਪੰਜਾਬੀ ਪਾਠਕਾਂ ਨੂੰ ਮੇਰੀ ਇਹ ਕੋਸ਼ਿਸ਼ ਪਸੰਦ ਆਵੇਗੀ.

ਅਪ੍ਰੈਲ 9, 2017

–ਸੁਖਿੰਦਰ
ਸੰਪਾਦਕ : ਸੰਵਾਦ
ਮਾਲਟਨ, ਕੈਨੇਡਾ

1.
ਬਾਬਾ ਨਜਮੀਂ :
ਆਮ ਲੋਕਾਂ ਦਾ ਸ਼ਾਇਰ

2013 ਵਿਚ ਪਾਕਿਸਤਾਨ ਦੀ ਫੇਰੀ ਉੱਤੇ ਜਾਣ ਵੇਲੇ ਲਾਹੌਰ ਵਿਚ ਬਾਬਾ ਨਜਮੀਂ ਨਾਲ ਮੇਰੀਆਂ ਤਿੰਨ/ਚਾਰ ਮੁਲਾਕਾਤਾਂ ਹੋਈਆਂ. ਇਨ੍ਹਾਂ ਸਾਰੇ ਹੀ ਮੌਕਿਆਂ ਉੱਤੇ ਬਾਬਾ ਨਜਮੀਂ ਨੇ ਆਪਣੀ ਬੁਲੰਦ ਆਵਾਜ਼ ਵਿਚ ਆਪਣੀ ਸ਼ਾਇਰੀ ਵੀ ਪੇਸ਼ ਕੀਤੀ. ਮੈਨੂੰ ਉਸ ਦੀ ਸ਼ਾਇਰੀ ਅਤੇ ਸ਼ਾਇਰੀ ਪੇਸ਼ ਕਰਨ ਦਾ ਅੰਦਾਜ਼, ਦੋਨੋਂ ਹੀ, ਬਹੁਤ ਚੰਗੇ ਲੱਗੇ.

ਪਾਕਿਸਤਾਨ ਤੋਂ ਕੈਨੇਡਾ ਵਾਪਿਸ ਆ ਕੇ ਜਦੋਂ ਮੈਂ ਅਗਸਤ 2014 ਵਿਚ 'ਸੰਵਾਦ' ਦਾ 'ਪਾਕਿਸਤਾਨੀ ਪੰਜਾਬੀ ਸਾਹਿਤ' ਵਿਸ਼ੇਸ਼ ਅੰਕ ਪ੍ਰਕਾਸ਼ਿਤ ਕੀਤਾ ਤਾਂ ਮੈਨੂੰ ਬਾਬਾ ਨਜਮੀਂ ਦੀ ਹੋਰ ਸ਼ਾਇਰੀ ਪੜ੍ਹਣ ਦਾ ਵੀ ਮੌਕਾ ਮਿਲਿਆ. ਫਿਰ 2015 ਵਿਚ ਮੈਂ ਇੰਡੀਆ ਗਿਆ ਤਾਂ ਇੰਗਲੈਂਡ ਦੀ ਕਿਸੀ ਸਾਹਿਤਕ ਸੰਸਥਾ ਵੱਲੋਂ ਬਾਬਾ ਨਜਮੀਂ ਦੀਆਂ ਗ਼ਜ਼ਲਾਂ ਦੀ ਗੁਰਮੁਖੀ ਅੱਖਰਾਂ ਵਿਚ ਛਾਪੀ ਇੱਕ ਕਿਤਾਬ ਪੜ੍ਹਣ ਦਾ ਵੀ ਮੌਕਾ ਮਿਲਿਆ. ਜਿਸ ਕਾਰਨ ਬਾਬਾ ਨਜਮੀਂ ਦੀ ਸ਼ਾਇਰੀ ਵਿਚ ਮੇਰੀ ਹੋਰ ਵੀ ਵਧੇਰੇ ਰੁਚੀ ਪੈਦਾ ਹੋ ਗਈ. ਜਿਉਂ ਜਿਉਂ ਮੈਂ ਬਾਬਾ ਨਜਮੀਂ ਦੀ ਸ਼ਾਇਰੀ ਪੜ੍ਹਦਾ ਗਿਆ, ਮੈਨੂੰ ਮਹਿਸੂਸ ਹੋਣ ਲੱਗਾ ਕਿ ਬਾਬਾ ਨਜਮੀਂ ਦੀ ਸ਼ਾਇਰੀ ਭਾਰਤੀ ਪੰਜਾਬ ਦੇ ਚਰਚਿਤ ਕਰਾਂਤੀਕਾਰੀ ਪੰਜਾਬੀ ਸ਼ਾਇਰਾਂ ਦੀ ਸ਼ਾਇਰੀ ਦੇ ਬਹੁਤ ਨੇੜੇ ਹੈ.

ਕਰਾਂਤੀ ਅਤੇ ਸ਼ਾਇਰੀ ਦੇ ਆਪਸੀ ਸੰਬੰਧਾਂ ਬਾਰੇ ਬਾਬਾ ਨਜਮੀਂ ਬਹੁਤ ਸਪੱਸ਼ਟ ਹੈ. ਉਹ ਜਾਣਦਾ ਹੈ ਕਿ ਇਨਕਲਾਬ ਲਿਆਉਣ ਵਾਸਤੇ ਨਿਰੀ ਸ਼ਾਇਰੀ ਕੰਮ ਨਹੀਂ ਆਂਦੀ; ਇਹ ਜ਼ਰੀਆ 'ਤੇ ਬਣ ਸਕਦੀ ਹੈ ਪਰ ਮੁਕੰਮਲ ਤੌਰ 'ਤੇ ਇਹ ਕੋਈ ਵੱਡੀ ਤਬਦੀਲੀ ਨਹੀਂ ਲਿਆ ਸਕਦੀ. ਇਸ ਲਈ ਜ਼ਰੂਰੀ ਹੈ ਕਿ ਇਨਕਲਾਬ ਦੀ ਲੋੜ ਬਾਰੇ ਪਹਿਲਾਂ ਲੋਕਾਂ ਵਿੱਚ ਸਿਆਸੀ ਚੇਤਨਾ ਪੈਦਾ ਕੀਤੀ ਜਾਵੇ. ਜੇਕਰ ਸਾਰੀ ਕੌਮ ਅੰਦਰ ਸਿਆਸੀ ਚੇਤਨਾ ਜਾਗ ਪਵੇ ਤਾਂ ਕੰਮ ਜ਼ਰਾ ਸੌਖਾ ਹੋ ਜਾਂਦਾ ਹੈ. ਸ਼ਾਇਰੀ ਲੋਕਾਂ ਦੇ ਜਜ਼ਬੇ ਤਾਂ ਜਗਾ ਸਕਦੀ ਹੈ, ਜੋਸ਼ ਤਾਂ ਪੈਦਾ ਕਰ ਸਕਦੀ ਹੈ ਪਰ ਇਨਕਲਾਬ ਦੇ ਪੂਰੇ ਅਮਲ ਲਈ ਹੋਰ ਬਹੁਤ ਸਾਰੇ ਖੇਤਰਾਂ ਵਿੱਚ ਕੰਮ ਕਰਨ ਦੀ ਲੋੜ ਪੈਂਦੀ ਹੈ. ਸਮੱਸਿਆ ਇਹ ਹੈ ਕਿ ਇਲੈਕਟਰੋਨਿਕ ਮੀਡੀਆ ਉੱਤੇ ਮਾਫੀਆ ਦਾ ਕਬਜ਼ਾ ਹੈ. ਮੀਡੀਆ ਦੇ ਐਂਕਰ ਸਰਕਾਰ ਦੀ ਬੋਲੀ ਬੋਲਦੇ ਹਨ. ਜੇਕਰ ਮੀਡੀਆ ਵਿੱਚ ਵੀ ਨਵੀਂ ਸੋਚ ਦੇ ਬੰਦੇ ਹੋਣ ਤਾਂ ਕੰਮ ਜ਼ਰਾ ਸੌਖਾ ਹੋ ਜਾਂਦਾ ਹੈ. ਇਸ ਗੱਲ ਨੂੰ ਬਾਬਾ ਨਜਮੀਂ ਆਪਣੀ ਸ਼ਾਇਰੀ ਦੀਆਂ ਹੇਠ ਲਿਖੀਆਂ ਸਤਰਾਂ ਰਾਹੀਂ ਹੋਰ ਸਪੱਸ਼ਟ ਕਰ ਦਿੰਦਾ ਹੈ :

ਕੱਸ ਲੰਗੋਟਾ ਚੁੱਕੋ ਡਾਂਗਾਂ ਭੰਨੋ ਕਲਮ ਦਵਾਤ
ਅੱਖਰਾਂ ਨਾਲ ਨਹੀਂ ਜਾਣੀ ਸਿਰ ਤੋਂ ਅੰਨ੍ਹੀ ਬੋਲੀ ਰਾਤ

ਬਾਬਾ ਨਜਮੀਂ ਦੀ ਪੰਜਾਬੀ ਸ਼ਾਇਰੀ ਭਾਰਤੀ ਪੰਜਾਬ ਦੇ ਕ੍ਰਾਂਤੀਕਾਰੀ ਸ਼ਾਇਰਾਂ ਦੀ ਸ਼ਾਇਰੀ ਨਾਲੋਂ ਇੱਕ ਗੱਲ ਵਿੱਚ ਕੁਝ ਵੱਖਰੀ ਵੀ ਹੈ. ਪਾਕਿਸਤਾਨ ਨੂੰ ਹੋਂਦ ਵਿੱਚ ਆਏ ਤਕਰੀਬਨ 70 ਸਾਲ ਹੋ ਗਏ ਹਨ ਅਤੇ ਭਾਵੇਂ ਕਿ ਇਸ ਵੇਲੇ ਸਾਰੀ ਦੁਨੀਆਂ ਵਿੱਚ ਸਭ ਤੋਂ ਵੱਧ ਪੰਜਾਬੀ ਬੋਲਣ ਵਾਲੇ ਲੋਕ ਪਾਕਿਸਤਾਨੀ ਪੰਜਾਬ ਵਿੱਚ ਰਹਿੰਦੇ ਹਨ ਪਰ ਪਾਕਿਸਤਾਨ ਵਿੱਚ ਪੰਜਾਬੀ ਜ਼ੁਬਾਨ ਨੂੰ ਅਜੇ ਤੱਕ ਪੰਜਾਬ ਦੀ ਰਾਜ ਭਾਸ਼ਾ ਬਨਣ ਦਾ ਮਾਣ ਪ੍ਰਾਪਤ ਨਹੀਂ ਹੋ ਸਕਿਆ. ਜਿਸ ਕਾਰਨ ਪਾਕਿਸਤਾਨ ਵਿੱਚ ਅਜੇ ਤੀਕ ਪੰਜਾਬੀ ਜ਼ੁਬਾਨ ਰੁਜ਼ਗਾਰ ਦੀ ਭਾਸ਼ਾ ਨਹੀਂ ਬਣ ਸਕੀ ਅਤੇ ਪੰਜਾਬੀ ਜ਼ੁਬਾਨ ਨੂੰ ਪਾਕਿਸਤਾਨ ਵਿੱਚ ਉਹ ਮਾਣ-ਸਤਿਕਾਰ ਨਹੀਂ ਮਿਲ ਸਕਿਆ ਜਿਸਦੀ ਕਿ ਉਹ ਹੱਕਦਾਰ ਹੈ. ਇਸੇ ਲਈ ਬਾਬਾ ਨਜਮੀਂ ਦੀ ਸ਼ਾਇਰੀ ਵਿੱਚ ਪੰਜਾਬੀ ਜ਼ੁਬਾਨ ਅਤੇ ਪੰਜਾਬੀ ਸਭਿਆਚਾਰ ਦਾ ਵੀ ਬਹੁਤ ਚਰਚਾ ਹੁੰਦਾ ਹੈ.

ਇਸ ਵਿਸ਼ੇ ਨੂੰ ਲੈ ਕੇ ਬਾਬਾ ਨਜਮੀਂ ਵੱਲੋਂ ਲਿਖੀਆਂ ਗਈਆਂ ਹੇਠ ਲਿਖੀਆਂ ਕਾਵਿ ਸਤਰਾਂ ਦੋਹਾਂ ਪੰਜਾਬਾਂ ਵਿੱਚ ਹੀ ਬਹੁ-ਚਰਚਿਤ ਹੋਈਆਂ ਹਨ:

1.
ਅੱਖਰਾਂ ਵਿੱਚ ਸਮੁੰਦਰ ਰੱਖਾਂ, ਮੈਂ ਇਕਬਾਲ ਪੰਜਾਬੀ ਦਾ
ਝੱਖੜਾਂ ਦੇ ਵਿੱਚ ਰੱਖ ਦਿੱਤਾ ਏ, ਦੀਵਾ ਬਾਲ ਪੰਜਾਬੀ ਦਾ
ਜਿਹੜੇ ਆਖਣ ਵਿੱਚ ਪੰਜਾਬੀ ਵੁਅਸਤ ਨਹੀਂ ਤਹਿਜ਼ੀਬ ਨਹੀਂ
ਪੜ੍ਹ ਕੇ ਵੇਖਣ, 'ਵਾਰਸ', 'ਬੁੱਲ੍ਹਾ', 'ਬਾਹੂ', 'ਲਾਲ' ਪੰਜਾਬੀ ਦਾ
2.
ਖ਼ਵਾਜਾ ਫਰੀਦ, ਮੁਹੰਮਦ, ਵਾਰਸ, ਨਾਨਕ, ਬੁੱਲ੍ਹਾ, ਬਾਹੂ, ਲਾਲ

ਇਹ ਪੰਜਾਬੀ ਉੱਚੇ ਸੁੱਚੇ, ਇਹ ਸਰਦਾਰ ਪੰਜਾਬੀ ਨੇ
ਆਪਣੀ ਬੋਲੀ ਬੋਲਣ ਵੇਲੇ, ਜਿਹਨਾਂ ਦਾ ਸਾਹ ਘੁੱਟਦਾ ਏ
'ਬਾਬਾ ਨਜਮੀਂ' ਦੇ ਦੇ ਫਤਵਾ, ਉਹ ਗੱਦਾਰ ਪੰਜਾਬੀ ਨੇ

ਮਾਂ ਬੋਲੀ ਪੰਜਾਬੀ ਅਤੇ ਪੰਜਾਬੀ ਵਿਰਸੇ ਦੀ ਬੇਇਜ਼ਤੀ ਕਰਨ ਵਾਲੇ ਲੋਕਾਂ ਨੂੰ ਵੀ ਉਹ ਸਿੱਧਾ ਟੱਕਰਦਾ ਹੈ:

ਨਿੰਦਿਆ ਮੇਰੀ ਮਾਂ ਬੋਲੀ ਦੀ ਕਰ ਕੇ ਤੂੰ
ਦਿੱਤੀ ਆਪਣੀ ਜਾਤ ਵਿਖਾ ਓਏ ਸ਼ੀਦੂ ਸ਼ਾਹ
ਮੇਰਾ ਵਿਰਸਾ ਝੱਲਿਆ ਵਾਂਗ ਸਮੁੰਦਰ ਦੇ
ਆਪਣੇ ਵਿਹੜੇ ਝਾਤੀ ਪਾ ਓਏ ਸ਼ੀਦੂ ਸ਼ਾਹ

ਬਾਬਾ ਨਜਮੀਂ ਨੂੰ ਆਪਣੀ ਮਾਂ-ਬੋਲੀ ਪੰਜਾਬੀ ਉੱਤੇ ਕਿੰਨਾ ਮਾਣ ਹੈ, ਉਸ ਦੀ ਸ਼ਾਇਰੀ ਦੀਆਂ ਹੇਠ ਲਿਖੀਆਂ ਸਤਰਾਂ ਇਸ ਗੱਲ ਨੂੰ ਪੂਰੀ ਤਰ੍ਹਾਂ ਸਪੱਸ਼ਟ ਕਰ ਦਿੰਦੀਆਂ ਹਨ :

ਉੱਚਾ ਕਰਕੇ ਮੈਂ ਜਾਵਾਂਗਾ ਜੱਗ 'ਤੇ ਬੋਲ ਪੰਜਾਬੀ ਦਾ
ਘਰ ਘਰ ਵਜਦਾ ਲੋਕ ਸੁਣਨਗੇ ਇੱਕ ਦਿਨ ਢੋਲ ਪੰਜਾਬੀ ਦਾ

ਕਈ ਵਾਰੀ ਮੈਨੂੰ ਬਾਬਾ ਨਜਮੀਂ ਦੀ ਸ਼ਾਇਰੀ ਦਾ ਸੁਭਾਅ ਭਾਰਤੀ ਪੰਜਾਬ ਦੇ ਬਹੁ-ਚਰਚਿਤ ਕ੍ਰਾਂਤੀਕਾਰੀ ਪੰਜਾਬੀ ਸ਼ਾਇਰ ਪਾਸ਼ ਦੀ ਸ਼ਾਇਰੀ ਵਰਗਾ ਲੱਗਦਾ ਹੈ. ਵਿਸ਼ੇਸ਼ ਕਰਕੇ ਜਦੋਂ ਬਾਬਾ ਨਜਮੀਂ ਆਪਣੀ ਸ਼ਾਇਰੀ ਵਿੱਚ ਮਜ਼ਦੂਰ ਜਮਾਤ ਦੇ ਹੱਕਾਂ ਦੀ ਲੁੱਟ ਕਰਨ ਵਾਲੇ ਲੋਟੂ ਟੋਲੇ ਦੀ ਆਲੋਚਨਾ ਕਰਦਾ ਹੈ ਤਾਂ ਬਾਬਾ ਨਜਮੀਂ ਬਿਲਕੁਲ ਪਾਸ਼ ਹੀ ਜਾਪਦਾ ਹੈ:

ਜਿਸ ਧਰਤੀ ਤੇ ਰੱਜਵਾਂ ਟੁੱਕਰ, ਖਾਂਦੇ ਨਹੀਂ ਮਜ਼ਦੂਰ
ਉਸ ਧਰਤੀ ਦੇ ਹਾਕਮ ਕੁੱਤੇ, ਉਸ ਧਰਤੀ ਦੇ ਹਾਕਮ ਸੂਰ

ਅਜਿਹੀ ਪੰਜਾਬੀ ਸ਼ਾਇਰੀ ਭਾਰਤੀ ਪੰਜਾਬ ਦੇ ਅਨੇਕਾਂ ਆਲੋਚਕਾਂ ਦੀ ਨਜ਼ਰ ਵਿੱਚ ਭਾਵੇਂ ਗਾਲ੍ਹਾਂ ਹੀ ਹੋਣ ਅਤੇ ਉਹ ਅਜਿਹੀ ਸ਼ਾਇਰੀ ਨੂੰ ਮੰਨਣ ਤੋਂ ਹੀ ਇਨਕਾਰ ਕਰ ਦੇਣ; ਪਰ ਮੇਰੀ ਨਜ਼ਰ ਵਿੱਚ ਅਜਿਹੇ ਸੂਖਮ ਮਸਲੇ ਉੱਤੇ ਰੋਹ ਏਦਾਂ ਹੀ ਪ੍ਰਗਟ ਕੀਤਾ ਜਾ ਸਕਦਾ ਹੈ. ਨਹੀਂ ਤਾਂ ਸ਼ਾਇਰ ਵੀ ਹੱਥ ਵਿੱਚ ਏ.ਕੇ.-47 ਮਸ਼ੀਨ ਗੰਨ ਲੈ ਕੇ ਅਜਿਹੇ ਲੁਟੇਰਿਆਂ ਦਾ ਨਾਮੋ-ਨਿਸ਼ਾਨ ਮਿਟਾਣ ਦੇ ਰਾਹ ਤੁਰ ਪਵੇਗਾ ਜਿਨ੍ਹਾਂ ਲੁਟੇਰਿਆਂ ਨੇ ਉਸਦੇ ਹੱਕਾਂ ਉੱਤੇ ਡਾਕਾ ਮਾਰ ਕੇ ਉਸਦੀ ਜ਼ਿੰਦਗੀ ਤਰਸਯੋਗ ਬਣਾ ਰੱਖੀ ਹੈ. ਕਰਾਂਤੀਕਾਰੀ ਕਵਿਤਾ ਵਿੱਚ ਪਾਸ਼ ਦਾ ਨਾਮ ਵੀ ਇਸੇ ਕਰਕੇ ਬਾਕੀ ਸਾਰੇ ਸ਼ਾਇਰਾਂ ਨਾਲੋਂ ਵੱਧ ਚਰਚਿਤ ਹੋਇਆ ਸੀ, ਕਿਉਂਕਿ ਉਸਨੇ ਆਪਣੀ ਸ਼ਾਇਰੀ ਵਿੱਚ ਲੁਟੇਰੀਆਂ ਸ਼ਕਤੀਆਂ ਬਾਰੇ ਗੋਲਮੋਲ ਗੱਲ ਕਰਨ ਦੀ ਥਾਂ ਸਪੱਸ਼ਟ ਸ਼ਬਦਾਂ ਵਿੱਚ ਉਨ੍ਹਾਂ ਦੀ ਨਿਸ਼ਾਨਦੇਹੀ ਕੀਤੀ ਸੀ.

ਮਜ਼ਦੂਰ ਜਮਾਤ ਦੀ ਹੋ ਰਹੀ ਆਰਥਿਕ ਲੁੱਟ ਕਾਰਨ, ਇੱਕ ਮਜ਼ਦੂਰ ਨੂੰ, ਜਿਸ ਤਰ੍ਹਾਂ ਦੀਆਂ ਆਰਥਿਕ ਤੰਗੀਆਂ 'ਚੋਂ ਲੰਘਣਾ ਪੈਂਦਾ ਹੈ, ਉਨ੍ਹਾਂ ਸਥਿਤੀਆਂ ਨੂੰ ਬਾਬਾ ਨਜਮੀਂ ਬਹੁਤ ਹੀ ਕਲਾਤਮਕ ਢੰਗ ਨਾਲ ਆਪਣੀ ਸ਼ਾਇਰੀ ਵਿੱਚ ਕੁਝ

ਇਸ ਤਰ੍ਹਾਂ ਪੇਸ਼ ਕਰਦਾ ਹੈ:

ਮੈਂ ਵੀ ਧੀ ਸੀ ਡੋਲੇ ਪਾਉਣੀ, ਸੂਹਾ ਜੋੜਾ ਲੈਣ ਗਿਆ
ਵੇਖ ਕੇ ਮੇਰੀ ਹਾਲਤ ਵੱਲੇ, ਹੱਸਦੇ ਗੋਟੇ ਤਿੱਲੇ ਰਹੇ

ਬਾਬਾ ਨਜਮੀਂ ਦੀ ਸ਼ਾਇਰੀ ਦਾ ਇੱਕ ਮੀਰੀ ਗੁਣ-ਇਸ ਸ਼ਾਇਰੀ ਵਿਚਲਾ ਤਿੱਖਾ ਵਿਅੰਗ ਵੀ ਹੁੰਦਾ ਹੈ. ਇਹ ਵਿਅੰਗ ਬਾਬਾ ਨਜਮੀਂ ਦੋ ਵਿਰੋਧੀ ਸਥਿਤੀਆਂ ਨੂੰ ਇੱਕ ਦੂਜੇ ਦੇ ਵਿਰੋਧ ਵਿੱਚ ਪੇਸ਼ ਕਰਕੇ ਕਰਦਾ ਹੈ:

1.
ਇੱਧਰ ਗੱਭਰੂ ਲਾਸ਼ਾਂ ਡਿੱਗੀਆਂ, ਸੀਨੇ ਪਾਟੇ ਮਾਵਾਂ ਦੇ
ਉੱਧਰ ਠੀਕ ਨਿਸ਼ਾਨੇ ਬਦਲੇ, ਲਗਦੇ ਤਕਮੇ ਬਿੱਲੇ ਰਹੇ

2.
ਇੱਕ ਦਿਹਾੜੇ ਬੱਦਲ ਵੱਸਿਆ, ਜਸ਼ਨ ਮਨਾਇਆ ਚੌਧਰੀਆਂ
ਝੁੱਗੀਆਂ ਦੇ ਫਿਰ ਕਈ ਦਿਹਾੜੇ, ਬਾਲਣ ਚੁੱਲੇ ਗਿੱਲੇ ਰਹੇ

ਬਾਬਾ ਨਜਮੀਂ ਵਿਸ਼ਵ-ਅਮਨ ਦਾ ਹਿਮਾਇਤੀ ਹੈ ਅਤੇ ਸਾਂਝੀਵਾਲਤਾ ਦਾ ਪੈਗ਼ਾਮ ਦਿੰਦਾ ਹੈ:

ਮਸਜਦ ਮੇਰੀ ਤੂੰ ਕਿਉਂ ਢਾਹਵੇਂ, ਮੈਂ ਕਿਉਂ ਤੋੜਾਂ ਮੰਦਰ ਨੂੰ
ਆ ਜਾ ਦੋਵੇਂ ਬਹਿ ਕੇ ਪੜ੍ਹੀਏ, ਇੱਕ ਦੂਜੇ ਦੇ ਅੰਦਰ ਨੂੰ
ਸਦੀਆਂ ਵਾਂਗੂੰ ਅਜ ਵੀ ਕੁਝ ਨਈਂ, ਜਾਣਾ ਮਸਜਦ ਮੰਦਰ ਦਾ
ਲਹੂ ਤੇ ਤੇਰਾ ਮੇਰਾ ਲੱਗਣਾ, ਤੇਰੇ ਮੇਰੇ ਖ਼ੰਜਰ ਨੂੰ

ਬਾਬਾ ਨਜਮੀਂ ਭਾਵੇਂ ਕਿ ਪੰਜਾਬੀ ਜ਼ੁਬਾਨ ਦਾ ਚਰਚਿਤ ਸ਼ਾਇਰ ਹੈ ਪਰ ਉਸ ਨੂੰ ਇੱਕ ਸ਼ਾਇਰ ਵਜੋਂ ਜੋ ਮਾਨਤਾ ਮਿਲੀ ਉਹ ਪੰਜਾਬ ਵਿੱਚ ਰਹਿੰਦਿਆਂ ਨਹੀਂ ਬਲਕਿ ਉਰਦੂ ਬੋਲਣ ਵਾਲੇ ਸਿੰਧ ਦੇ ਸ਼ਹਿਰ ਕਰਾਚੀ ਵਿੱਚ ਹੀ ਮਿਲੀ. ਕਰਾਚੀ ਵਿੱਚ ਹੀ ਉਸਨੇ ਜਦੋਂ ਟਰੇਡ ਯੂਨੀਅਨਾਂ ਦੇ ਇੱਕ ਜਲਸੇ ਵਿੱਚ ਆਪਣੀ ਪੰਜਾਬੀ ਨਜ਼ਮ 'ਜੁਰਮ' ਪੜ੍ਹੀ ਤਾਂ ਲੋਕਾਂ ਵੱਲੋਂ ਉਸ ਨੂੰ ਇਸ ਪੰਜਾਬੀ ਨਜ਼ਮ ਲਈ ਵੀ ਇੰਨਾ ਜ਼ਿਆਦਾ ਹੁੰਗਾਰਾ ਮਿਲਿਆ ਕਿ ਉਹ ਰਾਤੋ ਰਾਤ ਵਿੱਚ ਹੀ ਇੱਕ ਸ਼ਾਇਰ ਦੇ ਤੌਰ ਉੱਤੇ ਚਰਚਿਤ ਹੋ ਗਿਆ. ਉਸ ਨਜ਼ਮ ਨਾਲ ਹੀ ਉਹ ਮਜ਼ਦੂਰਾਂ, ਪਿਸੇ ਹੋਏ ਲੋਕਾਂ ਦਾ ਨੁਮਾਇੰਦਾ ਬਣਿਆਂ, ਉਨ੍ਹਾਂ ਦੇ ਦੁੱਖ ਦਰਦ, ਪੀੜਾਂ, ਮਹਿੰਗਾਈਆਂ ਖ਼ਿਲਾਫ਼ ਅਵਾਮੀ ਜ਼ੁਬਾਨ ਵਿੱਚ ਗੱਲ ਕੀਤੀ ਅਤੇ ਵੇਲੇ ਦੀ ਸਰਕਾਰ ਤੱਕ ਨੂੰ ਲਲਕਾਰਿਆ, ਇੰਜ ਇਹ ਸਬੱਬ ਬਣਿਆ ਉਸ ਦੀ ਮਕਬੂਲੀਅਤ ਦਾ; ਪਰ ਉਸਨੇ ਸਿਆਸੀ ਤੌਰ ਉੱਤੇ ਆਪਣਾ ਵਧੇਰੇ ਸਮਾਂ 'ਪੀਪਲਜ਼ ਪਾਰਟੀ' ਨਾਲ ਹੀ ਗੁਜ਼ਾਰਿਆ. ਇਸੇ ਕਾਰਨ ਹੀ ਬਾਬਾ ਨਜਮੀਂ ਸਿੱਧੇ-ਸਾਦੇ ਮੁਹਾਵਰੇ ਅਤੇ ਸੌਖੀ ਪੰਜਾਬੀ ਵਿੱਚ ਹੀ ਆਪਣੀ ਸ਼ਾਇਰੀ ਕਹਿਣੀ ਪਸੰਦ ਕਰਦਾ ਹੈ. ਬਾਬਾ ਨਜਮੀਂ ਦਾ ਇਹ ਯਕੀਨ ਹੈ ਕਿ ਪਾਰਟੀ ਨਾਲ ਭਾਵੇਂ ਜਿੰਨੀ ਵੀ ਵਚਨਬੱਧਤਾ ਹੋਵੇ ਪਰ ਜਦੋਂ ਉਹ ਪਾਰਟੀ ਲੋਕਾਂ ਦੇ ਭਲੇ ਤੋਂ ਪਾਸੇ ਹਟਦੀ ਹੈ ਤਾਂ ਕੋਈ ਵੀ ਜਾਗਦੀ ਜਮੀਰ ਵਾਲਾ ਸ਼ਾਇਰ ਚੁੱਪ ਨਹੀਂ ਰਹਿ ਸਕਦਾ. ਸੋ, ਬਾਬਾ ਨਜਮੀਂ ਨੇ ਵੀ ਉਹੀ ਰੀਤ ਪਾਲੀ. ਉਹ ਵੀ

ਆਪਣੇ ਆਪਨੂੰ ਜਾਗਦੀ ਜਮੀਰ ਵਾਲੇ ਉਸੇ ਕਬੀਲੇ ਦਾ ਹੀ ਸ਼ਾਇਰ ਸਮਝਦਾ ਹੈ. ਉਹ ਵੀ ਸਮਝਦਾ ਹੈ ਕਿ ਉਸਦਾ ਦਿਲ, ਦਿਮਾਗ਼ ਚਾਹੇ ਉਸਦੇ ਆਪਣੇ ਹਨ ਪਰ ਉਸਦੀ ਜ਼ੁਬਾਨ ਤਾਂ ਲੋਕ-ਪੱਖੀ ਹੈ, ਜਿਹੜੀ ਲੋਕਾਂ ਲਈ ਚੀਕਦੀ ਹੈ. ਉਹ ਆਪਣੇ ਆਪ ਨੂੰ ਉਸੀ ਕਬੀਲੇ ਦਾ ਸ਼ਾਇਰ ਮੰਨਦਾ ਹੈ, ਜਿਸ ਕਬੀਲੇ ਦੇ ਸ਼ਾਇਰਾਂ ਵਿੱਚ ਉਸਤਾਦ ਦਾਮਨ, ਹਬੀਬ ਜਾਲਬ, ਗੁਰਦਾਸ ਰਾਮ ਆਲਮ, ਪਾਸ਼, ਲਾਲ ਸਿੰਘ ਦਿਲ ਤੇ ਸੰਤ ਰਾਮ ਉਦਾਸੀ ਦਾ ਨਾਮ ਸ਼ਾਮਿਲ ਕੀਤਾ ਜਾਂਦਾ ਹੈ. ਇਸ ਕਬੀਲੇ ਨਾਲ ਉਸ ਦੀ ਸਾਂਝ ਕਿੰਨੀ ਕੁ ਪੱਕੀ ਹੈ ਇਸ ਦਾ ਇਜ਼ਹਾਰ ਉਹ ਆਪਣੇ ਇਨ੍ਹਾਂ ਸ਼ੇਅਰਾਂ ਰਾਹੀਂ ਕਰ ਦਿੰਦਾ ਹੈ :

ਮੈਂ ਪੜ੍ਹਿਆ 'ਭਗਤ' ਸਕੂਲ ਦਾ, ਮੇਰੇ ਸ਼ੀਸ਼ੇ ਵਾਂਗ ਅਸੂਲ
ਮੈਂ ਆਪਣੀ ਬੋਲੀ ਬੋਲਣੀ, ਮੇਰੇ ਆਪਣੇ ਹਰਫ ਰਸੂਲ

ਜਿਹਨੇ ਜੰਮਿਆ 'ਊਧਮ ਸਿੰਘ' ਨੂੰ, ਬੜੇ ਬਖਤਾਂ ਵਾਲੀ ਮਾਂ
ਉਹਨੇ ਗੱਲ ਪੁਗਾ ਕੇ ਆਪਣੀ, ਮੇਰਾ ਉੱਚਾ ਕੀਤਾ ਨਾਂ

ਜਿਹੜੇ ਲੋਕਾਂ ਵਿੱਚ ਉਸਾਰਦੇ, ਪਏ ਨਫ਼ਰਤ ਵਾਲੀ ਕੰਧ
ਭਾਵੇਂ ਹਾਫ਼ਜ਼ ਹੋਣ ਕੁਰਾਨ ਦੇ, ਮੈਨੂੰ ਨਹੀਂਓਂ ਯਾਰ ਪਸੰਦ

ਆਪਣੀ ਸ਼ਾਇਰੀ ਵਿੱਚ ਸੱਚ ਬੋਲਣ ਖਾਤਰ ਬਾਬਾ ਨਜਮੀਂ ਨੂੰ ਵੀ ਪਾਸ਼, ਲਾਲ ਸਿੰਘ ਦਿਲ ਅਤੇ ਸੰਤ ਰਾਮ ਉਦਾਸੀ ਵਾਂਗ ਪੁਲਿਸ ਦਾ ਬੇਤਹਾਸ਼ਾ ਤਸ਼ੱਦਦ ਸਹਿਣਾ ਪਿਆ. ਬੇਨਜ਼ੀਰ ਭੁੱਟੋ ਦੀ ਹਕੂਮਤ ਵੇਲੇ ਜਦੋਂ ਆਟੇ ਦੀ ਕੀਮਤ ਵਧਾ ਦਿੱਤੀ ਗਈ ਤਾਂ ਉਸ ਨੇ ਆਪਣੀ ਹੀ ਪਾਰਟੀ, ਪੀਪਲਜ਼ ਪਾਰਟੀ, ਦੇ ਜਲਸਿਆਂ ਵਿੱਚ ਆਪਣੀ ਪਾਰਟੀ ਦੇ ਖ਼ਿਲਾਫ਼ ਨਜ਼ਮਾਂ ਪੜ੍ਹੀਆਂ :

ਆਟਾ ਸਤ ਰੁਪਈਏ
ਬੀਬੀ ਰਾਣੀ ਬੜਾ ਹਨੇਰ
ਆਟਾ ਲੈਣ ਬਿਲਾਵਲ ਜਾਵੇ
ਨੰਗੇ ਪੈਰੀਂ ਸੜਦਾ ਆਵੇ
ਖਾਲੀ ਅੱਗੇ ਧਰੇਂ ਚੰਗੇਰ
ਬੀਬੀ ਰਾਣੀ ਬੜਾ ਹਨੇਰ

ਜਿਸ ਕਾਰਨ ਉਸਨੂੰ ਆਪਣੀ ਹੀ ਪਾਰਟੀ ਦੇ ਭਾਰੀ ਗੁੱਸੇ ਦਾ ਸਾਹਮਣਾ ਕਰਨਾ ਪਿਆ. ਉਸਦੀ ਆਪਣੀ ਹੀ ਪਾਰਟੀ 'ਪੀਪਲਜ਼ ਪਾਰਟੀ' ਉਸ ਨੂੰ ਪਾਰਟੀ ਦੀ ਜਲਸਿਆਂ ਵਿੱਚ ਇੱਕ ਸ਼ਾਇਰ ਦੇ ਤੌਰ ਉੱਤੇ ਬੁਲਾਉਣ ਤੋਂ ਕੰਨੀ ਕਤਰਾਉਣ ਲੱਗੀ.

ਪਰ ਇਸ ਦੇ ਬਾਵਜੂਦ ਵੀ ਬਾਬਾ ਨਜਮੀਂ ਸਾਡੇ ਸਮਾਜ ਵਿੱਚ ਮਜ਼ਦੂਰ ਜਮਾਤ ਦੀ ਆਰਥਿਕ ਪੱਖੋਂ ਮਾੜੀ ਹਾਲਤ ਵੇਖਦਿਆਂ ਮਜ਼ਦੂਰ ਦੇ ਨਾਲ ਹੀ ਖੜ੍ਹਾ ਹੁੰਦਾ ਹੈ. ਉਸ ਨੂੰ ਇਹ ਦੇਖਕੇ ਦੁੱਖ ਹੁੰਦਾ ਹੈ ਕਿ ਮਜ਼ਦੂਰ ਜਿੰਨੀ ਮਰਜ਼ੀ ਮਿਹਨਤ ਕਰ ਲਵੇ - ਪਰ ਉਸਦਾ ਫਿਰ ਵੀ ਗੁਜ਼ਾਰਾ ਨਹੀਂ ਹੁੰਦਾ. ਕਿਉਂਕਿ ਉਸਨੂੰ ਬਹੁਤ

ਘੱਟ ਮਜ਼ਦੂਰੀ ਮਿਲਦੀ ਹੈ. ਕਿਉਂਕਿ ਸਰਕਾਰ ਸਰਮਾਇਦਾਰਾਂ ਦੇ ਹੱਕ ਵਿੱਚ ਹੀ ਕਾਨੂੰਨ ਬਣਾਂਦੀ ਹੈ, ਨ ਕਿ ਗਰੀਬ ਮਜ਼ਦੂਰਾਂ ਦੇ ਹੱਕ ਵਿੱਚ. ਇਸ ਹਕੀਕਤ ਨੂੰ ਬਾਬਾ ਨਜਮੀਂ ਬਹੁਤ ਹੀ ਸਪੱਸ਼ਟ ਸ਼ਬਦਾਂ ਵਿੱਚ ਅਤੇ ਸੁਹਿਰਦਤਾ ਨਾਲ ਪੇਸ਼ ਕਰਦਾ ਹੈ:

ਮੇਰੇ ਹੱਥੀਂ ਛਾਲੇ ਪਏ ਮਜ਼ਦੂਰੀ ਨਾਲ
ਫਿਰ ਵੀ ਨਹੀਉਂ ਭਰਿਆ ਛੰਨਾਂ ਚੂਰੀ ਨਾਲ

ਸਾਡੇ ਲੋਕਾਂ ਵਿੱਚ ਧਾਰਮਿਕ ਅੰਧ-ਵਿਸ਼ਵਾਸ ਇਸ ਹੱਦ ਤੱਕ ਕੁੱਟ-ਕੁੱਟ ਕੇ ਭਰਿਆ ਹੋਇਆ ਹੈ ਕਿ ਉਹ ਧਾਰਮਿਕ ਅਸਥਾਨਾਂ ਉੱਤੇ ਹਜ਼ਾਰਾਂ ਰੁਪਿਆਂ ਦਾ ਚੜ੍ਹਾਵਾ ਦੇ ਆਉਂਦੇ ਹਨ; ਪਰ ਕਿਸੀ ਗਰੀਬ ਅਤੇ ਮੁਸੀਬਤ ਦੇ ਮਾਰੇ ਬੰਦੇ ਨੂੰ 20 ਰੁਪਏ ਵੀ ਦੇਣ ਲਈ ਤਿਆਰ ਨਹੀਂ ਹੁੰਦੇ. ਅਜਿਹੇ ਅੰਧ-ਵਿਸ਼ਵਾਸੀਆਂ ਦੀ ਮਾਨਸਿਕਤਾ ਨੂੰ ਬਾਬਾ ਨਜਮੀਂ ਇਸ ਅੰਦਾਜ਼ ਵਿੱਚ ਰੂਪਮਾਨ ਕਰਦਾ ਹੈ:

ਜਿਹਨਾਂ ਦੇ ਗਲ ਲੀਰਾਂ ਪਈਆਂ, ਉਹਨਾਂ ਵੱਲੇ ਤੱਕਦੇ ਨਈਂ
ਕੱਬਰਾਂ ਉੱਤੇ ਤਿੱਲੇ ਜੜੀਆਂ, ਚੱਦਰਾਂ ਚਾੜ੍ਹੀ ਜਾਂਦੇ ਨੇ

ਆਧੁਨਿਕਤਾ ਅਤੇ ਵਿਗਿਆਨਕ ਤਰੱਕੀ ਦੇ ਨਾਮ ਉੱਤੇ ਮਨੁੱਖ ਨੇ ਹਵਾ, ਪਾਣੀ, ਮਿੱਟੀ - ਹਰ ਪਾਸੇ ਤਬਾਹੀ ਮਚਾ ਦਿੱਤੀ ਹੈ. ਹਰ ਚੀਜ਼ ਇਸ ਹੱਦ ਤੱਕ ਪ੍ਰਦੂਸ਼ਿਤ ਕਰ ਦਿੱਤੀ ਗਈ ਹੈ ਕਿ ਮਨੁੱਖ ਲਈ ਸਾਹ ਲੈਣਾ ਵੀ ਮੁਸ਼ਕਿਲ ਹੁੰਦਾ ਜਾ ਰਿਹਾ ਹੈ. ਖੇਤਾਂ ਵਿੱਚ ਵਧੇਰੇ ਫਸਲਾਂ ਲੈਣ ਲਈ ਏਨੇ ਕੈਮੀਕਲ ਸੁੱਟੇ ਜਾ ਰਹੇ ਹਨ ਕਿ ਉਨ੍ਹਾਂ ਫਸਲਾਂ ਤੋਂ ਪੈਦਾ ਹੋਣ ਵਾਲੇ ਪਦਾਰਥ ਖਾਹ ਕੇ ਲੋਕਾਂ ਨੂੰ ਨਵੀਆਂ ਤੋਂ ਨਵੀਆਂ ਬਿਮਾਰੀਆਂ ਹੋ ਰਹੀਆਂ ਹਨ. ਭਾਵੇਂ ਕਿ ਇਹ ਪ੍ਰਦੂਸ਼ਨ ਪਿੰਡਾਂ ਵੱਲ ਵੀ ਵੱਧ ਰਿਹਾ ਹੈ, ਪਰ ਸ਼ਹਿਰਾਂ ਦੇ ਮੁਕਾਬਲੇ ਵਿੱਚ ਪੇਂਡੂ ਜ਼ਿੰਦਗੀ ਅਜੇ ਵੀ ਘੱਟ ਪ੍ਰਦੂਸ਼ਿਤ ਹੋਈ ਹੈ. ਇਸੇ ਲਈ ਬਾਬਾ ਨਜ਼ਮੀਂ ਵੀ ਪੇਂਡੂ ਜ਼ਿੰਦਗੀ ਨੂੰ ਸ਼ਹਿਰੀ ਜ਼ਿੰਦਗੀ ਨਾਲੋਂ ਬੇਹਤਰ ਕਹਿ ਰਿਹਾ ਹੈ:

ਚਲ ਉਏ 'ਬਾਬਾ ਨਜਮੀਂ ਆਪਣੇ ਪਿੰਡਾਂ ਨੂੰ ਮੂੰਹ ਮੋੜ ਲਈਏ
ਸ਼ਹਿਰਾਂ ਦੇ ਵਸਨੀਕ ਤਾਂ ਆਪਣੇ ਸ਼ਹਿਰ ਉਜਾੜੀ ਜਾਂਦੇ ਹਨ

ਸਾਡੇ ਲੋਕਾਂ ਦੀਆਂ ਅਨੇਕਾਂ ਮੁਸੀਬਤਾਂ ਦਾ ਮੂਲ ਕਾਰਨ ਭਾਈਆਂ, ਪੰਡਿਤਾਂ, ਮੌਲਵੀਆਂ, ਪਾਦਰੀਆਂ ਵੱਲੋਂ ਉਨ੍ਹਾਂ ਦੇ ਮਨਾਂ ਵਿੱਚ ਇਹ ਵਿਸ਼ਵਾਸ ਭਰ ਦੇਣਾ ਹੁੰਦਾ ਹੈ ਕਿ ਤੁਹਾਡੀ ਕਿਸਮਤ ਵਿੱਚ ਹੀ ਜੇਕਰ ਦੁੱਖ ਭਰੇ ਹੋਏ ਹਨ ਤਾਂ ਤੁਹਾਡੀ ਜ਼ਿੰਦਗੀ ਸੁਖੀ ਕਿਵੇਂ ਹੋ ਸਕਦੀ ਹੈ? ਪਰ ਬਾਬਾ ਨਜਮੀਂ ਅਜਿਹੇ ਲੋਕਾਂ ਨੂੰ ਬੇਹਿਮਤੇ ਕਹਿੰਦਾ ਹੈ:

ਬੇ-ਹਿੰਮਤੇ ਨੇ ਜਿਹੜੇ ਬਹਿ ਕੇ ਸ਼ਿਕਵਾ ਕਰਨ ਮੁਕੱਦਰਾਂ ਦਾ
ਉੱਗਣ ਵਾਲੇ ਉੱਗ ਪੈਂਦੇ ਨੇ ਸੀਨਾ ਪਾੜ ਕੇ ਪੱਥਰਾਂ ਦਾ
ਮੰਜ਼ਲ ਦੇ ਮੱਥੇ ਦੇ ਉੱਤੇ ਤਖਤੀ ਲਗਦੀ ਉਨ੍ਹਾਂ ਦੀ
ਜਿਹੜੇ ਘਰੋਂ ਬਣਾ ਕੇ ਟੁਰਦੇ ਨਕਸ਼ਾ ਅਪਣੇ ਸਫ਼ਰਾਂ ਦਾ

ਬਾਬਾ ਨਜਮੀਂ ਵਿਰਸੇ ਦੀ ਗੱਲ ਕਰਨ ਲੱਗਾ ਬਹੁਤ ਚੇਤੰਨ ਹੋ ਕੇ ਗੱਲ ਕਰਦਾ ਹੈ ਕਿ ਉਸਦਾ ਵਿਰਸਾ ਭਗਤ ਸਿੰਘ, ਦੁੱਲੇ ਅਤੇ ਜਬਰੂ ਵਰਗੇ ਕਰਾਂਤੀਕਾਰੀ

ਲੋਕਾਂ ਦਾ ਵਿਰਸਾ ਹੈ ਨ ਕਿ ਗਜਨੀ ਤੇ ਤੈਮੂਰ ਜਿਹੇ ਲੁਟੇਰਿਆਂ ਅਤੇ ਜ਼ਾਲਮਾਂ ਦਾ. ਏਸੇ ਲਈ ਉਹ ਇਹ ਵੀ ਚਾਹੁੰਦਾ ਹੈ ਕਿ ਉਸਦਾ ਪੁੱਤਰ ਵੀ ਵੱਡਾ ਹੋ ਕੇ ਸ਼ਹੀਦ ਭਗਤ ਸਿੰਘ ਦੇ ਨਕਸ਼ੇ-ਕਦਮਾਂ ਉੱਤੇ ਹੀ ਤੁਰੇ :

1.
'ਭਗਤ ਸਿੰਘ' ਤੇ 'ਦੁੱਲਾ', 'ਜਬਰੂ' ਮੇਰਾ ਲਹੂ
ਕਿੰਝ ਖਲੋਵਾਂ 'ਗਜਨੀ' ਤੇ 'ਤੈਮੂਰੀ' ਨਾਲ

2.
ਨੱਚਾਂ ਗਾਵਾਂ
ਭੰਗੜੇ ਪਾਵਾਂ
ਦੇਗਾਂ ਚਾੜ੍ਹਾਂ ਰਾਤ ਦਿਨੇ
ਮੇਰਾ ਪੁੱਤਰ, ਮੇਰੇ ਵੀਰ ਤੇ
ਆਪਣੇ ਤਾਏ ਭਗਤ ਸਿੰਘ ਦੇ
ਪੈਰਾਂ ਉੱਤੇ ਪੈਰ ਧਰੇ
ਮੇਰੀ ਪੂਰੀ ਆਸ ਕਰੇ

ਬਾਬਾ ਨਜਮੀਂ ਆਪਣੇ ਆਪ ਨੂੰ ਅਤੇ ਆਪਣੇ ਹਮਖਿਆਲੀ ਲੇਖਕਾਂ ਨੂੰ ਉਨ੍ਹਾਂ ਝੋਲੀ ਚੁੱਕ ਲੇਖਕਾਂ ਤੋਂ ਵੀ ਵੱਖਰਾ ਕਰਦਾ ਹੈ - ਜਿਹੜੇ ਲੇਖਕ ਆਪਣੀਆਂ ਲਿਖਤਾਂ ਵਿੱਚ, ਮਹਿਜ਼, ਉਹੀ ਕੁਝ ਹੀ ਲਿਖਦੇ ਹਨ - ਜੋ ਕੁਝ ਸਮੇਂ ਦੀ ਸਰਕਾਰ ਨੂੰ ਮਨਜ਼ੂਰ ਹੋਵੇ ਅਤੇ ਜੋ ਸਰਕਾਰ ਦੇ ਕਰਿੰਦਿਆਂ ਦੇ ਕੰਮਾਂ ਦੀ ਆਲੋਚਨਾ ਕਰਨ ਦੀ ਕਦੀ ਜੁਰੱਅਤ ਵੀ ਨਹੀਂ ਕਰਦੇ :

ਮੇਰਾ ਕਲਮ-ਕਬੀਲਾ ਉਹਨਾਂ ਵਿੱਚੋਂ ਨਈਂ
ਅੱਖਰ ਜਿਹੜੇ ਲਿਖਦੇ ਨੇ ਮਨਜ਼ੂਰੀ ਨਾਲ

ਬਾਬਾ ਨਜਮੀਂ ਨੇ ਬੰਦ ਕਮਰਿਆਂ ਵਿੱਚ ਬਹਿ ਕੇ ਸ਼ਹਿਰੀ ਨਹੀਂ ਕੀਤੀ. ਹਰ ਧਰੋਹ, ਹਰ ਜ਼ਿਆਦਤੀ, ਹਰ ਜ਼ੁਲਮ ਦੇ ਖਿਲਾਫ਼ ਆਵਾਜ਼ ਉਠਾਉਣ ਲਈ ਉਹ ਪਹੁੰਚਿਆ. ਉਹ ਨਾ ਸਿਰਫ ਦੱਬੇ-ਕੁਚਲੇ, ਮਜ਼ਦੂਰਾਂ ਦੇ ਹੱਕਾਂ ਵਿੱਚ ਹੀ ਬੋਲਿਆ ਉਹ ਤਾਂ ਧੀਆਂ-ਧਿਆਣੀਆਂ ਵੱਲੋਂ ਆਯੋਜਿਤ ਕੀਤੇ ਗਏ ਸਮਾਰੋਹਾਂ ਵਿੱਚ ਵੀ ਬੋਲਣ ਲਈ ਪਹੁੰਚਿਆ ਤਾਂ ਕਿ ਧੀਆਂ ਉੱਤੇ ਹੁੰਦੇ ਜ਼ੁਲਮਾਂ ਖ਼ਿਲਾਫ ਉੱਠ ਰਹੀ ਆਵਾਜ਼ ਨਾਲ ਵੀ ਉਹ ਆਪਣੀ ਆਵਾਜ਼ ਮਿਲਾ ਸਕੇ. ਉਸ ਦੀ ਸ਼ਾਇਰੀ ਉਸਦੀ ਜ਼ਿੰਦਗੀ ਦੇ ਤਜਰਬਿਆਂ ਵਿੱਚੋਂ ਨਿਕਲੀ ਹੋਈ ਸ਼ਾਇਰੀ ਹੈ. ਦੁਨੀਆਂ ਦੇ ਕਿਸੀ ਵੀ ਹਿੱਸੇ ਵਿੱਚ ਵੀ ਲੋਕਾਂ ਨਾਲ ਧੱਕਾ ਹੋਇਆ, ਉਸ ਨੇ ਦਰਦ ਮਹਿਸੂਸਿਆ ਅਤੇ ਆਪਣੀ ਸ਼ਾਇਰੀ ਰਾਹੀਂ ਉਸ ਦਾ ਇਜ਼ਹਾਰ ਕੀਤਾ. ਉਸ ਦੀ ਸ਼ਾਇਰੀ ਇਨਸਾਨੀਅਤ ਦੀ ਸਾਂਝੀ ਪੀੜ ਦਾ ਪ੍ਰਗਟਾਵਾ ਕਰਦੀ ਹੈ :

ਇਸ ਧਰਤੀ ਦੇ ਕੱਚੇ ਕੋਠੇ, ਪੱਕੇ ਹੋਵਣ ਤੀਕ
ਮੇਰਾ ਇੱਟ-ਖੜਿਕਾ ਰਹਿਣਾ, ਹਰ ਹਾਕਮ ਦੇ ਨਾਲ

ਬਾਬਾ ਨਜਮੀਂ ਪਾਕਿਸਤਾਨੀ ਪੰਜਾਬੀ ਸ਼ਾਇਰੀ ਵਿੱਚ ਉਸਤਾਦ ਦਾਮਨ

ਵੱਲੋਂ ਕਾਇਮ ਕੀਤੀ ਰਵਾਇਤ ਨੂੰ ਹੀ ਅੱਗੇ ਤੋਰ ਰਿਹਾ ਹੈ. ਇਸ ਤਰ੍ਹਾਂ ਦੀ ਸ਼ਾਇਰੀ ਭਾਵੇਂ ਕਿ ਸਟੇਜੀ ਸ਼ਾਇਰੀ ਦੇ ਬਹੁਤ ਨੇੜੇ ਹੁੰਦੀ ਹੈ ਪਰ ਫਿਰ ਵੀ ਇਸ ਸ਼ਾਇਰੀ ਵਿੱਚ ਸ਼ਾਇਰੀ ਦੇ ਕਲਾਤਮਕ ਪੱਖ ਨੂੰ ਕੁਰਬਾਨ ਨਹੀਂ ਕੀਤਾ ਜਾਂਦਾ. ਨ ਹੀ ਇਹ ਸ਼ਾਇਰੀ ਮਹਿਜ਼ ਹਾਸੇ-ਠੱਠੇ ਲਈ ਹੀ ਲਿਖੀ ਜਾਂਦੀ ਹੈ. ਬਾਬਾ ਨਜਮੀਂ ਅਤੇ ਉਸਤਾਦ ਦਾਮਨ ਆਪਣੀ ਸ਼ਾਇਰੀ ਵਿੱਚ ਅਨੇਕਾਂ ਤਰ੍ਹਾਂ ਦੀਆਂ ਕਲਾਤਮਕ ਜੁਗਤਾਂ ਦੀ ਵਰਤੋਂ ਕਰਕੇ ਪਾਠਕ/ਸਰੋਤੇ ਤੱਕ ਬਹੁਤ ਹੀ ਸ਼ਕਤੀਸ਼ਾਲੀ ਸੁਨੇਹੇ ਭੇਜਦੇ ਹਨ. ਇਹ ਸੁਨੇਹਾ ਸਮਾਜਿਕ, ਸਭਿਆਚਾਰਕ, ਰਾਜਨੀਤਕ, ਧਾਰਮਿਕ, ਨੈਤਿਕ ਮਸਲਿਆਂ ਨਾਲ ਸਬੰਧਤ ਹੋ ਸਕਦਾ ਹੈ.

ਬਾਬਾ ਨਜਮੀਂ ਦੀ ਸ਼ਾਇਰੀ ਦਾ ਇਹ ਵੀ ਇੱਕ ਮੀਰੀ ਗੁਣ ਹੈ ਕਿ ਉਹ ਘੱਟ ਤੋਂ ਘੱਟ ਸ਼ਬਦਾਂ ਦੀ ਵਰਤੋਂ ਕਰਕੇ ਆਪਣੀ ਗੱਲ ਕਹਿਣ ਦੀ ਕੋਸ਼ਿਸ਼ ਕਰਦਾ ਹੈ. ਧਰਤੀ ਦੇ ਕੋਨੇ ਕੋਨੇ ਵਿੱਚ ਜਿੰਨੀਆਂ ਵੀ ਅਸਮਾਨ ਨੂੰ ਛੋਂਹਦੀਆਂ ਇਮਾਰਤਾਂ ਉਸਰੀਆਂ ਹੋਈਆਂ ਹਨ - ਹਰ ਇਮਾਰਤ ਦੀ ਉਸਾਰੀ ਵਿੱਚ ਮਜ਼ਦੂਰ ਦਾ ਮੁੜ੍ਹਕਾ ਡੁੱਲ੍ਹਿਆ ਹੋਇਆ ਹੈ. ਇਸ ਹਕੀਕਤ ਨੂੰ ਬਾਬਾ ਨਜਮੀਂ ਬਹੁਤ ਹੀ ਖ਼ੂਬਸੂਰਤੀ ਅਤੇ ਸੰਖੇਪਤਾ ਨਾਲ ਆਪਣੇ ਇਸ ਸ਼ੇਅਰ ਵਿੱਚ ਪੇਸ਼ ਕਰਦਾ ਹੈ:

ਮੇਰੇ ਮੁੜ੍ਹਕੇ ਨਾਲ ਖ਼ਲੋਤਾ ਤਾਜ ਮਹਿਲ
ਝੂਠਾ ਵਾਂ ਤੇ ਗੱਲ ਕਰਵਾ ਕੇ ਵੇਖ ਲਵੇ

ਬਾਬਾ ਨਜਮੀਂ ਰਾਜਨੀਤਕ ਤੌਰ ਉੱਤੇ ਵੀ ਚੇਤੰਨ ਹੋਣ ਕਾਰਨ ਆਪਣੀ ਸ਼ਾਇਰੀ ਦੇ ਪਾਠਕ/ਸਰੋਤੇ ਨੂੰ ਨ ਸਿਰਫ ਅਨੇਕਾਂ ਤਰ੍ਹਾਂ ਦੇ ਰਾਜਨੀਤਕ ਪਹਿਲੂਆਂ ਬਾਰੇ ਜਾਗ੍ਰਿਤ ਕਰਨ ਦੀ ਕੋਸ਼ਿਸ਼ ਕਰਦਾ ਹੈ - ਬਲਕਿ ਅਜਿਹਾ ਕਰਦਿਆਂ ਹੋਇਆਂ ਉਹ ਇਸ ਗੱਲ ਲਈ ਵੀ ਤਿਆਰ ਰਹਿੰਦਾ ਹੈ ਕਿ ਸਮੇਂ ਦੀ ਸਰਕਾਰ ਉਸਨੂੰ ਇਸ ਬਦਲੇ ਸਜ਼ਾ ਵੀ ਦੇ ਸਕਦੀ ਹੈ ਅਤੇ ਉਸਨੂੰ ਜੇਲ੍ਹ ਦੀ ਹਵਾ ਵੀ ਖਾਣੀ ਪੈ ਸਕਦੀ ਹੈ:

1.
ਸੂਲੀ ਚਾੜ ਤੇ ਭਾਵੇਂ ਚਮੜੀ ਲਾਹ ਦੇਵੀਂ
ਜ਼ੁਲਮਾਂ ਅੱਗੇ ਚੁੱਪ ਰਹਿਣ ਦਾ ਆਦੀ ਨਈਂ

2.
ਮੇਰੀ ਸੋਚ ਅਵਾਮੀਂ ਤੇਰਾ ਕਿੰਝ ਕਸੀਦਾ ਲਿਖਾਂ ਮੈਂ
ਮੇਰੇ ਜਹੇ ਫ਼ਨਕਾਰ ਨਈਂ ਆਉਂਦੇ ਜਾਗੀਰਾਂ ਦੇ ਚੱਕਰ ਵਿੱਚ
ਮੇਰੇ ਸ਼ਿਅਰਾਂ ਵਿਚ ਹਯਾਤੀ ਲੋਕਾਂ ਦੀ
ਮੇਰੀ ਸ਼ਾਇਰੀ ਮਸਲੇ ਵੀ ਹੱਲ ਕਰਦੀ ਏ

ਬਾਬਾ ਨਜਮੀਂ ਰੂੜੀਵਾਦੀ ਅਤੇ ਸਮਾਂ ਵਿਹਾ ਚੁੱਕੀਆਂ ਕਦਰਾਂ-ਕੀਮਤਾਂ ਦਾ ਹਾਮੀ ਨਹੀਂ; ਬਲਕਿ ਉਹ ਤਾਂ ਤਰੱਕੀ-ਪਸੰਦ ਕਦਰਾਂ-ਕੀਮਤਾਂ ਦੀ ਜ਼ੋਰਦਾਰ ਹਿਮਾਇਤ ਕਰਦਾ ਹੈ. ਇਸੇ ਕਰਕੇ ਉਹ ਉਨ੍ਹਾਂ ਲੋਕਾਂ ਦਾ ਵੀ ਆਲੋਚਕ ਹੈ ਜੋ ਅੱਖਾਂ ਬੰਦ ਕਰਕੇ ਜ਼ਿੰਦਗੀ ਬਾਰੇ ਗਿਆਨ ਨਾਲ ਭਰੀਆਂ ਪੁਸਤਕਾਂ ਦੀਆਂ ਜਿਲਦਾਂ ਨੂੰ ਹੀ ਜ਼ਮੀਨ ਉੱਤੇ ਲੇਟ ਲੇਟ ਕੇ ਨੱਕ ਰਗੜੀ ਜਾਂਦੇ ਹਨ; ਜਦੋਂ ਕਿ ਉਨ੍ਹਾਂ ਪੁਸਤਕਾਂ ਦੇ

ਸਫਿਆਂ ਉੱਤੇ ਗਿਆਨ ਦੀਆਂ ਕਿਹੋ ਜਿਹੀਆਂ ਗੱਲਾਂ ਲਿਖੀਆਂ ਹਨ - ਉਹ ਇਸ ਗੱਲ ਵੱਲ ਧਿਆਨ ਦੇਣ ਦੀ ਕਦੀ ਚਿੰਤਾ ਵੀ ਨਹੀਂ ਕਰਦੇ :

ਸ਼ੀਸ਼ੇ ਉੱਤੇ ਧੂੜਾਂ ਜੰਮੀਆਂ, ਕੰਧਾਂ ਝਾੜੀ ਜਾਂਦੇ ਨੇ
ਜਿਲਦਾਂ ਸਾਂਭ ਰਹੇ ਨੇ ਝੱਲੇ, ਵਰਕੇ ਪਾੜੀ ਜਾਂਦੇ ਨੇ

ਸਾਡੇ ਸਮਾਜ ਵਿਚਲੀ ਆਰਥਿਕ ਨ-ਬਰਾਬਰੀ ਬਾਰੇ ਵੀ ਬਾਬਾ ਨਜਮੀਂ ਸੁਆਲ ਖੜ੍ਹੇ ਕਰਦਾ ਹੈ. ਉਹ ਪੁੱਛਦਾ ਹੈ ਕਿ ਜੇਕਰ ਖ਼ੁਦਾ ਹੀ ਸਭ ਦੀਆਂ ਕਿਸਮਤਾਂ ਬਣਾਂਦਾ ਹੈ ਤਾਂ ਕੀ ਕਾਰਨ ਹੈ ਕਿ ਖ਼ੁਦਾ ਨੇ ਕੁਝ ਲੋਕਾਂ ਨੂੰ ਬਹੁਤ ਅਮੀਰ ਬਣਾਇਆ ਹੈ ਅਤੇ ਕੁਝ ਨੂੰ ਦੋ ਵੇਲੇ ਆਰਾਮ ਨਾਲ ਰੋਟੀ ਖਾਣ ਜੋਗੇ ਪੈਸੇ ਵੀ ਨਹੀਂ ਦਿੱਤੇ :

ਉਨ੍ਹਾਂ ਦਾ ਵੀ ਤੂਹਿਓਂ ਰੱਬ ਐਂ, ਇਹਦਾ ਅੱਜ ਜਵਾਬ ਤੇ ਦੇ
ਈਦਾਂ ਵਾਲੇ ਦਿਨ ਵੀ ਜਿਹੜੇ, ਕਰਨ ਦਿਹਾੜੀ ਜਾਂਦੇ ਨੇ

ਅਜੋਕੇ ਸਮਿਆਂ ਵਿੱਚ ਪੈਸਾ ਹੀ ਹਰ ਗੱਲ ਵਿੱਚ ਪ੍ਰਧਾਨ ਬਣ ਜਾਣ ਕਾਰਨ ਲੋਕ ਨਿੱਕੇ ਨਿੱਕੇ ਲਾਭ ਪ੍ਰਾਪਤ ਕਰਨ ਖਾਤਿਰ ਵੀ ਆਪਣਾ ਦੀਨ-ਈਮਾਨ ਵੇਚ ਦਿੰਦੇ ਹਨ; ਅਤੇ ਗੱਲ ਗੱਲ ਵਿੱਚ ਝੂਠ ਬੋਲਦੇ ਹਨ. ਉਨ੍ਹਾਂ ਲਈ ਉਨ੍ਹਾਂ ਦੇ ਧਰਮ ਦੀ ਸਭ ਤੋਂ ਪਵਿੱਤਰ ਪੁਸਤਕ 'ਕੁਰਾਨ' ਉੱਤੇ ਹੱਥ ਰੱਖ ਕੇ ਸੌਂਹ ਚੁੱਕਣ ਦੇ ਵੀ ਕੋਈ ਵਿਸ਼ੇਸ਼ ਅਰਥ ਨਹੀਂ ਰੱਖਦੇ. ਜੇਕਰ ਉਨ੍ਹਾਂ ਨੂੰ ਜ਼ਿੰਦਗੀ ਵਿੱਚ ਕੋਈ ਲਾਭ ਲੈਣ ਲਈ ਕੁਰਾਨ ਦੀ ਝੂਠੀ ਸੌਂਹ ਵੀ ਚੁੱਕਣੀ ਪਵੇ ਤਾਂ ਉਨ੍ਹਾਂ ਲਈ ਇਹ ਕੋਈ ਨੈਤਿਕਤਾ ਦਾ ਸੁਆਲ ਨਹੀਂ ਬਣੇਗਾ :

ਝੂਠਾ ਕਿਹੜਾ, ਸੱਚਾ ਕਿਹੜਾ, ਕਿਸਰਾਂ ਕਰਾਂ ਪਛਾਣ
ਖਾਂਦੇ ਪਏ ਨੇਂ ਕਸਮਾਂ ਸਾਰੇ, ਸਿਰ ਤੇ ਰੱਖ ਕੁਰਆਨ

ਮਾਂ ਬੋਲੀ ਪੰਜਾਬੀ ਦੀ ਸਦਾ ਖ਼ੈਰ ਮੰਗਣ ਵਾਲਾ ਬਾਬਾ ਨਜਮੀਂ ਜਿੱਥੇ ਇੱਕ ਪਾਸੇ ਉਨ੍ਹਾਂ ਪੰਜਾਬੀਆਂ ਨੂੰ ਲੱਖ ਲਾਹਨਤਾਂ ਪਾਂਦਾ ਹੈ ਜੋ ਆਪਣੇ ਬੱਚਿਆਂ ਨੂੰ ਮਾਂ ਬੋਲੀ ਪੰਜਾਬੀ ਸਿਖਾਉਣ ਦੀ ਥਾਂ ਹੋਰ ਜ਼ੁਬਾਨਾਂ ਸਿਖਾਉਣ ਉੱਤੇ ਜ਼ੋਰ ਪਾਉਂਦੇ ਰਹਿੰਦੇ ਹਨ; ਦੂਜੇ ਪਾਸੇ ਬਾਬਾ ਨਜਮੀਂ ਉਨ੍ਹਾਂ ਪੰਜਾਬੀਆਂ ਨੂੰ ਆਪਣਾ ਸਲਾਮ ਭੇਜਦਾ ਹੈ ਜੋ ਮਾਂ ਬੋਲੀ ਪੰਜਾਬੀ ਦੀ ਕਦਰ ਕਰਦੇ ਹਨ :

ਬਾਲਾਂ ਦੇ ਮੂੰਹ ਜਿਹੜੇ ਅੱਖਰ ਚੋਗੇ ਵਾਂਗੂੰ ਦੇਣੇ ਸਨ
ਉਹਨਾਂ ਬਦਲੇ ਫੜ ਫੜ ਓਬੜ ਤੁੰਨਦੇ ਯਾਰ ਪੰਜਾਬੀ ਨੇ

ਅੱਚਣਚੇਤੀ ਵੀ ਨਾ ਲਾਵੀਂ ਮੇਰੇ ਮੱਥੇ ਉਹਨਾਂ ਨੂੰ
ਜਿਹੜੇ ਵੀ ਇਸ ਧਰਤੀ ਉੱਤੇ ਬਦਬੂਦਾਰ ਪੰਜਾਬੀ ਨੇ

ਓਧਰ ਓਧਰ ਕਰਾਂ ਸਲਾਮਾਂ ਦਿਲ ਦੀ ਦੁਨੀਆਂ ਕਹਿੰਦੀ ਏ
ਜਿੱਧਰ ਜਿੱਧਰ ਜਾਂਦੇ ਮੇਰੇ ਬਾਕਿਰਦਾਰ ਪੰਜਾਬੀ ਨੇਂ

ਕੰਡ ਕਦੇ ਨਾ ਲੱਗੇ ਰੱਬਾ ਵਿਚ ਮੈਦਾਨੇ ਉਹਨਾਂ ਦੀ

ਜਿਹੜੇ ਆਪਣੀ ਮਾਂ ਬੋਲੀ ਦੇ ਖ਼ਿਦਮਤਗਾਰ ਪੰਜਾਬੀ ਨੇ

1947 ਵਿੱਚ ਹਿੰਦੁਸਤਾਨ ਦੇ ਦੋ ਟੁੱਕੜੇ ਹੋ ਗਏ ਸਨ. ਇੱਕ ਟੁੱਕੜਾ ਹਿੰਦੁਸਤਾਨ ਦੇਸ਼ ਬਣ ਗਿਆ. ਜਦੋਂ ਕਿ ਦੂਜੇ ਹਿੱਸੇ ਦਾ ਨਾਮ ਪਾਕਿਸਤਾਨ ਦੇਸ਼ ਬਣ ਗਿਆ. ਉਸ ਸਮੇਂ ਤੋਂ ਹੀ ਇਹ ਦੋਨੋਂ ਦੇਸ, ਕਿਸੀ ਨ ਕਿਸੀ ਬਹਾਨੇ, ਛੋਟੀਆਂ ਵੱਡੀਆਂ ਅਨੇਕਾਂ ਜੰਗਾਂ ਲੜ ਚੁੱਕੇ ਹਨ ਅਤੇ ਹਜ਼ਾਰਾਂ ਮਾਵਾਂ ਦੇ ਧੀਆਂ-ਪੁੱਤਰਾਂ ਦੀਆਂ ਜਾਨਾਂ ਦੀ ਕੁਰਬਾਨੀ ਦੇ ਚੁੱਕੇ ਹਨ. ਬਾਬਾ ਨਜਮੀਂ ਆਪਣੇ ਦੇਸ ਦੀ ਲੀਡਰਸ਼ਿਪ ਨੂੰ ਦੋਸ਼ੀ ਕਰਾਰ ਦੇਂਦਿਆਂ ਲਿਖਦਾ ਹੈ ਕਿ ਜਿਹੜਾ ਦੇਸ਼ ਗਵਾਂਢ ਵਿੱਚ ਵਸਦਾ ਹੈ ਉਸ ਨਾਲ ਤਾਂ ਹਮੇਸ਼ਾਂ ਇੱਟ-ਖੜੱਕਾ ਰੱਖਦੇ ਹਨ ਪਰ ਜਿਹੜਾ ਦੇਸ਼ ਸੱਤ ਸਮੁੰਦਰ ਦੂਰ ਵਸਦਾ ਹੈ ਉਸ ਨਾਲ ਇਹ ਯਾਰੀਆਂ ਪਾਲ ਰਹੇ ਹਨ:

ਇੱਟ-ਖੜੱਕਾ ਨਾਲ ਗਵਾਂਢੀ, ਦੇਖੋ ਆਗੂ ਵੱਲ
ਉਹਦੇ ਨਾਲ ਯਰਾਨਾ, ਜਿਹੜਾ ਸੱਤ ਸਮੁੰਦਰ ਦੂਰ

ਸਾਡਾ ਰਾਜਨੀਤਕ, ਸਮਾਜਿਕ, ਸਭਿਆਚਾਰਕ, ਧਾਰਮਿਕ ਸਿਸਟਮ ਇੰਨਾ ਭਰਿਸ਼ਟ ਹੋ ਚੁੱਕਾ ਹੈ ਕਿ ਜ਼ਿੰਦਗੀ ਨਾਲ ਸਬੰਧਤ ਕੋਈ ਵੀ ਖੇਤਰ ਇਸ ਦੀ ਮਾਰ ਤੋਂ ਬਚ ਨਹੀਂ ਸਕਿਆ. ਇਸ ਭਰਿਸ਼ਟਾਚਾਰ ਕਾਰਨ ਦੌਲਤ ਵਾਲੇ ਬੰਦੇ ਦਾ ਹੀ ਹਰ ਪਾਸੇ ਬੋਲਬਾਲਾ ਹੈ, ਉਸ ਦੇ ਘਰ ਹੀ ਰੌਸ਼ਨੀਆਂ ਹਨ; ਜਦੋਂ ਕਿ ਮਿਹਨਤਕਸ਼ਾਂ ਦੀਆਂ ਝੁੱਗੀਆਂ ਵਿੱਚ ਹਨ੍ਹੇਰਾ ਹੈ ਅਤੇ ਗਰੀਬੀ ਹੈ. ਹਰ ਪਾਸੇ ਦੌਲਤ ਵਾਲੇ ਨੂੰ ਹੀ ਸਲਾਮਾਂ ਹੁੰਦੀਆਂ ਹਨ ਭਾਵੇਂ ਉਹ ਨੈਤਿਕ ਤੌਰ ਉੱਤੇ ਕਿੰਨਾ ਵੀ ਭਰਿਸ਼ਟ ਕਿਉਂ ਨ ਹੋਵੇ :

ਤੇਰੇ ਸ਼ਹਿਰ ਦੇ 'ਬਾਬਾ ਨਜਮੀਂ', ਲੋਕ ਚੰਗੇਰੇ ਹੁੰਦੇ
ਝੁੱਗੀਆਂ ਵਿੱਚ ਨਾ ਚਾਨਣ ਬਦਲੇ, ਘੁੱਪ-ਹਨੇਰੇ ਹੁੰਦੇ

ਫੁੱਲਾਂ ਦੇ ਗੁਲਦਸਤੇ ਘੱਲਦੇ ਇੱਕ ਦੂਜੇ ਦੇ ਵੱਲੇ
ਗਿਰਜੇ ਮੰਦਰ ਵਿੱਚ ਮਸੀਤੇ ਲੋਕ ਜੇ ਮੇਰੇ ਹੁੰਦੇ

ਮੈਂ ਵੀ ਘਰ ਦੇ ਓਬੜਾਂ ਅੱਗੇ ਰਾਜ਼ ਜੇ ਵੇਚੇ ਹੁੰਦੇ
'ਸਰ' ਦਾ ਫੁੰਮਣ ਸਿਰ 'ਤੇ ਹੁੰਦਾ, ਲੰਡਨ ਡੇਰੇ ਹੁੰਦੇ

ਮੈਂ ਵੀ ਆਪਣੇ ਸੱਜਣਾਂ ਉੱਤੇ ਫੁੱਲਾਂ ਦਾ ਮੀਂਹ ਪਾਉਂਦਾ
ਮੇਰੇ ਵੀ ਜੇ ਲੋਕਾਂ ਵਾਂਗੂੰ, ਕਾਸ਼, ਬਨੇਰੇ ਹੁੰਦੇ

ਇੱਕ ਇਨਸਾਨ ਦੇ ਤੌਰ ਉੱਤੇ ਅਤੇ ਇੱਕ ਸ਼ਾਇਰ ਦੇ ਤੌਰ ਉੱਤੇ ਬਾਬਾ ਨਜਮੀਂ ਜਾਣਦਾ ਹੈ ਕਿ ਜਦੋਂ ਤੁਹਾਡਾ ਆਲਾ-ਦੁਆਲਾ ਸੁਖਾਵੇਂ ਮਾਹੌਲ ਵਾਲਾ ਨਾ ਹੋਵੇ ਅਤੇ ਰਾਜਨੀਤਕ ਸਿਸਟਮ ਵੀ ਤੁਹਾਡੇ ਪੱਖ ਦਾ ਨ ਹੋਵੇ ਤਾਂ ਜ਼ਿੰਦਗੀ ਜਿਉਣੀ ਆਸਾਨ ਨਹੀਂ ਹੁੰਦੀ. ਕਦਮ ਕਦਮ ਉੱਤੇ ਤੁਹਾਨੂੰ ਅੱਗ ਦਾ ਦਰਿਆ ਤਰਨਾ ਪੈਂਦਾ ਹੈ. ਰੋਜ਼ਾਨਾ ਜ਼ਿੰਦਗੀ ਦੇ ਨਿੱਕੇ ਨਿੱਕੇ ਲਾਭ ਪ੍ਰਾਪਤ ਕਰਨ ਲਈ ਤੁਹਾਨੂੰ ਖ਼ੂਨ ਦੇ

ਹੰਝੂ ਵਹਾਉਣੇ ਪੈਂਦੇ ਹਨ – ਆਪਣਾ ਜਿਸਮ ਤੱਕ ਵੀ ਵੇਚਣਾ ਪੈਂਦਾ ਹੈ :

ਕਦੇ ਕਦੇ ਤਾਂ ਇੰਝ ਵੀ ਕਰਨਾ ਪੈਂਦਾ ਏ
ਹੱਥੀਂ ਮਹੁਰਾ ਖਾ ਕੇ ਮਰਨਾ ਪੈਂਦਾ ਏ
ਬੇਚ ਕੇ ਆਪਣੇ ਜੁੱਸੇ ਦਾ ਲਹੂ ਕਦੇ ਕਦੇ
ਆਟੇ ਵਾਲਾ ਪੀਪਾ ਭਰਨਾ ਪੈਂਦਾ ਏ
ਲਹੂ ਦਾ ਹੋਵੇ ਭਾਵੇਂ ਦਰਿਆ ਭਾਂਬੜ ਦਾ
ਆਪਣੀ ਮੰਜ਼ਲ ਦੇ ਲਈ ਤਰਨਾ ਪੈਂਦਾ ਏ
ਕਦੇ ਕਦੇ ਤਾਂ ਮਾਣ ਕਿਸੇ ਦਾ ਰੱਖਣ ਲਈ
ਚਿੱਟੇ ਬੱਦਲਾਂ ਨੂੰ ਵੀ ਵਰ੍ਹਨਾ ਪੈਂਦਾ ਏ

ਬਾਬਾ ਨਜਮੀਂ ਦੀ ਇਹ ਇੱਛਾ ਹੈ ਕਿ ਉਸਦਾ ਦੇਸ਼ ਪਾਕਿਸਤਾਨ ਅਮਰੀਕਾ ਵਰਗੀ ਸਰਮਾਇਦਾਰ ਸ਼ਕਤੀ ਦੇ ਹੱਥਾਂ ਵਿੱਚ ਪੁਤਲੀ ਬਣ ਕੇ ਨ ਰਹਿ ਜਾਵੇ; ਬਲਕਿ ਦੇਸ਼ ਦੇ ਮਿਹਨਤਕਸ਼ ਲੋਕ ਉੱਠਣ ਅਤੇ ਹਕੂਮਤ ਉੱਤੇ ਕਾਬਜ਼ ਹੋ ਚੁੱਕੀ ਲੋਟੂ ਜਮਾਤ ਤੋਂ ਦੇਸ਼ ਦੀ ਵਾਗਡੋਰ ਡਾਂਗ ਦੇ ਜ਼ੋਰ ਨਾਲ ਖੋਹ ਲੈਣ :

ਵਿਚ ਹਵਾਵਾਂ ਫਿਰਦੀ 'ਵਾਜ਼
ਆਵਣ ਵਾਲਾ ਤੇਰਾ ਰਾਜ
ਤੇਰੇ ਹੱਥੀਂ ਇਹਦੀ ਲਾਜ
ਆਪਣੇ ਸੁੱਤੇ ਲੇਖ ਜਗਾ

ਕੱਸ ਲੰਗੋਟਾ ਫੜ ਲੈ ਡਾਂਗ
ਕਿਉਂ ਨਹੀਂ ਦੇਂਦਾ ਆਪਣੀ ਬਾਂਗ
ਜੀਣਾ ਲਾਹਣਤ ਬੁਜ਼ਦਿਲ ਵਾਂਗ
ਤੂੰ ਵੀ ਅਪਣਾ ਘੁੰਡ ਹਟਾ

ਅਮਰੀਕਾ ਦੇ ਯਾਰਾਂ ਕੋਲ
ਧਰਤੀ ਦੇ ਗੱਦਾਰਾਂ ਕੋਲ
ਜ਼ਾਲਮ ਤੇ ਮੱਕਾਰਾਂ ਕੋਲ
ਲੋਟੇ ਤੇ ਬਦਕਾਰਾਂ ਕੋਲ
ਤੇਰਾ ਪਾਕਿਸਤਾਨ ਗਿਆ
ਆਪਣਾ ਪਾਕਿਸਤਾਨ ਬਚਾ
ਉੱਠ ਗਰੀਬਾ ਭੰਗੜਾ ਪਾ
ਭੁੱਖਾ ਅਪਣਾ ਢਿੱਡ ਵਜਾ

ਬਾਬਾ ਨਜਮੀਂ ਨੂੰ ਇਸ ਗੱਲ ਦਾ ਵੀ ਅਹਿਸਾਸ ਹੈ ਕਿ ਸਾਡੇ ਸਮਾਜ ਵਿੱਚ ਔਰਤਾਂ ਨਾਲ ਧਰੋਹ ਜ਼ਰਾ ਜ਼ਿਆਦਾ ਹੀ ਹੈ. ਇਸੇ ਲਈ ਉਹ ਆਪਣੀਆਂ ਕਿਤਾਬਾਂ ਦੇ ਮੁੱਖ ਪੰਨੇ ਉੱਤੇ ਹੀ ਲਿਖ ਦੇਂਦਾ ਹੈ : 'ਇਹ ਕਿਤਾਬ ਔਰਤਾਂ ਲਈ,

ਬੱਚੀਆਂ ਲਈ, ਧੀਆਂ ਲਈ'. ਉਹ ਧੀਆਂ ਨੂੰ ਚੰਗੀ ਵਿੱਦਿਆ ਦੇਣ ਦੇ ਵੀ ਹੱਕ ਵਿੱਚ ਹੈ. ਉਹ ਤਾਂ ਉਨ੍ਹਾਂ ਧਰਮੀ ਲੋਕਾਂ ਨੂੰ ਵੀ ਵੰਗਾਰਦਾ ਹੈ ਜੋ ਔਰਤ ਨੂੰ 'ਅੱਧੀ ਕਹਿੰਦੇ ਹਨ'. ਅਜਿਹੇ ਲੋਕਾਂ ਨੂੰ ਵੰਗਾਰਦਾ ਹੋਇਆ ਬਾਬਾ ਨਜਮੀਂ ਕਹਿੰਦਾ ਹੈ : 'ਜੇਕਰ ਔਰਤ ਅੱਧੀ ਹੈ ਤਾਂ ਉਹ ਮੁਕੰਮਲ ਇਨਸਾਨਾਂ ਨੂੰ ਕਿਵੇਂ ਜਨਮ ਦੇ ਦਿੰਦੀ ਹੈ?' ਉਸ ਨੂੰ ਇਸ ਗੱਲ ਦਾ ਵੀ ਦੁੱਖ ਹੈ ਕਿ ਔਰਤ ਦੇ ਢਿੱਡ 'ਚੋਂ ਜੰਮੇ ਹੋਏ ਹੀ ਉਸ ਨੂੰ ਅੱਧੀ ਕਹਿ ਰਹੇ ਹਨ. ਇਸ ਗੱਲ ਦਾ ਇਜ਼ਹਾਰ ਬਾਬਾ ਨਜਮੀਂ ਆਪਣੀ ਨਜ਼ਮ 'ਅੱਧੀ ਔਰਤ ਕਿਉਂ?' ਵਿੱਚ ਵੀ ਕਰਦਾ ਹੈ :

ਗਲੀਆਂ ਵਿੱਚ, ਬਾਜ਼ਾਰਾਂ ਨਾਲ
ਵਰ੍ਹਦੀਆਂ ਵਿੱਚ ਤਲਵਾਰਾਂ ਨਾਲ
ਕੈਦਾਂ ਵਿੱਚ ਦਰਬਾਰਾਂ ਨਾਲ
ਫਿਰ ਵੀ ਅੱਧੀ ਔਰਤ ਕਿਉਂ?

ਵਲੀ ਪੈਗੰਬਰ ਜੰਮਣ ਵਾਲੀ
ਗੋਰੀ ਭਾਵੇਂ, ਹੋਵੇ ਕਾਲੀ
ਔਰਤ ਕਿਧਰੇ ਰੱਬ ਦਾ ਰੂਪ
ਔਰਤ ਕਿਧਰੇ ਧੀ ਦਾ ਰੂਪ
ਔਰਤ ਕਿਧਰੇ ਸਿਰ ਦੀ ਪੱਗ
ਇਹਦੇ ਬਾਝੋਂ ਵਿਹੜਾ ਸੁੰਨਾ
ਰਾਂਝਾ, ਕੈਦੋ, ਖੇੜਾ ਸੁੰਨਾ
ਜਿਹੜੇ ਵੇਲੇ ਮਾਂ ਬਣ ਜਾਂਦੀ
ਜੰਨਤ ਵਰਗੀ ਛਾਂ ਬਣ ਜਾਂਦੀ
ਫਿਰ ਵੀ ਔਰਤ ਅੱਧੀ ਕਿਉਂ ?
ਫਿਰ ਵੀ ਔਰਤ ਅੱਧੀ ਕਿਉਂ ?

ਉਸ ਨੂੰ ਗਰੀਬ ਘਰਾਂ ਦੀਆਂ ਉਨ੍ਹਾਂ ਧੀਆਂ ਨਾਲ ਵੀ ਹਮਦਰਦੀ ਹੈ ਜਿਨ੍ਹਾਂ ਨੂੰ ਮਾਪਿਆਂ ਦੀ ਗਰੀਬੀ ਕਾਰਨ ਵਿਆਹਾਂ ਦੇ ਮੌਕੇ ਅਤੇ ਬਾਹਦ ਵਿੱਚ ਅਨੇਕਾਂ ਦੁੱਖ ਝੱਲਣੇ ਪੈਂਦੇ ਹਨ. ਅਜਿਹੀਆਂ ਧੀਆਂ ਦੇ ਦੁੱਖਾਂ ਦਾ ਅਹਿਸਾਸ ਮਨ ਵਿੱਚ ਲੈ ਕੇ ਹੀ ਬਾਬਾ ਨਜਮੀਂ ਨੇ ਹੇਠ ਲਿਖੀਆਂ ਭਾਵਪੂਰਤ ਸਤਰਾਂ ਲਿਖੀਆਂ ਹੋਣਗੀਆਂ :

ਇੰਜ ਲਗਦਾ ਏ ਮੇਰੀ ਗੁੱਡੋ ਮੇਰੇ ਈ ਭਾਂਡੇ ਮਾਂਜੇਗੀ
ਇਹਨੂੰ ਟੋਰਨ ਲਈ ਮੈਂ ਕਿੱਥੋਂ ਮੋਟਰ ਕਾਰ ਦਿਆਂ
ਨਵੇਂ ਰਿਵਾਜ਼ਾਂ ਜਿਹੜਾ ਕੀਤਾ ਹਮਸਾਏ ਦੀ ਧੀ ਦਾ ਹਾਲ
ਵੇਖ ਕੇ ਮੇਰਾ ਜੀ ਕਰਦਾ ਏ ਆਪਣੀ ਲਾਡੋ ਮਾਰ ਦਿਆਂ

ਬਾਬਾ ਨਜਮੀਂ ਨੇ ਭਾਵੇਂ ਕੁਝ ਸਾਲ ਫਿਲਮ ਇੰਡਸਟਰੀ ਵਿੱਚ ਇੱਕ ਫਿਲਮ ਕੰਪਨੀ ਦੇ ਮੈਨੇਜਰ ਵਜੋਂ ਵੀ ਕੰਮ ਕੀਤਾ; ਪਰ ਉਸਦੀ ਜ਼ਿੰਦਗੀ ਦਾ ਵਧੇਰੇ ਹਿੱਸਾ ਮਜ਼ਦੂਰੀ ਕਰਨ ਵਿੱਚ ਹੀ ਗੁਜ਼ਰਿਆ. ਉਸਦਾ ਬਚਪਨ ਵੀ ਕੱਚੇ ਜਿਹੇ

ਘਰ ਅਤੇ ਥੁੜਾਂ ਵਾਲੀ ਜ਼ਿੰਦਗੀ ਵਿੱਚ ਹੀ ਗੁਜ਼ਰਿਆ. ਉਸਨੇ ਜ਼ਿੰਦਗੀ ਦੇ ਅਜਿਹੇ ਦਿਨ ਵੀ ਵੇਖੇ ਜਦੋਂ ਘਰ ਵਿੱਚ ਦੋ ਵੇਲੇ ਦੀ ਰੋਟੀ ਜੋਗਾ ਆਟਾ ਵੀ ਨਹੀਂ ਹੁੰਦਾ ਸੀ ਅਤੇ ਨ ਹੀ ਕਰਨ ਜੋਗਾ ਕੋਈ ਕੰਮ ਹੁੰਦਾ ਸੀ. ਉਸਨੇ ਆਪਣੀ ਜ਼ਿੰਦਗੀ ਦੇ ਅਨੇਕਾਂ ਸਾਲ ਇੱਕ ਅਜਿਹੇ ਕੱਚੇ ਘਰ ਵਿੱਚ ਰਹਿਕੇ ਹੀ ਗੁਜ਼ਾਰੇ ਜੋ ਕਿ ਬਰਸਾਤਾਂ ਦੇ ਮੌਸਮ ਵਿੱਚ ਬਰਸਾਤ ਦੇ ਪਾਣੀ ਨਾਲ ਭਰ ਜਾਂਦਾ ਸੀ ਅਤੇ ਉਨ੍ਹਾਂ ਦੇ ਘਰ ਦਾ ਸਾਮਾਨ ਪਾਣੀ ਵਿੱਚ ਤਾਰੀਆਂ ਲਾਂਦਾ ਰਹਿੰਦਾ ਸੀ. ਬਾਬਾ ਨਜਮੀਂ ਦਾ ਤਾਂ ਇੱਥੋਂ ਤੱਕ ਵੀ ਯਕੀਨ ਹੈ ਕਿ ਪਾਕਿਸਤਾਨ ਦੀ ਪੰਜਾਬੀ ਸ਼ਾਇਰੀ ਵਿੱਚ 'ਰੋਟੀ, ਕੱਪੜਾ ਅਤੇ ਮਕਾਨ' ਦੀ ਗੱਲ ਵੀ ਉਸਨੇ ਹੀ ਪਹਿਲੀ ਵਾਰੀ ਪੂਰੀ ਸ਼ਿੱਦਤ ਨਾਲ ਆਪਣੀ ਸ਼ਾਇਰੀ ਵਿੱਚ ਕੀਤੀ. ਉਸ ਦੀ ਸ਼ਾਇਰੀ ਨੂੰ ਦੇਖ ਕੇ ਹੀ ਪਾਕਿਸਤਾਨ ਦੇ ਹੋਰ ਸ਼ਾਇਰ ਵੀ ਆਪਣੀ ਸ਼ਾਇਰੀ ਵਿੱਚ 'ਰੋਟੀ, ਕੱਪੜਾ ਅਤੇ ਮਕਾਨ' ਦੀ ਗੱਲ ਕਰਨ ਲੱਗੇ. ਪਾਕਿਸਤਾਨ ਦੀ ਰਾਜਨੀਤੀ ਵਿੱਚ 'ਪੀਪਲਜ਼ ਪਾਰਟੀ' ਨੇ ਹੀ ਪਹਿਲੀ ਵਾਰੀ 'ਰੋਟੀ, ਕੱਪੜਾ ਅਤੇ ਮਕਾਨ' ਦਾ ਨਾਹਰਾ ਦਿੱਤਾ ਸੀ. ਉਸਨੇ 'ਅੱਖਰਾਂ ਵਿੱਚ ਸਮੁੰਦਰ' (1992), 'ਸੋਚਾਂ ਵਿੱਚ ਜਹਾਨ' (1995) ਅਤੇ 'ਮੇਰਾ ਨਾਂ ਇਨਸਾਨ' (2002) ਵਿੱਚ ਆਪਣੇ ਤਿੰਨ ਕਾਵਿ-ਸੰਗ੍ਰਹਿ ਪ੍ਰਕਾਸ਼ਿਤ ਕੀਤੇ ਹਨ. ਇੰਡੀਆ ਵਿੱਚ ਉਸਦੀ ਚੋਣਵੀਆਂ ਕਵਿਤਾਵਾਂ ਦਾ ਸੰਗ੍ਰਹਿ ਗੁਰਮੁਖੀ ਅੱਖਰਾਂ ਵਿੱਚ 'ਅਵਾਮੀ ਸ਼ਾਇਰ ਬਾਬਾ ਨਜਮੀਂ' ਨਾਮ ਹੇਠ ਹਰਭਜਨ ਸਿੰਘ ਹੁੰਦਲ ਵੱਲੋਂ ਸੰਪਾਦਤ ਕਰ ਕੇ ਛਾਪਿਆ ਗਿਆ ਹੈ. ਇਸ ਕਾਵਿ-ਸੰਗ੍ਰਹਿ ਵਿੱਚ ਬਾਬਾ ਨਜਮੀਂ ਨਾਲ ਇੱਕ ਲੰਬੀ ਮੁਲਾਕਾਤ ਵੀ ਸ਼ਾਮਿਲ ਹੈ.

ਬਾਬਾ ਨਜਮੀਂ ਆਪਣੀ ਪੁੱਖਤਾ ਸ਼ਾਇਰੀ ਕਾਰਨ ਹਿੰਦ-ਪਾਕਿ ਖਿੱਤੇ ਦਾ ਇੱਕ ਨਾਮਵਰ ਪੰਜਾਬੀ ਸ਼ਾਇਰ ਤਾਂ ਬਣ ਹੀ ਚੁੱਕਾ ਹੈ; ਉਸ ਦੀ ਸ਼ਾਇਰੀ ਦੀ ਖੁਸ਼ਬੋ ਸੱਤ ਸਮੁੰਦਰ ਪਾਰ ਕਰਕੇ ਕੈਨੇਡਾ, ਅਮਰੀਕਾ, ਯੂ.ਕੇ., ਅਸਟਰੇਲੀਆ, ਜਰਮਨੀ, ਇਟਲੀ ਵਰਗੇ ਦੇਸ਼ਾਂ ਤੱਕ ਵੀ ਪਹੁੰਚ ਚੁੱਕੀ ਹੈ.

■ (ਮਾਲਟਨ, ਸਤੰਬਰ 8, 2016)

2.

ਡਾ. ਜਗਤਾਰ :
ਕ੍ਰਾਂਤੀ, ਆਜ਼ਾਦੀ, ਜ਼ਿੰਦਗੀ

ਜਾਗ ਰਹੇ ਕਵੀ ਦੀ ਕਵਿਤਾ ਆਪਣੇ ਪਾਠਕ ਦੀ ਚੇਤਨਾ ਵਿੱਚ ਵੀ ਚਾਨਣ ਦਾ ਛੱਟਾ ਦੇਵੇਗੀ; ਜਦੋਂ ਕਿ ਸੌਂ ਰਹੇ ਕਵੀ ਦੀ ਕਵਿਤਾ ਪਾਠਕ ਨੂੰ ਨੀਂਦ ਦੀਆਂ ਗੋਲੀਆਂ ਹੀ ਵੰਡੇਗੀ. ਡਾ. ਜਗਤਾਰ ਦੀ ਕਵਿਤਾ ਰਾਜਨੀਤਿਕ, ਸਮਾਜਿਕ, ਸਭਿਆਚਾਰਕ, ਧਾਰਮਿਕ, ਨੈਤਿਕ ਅਤੇ ਆਰਥਿਕ ਪੱਧਰ ਉੱਤੇ ਪ੍ਰਚਲਿਤ ਗ਼ੈਰ-ਮਾਨਵੀ ਕਦਰਾਂ-ਕੀਮਤਾਂ ਵਿਰੁੱਧ ਆਪਣੀ ਆਵਾਜ਼ ਬੁਲੰਦ ਕਰਦੀ ਹੈ. ਉਹ ਆਪਣੀ ਕਵਿਤਾ ਵਿੱਚ, ਮਹਿਜ਼, ਵਿਦਰੋਹੀ ਸੁਰ ਅਲਾਪ ਦੇਣ ਨੂੰ ਹੀ ਕਾਫੀ ਨਹੀਂ ਸਮਝਦਾ; ਬਲਕਿ ਉਹ ਅਜਿਹੇ ਵਿਦਰੋਹੀ ਸੰਗਰਾਮੀਆਂ ਵਿੱਚ ਆਪਣੇ ਆਪ ਨੂੰ ਵੀ ਸ਼ਾਮਿਲ ਕਰਦਾ ਹੈ ਜੋ ਕਿ ਜ਼ਿੰਦਗੀ ਦੇ ਹਰ ਖੇਤਰ ਵਿੱਚ ਫੈਲੀਆਂ ਹੋਈਆਂ ਗ਼ੈਰ-ਮਾਨਵੀ ਕਦਰਾਂ-ਕੀਮਤਾਂ ਨੂੰ ਚੁਣੌਤੀ ਦੇਣ ਲਈ ਸੰਘਰਸ਼ ਕਰਦੇ ਹਨ. ਉਹ ਤਮਾਸ਼ਗੀਰ ਨਹੀਂ ਹੈ; ਉਹ ਤਾਂ ਆਪਣੇ ਹੱਥਾਂ ਵਿੱਚ ਬਲਦੀ ਮਿਸ਼ਾਲ ਲੈ ਕੇ ਤੁਰਨ ਵਾਲਿਆਂ ਵਿੱਚ ਹੈ. ਉਹ ਅਜਿਹੀ ਚੇਤਨਾ ਨਾਲ ਭਰਪੂਰ ਹੋ ਕੇ ਤੁਰਦਾ ਹੈ ਜੋ ਕਿ ਜ਼ਿੰਦਗੀ ਨੂੰ ਜਿਉਣ ਜੋਗੀ ਬਨਾਉਣ ਲਈ ਜ਼ਰੂਰੀ ਹੈ. ਅਜਿਹੀ ਚੇਤਨਾ ਜੋ ਉਸਨੂੰ ਬਾਰ ਬਾਰ ਝੰਜੋੜਦੀ ਹੈ ਕਿ ਅਸੀਂ ਗ਼ੈਰ-ਮਾਨਵੀ ਕਦਰਾਂ-ਕੀਮਤਾਂ ਦੀ ਪ੍ਰਤੀਨਿਧਤਾ ਕਰਦੀਆਂ ਗੁਲਾਮੀ ਦੀਆਂ ਜੰਜੀਰਾਂ ਦੀ ਜਕੜ ਤੋਂ ਆਜ਼ਾਦੀ ਪ੍ਰਾਪਤ ਕਰੀਏ. ਉਹ ਇਹ ਵੀ ਜਾਣਦਾ ਹੈ ਕਿ ਅਜਿਹੀ ਆਜ਼ਾਦੀ ਪ੍ਰਾਪਤ ਕਰਨ ਲਈ ਸਾਨੂੰ ਕ੍ਰਾਂਤੀ ਦਾ

ਰਾਹ ਅਖਤਿਆਰ ਕਰਨਾ ਪਵੇਗਾ. ਅਜਿਹੀਆਂ ਸਾਰੀਆਂ ਗੱਲਾਂ ਦਾ ਅਹਿਸਾਸ ਸਾਨੂੰ ਡਾ. ਜਗਤਾਰ ਦੀਆਂ ਕਵਿਤਾਵਾਂ ਪੜ੍ਹਕੇ ਹੁੰਦਾ ਹੈ.

ਡਾ. ਜਗਤਾਰ ਆਪਣੇ ਆਪਨੂੰ ਮਾਰਕਸਵਾਦੀ-ਮਾਨਵਵਾਦੀ ਸ਼ਾਇਰ ਮੰਨਦਾ ਹੈ. ਭਾਵੇਂ ਕਿ ਉਸ ਨੇ ਆਪਣਾ ਕਾਵਿ-ਸਫ਼ਰ ਇੱਕ ਰੁਮਾਂਟਿਕ ਸ਼ਾਇਰ ਵਜੋਂ ਸ਼ੁਰੂ ਕੀਤਾ ਪਰ ਉਸਨੇ ਜਲਦੀ ਹੀ ਆਪਣੀ ਸ਼ਾਇਰੀ ਨੂੰ ਸਮਾਜਿਕ ਸਮੱਸਿਆਵਾਂ ਦੇ ਚਿੰਤਨ ਨਾਲ ਜੋੜਨਾ ਸ਼ੁਰੂ ਕਰ ਦਿੱਤਾ. ਇਹੀ ਉਹ ਵੇਲਾ ਸੀ ਜਦੋਂ ਉਸਨੇ ਆਪਣੀ ਸਮੁੱਚੀ ਕਾਵਿ-ਪ੍ਰਕ੍ਰਿਆ ਦੇ ਉਦੇਸ਼ ਨੂੰ ਬਦਲ ਕੇ ਹਨੇਰਿਆਂ ਨਾਲ ਲੜਨ ਦਾ ਫੈਸਲਾ ਕੀਤਾ. ਉਸ ਦੀ ਸ਼ਾਇਰੀ ਵਿੱਚ ਆਇਆ ਇਹ ਬਦਲਾਵ ਹੀ ਸੀ ਜਿਸ ਨੇ ਡਾ. ਜਗਤਾਰ ਦੀ ਸ਼ਾਇਰੀ ਨੂੰ ਰੋਮਾਂਟਿਕ ਸ਼ਾਇਰੀ ਦੇ ਘੇਰੇ 'ਚੋਂ ਕੱਢ ਕੇ ਲੋਕ-ਪੱਖੀ ਸ਼ਾਇਰੀ ਦੀ ਬੁਲੰਦੀ ਉੱਤੇ ਪਹੁੰਚਾਇਆ. ਉਸਦੀ ਸ਼ਾਇਰੀ ਵਿੱਚ ਆਏ ਇਸ ਮੋੜ ਨੇ ਹੀ ਡਾ. ਜਗਤਾਰ ਨੂੰ ਇੱਕ ਚਰਚਿਤ ਪੰਜਾਬੀ ਸ਼ਾਇਰ ਵਜੋਂ ਮਾਨਤਾ ਦੁਆਈ. ਇਸ ਤਰ੍ਹਾਂ ਉਹ ਪ੍ਰਗਤੀਸ਼ੀਲ ਲਹਿਰ ਦੇ ਵਿਚਾਰਧਾਰਾਈ ਆਧਾਰਾਂ ਨੂੰ ਆਪਣੇ ਕਾਵਿ ਅਹਿਸਾਸਾਂ ਦੇ ਪ੍ਰਗਟਾ ਵਜੋਂ ਪ੍ਰਗਟ ਕਰਨ ਲੱਗਾ. ਇਨ੍ਹਾਂ ਵਿਚਾਰਾਂ ਦੇ ਅਧੀਨ ਹੀ ਡਾ. ਜਗਤਾਰ ਅਜਿਹੇ ਖ਼ੂਬਸੂਰਤ ਸ਼ੇਅਰ ਲਿਖਣ ਲੱਗਾ :

ਕਮ ਦਿਲਾਂ ਨੂੰ ਦਿਲ, ਨਪਰਿਆਂ ਨੂੰ ਪਰ ਦਈਂ
ਯਾ ਖ਼ੁਦਾ ਸਭ ਬੇਘਰਾਂ ਨੂੰ ਘਰ ਦਈਂ
ਜਾਂ
ਸਾਰਿਆਂ ਦੇਸ਼ਾਂ ਨੂੰ ਬਖਸ਼ੀਂ ਤੂੰ ਅਮਨ
ਸਭ ਗੁਲਾਮਾਂ ਨੂੰ ਸੁਤੰਤਰ ਕਰ ਦਈਂ

ਪ੍ਰਗਤੀਵਾਦੀ ਵਿਚਾਰਧਾਰਾ ਅਧੀਨ ਹੀ ਉਹ ਪੂੰਜੀਪਤੀ ਤਾਕਤਾਂ ਦਾ ਵਿਰੋਧ ਕਰਦਾ ਹੈ ਅਤੇ ਸਾਡੇ ਸਮਾਜ ਵਿੱਚ ਦੱਬੇ-ਕੁਚਲੇ ਲੋਕਾਂ ਦੀ ਮੁਸੀਬਤਾਂ ਭਰੀ ਜ਼ਿੰਦਗੀ ਦੇ ਹੱਕ ਵਿੱਚ ਆਪਣੀ ਆਵਾਜ਼ ਬੁਲੰਦ ਕਰਦਾ ਹੋਇਆ ਸਮੁੱਚੇ ਸਮਾਜ ਦੇ ਦੁੱਖਾਂ ਦੇ ਇਲਾਜ ਲਈ ਕਰਾਂਤੀ ਲਿਆਉਣ ਲਈ ਸੰਘਰਸ਼ ਨੂੰ ਹੀ ਅਹਿਮੀਅਤ ਦਿੰਦਾ ਹੈ. ਉਸ ਦੀ ਸ਼ਾਇਰੀ ਉਸਦੇ ਅਜਿਹੇ ਵਿਸ਼ਵਾਸ ਦੀ ਭਰਪੂਰ ਗਵਾਹੀ ਦਿੰਦੀ ਹੈ :

1.
ਮੈਂ ਜ਼ਿੰਦਗੀ ਭਰ ਨਾ ਤਾਜਦਾਰਾਂ ਲਈ
ਹੈ ਲਿਖਿਆ ਨਾ ਲਿਖ ਸਕਾਂਗਾ
ਮੈਂ ਹਰ ਘਰੋਂਦੇ ਦੀ ਭੁੱਖ ਲਿਖਦਾ
ਮੈਂ ਖੁਸ਼ਕ ਖੇਤਾਂ ਦੀ ਪਿਆਸ ਲਿਖਦਾ
2.
ਬਸਤੀਆਂ ਤੇ ਸ਼ਿਕਰਿਆਂ ਦਾ
ਜਦ ਕਦੇ ਲਸ਼ਕਰ ਚੜ੍ਹੇਗਾ
ਵੇਖਣਾ, ਘੁੱਗੀਆਂ ਦਾ ਦਲ ਹੀ

ਬਸਤੀਆਂ ਖ਼ਤਮ ਕਰੇਗਾ

ਆਪਣੀਆਂ ਗ਼ਜ਼ਲਾਂ ਦੇ ਅਨੇਕਾਂ ਸ਼ੇਅਰਾਂ ਰਾਹੀਂ ਡਾ. ਜਗਤਾਰ ਇਹ ਗੱਲ ਸਪੱਸ਼ਟ ਕਰ ਦਿੰਦਾ ਹੈ ਕਿ ਉਹ ਸਥਾਪਤੀ ਦਾ ਝੋਲੀ ਚੁੱਕ ਸ਼ਾਇਰ ਨਹੀਂ. ਉਹ ਹਮੇਸ਼ਾ ਆਪਣੀ ਸ਼ਾਇਰੀ ਵਿੱਚ ਆਮ ਲੋਕਾਂ ਦੀਆਂ ਉਮੰਗਾਂ-ਇਛਾਵਾਂ, ਆਸ਼ਾਵਾਂ-ਨਿਰਾਸ਼ਾਵਾਂ, ਖੁਸ਼ੀਆਂ-ਗਮੀਆਂ ਦੀ ਗੱਲ ਕਰਦਾ ਰਿਹਾ ਹੈ. ਉਹ ਆਪਣੇ ਕਾਵਿ-ਸੰਗ੍ਰਹਿ 'ਲਹੂ ਦੇ ਨਕਸ਼' ਵਿੱਚ ਤਾਂ ਪੂਰੀ ਤਰ੍ਹਾਂ ਖੁੱਲ੍ਹ ਕੇ ਇਸ ਗੱਲ ਦਾ ਇਜ਼ਹਾਰ ਕਰ ਦਿੰਦਾ ਹੈ. ਆਮ ਲੋਕਾਂ ਨਾਲ ਆਪਣੀ ਪ੍ਰਤੀਬੱਧਤਾ ਨੂੰ ਡਾ. ਜਗਤਾਰ ਇਸ ਸ਼ੇਅਰ ਵਿੱਚ ਤਾਂ ਬਿਲਕੁਲ ਹੀ ਸਪੱਸ਼ਟ ਕਰ ਦਿੰਦਾ ਹੈ :

ਕਤਲਗਾਹ ਵਿਚ ਸਿਰ ਝੁਕਾ ਕੇ ਕਿਉਂ ਤੁਰਾਂ
ਮੈਂ ਕਿਸੇ ਕੀਤੀ 'ਤੇ ਸ਼ਰਮਿੰਦਾ ਨਹੀਂ
ਲੋਕ ਸ਼ਾਇਰ ਮੈਂ ਲਿਖਾਂ ਲੋਕਾਂ ਲਈ
ਸ਼ਹਿਨਸ਼ਾਹਾਂ ਦਾ ਮੈਂ ਕਰਿੰਦਾ ਨਹੀਂ

ਡਾ. ਜਗਤਾਰ ਦੀ ਸ਼ਾਇਰੀ ਬਾਰੇ ਹੋਰ ਵਿਸਥਾਰ ਨਾਲ ਗੱਲ ਉਸਦੀ ਕਵਿਤਾ 'ਵਿਦਰੋਹੀ ਪੀੜ੍ਹੀ' ਦੀਆਂ ਇਨ੍ਹਾਂ ਸਤਰਾਂ ਨਾਲ ਸ਼ੁਰੂ ਕੀਤੀ ਜਾ ਸਕਦੀ ਹੈ:

ਸਾਨੂੰ ਵਿਰਸੇ 'ਚੋਂ
ਬੋਲੇ ਕੰਨ,
ਘੋੜੇ ਦੇ ਸੁੰਮ,
ਜੁੜੇ ਹੋਏ ਹੱਥ,
ਇਕ ਇਕ ਪੱਥਰ ਦੀ ਅੱਖ,
'ਨੇਰ੍ਹਾ, ਰੋਗ,
ਮਕੜੀਆਂ, ਜਾਲੇ
ਰੱਸੀ, ਮੌਤ ਤੇ ਪੋਰਟਰੇਟ ਤੇ ਕਬਰਾਂ,
'ਰਾਮ' ਅਤੇ 'ਰਾਵਣ' ਦਾ ਫਲ,
ਕਲਪਤ-ਪਰੀਆਂ
ਤੇ ਬੇਅੰਤ ਖ਼ੁਦਾ ਮਿਲੇ ਸਨ.
ਹਰ ਇਕ ਕਹਿਰ ਨੂੰ
'ਕਰਮਾਂ ਦੀ ਗਤ'
ਜਾਂ ਫਿਰ ਦੇਵਤਿਆਂ ਦੀ
ਕੋਈ ਕਰੋਪੀ ਮੰਨਣਾ ਪੈਂਦਾ

ਕ੍ਰਾਂਤੀ ਦੀ ਲੋੜ ਬਾਰੇ ਚੇਤਨਾ ਜਗਾਉਣ ਤੋਂ ਪਹਿਲਾਂ ਡਾ. ਜਗਤਾਰ ਸਾਡੀ ਮੌਜੂਦਾ ਮਾਨਸਿਕ ਸਥਿਤੀ ਦਾ ਅਹਿਸਾਸ ਜਗਾਂਦਾ ਹੈ. ਉਹ ਸਾਡਾ ਧਿਆਨ ਉਨ੍ਹਾਂ ਹਾਲਤਾਂ ਵੱਲ ਦੁਆਂਦਾ ਹੈ, ਜੋ ਹਾਲਤਾਂ ਸਾਨੂੰ ਵਿਰਸੇ ਵਿੱਚ ਮਿਲੀਆਂ ਹਨ. ਉਸਦੀ ਸ਼ਾਇਰੀ ਸਾਨੂੰ ਇਸ ਗੱਲ ਬਾਰੇ ਵੀ ਜਾਣਕਾਰੀ ਦਿੰਦੀ ਹੈ ਕਿ ਆਖਰ ਉਹ ਸਾਡਾ ਵਿਰਸਾ ਕੀ ਹੈ? ਉਸਦੀ ਸ਼ਾਇਰੀ ਸਾਨੂੰ ਇਸ ਗੱਲ ਬਾਰੇ ਵੀ ਜਾਗ੍ਰਿਤ ਕਰਦੀ

ਹੈ ਕਿ ਸਾਡਾ ਉਹ ਵਿਰਸਾ, ਦਰਅਸਲ, ਸਾਡੀ ਹਜ਼ਾਰਾਂ ਸਾਲਾਂ ਦੀ ਨਮੋਸ਼ੀ ਹੈ, ਹਜ਼ਾਰਾਂ ਸਾਲਾਂ ਦੀ ਗੁਲਾਮੀ ਹੈ. ਹਜ਼ਾਰਾਂ ਸਾਲ ਸਾਨੂੰ ਪੈਰਾਂ ਹੇਠ ਰੋਲਿਆ ਗਿਆ. ਇਹੀ ਹੈ ਸਾਡਾ ਵਿਰਸਾ ਕਿ ਕੋਈ ਵੀ ਪਵਿੱਤਰ ਕਰਾਰ ਦਿੱਤਾ ਗਿਆ ਸ਼ਬਦ ਸਾਡੇ ਕੰਨਾਂ ਵਿੱਚ ਪੈ ਜਾਣ ਦੀ ਸਜ਼ਾ ਸਾਡੇ ਕੰਨਾਂ ਵਿੱਚ ਸਿੱਕਾ ਢਾਲ ਕੇ ਪਾ ਦਿੱਤਾ ਜਾਣਾ ਸੀ. ਮਨੂੰਵਾਦ ਵੱਲੋਂ ਸਾਡੇ ਮਸਤਕ ਵਿੱਚ ਪਾ ਦਿੱਤੀਆਂ ਗਈਆਂ ਗ਼ੈਰ-ਮਾਨਵੀ ਤੇਜ਼ਾਬੀ ਲਕੀਰਾਂ ਹੀ ਸਾਡਾ ਵਿਰਸਾ ਸੀ.

ਹਜ਼ਾਰਾਂ ਸਾਲਾਂ ਤੋਂ ਸਾਡੀਆਂ ਝੋਲੀਆਂ ਵਿੱਚ ਪਾਇਆ ਜਾਂਦਾ ਰਿਹਾ ਗ਼ੈਰ-ਮਾਨਵੀ ਕਦਰਾਂ-ਕੀਮਤਾਂ ਵਾਲਾ ਸਾਡਾ ਵਿਰਸਾ ਸਾਡੇ ਹੀ ਪੈਰਾਂ ਹੇਠ ਅੰਗਿਆਰ ਰੱਖ ਰਿਹਾ ਸੀ. ਪਰ ਇਸ ਨੂੰ ਬਦਲਣ ਲਈ ਜ਼ਰੂਰੀ ਸੀ ਕਿ ਅਸੀਂ ਇਸ ਵਿਰੁੱਧ ਵਿਦਰੋਹ ਕਰਦੇ. ਡਾ. ਜਗਤਾਰ ਆਪਣੀ ਕਵਿਤਾ 'ਵਿਦਰੋਹੀ ਪੀੜ੍ਹੀ' ਦੀਆਂ ਇਨ੍ਹਾਂ ਸਤਰਾਂ ਵਿੱਚ ਅਜਿਹੇ ਵਿਦਰੋਹ ਦੀ ਹੀ ਗੱਲ ਕਰ ਰਿਹਾ ਹੈ:

ਪਰ ਸਾਡੀ ਪੀੜ੍ਹੀ ਨੇ
ਸਾਰੀਆਂ ਵਿਰਸੇ ਵਿਚੋਂ ਮਿਲੀਆਂ ਹੋਈਆਂ
ਚੀਜ਼ਾਂ ਤੋਂ ਵਿਦਰੋਹ ਕੀਤਾ ਹੈ.

ਸੱਭ ਖ਼ੁਦਾਵਾਂ ਦੇ ਬੁਤ ਤੋੜੇ
ਸੂਰਜ, ਚੰਨ
ਹਨ੍ਹੇਰੀ, ਬਾਰਸ਼
ਮੱਛੀ, ਸੱਪ ਤੇ ਪਿੱਪਲ, ਬਾਂਦਰ
ਸਾਡੇ ਲਈ ਕੋਈ ਭੇਦ ਰਹੇ ਨਾ.

ਮਨ ਵਿੱਚ ਵਿਦਰੋਹ ਜਾਗਣ ਤੋਂ ਪਹਿਲਾਂ ਸਾਨੂੰ ਆਪਣੀ/ਆਪਣੇ ਚੌਗਿਰਦੇ ਦੀ/ਆਪਣੇ ਵਰਗਿਆਂ ਹੋਰਨਾਂ ਲੋਕਾਂ ਦੀ ਹਾਲਤ ਬਾਰੇ ਅਹਿਸਾਸ ਜਾਗਦਾ ਹੈ. ਜਿਉਂ ਜਿਉਂ ਇਸ ਅਹਿਸਾਸ ਦੀ ਤੀਖਣਤਾ ਵੱਧਦੀ ਜਾਂਦੀ ਹੈ, ਤਿਉਂ, ਤਿਉਂ ਵਿਦਰੋਹ ਦੀ ਭਾਵਨਾ ਵੀ ਤਿੱਖੀ ਹੁੰਦੀ ਜਾਂਦੀ ਹੈ. ਕਵੀ ਵੀ ਕਿਉਂਕਿ ਇੱਕ ਇਨਸਾਨ ਹੈ, ਬਚਪਨ ਵਿੱਚ ਪਾਠਸ਼ਾਲਾ ਤੱਕ ਜਾਂਦਿਆਂ ਅਤੇ ਉੱਥੋਂ ਵਾਪਿਸ ਆਂਦਿਆਂ ਉਸਦੇ ਨੰਗੇ ਪੈਰਾਂ ਨੇ ਗਰਮੀਆਂ ਦੀ ਰੁੱਤ ਵਿੱਚ ਸਿਖਰ ਦੁਪਹਿਰੇ ਅੰਗਿਆਰਾਂ ਵਾਂਗ ਭਖਦੀਆਂ ਸੜਕਾਂ ਉੱਤੇ ਤੁਰਨ ਦੇ ਜੋ ਪਲ ਹੰਢਾਏ ਸਨ, ਜੋ ਤਪਸ਼ ਮਹਿਸੂਸ ਕੀਤੀ ਸੀ, ਉਸਦੇ ਨਿਸ਼ਾਨ ਕਵੀ ਦੀ ਚੇਤਨਾ ਵਿੱਚ ਸਦੀਵੀ ਤੌਰ ਉੱਤੇ ਉੱਕਰੇ ਗਏ. ਚੇਤਨਾ ਵਿੱਚ ਉੱਕਰੇ ਇਨ੍ਹਾਂ ਨਿਸ਼ਾਨਾਂ ਨਾਲ ਜੁੜੀਆਂ ਯਾਦਾਂ ਮਨ ਅੰਦਰ ਵਿਦਰੋਹ ਦੀ ਭਾਵਨਾ ਪੈਦਾ ਕਰਦੀਆਂ ਰਹੀਆਂ. ਇਹੀ ਨਿਸ਼ਾਨ ਉਸਨੂੰ ਵਿਦਰੋਹੀ ਬਨਣ ਲਈ ਉਤੇਜਿਤ ਕਰਦੇ ਰਹੇ. ਇਸ ਪੱਖੋਂ ਡਾ. ਜਗਤਾਰ ਦੀ ਕਵਿਤਾ 'ਬਚਪਨ ਤੋਂ ਹੁਣ ਤੱਕ' ਦੀਆਂ ਹੇਠ ਲਿਖੀਆਂ ਸਤਰਾਂ ਸਾਡਾ ਧਿਆਨ ਖਿੱਚਦੀਆਂ ਹਨ:

1.
ਮੈਂ ਅਕਸਰ ਸੋਚਦਾ ਹਾਂ

ਉਹ ਕਿਹੜੇ ਲੋਕ ਨੇ
ਜਿਨ੍ਹਾਂ ਲਈ ਸੁਨਿਆਰੇ
ਸੋਨੇ ਤੇ ਵੀ ਵੇਲਾਂ ਪਾ ਰਹੇ ਨੇ?
ਅਸਾਡੇ ਘਰ ਤਾਂ ਲਾਈ ਵੇਲ ਵੀ
ਪਾਣੀ ਦੀ ਥੁੜ ਕਾਰਨ ਹੈ ਮਰ ਜਾਂਦੀ.
ਤੇ ਮੇਰਾ ਤ੍ਰਾਹ ਨਿਕਲ ਜਾਂਦਾ
ਮਿਰੇ ਹੱਥੋਂ ਕਿਤਾਬਾਂ ਨਿਕਲ ਕੇ
ਪੈਰਾਂ 'ਚ ਜਿਸਦਮ ਨਿਕਲਦੀਆਂ ਸਨ
ਇਉਂ ਮਹਿਸੂਸ ਹੁੰਦਾ ਸੀ
ਜਿਵੇਂ ਸ਼ਬਦਾਂ ਦੀ ਥਾਂ
ਮੈਂ ਕੀੜਿਆਂ ਦੇ ਭੌਣ ਉਤੇ ਹਾਂ ਖੜਾ
2.
ਮੈਂ ਉਹਨਾਂ ਵਿੱਚ ਸ਼ਾਮਲ ਹਾਂ
ਜਿਨ੍ਹਾਂ ਲੋਕਾਂ ਦੇ ਘਰ ਵਿਚ
ਸੱਖਣੇ ਭਾਂਡੇ, ਬੁਝੇ ਚੁੱਲ੍ਹੇ
ਸਦਾ ਹੀ ਦਾਣਿਆਂ ਦੀ ਮੁੱਠ ਨੂੰ
ਤੇ ਅੱਗ ਨੂੰ ਵੀ ਤਰਸਦੇ ਰਹਿੰਦੇ.
ਇਹ ਗੁਲਮੋਹਰ ਦੇ ਫੁੱਲ ਵਰਗੀਆਂ ਕੁੜੀਆਂ
ਜੋ ਗ਼ਮ ਦੇ ਨਾਲ
ਅੱਮਲਤਾਸ ਹੋ ਗਈਆਂ
ਇਹ ਅੰਗੂਰਾਂ ਜਿਹੇ ਬੱਚੇ
ਜੋ ਭੁੱਖਾਂ ਨੇ ਹੈ ਅਜ
ਹਰੜਾ ਬਣਾ ਦਿੱਤੇ.
ਤੇ ਝੁੱਗੀਆਂ ਵਿੱਚ
ਦੁੱਧੋਂ-ਸੱਖਣੀ
ਅਪਣੇ ਨਸੀਬੇ ਵਾਂਗ ਖਸਮੈਲੀ ਤੇ ਕੌੜੀ
ਜਿਨ੍ਹਾਂ ਨੂੰ ਚਾਹ ਵੀ ਲੰਗੇ-ਡੰਗ ਹੈ ਮਿਲਦੀ
ਮੈਂ ਉਹਨਾਂ ਵਿੱਚ ਸ਼ਾਮਿਲ ਹਾਂ
3.
ਤੇ ਫਿਰ ਇਕ ਰਾਤ
ਮੈਂ ਉਹਨਾਂ 'ਚ ਸ਼ਾਮਿਲ ਹੋ ਗਿਆ
ਜਿਨ੍ਹਾਂ ਖੇਤਾਂ ਦੀ ਮਿੱਟੀ ਚੁੰਮ ਕੇ ਤੇ
ਸੀ ਕਸਮ ਖਾਧੀ
ਇਹ ਸਭ ਕੁਝ ਰਹਿਣ ਨਹੀਂ ਦੇਣਾ.

ਤੇ ਹੁਣ ਕਾਨੂੰਨ ਨੇ
ਸਾਡੇ ਸਿਰਾਂ ਦਾ
ਮੁੱਲ ਪਾਇਆ ਹੈ
ਅਸੀਂ ਸਭ ਦੇਸ਼-ਧਰੋਹੀ ਹਾਂ

ਸਮਾਜ ਵਿੱਚ ਦਰੜੇ ਜਾ ਰਹੇ ਲੋਕ ਜਦੋਂ ਵੀ ਆਪਣੇ ਉੱਤੇ ਹੋ ਰਹੇ ਜ਼ੁਲਮਾਂ ਦੇ ਖ਼ਿਲਾਫ਼ ਆਵਾਜ਼ ਉਠਾਉਂਦੇ ਹਨ ਜਾਂ ਜਦੋਂ ਵੀ ਉਹ ਉਨ੍ਹਾਂ ਸ਼ਕਤੀਆਂ ਵਿਰੁੱਧ ਆਪਣੀ ਆਵਾਜ਼ ਬੁਲੰਦ ਕਰਦੇ ਹਨ ਜਿਨ੍ਹਾਂ ਨੇ ਉਨ੍ਹਾਂ ਦੀ ਹਾਲਤ ਤਰਸਯੋਗ ਕੀਤੀ ਹੈ ਤਾਂ ਰਾਜਸੀ ਕੁਰਸੀ ਉੱਤੇ ਬਿਰਾਜਮਾਨ ਹੋਈਆਂ ਸ਼ਕਤੀਆਂ ਆਪਣੇ ਹੱਕ ਮੰਗ ਰਹੇ ਲੋਕਾਂ ਉੱਤੇ ਦੇਸ਼-ਧਰੋਹੀ ਹੋਣ ਦਾ ਲੇਬਲ ਲਗਾ ਦਿੰਦੀਆਂ ਹਨ. ਆਪਣੇ ਗਵਾਚੇ ਹੋਏ ਹੱਕਾਂ ਲਈ ਲੜ ਰਹੇ ਲੋਕਾਂ ਨੂੰ ਉਨ੍ਹਾਂ ਦੇ ਹੱਕ ਦੇਣ ਦੀ ਥਾਂ ਹਕੂਮਤਾਂ ਉਨ੍ਹਾਂ ਉੱਤੇ ਹੋਰ ਜ਼ੁਲਮ ਕਰਦੀਆਂ ਹਨ. ਆਪਣੇ ਅਜਿਹੇ ਜ਼ੁਲਮ ਨੂੰ ਜਾਇਜ਼ ਠਹਿਰਾਉਣ ਲਈ ਅਤੇ ਆਮ ਜਨਤਾ ਦੀ ਹਿਮਾਇਤ ਪ੍ਰਾਪਤ ਕਰਨ ਲਈ ਇਸ ਗੱਲ ਦਾ ਢੰਡੋਰਾ ਪਿੱਟਿਆ ਜਾਂਦਾ ਹੈ ਕਿ ਇਹ ਸੰਘਰਸ਼ ਕਰ ਰਹੇ ਲੋਕ ਗੱਦਾਰ ਹਨ - ਇਹ ਲੋਕ ਦੇਸ਼ ਦੀ ਬਰਬਾਦੀ ਕਰਨ ਉੱਤੇ ਤੁਲੇ ਹੋਏ ਹਨ.

ਭਾਰਤੀ ਸਮਾਜ ਵਿੱਚ ਤਾਂ ਇਹ ਹਜ਼ਾਰਾਂ ਸਾਲਾਂ ਤੋਂ ਹੀ ਹੁੰਦਾ ਆਇਆ ਹੈ ਕਿ ਆਮ-ਲੋਕਾਂ ਨੇ ਜਦੋਂ ਵੀ ਆਪਣੇ ਹੱਕਾਂ ਦੀ ਗੱਲ ਕੀਤੀ ਤਾਂ ਹਕੂਮਤ ਨੇ ਧਾਰਮਿਕ ਸ਼ਕਤੀਆਂ ਨੂੰ ਆਪਣੇ ਪਿਛਲੱਗ ਬਣਾ ਕੇ ਉਨ੍ਹਾਂ ਤੋਂ ਆਮ ਲੋਕਾਂ ਉੱਤੇ ਕਹਿਰ ਵਰਤਾਇਆ. ਇੱਥੋਂ ਤੱਕ ਕਿ ਉਨ੍ਹਾਂ ਨੂੰ ਨੀਚ ਅਤੇ ਅਛੂਤ ਤੱਕ ਕਹਿ ਕੇ ਦੁਰਕਾਰਿਆ. ਤਾਂ ਕਿ ਉਨ੍ਹਾਂ ਅੰਦਰ ਮਾਨਸਿਕ ਤੌਰ ਉੱਤੇ ਨਿਰਾਸ਼ਾ ਭਰ ਦਿੱਤੀ ਜਾਵੇ. ਹਕੂਮਤੀ ਕਹਿਰ ਦੀ ਇਸ ਸਾਜ਼ਿਸ਼ੀ ਚਾਲ ਨੂੰ ਡਾ. ਜਗਤਾਰ ਕੁਝ ਇਸ ਤਰ੍ਹਾਂ ਨੰਗਾ ਕਰ ਦਿੰਦਾ ਹੈ :

1.
ਬੜੇ ਹੀ ਲੋਕ ਨੇ ਭੋਲੇ ਜੋ ਹਰ ਵਾਰੀ ਨੇ ਫਸ ਜਾਂਦੇ
ਸਿਆਸਤ ਜਾਲ ਲਾ ਬੈਠੀ ਮਸੀਤਾਂ ਮੰਦਰਾਂ ਅੰਦਰ

2.
ਮਸੀਤਾਂ, ਮੰਦਰਾਂ ਦੇ ਸਾਏ, ਹੇਠਾਂ ਕਤਲ ਕਰਵਾਏ
ਤੇ ਦਾਅਵਾ ਵੀ ਕਰੇ, ਦਿੱਲੀ ਹੈ ਹਰ ਗ਼ਮਗੀਰ ਦੀ ਦਿੱਲੀ

ਜ਼ਿੰਦਗੀ ਵਿੱਚ ਕੋਈ ਵੀ ਵੱਡਾ ਕੰਮ ਕਰਨ ਲਈ ਅਸੀਂ ਆਪਣੀ ਜ਼ਿੰਦਗੀ ਦਾ ਇੱਕ ਉਦੇਸ਼ ਨਿਰਧਾਰਤ ਕਰਦੇ ਹਾਂ. ਉਸ ਉਦੇਸ਼ ਦੀ ਪੂਰਤੀ ਲਈ ਅਸੀਂ ਕਿਸੇ ਐਸੇ ਵਿਅਕਤੀ ਤੋਂ ਅਗਵਾਈ ਲੈਂਦੇ ਹਾਂ ਜਿਸਨੇ ਕੋਈ ਵੱਡੀ ਪ੍ਰਾਪਤੀ ਕੀਤੀ ਹੁੰਦੀ ਹੈ ਅਤੇ ਜਿਸਦਾ ਨਾਮ ਲੋਕ-ਚਰਚਿਤ ਹੋ ਚੁੱਕਾ ਹੁੰਦਾ ਹੈ. ਪੰਜਾਬ ਦੇ ਲੋਕਾਂ ਲਈ ਅਜਿਹੇ ਰੋਲ ਮਾਡਲਾਂ ਵਿੱਚ ਸ਼ਹੀਦ ਭਗਤ ਸਿੰਘ ਦਾ ਨਾਮ ਬਹੁਤ ਹੀ ਸਵੀਕਾਰਿਆ ਹੋਇਆ ਨਾਮ ਹੈ. ਇਸ ਗੱਲ ਦੀ ਤਸਦੀਕ ਡਾ. ਜਗਤਾਰ ਆਪਣੀ ਕਵਿਤਾ 'ਮਿੱਟੀ ਦੀ ਸਹੁੰ' ਵਿੱਚ ਕੁਝ ਇਸ ਤਰ੍ਹਾਂ ਕਰਦਾ ਹੈ:

ਜੋ ਅੱਗ ਦੀ ਗੱਲ ਤੂੰ ਤੋਰੀ ਸੀ ਉਸਦਾ ਅੱਜ ਤੀਕਰ
ਹੈ ਸਫ਼ਰ ਜਾਰੀ
ਇਹ ਗੱਲ ਹਰ ਦੇਸ਼ ਦੇ
ਉਹਨਾਂ ਜੁਆਨਾਂ ਨੂੰ ਪਿਆਰੀ ਹੈ
ਜਿਨ੍ਹਾਂ ਦੇ ਨੈਣ ਸੰਗੀਨਾਂ ਦੀਆਂ ਨੋਕਾਂ 'ਤੇ
ਫੁੱਲਾਂ ਵਾਂਗ ਖਿੜਦੇ ਨੇ
ਜਿਨ੍ਹਾਂ ਦੇ ਕੰਨ ਮਿੱਠੇ ਗੀਤ ਸੁਣਨੋਂ
ਬੰਦ ਕੀਤੇ ਜਾ ਰਹੇ
ਤੇ ਹੋਠ ਸੀਤੇ ਜਾ ਰਹੇ...

ਕ੍ਰਾਂਤੀਕਾਰੀ ਸੰਘਰਸ਼ ਵਿੱਚ ਸ਼ਾਮਿਲ ਹੋਣ ਵਾਲਾ ਵਿਅਕਤੀ ਦੋਚਿੱਤੀ ਨਹੀਂ ਹੋ ਸਕਦਾ ਅਤੇ ਨ ਹੀ ਬੁਜ਼ਦਿਲ ਹੋ ਸਕਦਾ ਹੈ. ਕਿਉਂਕਿ ਹਕੂਮਤ ਨਾਲ ਟੱਕਰ ਲੈਣੀ ਆਪਣੀ ਮੌਤ ਨੂੰ ਆਵਾਜ਼ਾਂ ਮਾਰਨ ਵਾਂਗ ਹੈ; ਪਰ ਅਜਿਹੀ ਦ੍ਰਿੜ ਸੋਚ ਵਾਲਾ ਮਨੁੱਖ ਹੀ ਹਮੇਸ਼ ਗ਼ੈਰ-ਮਾਨਵੀ ਸ਼ਕਤੀਆਂ ਨਾਲ ਟੱਕਰ ਲੈ ਕੇ ਜਿੱਤ ਪ੍ਰਾਪਤ ਕਰਦਾ ਹੈ. ਇਸ ਹਕੀਕਤ ਦਾ ਅਹਿਸਾਸ ਡਾ. ਜਗਤਾਰ ਨੂੰ ਵੀ ਹੈ. ਤਾਂ ਹੀ ਤਾਂ ਉਹ ਆਪਣੀ ਕਵਿਤਾ 'ਖ਼ੂਨ ਦਾ ਕਰਜ਼ਾ' ਵਿੱਚ ਕੁਝ ਇਸ ਤਰ੍ਹਾਂ ਕਹਿ ਰਿਹਾ ਹੈ:

ਮੈਂ ਉਹਨਾਂ ਵਿਚ ਨਹੀਂ ਸ਼ਾਮਿਲ
ਘਰੋਂ ਜੋ ਤੁਰ ਤਾਂ ਪੈਂਦੇ ਨੇ
ਘਰੋਂ ਪਰ ਕੁਝ ਕਦਮ ਚਲਕੇ ਹੀ
ਰਾਹ ਵਿੱਚ ਰਾਤ ਦੇ
'ਨੇਰੇ ਤੋਂ ਡਰ ਜਾਂਦੇ.
ਨਾ ਮੈਂ ਉਹਨਾਂ 'ਚ ਸ਼ਾਮਿਲ ਹਾਂ
ਜੋ ਅੱਜ ਕਾਨੂੰਨ ਤੋਂ ਡਰਦੇ
ਘਰਾਂ ਵਿੱਚ
ਲਾਲ -ਸੂਹੇ ਫੁਲ ਨਹੀਂ ਰਖਦੇ.
ਮੈਂ ਉਹਨਾਂ ਵਿੱਚ ਸ਼ਾਮਿਲ ਹਾਂ
ਜਿਨ੍ਹਾਂ ਨੇ ਹੋਣੀਆਂ ਦੇ
ਅਰਥ ਬਦਲੇ ਨੇ
ਤੇ ਬੁਝ ਰਹੀ ਜ਼ਿੰਦਗੀ ਵਿਚ
ਫੇਰ ਨੇ ਚੰਗਿਆੜੀਆਂ ਧਰੀਆਂ

ਪਰ ਉਸਨੂੰ ਇਸ ਗੱਲ ਦਾ ਵੀ ਅਹਿਸਾਸ ਹੈ ਕਿ ਜਿਨ੍ਹਾਂ ਲੋਕਾਂ ਲਈ ਉਸਨੇ ਅਤੇ ਉਸਦੇ ਕ੍ਰਾਂਤੀਕਾਰੀ ਸਾਥੀਆਂ ਨੇ ਮੁਸੀਬਤਾਂ ਝੱਲੀਆਂ ਉਹੀ ਲੋਕ ਸਾਡੇ ਲੋਕ-ਪੱਖੀ ਉਦੇਸ਼ਾਂ ਨੂੰ ਸਮਝ ਨਹੀਂ ਸਕੇ. ਡਾ. ਜਗਤਾਰ ਦੀ ਇੱਕ ਬਹੁ-ਚਰਚਿਤ ਗ਼ਜ਼ਲ ਦਾ ਇਹ ਸ਼ੇਅਰ ਵੀ ਇਸੇ ਗੱਲ ਦੀ ਹੀ ਪੁਸ਼ਟੀ ਕਰ ਰਿਹਾ ਜਾਪਦਾ ਹੈ:

ਤੇਰੇ ਲਈ ਛਣਕਾ ਕੇ ਲੰਘੇ ਬੇੜੀਆਂ,

ਤੂੰ ਹੀ ਸਾਡੀ ਚਾਲ ਪਹਿਚਾਣੀ ਨਹੀਂ.

ਇਸ ਤਰ੍ਹਾਂ ਅਕਸਰ ਹੀ ਵਾਪਰਦਾ ਹੈ; ਪਰ ਇਸ ਵਿੱਚ ਕਈ ਵਾਰ ਕਸੂਰ ਆਮ ਲੋਕਾਂ ਦਾ ਨਹੀਂ ਹੁੰਦਾ. ਕਿਉਂਕਿ ਰਾਜਨੀਤਿਕ ਪਾਰਟੀਆਂ ਜਿਹੜੀਆਂ ਸੰਘਰਸ਼ ਤਾਂ ਆਮ ਲੋਕਾਂ ਲਈ ਲੜ ਰਹੀਆਂ ਹੁੰਦੀਆਂ ਹਨ ਪਰ ਉਨ੍ਹਾਂ ਦੀਆਂ ਨੀਤੀਆਂ ਦਾ ਪ੍ਰਚਾਰ ਅਜਿਹੀ ਔਖੀ ਭਾਸ਼ਾ ਵਿੱਚ ਕੀਤਾ ਜਾ ਰਿਹਾ ਹੁੰਦਾ ਹੈ ਕਿ ਉਹ ਆਮ ਮਨੁੱਖ ਨੂੰ ਸਮਝ ਹੀ ਨਹੀਂ ਆਉਂਦੀ ਜਾਂ ਅਜਿਹੀਆਂ ਰਾਜਨੀਤਿਕ ਪਾਰਟੀਆਂ ਦਾ ਲੋਕ-ਸੰਪਰਕ ਵਿਭਾਗ ਆਮ ਲੋਕਾਂ ਨੂੰ ਇਸ ਯੋਗ ਹੀ ਨਹੀਂ ਸਮਝਦਾ ਕਿ ਉਨ੍ਹਾਂ ਤੱਕ ਪਾਰਟੀ ਦੀਆਂ ਨੀਤੀਆਂ ਦਾ ਸੁਨੇਹਾ ਪਹੁੰਚਾਇਆ ਜਾਵੇ. ਪਾਰਟੀ ਦਾ ਲੋਕ-ਸੰਪਰਕ ਵਿਭਾਗ ਆਪਣਾ ਸੁਨੇਹਾ ਸਮਾਜ ਦੇ ਉਪਰਲੇ ਹਿੱਸੇ ਤੱਕ ਹੀ ਪਹੁੰਚਾ ਕੇ ਸੰਤੁਸ਼ਟ ਹੋ ਜਾਂਦਾ ਹੈ ਜਦੋਂ ਕਿ ਉਹ ਸੰਘਰਸ਼ ਤਾਂ ਆਮ ਲੋਕਾਂ ਲਈ ਕਰ ਰਹੇ ਹੁੰਦੇ ਹਨ. ਜਿਨ੍ਹਾਂ ਵਿੱਚ ਵੱਡਾ ਹਿੱਸਾ ਸਮਾਜ ਦੇ ਦੱਬੇ-ਕੁਚਲੇ ਲੋਕਾਂ ਦਾ ਹੁੰਦਾ ਹੈ. ਜੋ ਕਿ ਸਾਡੇ ਸਮਾਜ ਦਾ ਸਭ ਤੋਂ ਹੇਠਲਾ ਪਾਸਾ ਸਮਝਿਆ ਜਾਂਦਾ ਹੈ.

ਸਾਡੇ ਸਮਿਆਂ ਵਿੱਚ ਵਿਗਿਆਨ ਅਤੇ ਤਕਨਾਲੋਜੀ ਦੇ ਖੇਤਰ ਵਿੱਚ ਜੋ ਇਨਕਲਾਬੀ ਤਬਦੀਲੀਆਂ ਵਾਪਰੀਆਂ ਹਨ ਉਨ੍ਹਾਂ ਸਦਕਾ ਸਾਨੂੰ ਕਈ ਵੇਰੀ ਭੁਲੇਖੇ ਵਿੱਚ ਤੱਖਣ ਦੀ ਕੋਸ਼ਿਸ਼ ਕੀਤੀ ਜਾਂਦੀ ਹੈ ਕਿ ਇਨ੍ਹਾਂ ਵਿਗਿਆਨਕ ਅਤੇ ਤਕਨੀਕੀ ਤਬਦੀਲੀਆਂ ਸਦਕਾ ਆਮ ਮਨੁੱਖ ਅੰਦਰ ਪਹਿਲਾਂ ਨਾਲੋਂ ਵਧੇਰੇ ਚੇਤਨਤਾ ਪੈਦਾ ਹੋਈ ਹੈ; ਜਦੋਂ ਕਿ ਹਕੀਕਤ ਇਹ ਹੈ ਕਿ ਮਨੁੱਖ ਅੰਦਰ ਵਧੇਰੇ ਚੇਤਨਤਾ ਪੈਦਾ ਹੋਣ ਦੀ ਥਾਂ ਉਸ ਅੰਦਰ ਮਹਿਜ਼ ਵਸਤਾਂ ਪ੍ਰਾਪਤ ਕਰਨ ਦੀ ਲਾਲਸਾ ਹੀ ਜਗਾਈ ਗਈ ਹੈ ਅਤੇ ਲੋਕ ਪਹਿਲਾਂ ਨਾਲੋਂ ਵੀ ਵੱਧ ਰੂੜੀਵਾਦੀ ਕਦਰਾਂ-ਕੀਮਤਾਂ ਨਾਲ ਜੁੜ ਰਹੇ ਹਨ. ਇਸੀ ਲਈ ਡਾ. ਜਗਤਾਰ ਕਹਿੰਦਾ ਹੈ :

ਇਹ ਕੈਸਾ ਰੌਸ਼ਨੀ ਦਾ ਦੌਰ ਹੈ ਜਾਦੂਗਰੋ ਬੋਲੋ
ਹਨੇਰਾ ਫੈਲਦਾ ਜਾਵੇ ਦਮਾਗ਼ਾਂ ਤੇ ਘਰਾਂ ਅੰਦਰ

ਡਾ. ਜਗਤਾਰ ਜਿੱਥੇ ਕਿ ਆਮ ਮਨੁੱਖ ਦੀ ਜ਼ਿੰਦਗੀ ਨੂੰ ਜਿਉਣ ਜੋਗੀ ਬਨਾਉਣ ਲਈ ਸੰਘਰਸ਼ ਕਰ ਰਹੀਆਂ ਸ਼ਕਤੀਆਂ ਨਾਲ ਮੋਢੇ ਨਾਲ ਮੋਢਾ ਜੋੜ ਕੇ ਖਲੋਂਦਾ ਹੈ; ਉੱਥੇ ਹੀ ਉਹ ਵਿਸ਼ਵ-ਅਮਨ ਲਹਿਰ ਦਾ ਵੀ ਹਾਮੀ ਹੈ. ਉਹ ਸਮੁੱਚੇ ਵਿਸ਼ਵ ਵਿੱਚ ਅਮਨ ਦੇਖਣਾ ਚਾਹੁੰਦਾ ਹੈ. ਜੰਗਬਾਜ਼ਾਂ ਨੂੰ ਉਹ ਬੜੇ ਸਪੱਸ਼ਟ ਸ਼ਬਦਾਂ ਵਿੱਚ ਕਹਿੰਦਾ ਹੈ ਕਿ ਇਸ ਧਰਤੀ ਨੂੰ ਜੰਗਾਂ ਲੜ ਲੜ ਕੇ ਕਬਰਸਤਾਨ ਨਾ ਬਣਾਓ. ਇਹ ਧਰਤੀ ਤਾਂ ਹੱਸਣ, ਖੇਡਣ ਅਤੇ ਫੁੱਲ ਉਗਾਉਣ ਲਈ ਹੈ. 'ਦਰਿਆ ਦਾ ਵਹਿਣ' ਕਵਿਤਾ ਦੀਆਂ ਇਹ ਸਤਰਾਂ ਇਸੇ ਗੱਲ ਦੀ ਪੇਸ਼ਕਾਰੀ ਕਰ ਰਹੀਆਂ ਹਨ:

ਮੇਰੇ ਮਿੱਤਰੋ!
ਇਹ ਧਰਤੀ ਖੰਦਕਾਂ ਪੱਟਣ
ਲਾਸ਼ਾਂ ਬੀਜਣ
ਜਾਂ ਕਬਰਾਂ ਉੱਗਣ ਲਈ ਨਹੀਂ ਹੈ
ਇਹ ਧਰਤੀ ਤਾਂ

ਫੁੱਲਾਂ, ਫ਼ਸਲਾਂ
ਹਸਦੀਆਂ ਨਸਲਾਂ
ਬਸਤੀਆਂ ਲਈ ਹੈ

ਡਾ. ਜਗਤਾਰ ਵਿਸ਼ਵ-ਅਮਨ ਦੀ ਜਦੋਂ ਗੱਲ ਕਰਦਾ ਹੈ ਤਾਂ ਉਹ ਸੱਚੇ ਦਿਲ ਨਾਲ ਵਿਸ਼ਵ ਦੇ ਹਰ ਦੇਸ਼ ਲਈ ਅਮਨ ਮੰਗਦਾ ਹੈ. ਕਿਉਂਕਿ, ਜੇਕਰ ਦੁਨੀਆਂ ਵਿੱਚ ਤੀਜਾ ਮਹਾਂ ਯੁੱਧ ਛਿੜ ਪਿਆ ਤਾਂ ਮਨੁੱਖਤਾ ਦੀ ਜੋ ਹਾਲਤ ਹੋਵੇਗੀ, ਉਸ ਦਾ ਵੀ ਉਸ ਨੂੰ ਚੰਗੀ ਤਰ੍ਹਾਂ ਅਹਿਸਾਸ ਹੈ. ਤਾਂ ਹੀ ਤਾਂ ਉਹ ਲਿਖਦਾ ਹੈ :

1.
ਸਾਰਿਆਂ ਦੇਸ਼ਾਂ ਨੂੰ ਬਖਸ਼ੀਂ ਅਮਨ ਤੂੰ
ਸਭ ਗ਼ੁਲਾਮਾਂ ਨੂੰ ਸੁਤੰਤਰ ਕਰ ਦਈਂ
ਹਰ ਸਿਪਾਹੀ ਪਰਤ ਆਵੇ ਜੰਗ 'ਚੋਂ
ਖ਼ਾਕ ਚਿਹਰੇ ਫਿਰ ਰੌਸ਼ਨ ਕਰ ਦਈਂ

2.
ਜੇ ਜੰਗਾਂ ਲੱਗੀਆਂ ਤਾਂ ਬੇਕਫ਼ਨ ਸਭ ਰੁਲਣਗੇ ਲਾਸ਼ੇ
ਕਪਾਹਾਂ ਹਸਦੀਆਂ ਨੇ ਜਿਸ ਜਗ੍ਹਾ ਤੇ ਨਗਰਾਂ ਅੰਦਰ

ਵਿਸ਼ਵ-ਅਮਨ ਦੀ ਗੱਲ ਕਰਨ ਵੇਲੇ ਡਾ. ਜਗਤਾਰ ਸਾਂਝੀਵਾਲਤਾ ਦੀ ਵੀ ਗੱਲ ਕਰਦਾ ਹੈ. ਉਹ ਜਾਣਦਾ ਹੈ ਕਿ ਅਜੋਕੇ ਸਮਿਆਂ ਦੀ ਰਾਜਨੀਤੀ ਏਨੀ ਗੰਦੀ ਹੋ ਚੁੱਕੀ ਹੈ ਕਿ ਉਹ ਰਾਜਗੱਦੀ ਉੱਤੇ ਕਾਬਿਜ ਹੋਣ ਲਈ ਲੋਕਾਂ ਨੂੰ ਧਰਮ, ਸਭਿਆਚਾਰ ਅਤੇ ਜ਼ੁਬਾਨਾਂ ਦੇ ਨਾਮ ਉੱਤੇ ਆਪਸ ਵਿੱਚ ਲੜਾਂਦੀ ਹੈ. ਇਹੀ ਗੱਲ ਵਧਦੀ ਵਧਦੀ ਗਵਾਂਢੀ ਦੇਸ਼ਾਂ ਵਿਚਾਲੇ ਜੰਗਾਂ ਦਾ ਵੀ ਕਾਰਨ ਬਣ ਜਾਂਦੀ ਹੈ ਅਤੇ ਅੰਤ ਵਿੱਚ ਵਿਸ਼ਵ ਅਮਨ ਲਈ ਖਤਰਾ ਵੀ ਬਣ ਜਾਂਦੀ ਹੈ. ਲੋੜ ਹੈ ਕਿ ਅਸੀਂ ਰਾਜਨੀਤੀਵਾਨਾਂ ਦੀ ਅਜਿਹੀ ਸਾਜ਼ਿਸ਼ੀ ਚਾਲ ਨੂੰ ਸਮਝੀਏ ਅਤੇ ਆਪਸੀ ਸਾਂਝ ਨੂੰ ਕਦੀ ਟੁੱਟਣ ਨ ਦੇਈਏ. ਇਹੀ ਇੱਕ ਢੰਗ ਹੈ ਕਿ ਅਸੀਂ ਜੰਗ-ਬਾਜ਼ਾਂ ਦੇ ਸਭ ਮਨਸੂਬੇ ਮਿੱਟੀ 'ਚ ਮਿਲਾ ਸਕਦੇ ਹਾਂ. ਇਸੇ ਲਈ ਡਾ. ਜਗਤਾਰ ਕਹਿੰਦਾ ਹੈ ਕਿ ਜਦੋਂ ਵੀ ਅਸੀਂ ਆਪਸੀ ਸਾਂਝ ਬਣਾਈ ਰੱਖੀ ਹੈ ਮਾਨਵ ਵਿਰੋਧੀ ਤਾਕਤਾਂ ਆਪਣੇ ਮਨਸੂਬਿਆਂ ਵਿੱਚ ਕਾਮਿਯਾਬ ਨਹੀਂ ਹੋ ਸਕੀਆਂ :

1.
ਜਦੋਂ ਦੀਵਾਰ ਬਣ ਕੇ ਸਾਂ ਖੜ੍ਹੇ ਇਕ ਦੂਸਰੇ ਗਿਰਦ
ਨਾ ਏਨਾ ਹੌਸਲਾ, ਹਿੰਮਤ, ਦਲੇਰੀ ਜਾਬਰਾਂ ਵਿੱਚ ਸੀ

ਲਹੂ ਭਿੱਜੀ ਬਰੂਹਾਂ 'ਤੇ ਨਹੀਂ ਅਖਬਾਰ ਸੀ ਆਉਂਦੀ
ਮੁਹੱਬਤ ਜਦ ਦਿਲਾਂ ਵਿਚ ਸਾਂਝ ਜਾਂ ਸਾਰੇ ਘਰਾਂ ਵਿੱਚ ਸੀ

ਵਿਸ਼ਵ ਅਮਨ ਅਤੇ ਸਾਂਝੀਵਾਲਤਾ ਦੀ ਗੱਲ ਨੂੰ ਹੋਰ ਵਿਸਥਾਰ ਦੇਂਦਿਆਂ ਡਾ. ਜਗਤਾਰ ਹਿੰਦੁਸਤਾਨ ਅਤੇ ਇਸਦੇ ਗਵਾਂਢੀ ਦੇਸ਼ ਪਾਕਿਸਤਾਨ ਦੇ ਲੋਕਾਂ ਨਾਲ

ਦੋਸਤੀ ਦੇ ਸੰਕਲਪ ਨੂੰ ਵੀ ਕੁਝ ਇਸੀ ਅੰਦਾਜ਼ ਨਾਲ ਹੀ ਵੇਖਦਾ ਅਤੇ ਮਹਿਸੂਸ ਕਰਦਾ ਹੈ. ਆਪਣੇ ਇਨ੍ਹਾਂ ਜਜ਼ਬਿਆਂ ਅਤੇ ਆਪਣੀ ਸੋਚ ਨੂੰ ਉਹ ਆਪਣੀ ਸ਼ਾਇਰੀ ਵਿੱਚ ਕੁਝ ਇਸ ਅੰਦਾਜ਼ ਨਾਲ ਬਿਆਨ ਕਰਦਾ ਹੈ :

ਟੁੱਟਣੀ ਕਦੇ ਵੀ ਸਾਂਝ ਨਾ ਲੋਕਾਂ ਦੇ ਦਰਦ ਦੀ
ਦਿੱਲੀ ਵਲੇ, ਵਲੇ ਪਿਆ ਲੱਖ ਵਾਗਲੇ ਲਾਹੌਰ

ਗਿੱਮੀ, ਫ਼ਖ਼ਰ, ਬਸ਼ੀਰ, ਕੁੰਜਾਹੀ, ਮੁਨੀਰ, ਇਕਬਾਲ
ਵਸਦੇ ਨੇ ਯਾਰ ਜਿਸ ਜਗ੍ਹਾ, ਫੁੱਲੇ ਫਲੇ ਲਾਹੌਰ

'ਜਗਤਾਰ' ਦੀ ਦੁਆ ਹੈ ਤਾਂ ਤੂੰ ਰੱਬ ! ਕਬੂਲ ਕਰ
ਦਿੱਲੀ 'ਚ ਹੋਵੇ ਚਾਨਣਾ ਦੀਵਾ ਬਲੇ ਲਾਹੌਰ

ਕ੍ਰਾਂਤੀ ਲਈ ਘਰੋਂ ਨਿਕਲੇ ਕ੍ਰਾਂਤੀਕਾਰੀਆਂ ਨੂੰ ਇਸ ਗੱਲ ਦਾ ਪੂਰੀ ਤਰ੍ਹਾਂ ਅਹਿਸਾਸ ਹੁੰਦਾ ਹੈ ਕਿ ਉਨ੍ਹਾਂ ਨੂੰ ਹਰ ਤਰ੍ਹਾਂ ਦੀਆਂ ਮੁਸੀਬਤਾਂ ਸਹਿਣ ਲਈ ਤਿਆਰ ਰਹਿਣਾ ਪਵੇਗਾ, ਹਰ ਤਰ੍ਹਾਂ ਦੇ ਜ਼ੁਲਮ ਸਹਿਣ ਲਈ ਆਪਣੇ ਆਪਨੂੰ ਸਰੀਰਕ ਅਤੇ ਮਾਨਸਿਕ ਤੌਰ ਉੱਤੇ ਤਿਆਰ ਰੱਖਣਾ ਪਵੇਗਾ. ਡਾ. ਜਗਤਾਰ ਜਦੋਂ ਇਹ ਕਾਵਿ ਸਤਰਾਂ ਲਿਖਦਾ ਹੈ ਤਾਂ ਨਿਰਸੰਦੇਹ ਉਸਨੂੰ ਇਸ ਹਕੀਕਤ ਦਾ ਭਲੀਭਾਂਤ ਗਿਆਨ ਹੈ:

1.
ਹਰ ਮੋੜ ਤੇ ਸਲੀਬਾਂ, ਹਰ ਪੈਰ ਤੇ ਹਨੇਰਾ,
ਫਿਰ ਵੀ ਅਸੀਂ ਰੁਕੇ ਨਾ, ਸਾਡਾ ਵੀ ਦੇਖ ਜੇਰਾ.
(ਗ਼ਜ਼ਲ)

2.
ਜਿਸ ਰਾਹ 'ਤੇ
ਤੁਰੇ ਹਾਂ ਅਸੀਂ
ਉਸ ਰਾਹ 'ਚ ਸਲੀਬਾਂ ਦੇ ਸ਼ਹਿਰ
ਖ਼ੂਨ ਦੇ ਦਰਿਆ
ਦਲਦਲ
ਤਲਵਾਰਾਂ ਦੇ ਜੰਗਲ
ਮਕਤਲ!
ਇਸ ਤੋਂ ਵੀ ਭਿਆਨਕ
ਕੀ ਪਤਾ ਕੀ ਕੀ ਆਉਣੈ
ਕੀ ਪਤਾ ਕੀ ਕੀ ਹੋਣਾ.
(ਸਲੀਬਾਂ ਦਾ ਸ਼ਹਿਰ)

3.
ਇਸ ਰਾਹ 'ਚ

ਕਈ ਵਾਰ ਸਲੀਬਾਂ ਤੇ ਸ਼ਿੰਗਾਰੇ
ਕੰਡਿਆਂ ਦੇ ਪਏ
ਖ਼ਾਕ 'ਚ ਰੁਲਦੇ
ਅੱਖਾਂ, ਜਿਗਰ, ਹੱਥ, ਜਿਸਮ
ਪੈਰ ਨਾ ਮਿਲੇ.
ਉਹਨਾਂ ਨੂੰ ਵੀ ਚੁੰਮਣ ਦਾ ਸਮਾਂ
ਸਾਨੂੰ ਮਿਲੇ ਜਾਂ ਨਾ ਮਿਲੇ
ਆਪਣਾ ਹੀ ਲਹੂ ਚੁੰਮੇ ਬਿਨਾਂ
ਇੰਜ ਕਈ ਵਾਰ ਹੈ ਲੰਘਣਾ ਪੈਣਾ
(ਸਲੀਬਾਂ ਦਾ ਸ਼ਹਿਰ)

ਹੈਮਿੰਗਵੇ ਦੇ ਨਾਵਲ 'ਬੁੱਢਾ ਆਦਮੀ ਤੇ ਸਮੁੰਦਰ' ਦੇ ਹੀਰੋ ਵਾਂਗ ਜਿੱਤ ਪ੍ਰਾਪਤ ਕਰਨ ਦੀ ਆਸ ਵਿੱਚ ਮਨੁੱਖ ਨੂੰ ਆਪਣੇ ਜਿਸਮ ਵਿੱਚ ਮੌਜੂਦ ਆਖਰੀ ਸਾਹ ਤੱਕ ਸਮੁੰਦਰ ਦੀਆਂ ਲਹਿਰਾਂ ਨਾਲ ਲੜਦੇ ਰਹਿਣ ਦਾ ਹੌਂਸਲਾ ਰੱਖਣਾ ਚਾਹੀਦਾ ਹੈ. ਡਾ. ਜਗਤਾਰ ਦਾ ਵੀ ਇਹੀ ਯਕੀਨ ਹੈ. ਇਸੀ ਲਈ ਉਹ ਵੀ ਔਖੀਆਂ ਘੜੀਆਂ ਵਿੱਚ ਵੀ ਪਿੱਠ ਦਿਖ਼ਾ ਕੇ ਮੈਦਾਨ ਵਿੱਚੋਂ ਨਹੀਂ ਭੱਜਿਆ; ਬਲਕਿ ਇੱਕ ਚਟਾਨ ਵਾਂਗ ਰਾਹ ਵਿੱਚ ਖੜੋਤਾ ਰਿਹਾ ਹੈ. ਜ਼ਿੰਦਗੀ ਦਾ ਇਹੀ ਸੱਚ ਉਸ ਦੀਆਂ ਇਨ੍ਹਾਂ ਕਾਵਿ ਸਤਰਾਂ ਵਿੱਚ ਵੀ ਪੇਸ਼ ਕੀਤਾ ਗਿਆ ਹੈ :

1.
ਜਦੋਂ ਮੂੰਹ-ਜ਼ੋਰ ਤੇ ਅੰਨ੍ਹੀ ਹਵਾ ਸੀ
ਮੈਂ ਦੀਵੇ ਵਾਂਗ ਚੌਰਾਹੇ ਖੜਾ ਸੀ

2.
ਉਹ ਫੇਰਾ ਲਾ ਕੇ
ਖੇਤਾਂ 'ਚੋਂ ਹਰਾ ਘਾਹ ਲਿਆਉਂਦਾ
ਘੋੜੇ ਨੂੰ ਪਾਉਂਦਾ
ਤਾਂਗੇ 'ਚੋਂ ਕੱਢ ਕੇ ਬੰਸਰੀ ਵਜਾਉਂਦਾ
ਤੇ ਅਨਾਜ ਨੂੰ ਸਜਦਾ ਕਰਕੇ
ਸੌਂ ਜਾਂਦਾ

ਇੱਕ ਦਿਨ ਐਸਾ ਸਲਾਬ ਆਇਆ
ਕਿ ਘੋੜਾ ਡੁੱਬ ਕੇ ਮਰ ਗਿਆ
ਪਤਾ ਨਹੀਂ ਬੰਸਰੀ ਕਿੱਧਰ ਰੁੜ੍ਹ ਗਈ
ਤੇ ਘਾਹ ਸੜ ਗਿਆ

ਅੱਜਕਲ ਉਹ ਨਦੀ ਕਿਨਾਰੇ ਖੜੋ ਕੇ

ਨਦੀ ਨੂੰ ਲਲਕਾਰਦਾ ਹੈ ਤੇ ਕਹਿੰਦਾ ਹੈ
"ਅਜੇ ਬਾਂਸ ਜਿੰਦਾ ਹੈ
ਘਾਹ ਦਾ ਬੀਜ ਨਹੀਂ ਮਰਿਆ"
ਹਵਾ ਜਦੋਂ ਲਿਆਉਂਦੀ ਹੈ
ਕਿਸੇ ਬਸਤੀ 'ਚੋਂ
ਘੋੜਿਆਂ ਦੀਆਂ ਟਾਪਾਂ ਦੀ ਆਵਾਜ਼
ਤਾਂ ਉਹ ਕਹਿੰਦਾ ਹੈ
"ਕੀ ਤੂੰ ਬੁਝਾ ਸਕੇਂਗੀ
ਮੇਰੇ ਅੰਦਰ ਜੀ ਰਹੀ
ਜ਼ਿੰਦਗੀ ਦੀ ਅੱਗ"

ਇਹ ਗੱਲ ਵੀ ਧਿਆਨ ਯੋਗ ਹੈ ਕਿ ਭਾਰਤੀ ਸਮਾਜ ਵਿੱਚ ਉਦੋਂ ਤੱਕ ਕਰਾਂਤੀ ਨਹੀਂ ਲਿਆਂਦੀ ਜਾ ਸਕਦੀ ਜਦੋਂ ਤੱਕ ਕਿ ਭਾਰਤੀ ਸਮਾਜ ਨਾਲ ਸਬੰਧਤ ਲੋਕਾਂ ਦੀ ਮਾਨਸਿਕਤਾ ਨੂੰ ਰੂੜੀਵਾਦੀ ਕਦਰਾਂ-ਕੀਮਤਾਂ ਦੇ ਪ੍ਰਭਾਵਾਂ ਤੋਂ ਮੁਕਤ ਨਹੀਂ ਕੀਤਾ ਜਾਂਦਾ. ਇਸ ਕਾਰਨ ਹੀ ਚੀਨ ਵਿੱਚ ਇਨਕਲਾਬ ਆਉਣ ਤੋਂ ਬਾਹਦ ਮਾਓ-ਜ਼ੇ-ਤੁੰਗ ਨੇ ਲੋਕਾਂ ਦੀ ਮਾਨਸਿਕਤਾ ਵਿੱਚ ਵੀ ਇਨਕਲਾਬ ਲਿਆਉਣ ਲਈ 'ਸਭਿਆਚਾਰਕ ਕਰਾਂਤੀ' ਦਾ ਨਾਹਰਾ ਬੁਲੰਦ ਕੀਤਾ ਸੀ. ਜੇਕਰ ਅਜਿਹਾ ਨਹੀਂ ਕੀਤਾ ਜਾਂਦਾ ਤਾਂ ਜਿਨ੍ਹਾਂ ਲੋਕਾਂ ਖਾਤਰ ਇਨਕਲਾਬ ਲਿਆਂਦਾ ਜਾਂਦਾ ਹੈ ਉਹੀ ਲੋਕ ਹੀ ਆਪਣੀ ਬੇਸਮਝੀ ਅਤੇ ਅਗਿਆਨਤਾ ਕਾਰਨ ਇਨਕਲਾਬ ਦੀ ਮੌਤ ਦਾ ਕਾਰਨ ਬਣਦੇ ਹਨ. ਡਾ. ਜਗਤਾਰ ਵੀ ਇਸ ਸ਼ੇਅਰ ਰਾਹੀਂ ਇਸ ਗੱਲ ਦੀ ਪੁਸ਼ਟੀ ਕਰ ਰਿਹਾ ਹੈ:

ਕ੍ਰਾਂਤੀ ਕੀ ਲਿਆਉਣੀ ਹੈ ਇਹਨਾਂ ਲੋਕਾਂ ਨੇ ਏਥੇ
ਜਿਨ੍ਹਾਂ ਲੋਕਾਂ ਦਾ ਹਾਲੇ ਤੀਕ ਵੀ ਪਿੱਪਲ ਖ਼ੁਦਾ ਹੈ

ਭਾਰਤੀ ਸਮਾਜ ਰੂੜੀਵਾਦੀ ਕਦਰਾਂ-ਕੀਮਤਾਂ ਦੀ ਜਕੜ ਵਿੱਚ ਹੋਣ ਦੇ ਨਾਲ ਨਾਲ, ਹਜ਼ਾਰਾਂ ਸਾਲਾਂ ਤੋਂ, ਇੱਕ ਹੋਰ ਵੱਡੀ ਸਮੱਸਿਆ ਦਾ ਵੀ ਸਾਹਮਣਾ ਕਰ ਰਿਹਾ ਹੈ. ਇੱਥੋਂ ਤੱਕ ਕਿ ਭਾਰਤ ਵਿੱਚ ਕਰਾਂਤੀ ਲਈ ਕੰਮ ਕਰਦੀਆਂ ਸ਼ਕਤੀਆਂ ਨੇ ਵੀ ਇਸ ਸਮੱਸਿਆ ਵੱਲ ਕਦੀ ਬਹੁਤਾ ਧਿਆਨ ਨਹੀਂ ਦਿੱਤਾ. ਇਹ ਸਮੱਸਿਆ ਹੈ ਭਾਰਤੀ ਸਮਾਜ ਵਿੱਚ ਕੋਹੜ ਦੀ ਬਿਮਾਰੀ ਵਾਂਗ ਫੈਲੀ ਹੋਈ ਛੂਤ-ਛਾਤ ਅਤੇ ਜ਼ਾਤ-ਪਾਤ ਦੀ ਸਮੱਸਿਆ. ਇੱਥੋਂ ਤੱਕ ਕਿ ਮਹਾਤਮਾ ਗਾਂਧੀ ਵੀ ਜ਼ਾਤ-ਪਾਤ ਦੇ ਵੱਖਰੇਂਵੇਂ ਦੇ ਹੱਕ ਵਿੱਚ ਸੀ. ਉਹ ਤਾਂ ਇੱਥੋਂ ਤੱਕ ਵੀ ਕਹਿੰਦਾ ਸੀ ਕਿ ਇਸ ਵੱਖਰੇਂਵੇਂ ਬਿਨ੍ਹਾਂ ਭਾਰਤੀ ਸਮਾਜ ਕੰਮ ਹੀ ਨਹੀਂ ਕਰ ਸਕਦਾ. ਭਾਰਤ ਵਿੱਚ ਫੈਲਿਆ ਹੋਇਆ ਜਾਤ-ਪਾਤ ਦਾ ਕੋਹੜ ਮਨੂੰਵਾਦੀ ਵਿਚਾਰਧਾਰਾ ਦੀ ਹੀ ਦੇਣ ਹੈ. ਇਸ ਵਿਚਾਰਧਾਰਾ ਅਧੀਨ ਭਾਰਤੀ ਸਮਾਜ ਦਾ ਇੱਕ ਵੱਡਾ ਹਿੱਸਾ ਹਜ਼ਾਰਾਂ ਸਾਲਾਂ ਤੋਂ ਗੁਲਾਮਾਂ ਵਾਲੀ ਜ਼ਿੰਦਗੀ ਜਿਉਂ ਰਿਹਾ ਹੈ ਅਤੇ ਉਸਨੂੰ ਉੱਚੀਆਂ ਜ਼ਾਤਾਂ ਵਾਲੇ ਲੋਕ ਆਪਣੇ ਪੈਰਾਂ ਹੇਠ ਰੋਲ ਰਹੇ ਹਨ. ਭਾਰਤੀ ਸਮਾਜ ਇਸ ਖਤਰਨਾਕ ਬੀਮਾਰੀ ਦੀ

ਜਕੜ ਵਿੱਚ ਇੰਨਾ ਬੁਰੀ ਤਰ੍ਹਾਂ ਫਸਿਆ ਹੋਇਆ ਹੈ ਕਿ ਹਿੰਦੁਸਤਾਨ ਦੀ ਕੋਈ ਵੀ ਰਾਜਸੀ ਪਾਰਟੀ ਇਸ ਗੁਲਾਮੀ ਵਿੱਚ ਫਸੇ ਹੋਏ ਲੋਕਾਂ ਨੂੰ ਸਦੀਵੀ ਮੁਕਤੀ ਦੇਣ ਦੀ ਹਿੰਮਤ ਨਹੀਂ ਕਰ ਸਕਦੀ. ਸ਼ਾਇਦ, ਇਸੇ ਕਾਰਨ ਹੀ ਡਾ. ਜਗਤਾਰ ਇੰਨਾ ਸ਼ਕਤੀਸ਼ਾਲੀ ਸ਼ੇਅਰ ਲਿਖ ਸਕਿਆ ਹੈ :

ਪਰਾਜਤ ਵੀ ਜੇ ਕਰ ਲੈਂਦਾ ਸੁਅੰਬਰ ਵਿੱਚ ਮੈਂ ਹਰ ਇੱਕ ਨੂੰ
ਮੈਂ ਸੂਦਰ ਹਾਂ ਨਹੀਂ ਮਨਜ਼ੂਰ ਹੋਣਾ ਸੀ ਸੁਅੰਬਰ ਵੀ

ਡਾ. ਜਗਤਾਰ ਆਪਣੀ ਸ਼ਾਇਰੀ ਵਿੱਚ ਰਾਜਨੀਤਕ, ਸਮਾਜਿਕ, ਸਭਿਆਚਾਰਕ, ਧਾਰਮਿਕ, ਨੈਤਿਕ ਮਸਲਿਆਂ ਬਾਰੇ ਗੱਲ ਕਰਨ ਦੇ ਨਾਲ ਨਾਲ ਕੁਝ ਸਾਹਿਤਕ ਮਸਲਿਆਂ ਬਾਰੇ ਵੀ ਗੱਲ ਕਰਦਾ ਹੈ. ਇਨ੍ਹਾਂ ਵਿੱਚੋਂ ਹੀ ਇੱਕ ਮਸਲਾ ਹੈ ਸਾਹਿਤਕ ਆਲੋਚਨਾ ਦੇ ਖੇਤਰ ਵਿੱਚ ਧੜੇਬੰਦੀਆਂ ਪਾਲਣ ਦਾ ਮਸਲਾ ਅਤੇ ਸਾਹਿਤਕ ਇਨਾਮਾਂ/ਸਨਮਾਨਾਂ ਦੀ ਵੰਡ ਵੇਲੇ ਆਪਣੇ ਦੋਸਤਾਂ/ਮਿੱਤਰਾਂ/ ਆਪਣੇ ਧੜੇ ਦੇ ਲੋਕਾਂ ਨੂੰ ਹੀ ਇਨਾਮ/ਸਨਮਾਨ ਦੇਈ ਜਾਣ ਦਾ ਮਸਲਾ. ਉਹ ਇਸ ਗੱਲ ਨਾਲ ਪੂਰੀ ਤਰ੍ਹਾਂ ਸਹਿਮਤ ਹੈ ਕਿ ਪੰਜਾਬੀ ਸਾਹਿਤ ਦੇ ਆਲੋਚਕ ਧੜੇਬੰਦੀਆਂ ਪਾਲਦੇ ਹਨ. ਕਿਸ ਲੇਖਕ ਨੂੰ ਉਪਰ ਚੁੱਕਣਾ ਹੈ ਅਤੇ ਕਿਸ ਨੂੰ ਨੀਂਵਾਂ ਦਿਖਾਣਾ ਹੈ, ਉਹ ਇਹ ਕੰਮ ਵੀ ਆਪਣੀਆਂ ਧੜੇਬੰਦੀਆਂ ਅਨੁਸਾਰ ਹੀ ਕਰਦੇ ਹਨ. ਆਲੋਚਕਾਂ ਵੱਲੋਂ ਕੀਤੇ ਜਾ ਰਹੇ ਵਿਤਕਰੇ ਦਾ ਤਾਂ ਇਹ ਹਾਲ ਹੈ ਕਿ ਕਈ ਵਾਰੀ ਉਹ ਬਹੁਤ ਹੀ ਵਧੀਆ ਲੇਖਕਾਂ ਦੀਆਂ ਪੁਸਤਕਾਂ ਨੂੰ ਤਾਂ ਗੌਲਦੇ ਵੀ ਨਹੀਂ ਪਰ ਬਹੁਤ ਹੀ ਕਮਜ਼ੋਰ ਕਿਸਮ ਦੀਆਂ ਲਿਖਤਾਂ ਲਿਖਣ ਵਾਲੇ ਲੇਖਕਾਂ ਬਾਰੇ ਲੰਬੇ ਲੰਬੇ ਲੇਖ ਲਿਖ ਮਾਰਦੇ ਹਨ. ਕੁਝ ਅਜਿਹਾ ਹੀ ਹਾਲ ਪੰਜਾਬੀ ਸਾਹਿਤ ਨਾਲ ਸਬੰਧਤ ਇਨਾਮ/ਸਨਮਾਨ ਵੰਡਣ ਵਾਲੀਆਂ ਸੰਸਥਾਵਾਂ ਦੇ ਚੌਧਰੀਆਂ ਦਾ ਹੈ. ਡਾ. ਜਗਤਾਰ ਅਜਿਹੇ ਸਾਹਿਤਕ ਭ੍ਰਿਸ਼ਟਾਚਾਰ ਬਾਰੇ ਆਪਣੇ ਹੀ ਇੱਕ ਸ਼ੇਅਰ ਵਿੱਚ ਕੁਝ ਇਸ ਤਰ੍ਹਾਂ ਗੱਲ ਕਰਦਾ ਹੈ :

ਕੁਰਸੀਆਂ ਨੂੰ ਲੋਕ ਅਜਕਲ੍ਹ ਪੂਜਦੇ 'ਜਗਤਾਰ' ਜੀ
ਕੌਣ ਸ਼ਾਇਰ ਨੂੰ ਤੇ ਕਿਹੜਾ ਸ਼ਿਅਰ ਨੂੰ ਹੈ ਪਰਖਦਾ

'ਕਲਾ ਕਲਾ ਲਈ' ਜਾਂ 'ਕਲਾ ਸਮਾਜ ਲਈ' ਇਸ ਨੁਕਤੇ ਉੱਤੇ ਵੀ ਸਦੀਆਂ ਤੋਂ ਸਾਹਿਤਕ ਹਲਕਿਆਂ ਵਿੱਚ ਇੱਕ ਨਿਰੰਤਰ ਬਹਿਸ ਚੱਲ ਰਹੀ ਹੈ. ਇਹ ਨੁਕਤਾ ਹੀ ਇਸ ਗੱਲ ਦਾ ਫੈਸਲਾ ਕਰਦਾ ਹੈ ਕਿ ਕੋਈ ਲੇਖਕ ਕਿਸ ਤਰ੍ਹਾਂ ਦੀ ਵਿਚਾਰਧਾਰਾ ਅਤੇ ਜੀਵਨ ਸ਼ੈਲੀ ਨਾਲ ਜੁੜਿਆ ਹੋਇਆ ਹੈ. ਇਹੀ ਗੱਲ ਇਸ ਗੱਲ ਦਾ ਫੈਸਲਾ ਕਰਦੀ ਹੈ ਕਿ ਕੋਈ ਲੇਖਕ ਆਪਣੀ ਰਚਨਾ ਵਿੱਚ 'ਰੂਪ' ਨੂੰ ਮਹੱਤਵ ਦਿੰਦਾ ਹੈ ਜਾਂ ਕਿ 'ਤੱਤ' ਨੂੰ. ਡਾ. ਜਗਤਾਰ ਸ਼ਾਇਰੀ ਲਿਖਣ ਵੇਲੇ 'ਰੂਪ' ਨਾਲੋਂ 'ਤੱਤ' ਨੂੰ ਵਧੇਰੇ ਮਹੱਤਵ ਦਿੰਦਾ ਹੈ. ਉਹ ਮੰਨਦਾ ਹੈ ਕਿ ਸਿਰਜਣਾਤਮਕ ਹੋਣਾ ਹੋਰ ਗੱਲ ਹੈ ਅਤੇ ਸ਼ਿਲਪੀ ਹੋਣਾ ਹੋਰ ਗੱਲ. ਇਸ ਤੋਂ ਵੀ ਵੱਧ ਉਹ ਮੰਨਦਾ ਹੈ ਕਿ ਸ਼ਿਲਪੀ ਵੱਡਾ ਨਹੀਂ ਹੁੰਦਾ, ਸਿਰਜਣਾਤਮਕ ਵੱਡਾ ਹੁੰਦਾ ਹੈ. ਸ਼ਿਲਪ ਵਿੱਚ ਜੇ ਕਚਿਆਈ ਰਹਿ ਵੀ ਜਾਵੇ ਤਾਂ ਕੋਈ ਗੱਲ ਨਹੀਂ. ਪਰ ਜੇ ਰਚਨਾ ਵਿੱਚ ਵਿਚਾਰ

ਦੀ ਕਚਿਆਈ ਰਹਿ ਜਾਵੇ ਤਾਂ ਮਾੜੀ ਗੱਲ ਹੁੰਦੀ ਹੈ. ਸ਼ਿਲਪੀ ਤਾਂ ਸ਼ਿਲਪੀ ਹੀ ਰਹਿ ਜਾਂਦਾ ਹੈ, ਸਿਰਜਣਹਾਰ ਨਹੀਂ ਬਣਦਾ. ਇਸ ਵਿਸ਼ੇ ਬਾਰੇ ਡਾ. ਜਗਤਾਰ ਆਪਣੇ ਵਿਚਾਰ ਆਪਣੀ ਸ਼ਾਇਰੀ ਰਾਹੀਂ ਹੀ ਕੁਝ ਇਸ ਇਸ ਅੰਦਾਜ਼ ਨਾਲ ਪੇਸ਼ ਕਰਦਾ ਹੈ:

ਜਿਸ ਨੂੰ ਦਾਅਵਾ ਹੈ ਪਿੰਗਲ ਦਾ
ਮੇਰੇ ਵਰਗੇ ਸ਼ੇਅਰ ਕਹੇ
ਜੇ ਨਈਂ ਸੋਚ, ਬੁਲੰਦੀ, ਜਜ਼ਬਾ
ਕਿਸ ਕੰਮ ਇਹ ਫਿਆਲੁਣ, ਫਿਅਲਾਤ

ਪੰਜਾਬ ਦੇ ਇਤਿਹਾਸ ਵਿੱਚ ਅਨੇਕਾਂ ਵਾਰ ਘੁਮੰਡੀ ਰਾਜਨੀਤੀਵਾਨਾਂ ਨੇ ਪੰਜਾਬ ਦੀ ਹਕੂਮਤ ਸੰਭਾਲੀ ਅਤੇ ਪੰਜਾਬ ਦੇ ਲੋਕਾਂ ਉੱਤੇ ਹਰ ਤਰ੍ਹਾਂ ਦਾ ਤਸ਼ੱਦਦ ਕੀਤਾ. ਕਦੀ ਧਰਮ ਦੇ ਨਾਮ ਉੱਤੇ, ਕਦੀ ਬੋਲੀ ਦੇ ਨਾਮ ਉੱਤੇ ਅਤੇ ਕਦੀ ਮਹਿਜ਼ ਪੰਜਾਬੀਆਂ ਉੱਤੇ ਹਕੂਮਤ ਕਰਨ ਦੇ ਨਸ਼ੇ ਹੇਠ ਹੀ. ਅਜਿਹੇ ਘੁਮੰਡੀ ਰਾਜਨੀਤੀਵਾਨਾਂ ਦੀਆਂ ਗਲਤ ਨੀਤੀਆਂ ਦਾ ਲੋਕ ਜਦੋਂ ਵਿਰੋਧ ਕਰਦੇ ਤਾਂ ਇਹ ਘੁਮੰਡੀ ਰਾਜਨੀਤੀਵਾਨ ਲੋਕਾਂ ਦੀ ਆਵਾਜ਼ ਦਬਾਉਣ ਲਈ ਉਨ੍ਹਾਂ ਉੱਤੇ ਬੇਤਹਾਸ਼ਾ ਤਸ਼ੱਦਦ ਕਰਦੇ. ਗੱਦੀ ਨੂੰ ਜੱਫਾ ਮਾਰਨ ਖਾਤਰ ਜੇਕਰ ਉਨ੍ਹਾਂ ਨੂੰ ਹਜ਼ਾਹਾਂ ਹੀ ਲੋਕਾਂ ਦੀਆਂ ਲਾਸ਼ਾਂ ਦੇ ਢੇਰ ਵੀ ਲਗਾਣੇ ਪੈਂਦੇ ਤਾਂ ਉਹ ਇਹ ਘਿਨਾਉਣਾ ਕੰਮ ਕਰਨ ਤੋਂ ਨ ਝਿਜਕਦੇ. ਡਾ. ਜਗਤਾਰ ਦਾ ਇਹ ਵਿਸ਼ਵਾਸ ਹੈ ਕਿ ਭਾਵੇਂ ਇਹ ਘੁਮੰਡੀ ਹੁਕਮਰਾਨ ਕਿੰਨੇ ਵੀ ਸ਼ਕਤੀਸ਼ਾਲੀ ਕਿਉਂ ਨਾ ਹੋਣ ਇੱਕ ਦਿਨ ਉਨ੍ਹਾਂ ਦੇ ਤਖ਼ਤ ਵੀ ਮਿੱਟੀ ਦਾ ਢੇਰ ਬਣ ਜਾਂਦੇ ਹਨ. ਇਸ ਸੱਚਾਈ ਨੂੰ ਡਾ. ਜਗਤਾਰ ਆਪਣੀ ਸ਼ਾਇਰੀ ਵਿੱਚ ਕੁਝ ਇਸ ਤਰ੍ਹਾਂ ਬਿਆਨ ਕਰਦਾ ਹੈ :

ਜਿਨ੍ਹਾਂ ਨੇ ਮਿੱਟੀ ਨੂੰ ਰੋਂਦਿਆ ਸੀ, ਜਿਨ੍ਹਾਂ ਨੇ ਮਿੱਟੀ ਤੇ ਜ਼ੁਲਮ ਕੀਤੇ
ਮੈਂ ਖ਼ਾਕ ਹੁੰਦੇ ਤਾਜ ਵੇਖੇ, ਮੈਂ ਖ਼ਾਕ ਹੁੰਦੇ ਉਹ ਤਖ਼ਤ ਵੇਖੇ

ਡਾ. ਜਗਤਾਰ ਉਨ੍ਹਾਂ ਲੋਕਾਂ ਨੂੰ ਵੀ ਪਸੰਦ ਨਹੀਂ ਕਰਦਾ ਜੋ ਆਪਣੀ ਮਾਂ-ਬੋਲੀ ਪੰਜਾਬੀ ਦਾ ਆਪਣੀ ਤੰਗਦਿਲੀ ਕਾਰਨ ਵਿਰੋਧ ਕਰਦੇ ਹਨ. ਮਾਂ-ਬੋਲੀ ਪੰਜਾਬੀ ਵਿੱਚ ਹਿੰਦੂ, ਸਿੱਖ, ਮੁਸਲਿਮ, ਈਸਾਈ - ਹਰ ਧਰਮ ਨਾਲ ਸਬੰਧਤ ਲੇਖਕਾਂ ਦੀਆਂ ਹੀ ਵੱਡਮੁੱਲੀਆਂ ਲਿਖਤਾਂ ਮੌਜੂਦ ਹਨ. ਅਜਿਹੀ ਤੰਗ ਸੋਚ ਵਾਲੇ ਲੋਕਾਂ ਬਾਰੇ ਡਾ. ਜਗਤਾਰ ਕੁਝ ਇਸ ਤਰ੍ਹਾਂ ਸੋਚਦਾ ਹੈ :

ਦੋਸਤਾ ! ਨਾ ਵੇਖ ਘਿਰਣਾ ਨਾਲ ਪੰਜਾਬੀ ਜ਼ੁਬਾਨ
ਇਸ 'ਚ 'ਨਾਨਕ' ਵੀ ਹੈ 'ਵਾਰਸ' ਵੀ ਹੈ ਤੇ 'ਬਾਹੂ' ਵੀ ਹੈ

ਅਜਿਹੇ ਲੋਕਾਂ ਬਾਰੇ ਹੀ ਉਹ ਇਹ ਸ਼ੇਅਰ ਕਹਿ ਰਿਹਾ ਹੈ ਜਿਹੜੇ ਮਾਂ-ਬੋਲੀ ਦੀ ਕਦਰ ਨਹੀਂ ਕਰਦੇ ਅਤੇ ਇਹਦੇ ਨਾਲ ਮਤਰੇਆਂ ਵਾਲਾ ਸਲੂਕ ਕਰਦੇ ਹਨ ਅਤੇ ਗ਼ੈਰਾਂ ਦੀਆਂ ਮਿਸਾਲਾਂ ਦਿੰਦੇ ਹਨ. ਉਹ ਉਨ੍ਹਾਂ ਲੋਕਾਂ ਨੂੰ ਹਲੂਣਾ ਦੇ ਕੇ ਉਸ ਵੇਲੇ ਦੀ ਯਾਦ ਦਵਾਂਦਾ ਹੈ ਜਦ ਫਾਰਸੀ ਜ਼ੁਬਾਨ ਅੱਗੇ ਕਿਸੇ ਹੋਰ ਜ਼ੁਬਾਨ ਦਾ ਦੀਵਾ ਨਹੀਂ ਸੀ ਬਲਦਾ ਤੇ ਫਾਰਸੀ ਬੋਲੀ ਦੇ ਹੁੰਦਿਆਂ ਹੋਇਆਂ ਉਨ੍ਹਾਂ ਬਜ਼ੁਰਗ ਕਵੀਆਂ ਤੇ ਸਿਆਣਿਆਂ ਦੀ ਮਿਸਾਲ ਦੇ ਕੇ ਗੱਲ ਕਰਦਾ ਹੈ ਜਿਹੜੇ ਪੰਜਾਬ ਦਾ

ਮਾਣ-ਤਰਾਣ ਸਨ. ਉਨ੍ਹਾਂ ਆਪਣੇ ਦੌਰ ਦੇ ਹਵਾਲੇ ਨਾਲ ਨਹੀਂ ਬਲਕਿ ਆਪਣੇ ਖਿੱਤੇ, ਆਪਣੀ ਧਰਤੀ ਦੇ ਹਵਾਲੇ ਨਾਲ ਜਿਹੜੀ ਵੀ ਕੋਈ ਗੱਲ ਕੀਤੀ, ਆਪਣੀ ਮਾਂ-ਬੋਲੀ ਦੇ ਹਵਾਲੇ ਨਾਲ ਹੀ ਕੀਤੀ ਹੈ ਤੇ ਬੇਹੌਸਲਿਆਂ ਦੇ ਹੌਸਲੇ ਬੁਲੰਦ ਕੀਤੇ ਹਨ. ਪੰਜਾਬ ਵਿੱਚ ਰਹਿਣ ਵਾਲੇ ਜਿਹੜੇ ਪੰਜਾਬੀਆਂ ਨੇ ਆਪਣੀ ਮਾਂ-ਬੋਲੀ ਪੰਜਾਬੀ ਨੂੰ ਮਾਂ-ਬੋਲੀ ਹੀ ਕਹਿਣ ਤੋਂ ਇਨਕਾਰ ਕਰ ਦਿੱਤਾ ਉਨ੍ਹਾਂ ਦੇ ਅਜਿਹੇ ਝੂਠ ਬੋਲਣ ਦੇ ਨਤੀਜੇ ਵਜੋਂ ਭਾਰਤੀ ਪੰਜਾਬ ਅਤੇ ਪਾਕਿਸਤਾਨੀ ਪੰਜਾਬ ਦੋਹਾਂ ਹੀ ਖਿੱਤਿਆਂ ਵਿੱਚ ਰਹਿਣ ਵਾਲੇ ਲੋਕਾਂ ਨੇ ਹੀ ਬਹੁਤ ਹੀ ਮੰਦੇ ਦਿਨ ਦੇਖੇ ਹਨ. ਜਿਸ ਦੇ ਨਤੀਜੇ ਵਜੋਂ ਹਜ਼ਾਰਾਂ ਹੀ ਪੰਜਾਬੀਆਂ ਨੂੰ ਆਪਣੀਆਂ ਜਾਨਾਂ ਕੁਰਬਾਨ ਕਰਨੀਆਂ ਪਈਆਂ ਹਨ.

ਡਾ. ਜਗਤਾਰ ਦੀ ਸ਼ਾਇਰੀ ਉੱਤੇ ਉਸਦੀ ਨਿੱਜੀ ਜ਼ਿੰਦਗੀ ਨਾਲ ਸਬੰਧਤ ਤਲਖ ਹਕੀਕਤਾਂ ਦਾ ਵੀ ਪ੍ਰਭਾਵ ਪਿਆ. ਉਸਦੀ ਨਿੱਜੀ ਜ਼ਿੰਦਗੀ ਦੁਖਦ ਘਟਨਾਵਾਂ ਅਤੇ ਤਲਖੀਆਂ ਨਾਲ ਭਰੀ ਹੋਈ ਸੀ. ਇਹ ਦੁਖਦ ਘਟਨਾਵਾਂ ਤਾਂ ਉਸ ਨਾਲ ਉਦੋਂ ਹੀ ਵਾਪਰਨੀਆਂ ਸ਼ੁਰੂ ਹੋ ਗਈਆਂ ਸਨ ਜਦੋਂ ਉਹ ਅਜੇ ਆਪਣੀ ਮਾਂ ਦੇ ਪੇਟ ਵਿੱਚ ਹੀ ਸੀ. ਉਸਦੇ ਆਪਣੇ ਹੀ ਪ੍ਰਵਾਰ ਦੇ ਕੁਝ ਲੋਕਾਂ ਨੇ ਉਸ ਦੀ ਮਾਂ ਉੱਤੇ ਬਹੁਤ ਬੇਰਹਿਮੀ ਨਾਲ ਹਿੰਸਾਤਮਕ ਹਮਲਾ ਕੀਤਾ ਸੀ ਜਦੋਂ ਉਹ ਅਜੇ ਗਰਭਵਤੀ ਸੀ. ਇਸ ਹਮਲੇ ਦੌਰਾਨ ਜਗਤਾਰ ਦੀ ਆਪਣੀ ਮਾਂ ਦੇ ਪੇਟ ਵਿੱਚ ਹੀ ਮੌਤ ਵੀ ਹੋ ਸਕਦੀ ਸੀ. ਆਪਣੀ ਸਮੁੱਚੀ ਜ਼ਿੰਦਗੀ ਦੇ ਹਾਲਾਤਾਂ ਨੂੰ ਡਾ. ਜਗਤਾਰ ਆਪਣੇ ਇਸ ਸ਼ੇਅਰ ਵਿੱਚ ਬਹੁਤ ਹੀ ਖੂਬਸੂਰਤੀ ਨਾਲ ਬਿਆਨ ਕਰਦਾ ਹੈ :

ਜੇ ਸਿਰ ਲੁਕਾਇਆ ਤਾਂ ਪੈਰ ਨੰਗੇ, ਜੇ ਪੈਰ ਕੱਜੇ ਤਾਂ ਸਿਰ ਅਲਾਣਾ
ਹੁਨਾਲ ਛਾਂ ਨਾ ਸਿਆਲ ਬਾਲਣ, ਮੈਂ ਐਸੇ ਐਸੇ ਵੀ ਵਕਤ ਵੇਖੇ

ਡਾ. ਜਗਤਾਰ ਨੇ 'ਦੁੱਧ ਪੱਥਰੀ', 'ਛਾਂਗਿਆ ਰੁੱਖ', 'ਲਹੂ ਦੇ ਨਕਸ਼', 'ਅਧੂਰਾ ਆਦਮੀ', 'ਤਲਖ਼ੀਆਂ ਰੰਗੀਨੀਆਂ', 'ਰੁੱਤਾਂ ਰਾਂਗਲੀਆਂ', 'ਸ਼ੀਸ਼ੇ ਦਾ ਜੰਗਲ', 'ਜਜ਼ੀਰਿਆਂ ਵਿਚ ਘਿਰਿਆ ਸਮੁੰਦਰ', 'ਜੁਗਨੂੰ ਦੀਵਾ ਤੇ ਦਰਿਆ', 'ਚਨੁਕਰੀ ਸ਼ਾਮ' ਤੇ 'ਅੱਖਾਂ ਵਾਲੀਆਂ ਪੈੜਾਂ' ਨਾਮ ਦੇ ਕਾਵਿ-ਸੰਗ੍ਰਹਿ ਪਰਕਾਸ਼ਤ ਕੀਤੇ.

ਡਾ. ਜਗਤਾਰ ਦੀ ਕਵਿਤਾ ਕ੍ਰਾਂਤੀਕਾਰੀ ਪੰਜਾਬੀ ਸ਼ਾਇਰੀ ਦਾ ਉੱਤਮ ਨਮੂਨਾ ਹੈ. ਉਸ ਨੂੰ ਆਪਣੀ ਗੱਲ ਕਹਿਣ ਦਾ ਸਲੀਕਾ ਆਉਂਦਾ ਹੈ. ਉਸ ਕੋਲ ਕਹਿਣ ਲਈ 'ਗੱਲ' ਵੀ ਹੈ ਅਤੇ ਗੱਲ ਕਹਿਣ ਦਾ 'ਅੰਦਾਜ਼' ਵੀ. ਉਸਦੀ ਕਵਿਤਾ ਕ੍ਰਾਂਤੀ, ਆਜ਼ਾਦੀ ਅਤੇ ਜ਼ਿੰਦਗੀ ਦਾ ਸੁਨੇਹਾ ਬੜੀ ਕਾਮਿਯਾਬੀ ਨਾਲ ਦਿੰਦੀ ਹੈ ਅਤੇ ਸੁੱਤੀਆਂ ਹੋਈਆਂ ਆਤਮਾਵਾਂ ਨੂੰ ਜਾਗਦੇ ਰਹੋ ਕਹਿ ਕੇ ਹਲੂਣਦੀ ਵੀ ਹੈ.

■ (ਮਾਲਟਨ, ਸਤੰਬਰ 13, 2016)

3.
ਸੰਤ ਰਾਮ ਉਦਾਸੀ : ਘੂਕ ਸੁੱਤੀ ਪਈ ਜਨਤਾ ਨੂੰ ਉੱਠਣ ਦੇ ਵੇਲੇ ਦੀ ਯਾਦ ਦਿਵਾਉਣ ਵਾਲਾ ਸ਼ਾਇਰ

ਤਕਰੀਬਨ 350 ਸਾਲ ਹਿੰਦੁਸਤਾਨ ਦੇ ਲੋਕਾਂ ਉੱਤੇ ਹਕੂਮਤ ਕਰਨ ਤੋਂ ਬਾਹਦ ਅੰਗ੍ਰੇਜ਼ ਹੁਕਮਰਾਨ 1947 ਵਿਚ ਹਿੰਦੁਸਤਾਨ ਛੱਡ ਕੇ ਚਲੇ ਗਏ; ਪਰ ਹਿੰਦੁਸਤਾਨ ਦੇ ਲੋਕਾਂ ਨੂੰ ਗੁਲਾਮੀ ਤੋਂ ਮੁਕਤੀ ਨ ਮਿਲੀ. ਮਹਿਜ਼, ਹਕੂਮਤ ਦੀਆਂ ਕੁਰਸੀਆਂ ਉੱਤੇ ਬੈਠਣ ਵਾਲੇ ਵਿਅਕਤੀਆਂ ਦਾ ਰੰਗ ਅਤੇ ਨਸਲ ਹੀ ਬਦਲੀ. ਅੰਗ੍ਰੇਜ਼ ਹਿੰਦੁਸਤਾਨ ਛੱਡਣ ਤੋਂ ਪਹਿਲਾਂ ਹਕੂਮਤ ਦੀ ਕੁਰਸੀ ਉੱਤੇ ਹਿੰਦੁਸਤਾਨੀ ਮੂਲ ਦੇ ਆਪਣੇ ਅਜਿਹੇ ਝੋਲੀ ਝੁੱਕ ਲੋਕਾਂ ਨੂੰ ਬਿਠਾ ਗਏ - ਜੋ ਕਿ ਨ ਸਿਰਫ ਅੰਗਰੇਜ਼ਾਂ ਦੀ ਬੋਲੀ ਹੀ ਬੋਲਦੇ ਸਨ, ਬਲਕਿ ਉਨ੍ਹਾਂ ਦਾ ਸੁਭਾਅ, ਆਦਤਾਂ ਅਤੇ ਸੋਚਣ ਦਾ ਢੰਗ ਵੀ ਅੰਗ੍ਰੇਜ਼ਾਂ ਵਰਗਾ ਹੀ ਸੀ. ਹਿੰਦੁਸਤਾਨ ਦੇ ਆਜ਼ਾਦੀ ਸੰਗ੍ਰਾਮ ਵਿੱਚ ਮਹੱਤਵ-ਪੂਰਨ ਯੋਗਦਾਨ ਪਾਉਣ ਵਾਲੇ ਸ਼ਹੀਦ ਭਗਤ ਸਿੰਘ, ਚੰਦਰ ਸ਼ੇਖਰ ਆਜ਼ਾਦ, ਸੁਖਦੇਵ, ਰਾਜਗੁਰੂ, ਊਧਮ ਸਿੰਘ ਆਜ਼ਾਦ, ਕਰਤਾਰ ਸਿੰਘ ਸਰਾਭਾ ਅਤੇ ਉਨ੍ਹਾਂ ਦੇ ਅਨੇਕਾਂ ਹੋਰ ਕਰਾਂਤੀਕਾਰੀ ਸਾਥੀਆਂ ਨੇ ਹਿੰਦੁਸਤਾਨ ਦੇ ਲੋਕਾਂ ਲਈ ਜਿਸ ਤਰ੍ਹਾਂ ਦੀ ਆਜ਼ਾਦੀ ਪ੍ਰਾਪਤ ਕਰਨ ਲਈ ਆਪਣੀਆਂ ਜਾਨਾਂ ਕੁਰਬਾਨ ਕੀਤੀਆਂ

ਸਨ ਉਹ ਆਜ਼ਾਦੀ ਹਿੰਦੁਸਤਾਨ ਵਿੱਚ ਨਾ ਆਈ; ਉਹ ਆਜ਼ਾਦੀ ਇੱਕ ਸੁਫ਼ਨਾ ਬਣ ਕੇ ਹੀ ਰਹਿ ਗਈ ਸੀ.

1967 ਵਿੱਚ ਹਿੰਦੁਸਤਾਨ ਵਿੱਚ ਉੱਠੀ ਨਕਸਲਬਾੜੀ ਲਹਿਰ ਲੋਕਾਂ ਨੂੰ ਇੱਕ ਵਾਰ ਫਿਰ ਉਸ ਅਧੂਰੀ ਰਹਿ ਗਈ ਆਜ਼ਾਦੀ ਦਾ ਸੁਫ਼ਨਾ ਯਾਦ ਕਰਵਾਉਣ ਦੀ ਇੱਕ ਲਹਿਰ ਸੀ. ਪੱਛਮੀ ਬੰਗਾਲ 'ਚੋਂ ਉੱਠੀ ਇਸ ਰਾਜਨੀਤਕ ਲਹਿਰ ਨੇ ਹਿੰਦੁਸਤਾਨ ਦੇ ਅਨੇਕਾਂ ਹੋਰਨਾਂ ਹਿੱਸਿਆਂ ਵਾਂਗ ਪੰਜਾਬ ਦੀ ਰਾਜਨੀਤੀ, ਸਭਿਆਚਾਰ ਅਤੇ ਸਾਹਿਤ ਉੱਤੇ ਵੀ ਤਿੱਖਾ ਪ੍ਰਭਾਵ ਪਾਇਆ. ਇਸ ਲਹਿਰ ਦੇ ਅਸਰ ਹੇਠ ਬਹੁਤ ਹੀ ਸ਼ਕਤੀਸ਼ਾਲੀ ਅਤੇ ਲੋਕ-ਪੱਖੀ ਪੰਜਾਬੀ ਸਾਹਿਤ ਰਚਿਆ ਗਿਆ. ਪੰਜਾਬੀ ਕਵਿਤਾ ਦੇ ਖੇਤਰ ਵਿੱਚ ਇਸ ਲਹਿਰ ਨੇ ਪਾਸ਼, ਸੰਤ ਰਾਮ ਉਦਾਸੀ, ਲਾਲ ਸਿੰਘ ਦਿਲ, ਦਰਸ਼ਨ ਖਟਕੜ, ਅਮਰਜੀਤ ਚੰਦਨ ਅਤੇ ਹਰਭਜਨ ਹਲਵਾਰਵੀ ਵਰਗੇ ਨਾਮਵਰ ਸ਼ਾਇਰ ਪੈਦਾ ਕੀਤੇ. ਇਨ੍ਹਾਂ ਸ਼ਾਇਰਾਂ ਨੇ ਆਪਣੀ ਸ਼ਾਇਰੀ ਵਿੱਚ ਨ ਸਿਰਫ ਆਮ ਲੋਕਾਂ ਦੇ ਦੁੱਖਾਂ-ਦਰਦਾਂ ਨੂੰ ਹੀ ਪੇਸ਼ ਕੀਤਾ ਬਲਕਿ ਉਨ੍ਹਾਂ ਦੁੱਖਾਂ-ਦਰਦਾਂ ਤੋਂ ਮੁਕਤੀ ਪ੍ਰਾਪਤ ਕਰਨ ਦਾ ਰਾਹ ਵੀ ਦੱਸਿਆ. ਇਨ੍ਹਾਂ ਕਰਾਂਤੀਕਾਰੀ ਪੰਜਾਬੀ ਸ਼ਾਇਰਾਂ ਵਿੱਚੋਂ ਜਿਸ ਸ਼ਾਇਰ ਨੂੰ ਆਮ ਲੋਕਾਂ ਵੱਲੋਂ ਇੱਕ ਕਰਾਂਤੀਕਾਰੀ ਗੀਤਕਾਰ ਦੇ ਤੌਰ ਉੱਤੇ ਸਭ ਤੋਂ ਵੱਧ ਸਵੀਕਾਰਿਆ ਗਿਆ ਉਹ ਨਾਮ ਹੈ ਸੰਤ ਰਾਮ ਉਦਾਸੀ.

ਸੰਤ ਰਾਮ ਉਦਾਸੀ ਦੇ ਗੀਤ ਹਿੰਦੁਸਤਾਨ ਦੀ ਘੂਕ ਸੁੱਤੀ ਪਈ ਜਨਤਾ ਨੂੰ ਉੱਠਣ ਦੇ ਵੇਲੇ ਦੀ ਯਾਦ ਦਿਵਾਉਂਦੇ ਹਨ. ਪੇਸ਼ ਹਨ, ਉਸ ਦੇ ਚਰਚਿਤ ਗੀਤ 'ਉੱਠਣ ਦਾ ਵੇਲਾ' ਦੀਆਂ ਇਹ ਭਾਵਪੂਰਤ ਸਤਰਾਂ :

ਉੱਠ ਕਿਰਤੀਆ ਉੱਠ ਵੇ, ਉੱਠਣ ਦਾ ਵੇਲਾ
ਜੜ੍ਹ ਵੈਰੀ ਦੀ ਪੁੱਟ ਵੇ, ਪੁੱਟਣ ਦਾ ਵੇਲਾ.......

ਜੇ ਰੋਟੀ ਦੀ ਅੱਗ ਚਾਹੀਦੀ, ਤਾਂ ਫਿਰ ਸਾਂਭ ਬਰੂਦ ਨਾ ਰੱਖੀਂ
ਜੇ ਕੁਝ ਮੁੜ੍ਹਕੇ ਦਾ ਮੋਹ ਹੈਗਾ, ਤਾਂ ਫਿਰ ਨੱਪ ਖਰੂਦ ਨਾ ਰੱਖੀਂ
ਤੂੰ ਐਟਮ ਦੀ ਧੂੜ ਵਿਚਾਲੇ, ਸੁੱਟ ਚਾਨਣ ਦੀ ਮੁੱਠ ਵੇ

ਮੁੜ ਜੇ ਕਿਤੇ ਨਿਰਾਸ਼ ਨਾ ਕਵਿਤਾ, ਤੇਰੇ ਦਰ ਮੂਹਰੇ ਦੇ ਹੋਕਾ
ਕਲਮ ਲਹੂ ਵਿੱਚ ਕੱਢੇ ਕੁਤਕੁਤੀ, ਸੁਰਤ ਕਰੀਂ ਵੇ ਸੁੱਤਿਆ ਲੋਕਾ
ਖੜ੍ਹੇ ਤਲਾਅ ਵਿੱਚ ਵਾਂਗ ਕੰਕਰੀਂ, ਲਹਿਰਾਂ ਬਣ ਕੇ ਫੁੱਟ ਵੇ
ਉੱਠਣ ਦਾ ਵੇਲਾ..............

ਸੰਤ ਰਾਮ ਉਦਾਸੀ ਦੇ ਗੀਤਾਂ ਦੀ ਖ਼ੂਬਸੂਰਤੀ ਇਸ ਗੱਲ ਵਿੱਚ ਹੈ ਕਿ ਉਹ ਬੜੀ ਹੀ ਸਿੱਧੀ, ਸਰਲ ਅਤੇ ਸਪੱਸ਼ਟ ਭਾਸ਼ਾ ਵਿੱਚ ਗੱਲ ਕਰਦਾ ਹੈ. ਉਹ ਮਜ਼ਦੂਰ ਜਮਾਤ ਦੇ ਦੁੱਖਾਂ-ਦਰਦਾਂ ਦਾ ਮੂਲ਼ ਕਾਰਨ ਦਸਦਾ ਹੋਇਆ ਇਹ ਵੀ ਸਪੱਸ਼ਟ ਰੂਪ ਵਿੱਚ ਦਸਦਾ ਹੈ ਕਿ ਇਹ ਦੁੱਖ-ਦਰਦ ਮਿੱਠੀਆਂ ਮਿੱਠੀਆਂ ਗੱਲਾਂ ਕਰਨ ਨਾਲ ਦੂਰ ਨਹੀਂ ਹੋਣੇ. ਇਹ ਦੁੱਖ-ਦਰਦ ਦੂਰ ਕਰਨ ਲਈ ਉਨ੍ਹਾਂ ਸ਼ਕਤੀਆਂ

ਵਿਰੁੱਧ ਹਥਿਆਰਬੰਦ ਯੁੱਧ ਲੜਨਾ ਪਵੇਗਾ ਜੋ ਸ਼ਕਤੀਆਂ ਇਨ੍ਹਾਂ ਦੁੱਖਾਂ-ਦਰਦਾਂ ਲਈ ਮੂਲ-ਰੂਪ ਵਿੱਚ ਜ਼ਿੰਮੇਵਾਰ ਹਨ.

ਸੰਤ ਰਾਮ ਉਦਾਸੀ ਆਪਣੇ ਗੀਤਾਂ ਵਿੱਚ ਸਭ ਤੋਂ ਵੱਧ ਸ਼ਿੱਦਤ ਨਾਲ ਉਨ੍ਹਾਂ ਲੋਕਾਂ ਦੇ ਦੁੱਖਾਂ-ਦਰਦਾਂ ਦੀ ਗੱਲ ਕਰਦਾ ਹੈ ਜਿਨ੍ਹਾਂ ਨੂੰ ਹਜ਼ਾਰਾਂ ਸਾਲਾਂ ਤੋਂ ਭਾਰਤੀ ਸਮਾਜ ਵਿੱਚ ਪੈਰਾਂ ਹੇਠ ਰੋਲਿਆ ਜਾ ਰਿਹਾ ਹੈ ਅਤੇ ਜਿਨ੍ਹਾਂ ਨੂੰ 'ਦਲਿਤ' ਸ਼ਬਦ ਨਾਲ ਮੁਖਾਤਿਬ ਕੀਤਾ ਜਾਂਦਾ ਹੈ. ਸੰਤ ਰਾਮ ਉਦਾਸੀ ਦਾ ਜਨਮ ਵੀ ਇੱਕ ਐਸੇ ਹੀ ਦਲਿਤ ਪ੍ਰਵਾਰ ਵਿੱਚ ਹੀ ਹੋਇਆ ਸੀ. ਇਸ ਲਈ ਉਸ ਨੇ ਆਪ ਵੀ ਅਜਿਹੇ ਦੁੱਖ-ਦਰਦ ਉਮਰ ਭਰ ਆਪਣੇ ਤਨ-ਮਨ ਉੱਤੇ ਹੰਢਾਏ ਸਨ. ਇਸੇ ਲਈ ਅਜਿਹੇ ਅਨੁਭਵ ਉਸ ਦੀ ਸ਼ਾਇਰੀ ਦਾ ਮੂਲ ਆਧਾਰ ਬਣੇ. ਸਾਡੇ ਸਮਾਜ ਦੇ ਅਜਿਹੇ ਦੱਬੇ-ਕੁਚਲੇ ਲੋਕਾਂ ਦੇ ਦੁੱਖ-ਦਰਦ ਸਾਡੀ ਸ਼ਾਇਰੀ ਦਾ ਵਿਸ਼ਾ ਬਨਣ ਤੋਂ ਅਕਸਰ ਹੀ ਬਾਹਰ ਰਹਿ ਜਾਂਦੇ ਹਨ. ਪੰਜਾਬੀ ਸ਼ਾਇਰੀ, ਅਕਸਰ, ਨਿੱਜੀ ਪਿਆਰ ਦੇ ਰੋਣ-ਕੁਰਲਾਣ ਦੀ ਪੇਸ਼ਕਾਰੀ ਕਰਨ ਜਾਂ ਸਮਾਜਿਕ ਤਬਦੀਲੀ ਲਈ ਦੋਗਲੀ ਭਾਸ਼ਾ ਵਿੱਚ ਗੋਲਮੋਲ ਗੱਲ ਕਰਨ ਤੱਕ ਹੀ ਸੀਮਤ ਹੋ ਕੇ ਰਹਿ ਜਾਂਦੀ ਰਹੀ ਹੈ. ਆਪ ਸ਼ਾਹੀ ਜ਼ਿੰਦਗੀ ਜਿਉਣ ਵਾਲੇ ਪੰਜਾਬੀ ਸ਼ਾਇਰ, ਮਹਿਜ਼, ਸਟੇਜੀ ਵਾਹ ਵਾਹ ਖੱਟਣ ਲਈ ਆਪਣੀ ਸ਼ਾਇਰੀ ਨੂੰ ਸਮਾਜ ਦੇ ਦੱਬੇ-ਕੁਚਲੇ ਲੋਕਾਂ ਦੀ ਜ਼ਿੰਦਗੀ ਨਾਲ ਜੋੜਨ ਦੀਆਂ ਕੋਸ਼ਿਸ਼ਾਂ ਕਰਦੇ ਰਹੇ ਹਨ. ਜਿਸ ਨੂੰ, ਨਿਰਸੰਦੇਹ, ਅਖੌਤੀ ਪ੍ਰਗਤੀਵਾਦੀ ਸ਼ਾਇਰਾਂ ਦੀ ਅਖੌਤੀ ਪ੍ਰਗਤੀਵਾਦੀ ਸ਼ਾਇਰੀ ਹੀ ਕਿਹਾ ਜਾ ਸਕਦਾ ਹੈ. ਅਜਿਹੇ ਪੰਜਾਬੀ ਸ਼ਾਇਰਾਂ ਵਿੱਚ ਅਨੇਕਾਂ ਅਜਿਹੇ ਪ੍ਰਗਤੀਵਾਦੀ ਸ਼ਾਇਰ ਵੀ ਸ਼ਾਮਿਲ ਸਨ ਜਿਨ੍ਹਾਂ ਨੇ ਦਿਨ ਭਰ ਗਰੀਬ ਲੋਕਾਂ ਦੇ ਦੁੱਖਾਂ-ਦਰਦਾਂ ਬਾਰੇ ਸ਼ਾਇਰੀ ਲਿਖਣ/ਪੇਸ਼ ਕਰਨ ਤੋਂ ਬਾਹਦ ਸ਼ਾਮ ਨੂੰ ਮਹਿੰਗੀ ਤੋਂ ਮਹਿੰਗੀ ਅੰਗ੍ਰੇਜ਼ੀ ਸ਼ਰਾਬ ਪੀ ਕੇ ਆਪਣੀ ਥਕਾਵਟ ਉਤਾਰਨੀ ਹੁੰਦੀ ਸੀ.

ਸੰਤ ਰਾਮ ਉਦਾਸੀ ਆਪਣੇ ਬਹੁ-ਚਰਚਿਤ ਗੀਤ 'ਕੰਮੀਆਂ ਦਾ ਵਿਹੜਾ' ਦੀਆਂ ਇਨ੍ਹਾਂ ਸਤਰਾਂ ਰਾਹੀਂ 'ਦਲਿਤ' ਲੋਕਾਂ ਦੀ ਪੀੜਾ ਨੂੰ ਸ਼ਕਤੀਸ਼ਾਲੀ ਆਵਾਜ਼ ਦਿੰਦਾ ਹੈ :

ਜਿੱਥੇ ਲੋਕ ਬੜੇ ਮਜ਼ਬੂਰ ਜਿਹੇ
ਦਿੱਲੀ ਦੇ ਦਿਲ ਤੋਂ ਦੂਰ ਜਿਹੇ
ਤੇ ਭੁੱਖਾਂ ਵਿੱਚ ਮਸ਼ਹੂਰ ਜਿਹੇ
ਜਿੱਥੇ ਮਰ ਕੇ ਚਾਂਭਲ ਜਾਂਵਦੇ ਹਨ ਭੂਤ ਜਠੇਰੇ
ਤੂੰ ਮਘਦਾ ਰਈਂ ਵੇ ਸੂਰਜਾ ਕੰਮੀਆਂ ਦੇ ਵਿਹੜੇ

ਜਿੱਥੇ ਬੰਦਾ ਜੰਮਦਾ ਸੀਰੀ ਹੈ
ਟਕਿਆਂ ਦੀ ਮੀਰੀ ਪੀਰੀ ਹੈ
ਜਿੱਥੇ ਕਰਜ਼ੇ ਹੇਠ ਪੰਜੀਰੀ ਹੈ
ਬਾਪੂ ਦੇ ਕਰਜ਼ ਦਾ ਸੂਦ ਨੇ ਪੁੱਤ ਜੰਮਦੇ ਜੇਹੜੇ

ਤੂੰ ਮਘਦਾ ਰਈਂ ਵੇ ਸੂਰਜਾ ਕੰਮੀਆਂ ਦੇ ਵਿਹੜੇ

ਜੇ ਸੋਕਾ ਇਹ ਹੀ ਸੜਦੇ ਨੇ
ਜੇ ਡੋਬਾ ਇਹ ਹੀ ਮਰਦੇ ਨੇ
ਸਭ ਕਹਿਰ ਇਨ੍ਹਾਂ ਸਿਰ ਵਰ੍ਹਦੇ ਨੇ
ਜਿੱਥੇ ਫ਼ਸਲਾਂ ਨੇ ਛੱਡ ਜਾਂਦੀਆਂ ਅਰਮਾਨ ਤ੍ਰੇੜੇ
ਤੂੰ ਮਘਦਾ ਰਈਂ ਵੇ ਸੂਰਜਾ ਕੰਮੀਆਂ ਦੇ ਵਿਹੜੇ

ਜਿੱਥੇ ਹਾਰ ਮੰਨ ਲਈ ਚਾਵਾਂ ਨੇ
ਜਿੱਥੇ ਕੂੰਜ ਘੇਰ ਲਈ ਕਾਵਾਂ ਨੇ
ਜਿੱਥੇ ਅਣਵਿਆਹੀਆਂ ਹੀ ਮਾਵਾਂ ਨੇ
ਜਿੱਥੇ ਧੀਆਂ ਹੌਕੇ ਲੈਂਦੀਆਂ ਅਸਮਾਨ ਜਡੇਰੇ
ਤੂੰ ਮਘਦਾ ਰਈਂ ਵੇ ਸੂਰਜਾ ਕੰਮੀਆਂ ਦੇ ਵਿਹੜੇ

'ਕੰਮੀਆਂ ਦਾ ਵਿਹੜਾ' ਗੀਤ ਵਿੱਚ ਪੇਸ਼ ਕੀਤੇ ਗਏ ਵਿਚਾਰਾਂ ਨੂੰ ਸੰਤ ਰਾਮ ਉਦਾਸੀ ਆਪਣੇ ਗੀਤ 'ਚੂੜੀਆਂ ਦਾ ਹੋਕਾ' ਵਿੱਚ ਹੋਰ ਵਿਸਥਾਰ ਦਿੰਦਾ ਹੈ. 'ਕੰਮੀਆਂ ਦਾ ਵਿਹੜਾ' ਗੀਤ ਵਿੱਚ ਉਦਾਸੀ ਨੌਜਵਾਨ ਔਰਤਾਂ ਦੇ ਚਾਵਾਂ ਦੀ ਗੱਲ ਕਰਦਾ ਹੈ. ਜੋ ਆਰਥਿਕ ਥੁੜਾਂ ਕਾਰਨ ਕਦੀ ਵੀ ਪੂਰੇ ਨਹੀਂ ਹੋ ਸਕਦੇ. ਪਰ ਜਦੋਂ ਅਮੀਰ ਘਰਾਂ ਦੀਆਂ ਔਰਤਾਂ ਗਰੀਬ ਔਰਤਾਂ ਦੇ ਘਰਾਂ ਕੋਲੋਂ ਚੂੜੀਆਂ ਨਾਲ ਭਰੀਆਂ ਬਾਹਾਂ ਦੀਆਂ ਚੂੜੀਆਂ ਛਣਕਾ ਛਣਕਾ ਕੇ ਲੰਘਦੀਆਂ ਹਨ ਤਾਂ ਆਪਣੀਆਂ ਖਾਲੀ ਬਾਹਾਂ ਵੱਲ ਦੇਖ ਦੇਖ ਕੇ ਗਰੀਬ ਘਰਾਂ ਦੀਆਂ ਔਰਤਾਂ ਬਸ ਹੋਕਾ ਭਰ ਕੇ ਹੀ ਰਹਿ ਜਾਂਦੀਆਂ ਹਨ. ਉਸ ਪਲ ਉਨ੍ਹਾਂ ਦੇ ਦਿਲਾਂ ਉੱਤੇ ਜੋ ਗੁਜ਼ਰਦੀ ਹੈ ਸਿਰਫ ਉਹੀ ਦਸ ਸਕਦੀਆਂ ਹਨ. ਆਰਥਿਕ ਥੁੜਾਂ ਦੀ ਮਾਰ ਝੱਲਦੀਆਂ ਗਰੀਬ ਘਰਾਂ ਦੀਆਂ ਨੌਜੁਆਨ ਔਰਤਾਂ ਦੇ ਅਹਿਸਾਸਾਂ ਨੂੰ ਆਪਣੇ ਗੀਤ 'ਚੂੜੀਆਂ ਦਾ ਹੋਕਾ' ਦੀਆਂ ਇਨ੍ਹਾਂ ਸਤਰਾਂ ਵਿਚ ਉਦਾਸੀ ਕੁਝ ਇਸ ਕਾਵਿਕ-ਅੰਦਾਜ਼ ਨਾਲ ਪੇਸ਼ ਕਰਦਾ ਹੈ :

ਸਾਡੀ ਬੀਹੀ ਵਿੱਚ ਚੂੜੀਆਂ ਦਾ ਹੋਕਾ
ਦੇਈਂ ਨਾ ਵੀਰਾ ਵਣਜਾਰਿਆ
ਸਾਡੇ ਪਿੰਡਾਂ 'ਚ ਤਾਂ ਸਾਉਣ 'ਚ ਵੀ ਸੋਕਾ
ਸੋਕਾ-ਵੇ ਵੀਰਾ ਵਣਜਾਰਿਆ

ਉਦਾਸੀ ਦੇ ਇਸ ਗੀਤ ਦਾ ਹਿੱਸਾ ਬਣੀਆਂ ਗਰੀਬ ਘਰਾਂ ਦੀਆਂ ਜੁਆਨ ਔਰਤਾਂ ਨੂੰ ਵੀ ਇਸ ਗੱਲ ਦਾ ਪੂਰਾ ਪੂਰਾ ਅਹਿਸਾਸ ਹੈ ਕਿ ਇਹ ਹਾਲਾਤ ਐਵੇਂ ਨਹੀਂ ਬਦਲ ਜਾਣੇ. ਇਨ੍ਹਾਂ ਹਾਲਾਤਾਂ ਨੂੰ ਬਦਲਣ ਲਈ ਦੇਸ ਦੇ ਕਾਨੂੰਨੀ ਢਾਂਚੇ ਵਿਚ ਵੱਡੀਆਂ ਤਬਦੀਲੀਆਂ ਕਰਨੀਆਂ ਪੈਣਗੀਆਂ. ਵੱਡੀਆਂ ਤਬਦੀਲੀਆਂ ਲਿਆਉਣ ਲਈ ਹਥਿਆਰਬੰਦ ਜਮਾਤੀ ਯੁੱਧ ਵੀ ਲੜਣ ਦੀ ਲੋੜ ਪੈ ਸਕਦੀ ਹੈ. ਕਿਉਂਕਿ ਜਿਹੜੀਆਂ ਸ਼ਕਤੀਆਂ ਹਜ਼ਾਰਾਂ ਸਾਲਾਂ ਤੋਂ ਹਿੰਦੁਸਤਾਨੀ ਸਮਾਜ ਵਿਚ ਰਾਜਗੱਦੀ

ਉੱਤੇ ਕਬਜਾ ਜਮਾ ਕੇ ਬੈਠੀਆਂ ਹੋਈਆਂ ਹਨ ਉਹ ਗਰੀਬਾਂ ਨੂੰ ਕੋਈ ਵੀ ਹੱਕ ਆਸਾਨੀ ਨਾਲ ਦੇਣ ਲਈ ਤਿਆਰ ਨਹੀਂ ਹੋਣਗੀਆਂ. ਉਦਾਸੀ ਵੀ ਇਸ ਤੱਥ ਨੂੰ ਆਪਣੀ ਸ਼ਾਇਰੀ ਵਿੱਚ ਬਹੁਤ ਸਪੱਸ਼ਟ ਸ਼ਬਦਾਂ ਵਿੱਚ ਪੇਸ਼ ਕਰਦਾ ਹੈ:

ਫੇਰ ਸਾਡੇ ਪਿੰਡਾਂ 'ਚੋਂ ਨਿਰਾਸ਼ਾ ਨ ਤੂੰ ਜਾਏਂਗਾ
ਚੂੜੀਆਂ ਦੇ ਨਾਲ ਜਦੋਂ ਚਾਕੂ ਵੀ ਲਿਆਏਂਗਾ
ਅਸੀਂ ਪਾੜਨਾ ਕਾਨੂੰਨ ਦਾ ਵੇ ਖੋਖਾ
ਖੋਖਾ - ਵੇ ਵੀਰਾ ਵਣਜਾਰਿਆ...........

ਹਿੰਦੁਸਤਾਨ ਦੇ ਆਜ਼ਾਦੀ ਸੰਗਰਾਮ ਵਿੱਚ ਦੋ ਵੱਖੋ-ਵੱਖ ਵਿਚਾਰਧਾਰਾਵਾਂ ਨੂੰ ਬਹੁਤ ਹੀ ਸਪੱਸ਼ਟ ਰੂਪ ਵਿੱਚ ਮੰਨਣ ਵਾਲੀਆਂ ਦੋ ਧਿਰਾਂ ਲੀਡਰਸ਼ਿਪ ਦਾ ਰੋਲ ਅਦਾ ਕਰ ਰਹੀਆਂ ਸਨ. ਇੱਕ ਧਿਰ ਸੀ ਮਹਾਤਮਾ ਗਾਂਧੀ, ਜਵਾਹਰ ਲਾਲ ਨਹਿਰੂ ਅਤੇ ਇਨ੍ਹਾਂ ਦੇ ਸਾਥੀਆਂ ਦੀ ਅਹਿੰਸਾਵਾਦੀ ਕਾਂਗਰਸ ਜੋ ਕਿ ਅਮੀਰਾਂ ਨਾਲ ਮਿਲਕੇ ਰਾਜ-ਭਾਗ ਚਲਾਉਣਾ ਚਾਹੁੰਦੀ ਸੀ ਅਤੇ ਅੰਗਰੇਜ਼ਾਂ ਦੇ ਹਿੰਦੁਸਤਾਨ ਛੱਡ ਕੇ ਚਲੇ ਜਾਣ ਤੋਂ ਬਾਹਦ ਵੀ ਉਨ੍ਹਾਂ ਨਾਲ ਦੋਸਤਾਨਾ ਸਬੰਧ ਬਣਾਈ ਰੱਖਣੇ ਚਾਹੁੰਦੀ ਸੀ; ਪਰ ਦੂਜੀ ਧਿਰ ਜੋ ਕਿ ਸ਼ਹੀਦ ਭਗਤ ਸਿੰਘ, ਚੰਦਰ ਸ਼ੇਖਰ ਆਜ਼ਾਦ, ਸ਼ਿਵ ਵਰਮਾ, ਬੀ.ਕੇ. ਦੱਤ, ਸੁਖਦੇਵ, ਰਾਜਗੁਰੂ ਅਤੇ ਉਨ੍ਹਾਂ ਦੇ ਕਰਾਂਤੀਕਾਰੀ ਸਾਥੀਆਂ ਦੀ ਸੀ ਜੋ ਕਿ ਅੰਗਰੇਜ਼ਾਂ ਖਿਲਾਫ਼ ਹਥਿਆਰਬੰਦ ਲੜਾਈ ਲੜਨ ਦੇ ਹੱਕ ਵਿੱਚ ਸਨ. ਇਨ੍ਹਾਂ ਕਰਾਂਤੀਕਾਰੀਆਂ ਦਾ ਉਦੇਸ਼ ਅੰਗਰੇਜ਼ਾਂ ਨੂੰ ਹਿੰਦੁਸਤਾਨ ਵਿੱਚੋਂ ਭਜਾ ਕੇ ਹਿੰਦੁਸਤਾਨ ਵਿੱਚ ਮਜ਼ਦੂਰਾਂ-ਕਿਸਾਨਾਂ ਦੀ ਹਕੂਮਤ ਸਥਾਪਤ ਕਰਨਾ ਸੀ.

ਪਰ ਹਿੰਦੁਸਤਾਨ ਨੂੰ ਛੱਡ ਕੇ ਜਾਣ ਵੇਲੇ ਅੰਗਰੇਜ਼ ਹਿੰਦੁਸਤਾਨ ਦੀ ਹਕੂਮਤ ਦੀ ਵਾਗ ਡੋਰ ਮਹਾਤਮਾ ਗਾਂਧੀ, ਜਵਾਹਰ ਲਾਲ ਨਹਿਰੂ ਅਤੇ ਉਨ੍ਹਾਂ ਦੇ ਅਜਿਹੇ ਸਾਥੀਆਂ ਨੂੰ ਸੌਂਪ ਗਏ ਜੋ ਕਿ ਅਮੀਰਾਂ ਦਾ ਪੱਖ ਪੂਰਦੇ ਸਨ ਅਤੇ ਅੰਗਰੇਜ਼ਾਂ ਨਾਲ ਵੀ ਦੋਸਤਾਨਾ ਸਬੰਧ ਬਣਾਈ ਰੱਖਣਾ ਚਾਹੁੰਦੇ ਸਨ. ਜਿਸ ਕਾਰਨ ਹਿੰਦੁਸਤਾਨ ਨੂੰ ਅੰਗ੍ਰੇਜ਼ੀ ਹਕੂਮਤ ਤੋਂ ਆਜ਼ਾਦੀ ਮਿਲ ਜਾਣ ਤੋਂ ਬਾਹਦ ਵੀ ਮਜ਼ਦੂਰਾਂ, ਕਿਸਾਨਾਂ ਅਤੇ ਦੱਬੇ-ਕੁਚਲੇ ਲੋਕਾਂ ਦੀ ਸਮਾਜਿਕ, ਸਭਿਆਚਾਰਕ ਅਤੇ ਆਰਥਿਕ ਹਾਲਤ ਵਿੱਚ ਕੋਈ ਵਧੇਰੇ ਤਬਦੀਲੀ ਨ ਆ ਸਕੀ. ਅੰਗਰੇਜ਼ਾਂ ਦੇ ਚਲੇ ਜਾਣ ਤੋਂ ਬਾਹਦ ਹਿੰਦੁਸਤਾਨ ਵਿਚ ਹਿੰਦੁਸਤਾਨੀ ਲੋਕਾਂ ਦੀ ਬਣੀ ਸਰਕਾਰ ਵੀ ਸਰਮਾਇਦਾਰਾਂ ਦੇ ਹੱਕਾਂ ਦੀਆਂ ਹੀ ਗੱਲਾਂ ਕਰਨ ਲੱਗੀ ਅਤੇ ਅਮੀਰਾਂ ਦੇ ਹੱਕ ਦੀਆਂ ਹੀ ਨੀਤੀਆਂ ਬਨਾਉਣ ਲੱਗੀ. ਮਜ਼ਦੂਰਾਂ, ਕਿਸਾਨਾਂ ਅਤੇ ਗਰੀਬ ਲੋਕਾਂ ਵਿੱਚ ਹਿੰਦੁਸਤਾਨ ਸਰਕਾਰ ਦੀਆਂ ਅਜਿਹੀਆਂ ਖੋਖਲੀਆਂ ਨੀਤੀਆਂ ਖਿਲਾਫ਼ ਦਿਨ-ਬਦਿਨ ਰੋਸ ਜਾਗਣ ਲੱਗਾ. ਹਿੰਦੁਸਤਾਨ ਵਿੱਚ ਉੱਠੀ ਨਕਸਲਬਾੜੀ ਲਹਿਰ ਨੇ ਇਸ ਰੋਸ ਨੂੰ ਵਿਦਰੋਹ ਵਿੱਚ ਬਦਲ ਦਿੱਤਾ. ਭਾਵੇਂ ਕਿ ਸਮੇਂ ਦੀ ਹਿੰਦੁਸਤਾਨ ਸਰਕਾਰ ਨੇ ਹਿੰਦੁਸਤਾਨ ਦੇ ਵੱਖੋ ਵੱਖ ਹਿੱਸਿਆਂ ਵਿੱਚ ਉੱਠੇ ਇਸ ਵਿਦਰੋਹ ਨੂੰ ਪੂਰੀ ਸ਼ਕਤੀ ਨਾਲ ਦਬਾ ਦਿੱਤਾ, ਪਰ ਸਾਹਿਤਕਾਰਾਂ ਨੇ ਇਸ ਵਿਦਰੋਹ ਨੂੰ ਆਪਣੀਆਂ ਰਚਨਾਵਾਂ ਰਾਹੀਂ ਇੱਕ ਸ਼ਕਤੀਸ਼ਾਲੀ ਆਵਾਜ਼ ਦਿੱਤੀ. ਸੰਤ ਰਾਮ ਉਦਾਸੀ ਆਪਣੇ ਗੀਤ 'ਪੰਦਰਾਂ ਅਗਸਤ

ਦੇ ਨਾਂ' ਦੀਆਂ ਇਨ੍ਹਾਂ ਸਤਰਾਂ ਵਿੱਚ ਸਮੇਂ ਦੀ ਸਰਕਾਰ ਵੱਲੋਂ ਮਜ਼ਦੂਰਾਂ ਕਿਸਾਨਾਂ ਦੀ ਬੇਹਤਰੀ ਲਈ ਨਿਤ ਦਿਨ ਕੀਤੇ ਜਾਂਦੇ ਝੂਠੇ ਵਾਹਦਿਆਂ ਨੂੰ ਚੁਣੌਤੀ ਦਿੰਦਿਆਂ ਹੋਇਆਂ ਇੰਜ ਲਿਖਦਾ ਹੈ:

ਜਾਗ ਉੱਠਿਆ ਮਜੂਰ, ਜਾਗ ਉੱਠਿਆ ਕਿਸਾਨ
ਤੋੜ ਦਿਆਂਗੇ ਫਰੇਬ, ਹੋਇਆ ਸਮੇਂ ਦਾ ਐਲਾਨ
ਕੋਈ ਹੱਕਾਂ ਦਿਆਂ ਅੱਖਰਾਂ ਨੂੰ ਮੇਸ ਨਾ ਧਰੇ
ਆਖਣਾ ਸਮੇਂ ਦੀ ਸਰਕਾਰ ਨੂੰ
ਉਹ ਗਹਿਣੇ ਸਾਡਾ ਦੇਸ਼ ਨਾ ਧਰੇ
ਉੱਚੀ ਕਰਕੇ ਆਵਾਜ਼, ਮਜ਼ਦੂਰ ਨੇ ਹੈ ਕਹਿਣਾ
ਹਿੱਸਾ ਦੇਸ਼ ਦੀ ਆਜ਼ਾਦੀ ਵਿੱਚੋਂ ਅਸੀਂ ਵੀ ਹੈ ਲੈਣਾ
ਅੱਜ ਸਾਡੇ ਰਾਹਾਂ ਵਿਚ ਕੋਈ ਠੇਸ ਨਾ ਧਰੇ
ਆਖਣਾ ਸਮੇਂ ਦੀ ਸਰਕਾਰ ਨੂੰ
ਉਹ ਗਹਿਣੇ ਸਾਡਾ ਦੇਸ਼ ਨਾ ਧਰੇ

ਸਮੇਂ ਦੀ ਸਰਕਾਰ ਦੀਆਂ ਲੋਕ-ਵਿਰੋਧੀ ਪਾਲਸੀਆਂ ਖਿਲਾਫ਼ ਜਦੋਂ ਵੀ ਕੋਈ ਜਨਤਕ ਵਿਦਰੋਹ ਪੈਦਾ ਹੁੰਦਾ ਹੈ ਤਾਂ ਸਰਕਾਰ ਅਤੇ ਇਸ ਦੀਆਂ ਏਜੰਸੀਆਂ ਉਸ ਵਿਦਰੋਹ ਵਿੱਚ ਹਿੱਸਾ ਲੈਣ ਵਾਲੇ ਲੋਕਾਂ ਨੂੰ ਦੇਸ਼-ਧ੍ਰੋਹੀ ਹੋਣ ਦਾ ਫਤਵਾ ਦੇ ਦਿੰਦੀਆਂ ਹਨ. ਆਪਣੇ ਹੱਕਾਂ ਲਈ ਲੜ ਰਹੇ ਦੇਸ਼ ਭਗਤ ਲੋਕਾਂ ਉੱਤੇ ਸਰਕਾਰ ਵੱਲੋਂ ਦੇਸ਼-ਧ੍ਰੋਹੀ ਹੋਣ ਦਾ ਝੂਠਾ ਫਤਵਾ ਲਗਾਉਣ ਦਾ ਜੁਆਬ ਸੰਤ ਰਾਮ ਉਦਾਸੀ ਆਪਣੇ ਗੀਤ 'ਦੇਸ਼ ਹੈ ਪਿਆਰਾ ਸਾਨੂੰ' ਦੀਆਂ ਇਨ੍ਹਾਂ ਭਾਵਪੂਰਤ ਕਾਵਿ ਸਤਰਾਂ ਰਾਹੀਂ ਕੁਝ ਇਸ ਅੰਦਾਜ਼ ਨਾਲ ਦਿੰਦਾ ਹੈ :

ਦੇਸ਼ ਹੈ ਪਿਆਰਾ ਸਾਨੂੰ ਜ਼ਿੰਦਗੀ ਪਿਆਰੀ ਨਾਲੋਂ
ਦੇਸ਼ ਤੋਂ ਪਿਆਰੇ ਇਹਦੇ ਲੋਕ ਹਾਣੀਆਂ
ਅਸੀਂ ਤੋੜ ਦੇਣੀ
ਅਸੀਂ ਤੋੜ ਦੇਣੀ, ਲਹੂ ਪੀਣੀ ਜੋਕ ਹਾਣੀਆਂ

ਵਿਹਲੜਾਂ ਨੇ ਮਾਣਿਆਂ ਸਵਾਦ ਹੈ ਆਜ਼ਾਦੀਆਂ ਦਾ
ਕਾਮਿਆਂ ਦੀ ਜਾਨ ਲੀਰੋ ਲੀਰ ਹੋਈ ਏ
ਤੇਰੇ ਜ਼ੁਲਮਾਂ ਦੀ
ਤੇਰੇ ਜ਼ੁਲਮਾਂ ਦੀ, ਜ਼ਾਲਮਾਂ ਅਖੀਰ ਹੋਈ ਏ

ਸੁਣ ਲਵੋ ਕਾਗੋ, ਅਸੀਂ ਕਰ ਦੇਣਾ ਥੋਨੂੰ ਪੁੱਠੇ
ਘੁੱਗੀਆਂ ਦੇ ਬੱਚਿਆਂ ਨੂੰ ਕੋਹਣ ਵਾਲਿਓ
ਰੋਟੀ ਬੱਚਿਆਂ ਦੇ
ਰੋਟੀ ਬੱਚਿਆਂ ਦੇ ਹੱਥਾਂ ਵਿੱਚੋਂ ਖੋਹਣ ਵਾਲਿਓ

ਸੰਤ ਰਾਮ ਉਦਾਸੀ ਆਪਣੇ ਗੀਤਾਂ ਵਿੱਚ ਮਾਰਕਸਵਾਦੀ ਵਿਚਾਰਧਾਰਾ ਪੇਸ਼ ਕਰਦੇ ਹੋਏ ਆਪਣੀ ਸ਼ਾਇਰੀ ਦੇ ਪਾਠਕਾਂ / ਸਰੋਤਿਆਂ ਦੇ ਮਨਾਂ ਵਿੱਚ ਇਹ ਗੱਲ ਬਿਲਕੁਲ ਸਪੱਸ਼ਟ ਕਰ ਦਿੰਦਾ ਸੀ ਕਿ ਸਾਡੇ ਸਮਾਜ ਵਿੱਚ ਕੇਵਲ ਦੋ ਹੀ ਧਿਰਾਂ ਹਨ : ਸ਼ੋਸ਼ਣ ਕਰਨ ਵਾਲੇ ਅਤੇ ਸ਼ੋਸ਼ਤ ਹੋ ਰਹੇ ਲੋਕ. ਸ਼ੋਸ਼ਣ ਕਰਨ ਵਾਲੀ ਧਿਰ ਵਿੱਚ ਉਹ ਪੂੰਜੀਪਤੀ ਪ੍ਰਬੰਧ ਦਾ ਕਾਨੂੰਨ, ਕਾਨੂੰਨ ਨੂੰ ਲਾਗੂ ਕਰਨ ਵਾਲੀ ਅਫਸਰਸ਼ਾਹੀ, ਫ਼ੌਜ, ਪੁਲਿਸ ਆਦਿ ਨੂੰ ਸ਼ਾਮਿਲ ਕਰਦਾ ਹੈ. ਇਸ ਧਿਰ ਨੂੰ ਉਦਾਸੀ ਪੂੰਜੀਪਤੀ ਰਾਖਸ਼ਾਂ ਦੀ ਧਿਰ ਕਹਿੰਦਾ ਹੈ. ਉਦਾਸੀ ਆਪਣੀ ਸ਼ਾਇਰੀ ਵਿੱਚ ਇਹ ਗੱਲ ਪੂਰੀ ਤਰ੍ਹਾਂ ਸਪੱਸ਼ਟ ਕਰ ਦਿੰਦਾ ਹੈ. ਪੇਸ਼ ਹਨ ਉਸ ਦੀ ਰਚਨਾ 'ਪੂੰਜੀਪਤੀ ਰਾਖਸ਼ਾਂ ਦੀ ਧਾੜ' ਦੀਆਂ ਇਹ ਭਾਵਪੂਰਤ ਸਤਰਾਂ :

ਪੂੰਜੀਪਤੀ 'ਤੇ ਕੋਈ ਜੇ ਹੱਥ ਚੁੱਕੇ
ਗੂਠਾ ਆਪਣੀ ਘੰਡੀ ਤੇ ਸਮਝਦੀ ਇਹ
ਫ਼ੌਜ ਪੁਲਸ ਕਾਨੂੰਨ ਤੇ ਧਰਮ ਤਾਈਂ
ਮੁੱਲ ਲਿਆ ਜੁ ਮੰਡੀ ਤੇ ਸਮਝਦੀ ਇਹ

ਪੂੰਜੀਪਤ ਸਟੇਟ 'ਚ ਕਾਨੂੰਨ ਜ਼ੁਲਮ
ਪੂੰਜੀਪਤੀ ਦੇ ਹੈ ਨਾਲੋ ਨਾਲ ਰਹਿੰਦਾ
ਘਾਟਾ ਦਿਸਦਾ ਨੀ ਕਾਮੇ ਦੀ ਜ਼ਿੰਦਗੀ ਦਾ
ਸਦਾ ਆਪਣੇ ਨਫ਼ੇ ਦਾ ਖਿਆਲ ਰਹਿੰਦਾ

ਸੰਤ ਰਾਮ ਉਦਾਸੀ ਧਰਮ ਅਤੇ ਪਾਖੰਡ ਨੂੰ ਵੀ ਆਪਣੀ ਸ਼ਾਇਰੀ ਦਾ ਵਿਸ਼ਾ ਬਣਾਉਂਦਾ ਹੈ. ਅੰਧ-ਵਿਸਵਾਸ਼ਾਂ ਵਿੱਚ ਫਸੇ ਲੋਕ ਕਬਰਾਂ ਅਤੇ ਮੜੀਆਂ ਨੂੰ ਹੀ ਪੂਜੀ ਜਾਂਦੇ ਹਨ. ਪਰ ਉਦਾਸੀ ਕਹਿੰਦਾ ਹੈ ਕਿ ਜੇਕਰ ਪੂਜਣਾ ਹੀ ਹੈ ਤਾਂ 'ਕਿਸਾਨ' ਅਤੇ ਮਜ਼ਦੂਰ ਨੂੰ ਪੂਜੋ. ਜੋ ਕਿ ਖੇਤਾਂ ਵਿੱਚ ਦਿਨ ਰਾਤ ਮਿਹਨਤ ਕਰਕੇ ਸਾਡੇ ਲਈ ਅੰਨ ਉਗਾਉਂਦੇ ਹਨ. ਦੁਨੀਆਂ ਦੀ ਹਰ ਛੋਟੀ-ਵੱਡੀ ਇਮਾਰਤ ਦੀ ਉਸਾਰੀ ਵਿੱਚ ਮਜ਼ਦੂਰ ਦਾ ਹੀ ਖੂਨ-ਪਸੀਨਾ ਡੁੱਲਿਆ ਹੋਇਆ ਹੈ. ਪੇਸ਼ ਹਨ ਉਸਦੇ ਗੀਤ 'ਪੂਜਾ' ਦੀਆਂ ਕੁਝ ਸਤਰਾਂ ਇਸ ਵਿਚਾਰ ਦੀ ਪੇਸ਼ਕਾਰੀ ਕਰਦੀਆਂ :

ਮੈਂ ਦੇਵੀ ਦਿਉਤੇ ਤੇ ਮੜ੍ਹੀਆਂ ਨਾ ਪੂਜਾਂ
ਵਤਨ ਦੇ ਪਿਆਰੇ ਸ਼ਹੀਦਾਂ ਨੂੰ ਪੂਜਾਂ
ਦੁਨੀਆਂ ਦੇ ਸਾਰੇ ਪਾਖੰਡਾਂ ਨੂੰ ਛੱਡ ਕੇ
ਮੈਂ ਕਿਰਤੀ ਦੇ ਉਜੜੇ ਨਸੀਬਾਂ ਨੂੰ ਪੂਜਾਂ

ਕਿਸੇ ਦੀ ਅਮੀਰੀ ਦੀ ਖਿੱਚ ਨਹੀਂ ਹੈ ਮੈਨੂੰ
ਅਮੀਰਾਂ ਦੇ ਪੱਲੇ ਨੂੰ ਛੋਂਹਦਾ ਨਹੀਂ ਹਾਂ
ਜਿਨ੍ਹਾਂ ਦੇ ਆਸਰੇ ਇਹ ਦੁਨੀਆਂ ਖਲੋਤੀ
ਮੈਂ ਕਿਰਤੀ ਕਿਸਾਨਾਂ ਗਰੀਬਾਂ ਨੂੰ ਪੂਜਾਂ

ਸਾਡੇ ਸਮਿਆਂ ਵਿੱਚ ਕਲਾ ਅਤੇ ਕਲਾਕਾਰ ਦੀ ਜੋ ਹਾਲਤ ਹੋ ਚੁੱਕੀ ਹੈ – ਉਸ ਨੂੰ ਸੰਤ ਰਾਮ ਉਦਾਸੀ ਆਪਣੇ ਗੀਤ 'ਗੁਰੂ ਨਾਨਕ ਤੇ ਅੱਜ' ਵਿੱਚ ਬਹੁਤ ਹੀ ਸਪੱਸ਼ਟ ਰੂਪ ਵਿੱਚ ਸਾਡੇ ਸਾਹਮਣੇ ਪੇਸ਼ ਕਰਦਾ ਹੈ. ਉਦਾਸੀ ਦਾ ਵਿਚਾਰ ਹੈ ਕਿ ਸਾਡੇ ਸਮਿਆਂ ਵਿੱਚ ਕਲਾ ਅਤੇ ਕਲਾਕਾਰ ਵਿਕਾਊ ਹੋ ਜਾਣ ਕਾਰਨ ਆਪਣੀ ਪ੍ਰਭਾਵ ਸ਼ਕਤੀ ਗੁਆ ਚੁੱਕੇ ਹਨ. ਹੁਣ ਤਾਂ ਕਲਾ ਅਤੇ ਕਲਾਕਾਰ ਪੈਸੇ ਸਾਹਮਣੇ ਰੰਡੀਆਂ ਵਾਂਗ ਨਾਚ ਕਰਦੇ ਹਨ :

ਜੇ ਤੂੰ ਕਹੇਂ ਸੰਗੀਤ ਦਾ ਪਾ ਜਾਦੂ
ਜਿੱਤ ਲਏਂਗਾ ਤਿੱਖੇ, ਪਾਖੰਡੀਆਂ ਨੂੰ
ਮਿਲਖਾਂ ਵਾਲੜੇ ਇਸੇ ਸੰਗੀਤ ਅੱਗੇ
ਸ਼ਾਮੀਂ ਰੋਜ ਨਚਾਂਵਦੇ ਰੰਡੀਆਂ ਨੂੰ
ਇੱਥੇ ਕਲਾ ਤੇ ਕਿਰਤ ਦੀ ਪਏ ਲੋਟੀ
ਬਾਣੀ ਸੁਣਨ ਤੋਂ ਲੋਕਾਂ ਜਵਾਬ ਦੇਣੈਂ
ਤੂੰ ਵੀ ਮਹਿੰਗ ਦੀ ਤੰਗੀ ਤੋਂ ਤੰਗ ਆ ਕੇ
ਰੋਟੀ ਲਈ ਅੱਜ ਵੇਚ ਰਬਾਬ ਦੇਣੈਂ

ਨਕਸਲਬਾੜੀ ਲਹਿਰ ਦੇ ਸ਼ਾਇਰਾਂ ਦੀ ਕਵਿਤਾ ਆਪਣੇ ਤੋਂ ਪਹਿਲਾਂ ਆਈ ਪ੍ਰਗਤੀਵਾਦੀ ਲਹਿਰ ਦੇ ਸ਼ਾਇਰਾਂ ਦੀ ਕਵਿਤਾ ਅਤੇ ਪ੍ਰਯੋਗਸ਼ੀਲ ਲਹਿਰ ਦੇ ਸ਼ਾਇਰਾਂ ਦੀ ਕਵਿਤਾ ਤੋਂ ਬਹੁਤ ਹੀ ਸਪੱਸ਼ਟ ਰੂਪ ਵਿੱਚ ਵੱਖਰੇਂਵਾ ਰੱਖਦੀ ਹੈ.

ਪ੍ਰਗਤੀਵਾਦੀ ਲਹਿਰ ਨਾਲ ਸਬੰਧਤ ਪੰਜਾਬੀ ਕਵੀਆਂ ਦੀ ਸ਼ਾਇਰੀ ਵਿੱਚ ਆਮ ਲੋਕਾਂ ਦੀਆਂ ਸਮੱਸਿਆਵਾਂ ਨਾਲ ਸਹਾਨੁਭੂਤੀ ਤਾਂ ਸੀ; ਪਰ ਅਜਿਹੇ ਸ਼ਾਇਰਾਂ ਨੂੰ ਅਜਿਹੀ ਮੁਸੀਬਤਾਂ ਭਰੀ ਜ਼ਿੰਦਗੀ ਦਾ ਕੋਈ ਸਿੱਧਾ ਤਜਰਬਾ ਨਹੀਂ ਸੀ. ਇਸੇ ਤਰ੍ਹਾਂ, ਪ੍ਰਯੋਗਸ਼ੀਲ ਲਹਿਰ ਨਾਲ ਸਬੰਧਤ ਵਧੇਰੇ ਸ਼ਾਇਰ ਮੱਧ-ਸ਼੍ਰੇਣੀ ਨਾਲ ਸਬੰਧਤ ਨੌਕਰਸ਼ਾਹੀ ਨਾਲ ਸਬੰਧਤ ਸ਼ਾਇਰ ਸਨ. ਜੋ ਕਿ ਹਿੰਦੁਸਤਾਨ ਵਿੱਚ ਆਈ ਆਜ਼ਾਦੀ ਦੇ ਆਰਥਿਕ, ਸਮਾਜਿਕ, ਰਾਜਨੀਤਕ ਲਾਭ ਉਠਾ ਰਹੇ ਸਨ ਅਤੇ ਆਪਣੀ ਸ਼ਾਇਰੀ ਵਿੱਚ ਆਪਣੀ ਅਜਿਹੀ ਨਿੱਜੀ ਜ਼ਿੰਦਗੀ ਨਾਲ ਸਬੰਧਤ ਮਸਲਿਆਂ ਦਾ ਹੀ ਚਰਚਾ ਕਰ ਰਹੇ ਸਨ. ਪਰ ਇਸਦੇ ਉਲਟ ਨਕਸਲਬਾੜੀ ਲਹਿਰ ਨਾਲ ਸਬੰਧਤ ਸ਼ਾਇਰ ਇਕ ਖਾਸ ਮਨੋਰਥ ਨਾਲ ਸ਼ਾਇਰੀ ਰਚ ਰਹੇ ਸਨ. ਇਸ ਲਹਿਰ ਦਾ ਉਦੇਸ਼ ਗਰੀਬ, ਦੱਬੇ-ਕੁਚਲੇ, ਕਿਸਾਨਾਂ, ਮਜ਼ਦੂਰਾਂ ਦੀ ਮੰਦੀ ਹਾਲਤ ਨੂੰ ਬਦਲਣ ਲਈ ਹਥਿਆਰਬੰਦ ਇਨਕਲਾਬ ਲਿਆਉਣਾ ਸੀ – ਇਸ ਲਈ ਉਨ੍ਹਾਂ ਦੀ ਸ਼ਾਇਰੀ ਵਿੱਚ ਮੁਸੀਬਤਾਂ ਦੇ ਮਾਰੇ ਗਰੀਬਾਂ ਅਤੇ ਕਿਸਾਨਾਂ-ਮਜ਼ਦੂਰਾਂ ਦੀ ਜ਼ਿੰਦਗੀ ਨਾਲ ਸਬੰਧਤ ਸਮੱਸਿਆਵਾਂ ਦਾ ਹੀ ਬਿਰਤਾਂਤ ਹੁੰਦਾ ਸੀ – ਜ਼ਿੰਦਗੀ ਜੋ ਇਸ ਲਹਿਰ ਨਾਲ ਸਬੰਧਤ ਸ਼ਾਇਰਾਂ ਨੇ ਅਜਿਹੇ ਲੋਕਾਂ ਵਿੱਚ ਰਹਿੰਦਿਆਂ ਅਨੁਭਵ ਕੀਤੀ ਹੁੰਦੀ ਸੀ. ਅਜਿਹੇ ਅਨੁਭਵਾਂ ਨੂੰ ਬਿਆਨ ਕਰਨ ਦੇ ਨਾਲ ਨਾਲ ਹੀ ਨਕਸਲਬਾੜੀ ਲਹਿਰ ਦੇ ਸ਼ਾਇਰ ਇਹ ਵੀ ਬਹੁਤ ਹੀ ਸਪੱਸ਼ਟ ਸ਼ਬਦਾਂ ਵਿੱਚ ਬਿਆਨ ਕਰਦੇ ਸਨ ਕਿ ਇਸ ਮੰਦੀ ਹਾਲਤ 'ਚੋਂ ਨਿਕਲਣ ਲਈ ਦੱਬੇ-ਕੁਚਲੇ ਲੋਕਾਂ ਨੂੰ ਹਥਿਆਰਬੰਦ

ਯੁੱਧ ਲੜਨਾ ਪਵੇਗਾ. ਸੰਤ ਰਾਮ ਉਦਾਸੀ ਵੀ ਆਪਣੇ ਗੀਤਾਂ ਵਿੱਚ ਇਹ ਸੁਨੇਹਾ ਬਾਰ ਬਾਰ ਦਿੰਦਾ ਹੈ:

1.
ਬਣ ਕੇ ਘਟਾਵਾਂ ਅਸੀਂ ਧਰਤੀ 'ਤੇ ਵਸਣਾ ਏ
ਧੋਆਂਗੇ ਗੁਬਾਰ ਜਿਹੜੇ ਵਿੱਚ ਪੌਣ ਦੇ
ਸਿਰ ਵੱਢਣੇ ਨੇ
ਸਿਰ ਵੱਢਣੇ ਨੇ ਵੀਹਵੀਂ ਸਦੀ ਦੇ ਰੌਣ ਦੇ

ਵਿਹਲੜਾਂ ਨੇ ਮਾਣਿਆ ਸਵਾਦ ਹੈ ਆਜ਼ਾਦੀਆਂ ਦਾ
ਕਾਮਿਆਂ ਦੀ ਜਾਨ ਲੀਰੋ ਲੀਰ ਹੋਈ ਏ
ਤੇਰੇ ਜ਼ੁਲਮਾਂ ਦੀ
ਤੇਰੇ ਜ਼ੁਲਮਾਂ ਦੀ, ਜ਼ਾਲਮਾਂ ਅਖੀਰ ਹੋਈ ਏ

(ਗੀਤ)

2.
ਦਬਾ ਦਬ ਚਲ ਮੇਰੇ ਬੈਲਾਂ ਦੀਏ ਜੋੜੀਏ ਨੀ
ਬੀਜਣੇ ਨੇ ਅਸੀਂ ਹਥਿਆਰ
ਮੁੜ੍ਹਕੇ ਦਾ ਵੱਤਰ ਮੈਂ ਮਸਾਂ ਹੈ ਸੰਭਾਲਿਆ ਨੀ
ਪਵੇ ਨਾ ਚੁਮਾਸਿਆਂ ਦੀ ਮਾਰ

(ਹਾਲੀਆਂ-ਪਾਲੀਆਂ ਦਾ ਗੀਤ)

3.
ਐਵੇਂ ਕਾਗਜ਼ਾਂ ਦੇ ਰਾਵਣਾਂ ਨੂੰ ਸਾੜ ਕੀ ਬਣੇ
ਤੀਰ ਤੀਲਾਂ ਦੇ ਕਮਾਨ ਵਿੱਚ ਚਾੜ੍ਹ ਕੀ ਬਣੇ
ਕੋਈ ਉੱਠੇ ਹਨੂੰਮਾਨ, ਕਰੇ ਯੁੱਧ ਦਾ ਐਲਾਨ
ਮੂਹਰੇ ਆਉਣ ਵਾਲੇ ਸਾਗਰਾਂ ਦੀ ਹਿੱਕ ਪਾੜੀਏ
ਏਸ ਯੁੱਗ ਦਿਆਂ ਰਾਵਣਾਂ ਦੀ ਹਿੱਕ ਸਾੜੀਏ

(ਦੁਸਹਿਰਾ)

4.
ਜੇ ਰੋਟੀ ਦੀ ਅੱਗ ਚਾਹੀਦੀ ਤਾਂ ਫਿਰ ਸਾਂਭ ਬਰੂਦ ਨਾ ਰੱਖੀਂ
ਜੇ ਕੁਝ ਮੁੜ੍ਹਕੇ ਦਾ ਮੋਹ ਹੈਗਾ ਤਾਂ ਫਿਰ ਨੱਪ ਖਰੂਦ ਨਾ ਰੱਖੀਂ
ਤੂੰ ਐਟਮ ਦੀ ਧੂੜ ਵਿਚਾਲੇ ਸੁੱਟ ਚਾਨਣ ਦੀ ਮੁੱਠ ਵੇ

(ਉੱਠਣ ਦਾ ਵੇਲਾ)

ਸੰਤ ਰਾਮ ਉਦਾਸੀ ਮਾਰਕਸਵਾਦੀ ਦ੍ਰਿਸ਼ਟੀਕੋਣ ਅਨੁਸਾਰ ਆਪਣੀ ਸ਼ਾਇਰੀ ਵਿੱਚ ਜ਼ਾਤਾਂ ਜਾਂ ਧਰਮਾਂ ਦਾ ਟਕਰਾਓ ਪੈਦਾ ਕਰਨ ਦੀ ਥਾਂ ਜਮਾਤਾਂ ਦਾ ਟਕਰਾਓ ਪੈਦਾ ਕਰਦਾ ਹੈ : ਲੁੱਟਣ ਵਾਲੀ ਜਮਾਤ ਅਤੇ ਲੁੱਟੀ ਜਾ ਰਹੀ ਜਮਾਤ :

1.
ਕੱਲ੍ਹ, 'ਜੈਲੂ' ਚੌਕੀਦਾਰ ਦਿੰਦਾ ਫਿਰੇ ਹੋਕਾ
ਅਖੇ 'ਖੇਤਾਂ' ਵਿੱਚ ਬੀਜੋ ਹਥਿਆਰ
ਕੱਠੇ ਹੋ 'ਵਲਾਇਤੀ ਸੰਗਲਾਂ' ਦੀ ਵਾੜ ਤੋੜਨੀ ਜੁ
ਥੂਥ ਰਹੀ ਦੋਧਿਆਂ ਨੂੰ ਮਾਰ
ਤੁਸੀਂ ਰਾਜੇ ਸ਼ੀਸ਼ੇ ਦੀ ਪੁਸ਼ਾਕ ਪਾ ਕੇ ਰੱਖੋ
ਦੇਣੀ ਉੱਘਰੇ ਹਥੌੜਿਆਂ ਨੇ ਤੋੜ
ਇਕ ਤੂੰ ਕਸਾਈ ਮੇਰੇ ਪਿੰਡ ਦਿਆ ਰਾਜਿਆ ਓਏ
ਦੂਜੇ ਤੇਰਾ ਸ਼ਾਹਾਂ ਨਾਲ ਜੋੜ
ਤੇਰੀ ਨੀਂਦ ਉੱਤੇ ਪਹਿਰਾ ਤੇਰਿਆਂ ਮੁਕੱਦਮਾਂ ਦਾ
ਕੁੱਤੇ ਰੱਖਣ ਦੀ ਨਹੀਂ ਲੋੜ

(ਬੁਰਜੁਆ ਤਾਣੇ ਬਾਣੇ)

2.
ਸੁਣ ਲਵੋ ਕਾਗੋ ਅਸੀਂ ਕਰ ਦੇਣਾ ਥੋਨੂੰ ਪੁੱਠੇ,
ਘੁੱਗੀਆਂ ਦੇ ਬੱਚਿਆਂ ਨੂੰ ਕੋਹਣ ਵਾਲਿਓ
ਰੋਟੀ ਬੱਚਿਆਂ ਦੇ
ਰੋਟੀ ਬੱਚਿਆਂ ਦੇ ਹੱਥਾਂ ਵਿਚੋਂ ਖੋਹਣ ਵਾਲਿਓ

(ਗੀਤ)

ਪਰ ਇਸ ਦੇ ਨਾਲ ਹੀ ਗਰੀਬਾਂ, ਮਜ਼ਦੂਰਾਂ, ਕਿਸਾਨਾਂ ਦੀ ਧਿਰ ਜਿਸ ਦੇ ਨਾਲ ਸੰਤ ਰਾਮ ਉਦਾਸੀ ਖਲੋਤਾ ਹੋਇਆ ਹੈ, ਉਦਾਸੀ ਉਸ ਧਿਰ ਨੂੰ ਆਪਸੀ ਏਕਤਾ ਕਰਨ ਦਾ ਵੀ ਸੁਨੇਹਾ ਦਿੰਦਾ ਹੈ :

1.
ਪੂੰਜੀਪਤੀ ਦੀ ਮਰਜ਼ੀ ਹੈ ਕਿ, ਤੂੰ ਲੜਦਾ ਰਹੇਂ, ਤੂੰ ਮਰਦਾ ਰਹੇਂ
ਧਰਮ, ਕਾਨੂੰਨ, ਜ਼ਾਤ ਦਾ ਡੰਡਾ, ਤੂੰ ਚੁੱਕਦਾ ਰਹੇਂ, ਤੂੰ ਧਰਦਾ ਰਹੇਂ
ਫ਼ੌਜ ਪੁਲਿਸ ਦੇ ਸਾਏ ਹੇਠਾਂ, ਰਹਿਣ ਉਸਰਦੇ ਮਹਿਲ ਮੁਨਾਰੇ
ਰਹੇ ਕੜਕਦੀ ਬਿਜਲੀ ਬੇਸ਼ਕ, ਪਰ ਨਾ ਕੁਸਕਣ ਕੁੱਲੀਆਂ ਢਾਰੇ
ਸਾਂਝਾ ਕਰੋ ਲਹੂ ਤੇ ਮੁੜ੍ਹਕਾ, ਤੇ ਲੋਹੇ ਦਾ ਪਹਿਰਾ ਲਾਓ
ਇਕ ਹੋ ਜਾਓ ! ਇੱਕ ਹੋ ਜਾਓ !!

(ਦੁਨੀਆਂ ਭਰ ਦੇ ਕਾਮਿਓਂ)

2.
ਰੁੱਸੀਆਂ ਬਹਾਰਾਂ ਅਸੀਂ ਮੋੜ ਕੇ ਲਿਆਉਣੀਆਂ ਨੇ
ਆਖਦੇ ਨੇ ਲੋਕ ਹਿੱਕਾਂ ਠੋਕ ਹਾਣੀਆਂ
ਹੜ੍ਹ ਲੋਕਤਾ ਦਾ
ਹੜ੍ਹ ਲੋਕਤਾ ਦਾ ਕਿਹੜਾ ਸਕੇ ਰੋਕ ਹਾਣੀਆਂ

(ਦੇਸ਼ ਹੈ ਪਿਆਰਾ ਸਾਨੂੰ)

ਨਕਸਲਬਾੜੀ ਲਹਿਰ ਨਾਲ ਸਬੰਧਤ ਪੰਜਾਬੀ ਸ਼ਾਇਰਾਂ ਦਾ ਹੋਰਨਾਂ ਲਹਿਰਾਂ ਨਾਲ ਸਬੰਧਤ ਪੰਜਾਬੀ ਸ਼ਾਇਰਾਂ ਨਾਲੋਂ ਇੱਕ ਹੋਰ ਗੱਲ ਕਰਕੇ ਵੀ ਵਿਸ਼ੇਸ਼ ਵੱਖਰੇਵਾਂ ਸੀ. ਨਕਸਲਬਾੜੀ ਲਹਿਰ ਨਾਲ ਸਬੰਧਤ ਪੰਜਾਬੀ ਸ਼ਾਇਰ ਸਿੱਖ ਧਰਮ ਨਾਲ ਸਬੰਧਤ ਆਪਣੇ ਧਾਰਮਿਕ ਵਿਰਸੇ ਵਿੱਚੋਂ ਵੀ ਅਜਿਹੇ ਬਿਰਤਾਂਤਾਂ ਨੂੰ ਆਪਣੀ ਸ਼ਾਇਰੀ ਦਾ ਹਿੱਸਾ ਬਣਾਉਂਦੇ ਸਨ - ਜਿਹੜੇ ਬਿਰਤਾਂਤ ਹੱਕ ਸੱਚ ਨਿਆਂ ਲਈ ਜੂਝਣ ਦੀ ਪ੍ਰਵਿਰਤੀ ਨੂੰ ਉਤਸਾਹਤ ਕਰਦੇ ਹਨ. ਸੰਤ ਰਾਮ ਉਦਾਸੀ ਨੇ ਵੀ ਅਜਿਹੇ ਤੱਥਾਂ ਦੀ ਆਪਣੀ ਸ਼ਾਇਰੀ ਵਿੱਚ ਬਹੁਤ ਵਰਤੋਂ ਕੀਤੀ ਹੈ. ਪੇਸ਼ ਹਨ ਸੰਤ ਰਾਮ ਉਦਾਸੀ ਦੀ ਸ਼ਾਇਰੀ 'ਚੋਂ ਕੁਝ ਅਜਿਹੀਆਂ ਉਦਾਹਰਣਾਂ :

1.

ਚੌਕੀਦਾਰ ਮੈਂ ਚਾਂਦਨੀ ਚੌਕ ਦਾ ਹਾਂ
ਚਿੜੀ ਚੂਕਦੀ ਰਾਤ ਨਿਖੁੱਟ ਰਹੀ ਏ
ਕੱਲ੍ਹ ਰਾਤ ਜੋ ਸੂਰਜ ਸੀ ਕਤਲ ਹੋਇਆ
ਪਹੁ ਉਸੇ ਦੀ ਸੀਸ 'ਚੋਂ ਫੁੱਟ ਰਹੀ ਏ

(ਰੰਘਰੇਟਾ ਗੁਰੂ ਦਾ ਬੇਟਾ)

2.

ਏਸ ਕੱਚੀ ਚਮਕੌਰ ਦੀ ਗੜ੍ਹੀ ਮੂਹਰੇ
ਕਿਲ੍ਹਾ ਦਿੱਲੀ ਦਾ ਅਸੀਂ ਝੁਕਾ ਦਿਆਂਗੇ
ਝੋਰਾ ਕਰੀਂ ਨਾ ਕਿਲ੍ਹੇ ਅਨੰਦਪੁਰ ਦਾ
ਕੁੱਲੀ ਕੁੱਲੀ ਨੂੰ ਕਿਲ੍ਹਾ ਬਣਾ ਦਿਆਂਗੇ

(ਚਮਕੌਰ ਦੀ ਗੜ੍ਹੀ ਵਿੱਚ ਸਿੰਘਾਂ ਦਾ ਜੇਰਾ)

3.

ਮੈਂ ਏਸੇ ਲਈ ਹੀ ਆਪਣੇ ਆਪ ਨੂੰ ਮੰਨਿਆਂ ਹੈ ਗੁਰ-ਚੇਲਾ
ਕਿ ਰਿਸ਼ਤਾ ਜੱਗ 'ਤੇ ਮਾਲਕ ਤੇ ਸੇਵਾਦਾਰ ਦਾ ਮੁੱਕ ਜਾਵੇ
ਮੈਂ ਏਸੇ ਲਈ ਗੜ੍ਹੀ ਚਮਕੌਰ ਦੀ ਵਿੱਚ ਜੰਗ ਲੜਿਆ ਸੀ
ਕਿ ਕੱਚੇ ਕੋਠੜੇ ਮੂਹਰੇ ਮਹਿਲ ਮੀਨਾਰ ਝੁਕ ਜਾਵੇ

(ਗੁਰੂ ਗੋਬਿੰਦ ਸਿੰਘ ਜੀ ਦਾ ਲੋਕਾਂ ਦੇ ਨਾਂ ਅੰਤਿਮ ਸੁਨੇਹਾ)

ਪੰਜਾਬ ਵਿੱਚ ਵਧੇਰੇ ਲੋਕ ਕੰਨ-ਰਸ ਨਾਲ ਜੁੜੇ ਹੋਏ ਹਨ ਅਤੇ ਸ਼ਬਦ ਨਾਲ ਨਹੀਂ. ਪੰਜਾਬ ਵਿੱਚ ਉੱਠੀ ਨਕਸਲਬਾੜੀ ਲਹਿਰ ਦੀ ਵੀ ਲੋੜ ਸੀ ਕਿ ਉਸ ਦਾ ਰਾਜਨੀਤਕ ਸੁਨੇਹਾ ਵੱਧ ਤੋਂ ਵੱਧ ਲੋਕਾਂ ਤੱਕ ਪਹੁੰਚੇ. ਇਸ ਲਈ ਹੀ ਸੰਤ ਰਾਮ ਉਦਾਸੀ ਨੇ ਗੀਤ ਨੂੰ ਹੀ ਆਪਣੇ ਵਿਚਾਰ ਲੋਕਾਂ ਤੱਕ ਆਸਾਨੀ ਨਾਲ ਪਹੁੰਚਾਉਣ ਦਾ ਮਾਧਿਅਮ ਬਣਾਇਆ. ਪੰਜਾਬ ਦੇ ਲੋਕਾਂ ਵਿੱਚ ਸੰਤ ਰਾਮ ਉਦਾਸੀ ਦਾ ਇੱਕ ਇਨਕਲਾਬੀ ਪੰਜਾਬੀ ਗੀਤਕਾਰ ਵਜੋਂ ਮਕਬੂਲ ਹੋਣ ਦਾ ਇਹ ਵੀ ਇੱਕ ਕਾਰਨ ਸੀ ਕਿ ਉਦਾਸੀ ਆਪ ਇੱਕ ਚੰਗਾ ਗਾਇਕ ਵੀ ਸੀ. ਉਦਾਸੀ ਦੀ ਮਕਬੂਲੀਅਤ

ਦਾ ਦੂਜਾ ਵੱਡਾ ਕਾਰਨ ਇਹ ਵੀ ਸੀ ਕਿ ਉਹ ਪਹਿਲਾਂ ਹੀ ਲੋਕਾਂ ਵਿੱਚ ਮਕਬੂਲ ਹੋ ਚੁੱਕੇ ਪੰਜਾਬੀ ਲੋਕ ਗੀਤਾਂ ਦੀਆਂ ਤਰਜ਼ਾਂ ਉੱਤੇ ਆਪਣੇ ਗੀਤ ਰਚਦਾ ਅਤੇ ਗਾਉਂਦਾ ਸੀ. ਇਸ ਨਾਲ ਉਦਾਸੀ ਆਪਣੇ ਦੋ ਉਦੇਸ਼ ਸਹਿਜੇ ਹੀ ਪੂਰੇ ਕਰ ਲੈਂਦਾ ਸੀ : ਲੋਕਾਂ ਦੇ ਮਨਾਂ ਵਿੱਚ ਪਹਿਲਾਂ ਹੀ ਬੈਠੇ ਹੋਏ ਚਰਚਿਤ ਪੰਜਾਬੀ ਲੋਕ ਗੀਤਾਂ ਦੀਆਂ ਤਰਜ਼ਾਂ ਨੂੰ ਮੁੜ ਤਾਜ਼ਾ ਕਰ ਦਿੰਦਾ ਸੀ ਅਤੇ ਦੂਜਾ ਉਹ ਲੋਕਾਂ ਦੇ ਮਨਾਂ ਵਿੱਚ ਪਹਿਲਾਂ ਹੀ ਬੈਠੇ ਚਰਚਿਤ ਗੀਤਾਂ ਦਾ ਵਿਸ਼ਾ ਬਦਲ ਕੇ ਉਸਦੀ ਜਗਾਹ ਆਪਣੇ ਗੀਤਾਂ ਰਾਹੀਂ ਇਨਕਲਾਬੀ ਸੁਨੇਹਾ ਭਰ ਦਿੰਦਾ ਸੀ.

ਸੰਤ ਰਾਮ ਉਦਾਸੀ ਦੇ ਇਨਕਲਾਬੀ ਗੀਤਾਂ ਦੀ ਇੱਕ ਇਹ ਵੀ ਵਿਸ਼ੇਸ਼ਤਾ ਸੀ ਕਿ ਉਹ ਲੋਕ ਮਨਾਂ ਵਿੱਚ ਇਨਕਲਾਬ ਦੀ ਲੋੜ ਬਾਰੇ ਚੇਤਨਾ ਜਗਾਉਣ ਵੇਲੇ ਉਨ੍ਹਾਂ ਸਾਹਮਣੇ ਦੁਨੀਆਂ ਦੇ ਹੋਰਨਾਂ ਹਿੱਸਿਆਂ ਵਿੱਚ ਆ ਚੁੱਕੇ ਇਨਕਲਾਬਾਂ ਨਾਲ ਪੈਦਾ ਹੋ ਚੁੱਕੀਆਂ ਚੰਗੀਆਂ ਸਮਾਜਿਕ, ਸਭਿਆਚਾਰਕ, ਆਰਥਿਕ ਹਾਲਤਾਂ ਦੀਆਂ ਉਦਾਹਰਣਾਂ ਵੀ ਪੇਸ਼ ਕਰ ਦਿੰਦਾ ਸੀ. ਪੇਸ਼ ਹਨ ਸੰਤ ਰਾਮ ਉਦਾਸੀ ਦੇ ਇੱਕ ਅਜਿਹੇ ਹੀ ਗੀਤ ਵਿੱਚੋਂ ਕੁਝ ਭਾਵਪੂਰਤ ਅਤੇ ਖੂਬਸੂਰਤ ਸਤਰਾਂ :

ਸੱਜਣਾ ! ਸੂਹਾ ਸੂਹਾ ਤੇਰਾ ਵੇ ਗਰਾਂ
ਤੇਰੇ ਪਿੰਡ ਵਿੱਚ ਭੁੱਖੀ ਮਰਦੀ ਨਾ ਵੇਖੀ ਵੇ ਮੈਂ
ਕਿਸੇ ਬੱਚੜੂ ਦੀ ਅੰਨ੍ਹੀ ਮਾਂ
ਮੇਰੇ ਪਿੰਡ ਵਿੱਚ ਕੋਈ ਕਾਮਿਆਂ ਦੇ ਪਿੰਡਿਆਂ ਤੋਂ
ਆਰਾਂ ਦਾ ਵੀ ਲਹੂ ਪੂੰਝੇ ਨਾ
ਤੇਰੇ ਪਿੰਡ ਬਾਜ ਵੀ ਲੁਟੇਰਿਆਂ ਦੇ ਡਾਰ ਮੂਹਰੇ
ਹਾਰ ਗੋਡੇ ਟੇਕਿਆ ਕਰੇ
ਮੇਰੇ ਪਿੰਡ ਅੱਗ ਵੇ ਮਚਾ ਕੇ ਸੁਹਜ ਕਲੀਆਂ ਦੀ
ਸੱਥ ਸਾਰੀ ਸੇਕਿਆ ਕਰੇ
ਮੇਰੇ ਪਿੰਡ ਸਾਰੇ ਹੀ ਕਸਾਈ ਰਾਜੇ ਵਸਦੇ ਨੇ
ਕੁੱਤੇ ਹੈ ਮੁਕੱਦਮਾਂ ਦਾ ਨਾਂ
(ਲੈਨਿਨ ਦੇ ਨਾਂ)

ਨਿਰਸੰਦੇਹ, ਸੰਤ ਰਾਮ ਉਦਾਸੀ ਨਕਸਲਬਾੜੀ ਲਹਿਰ ਨਾਲ ਸਬੰਧਤ ਪ੍ਰਮੁੱਖ ਪੰਜਾਬੀ ਸ਼ਇਰਾਂ ਵਿੱਚੋਂ ਸੀ. ਪਰ ਜਿਉਂ ਜਿਉਂ ਨਕਸਲਬਾੜੀ ਲਹਿਰ ਆਪਣੇ ਪੱਤਣ ਵੱਲ ਵਧਣ ਲੱਗੀ ਤਾਂ ਸੰਤ ਰਾਮ ਉਦਾਸੀ ਵੀ ਆਪਣੀ ਸੋਚ ਦਾ ਸੰਤੁਲਨ ਕਾਇਮ ਨ ਰੱਖ ਸਕਿਆ. ਜਿਸ ਕਾਰਨ ਉਸਦੀ ਸ਼ਾਇਰੀ ਦੇ ਪਾਠਕਾਂ/ਸਰੋਤਿਆਂ ਦੇ ਮਨਾਂ ਵਿੱਚ ਬਣਿਆ ਉਦਾਸੀ ਦਾ ਬਿੰਬ ਵੀ ਤਿੜਕਣ ਲੱਗਾ. ਉਦਾਸੀ ਨੂੰ ਚਾਹੁਣ ਵਾਲਿਆਂ ਵੱਲੋਂ ਤਿੰਨ ਗੱਲਾਂ ਨੂੰ ਲੈ ਕੇ ਉਦਾਸੀ ਦੀ ਖੁੱਲ੍ਹੇਆਮ ਆਲੋਚਨਾ ਹੋਣ ਲੱਗੀ. ਪਹਿਲੀ ਗੱਲ ਸੀ ਪੰਜਾਬ ਦੇ ਪਾਣੀਆਂ ਦੇ ਮਸਲੇ ਨੂੰ ਲੈ ਕੇ ਪੰਜਾਬ ਵਿੱਚ ਚੱਲੀ ਖਾਲਿਸਤਾਨੀ ਲਹਿਰ ਦਾ ਸੰਤ ਰਾਮ ਉਦਾਸੀ ਵੱਲੋਂ ਦੱਬੀ ਜ਼ੁਬਾਨ ਵਿੱਚ ਸਮਰਥਨ ਕਰਨਾ, ਦੂਜੀ ਗੱਲ ਸੀ ਲੱਚਰ ਪੰਜਾਬੀ ਸਭਿਆਚਾਰ ਦੇ ਪਰੋਮੋਟਰ ਪ੍ਰੋ. ਮੋਹਨ

ਸਿੰਘ ਫਾਊਂਡੇਸ਼ਨ ਦੇ ਪ੍ਰਧਾਨ ਜਗਦੇਵ ਸਿੰਘ ਜੱਸੋਵਾਲ ਵੱਲੋਂ ਸੰਤ ਰਾਮ ਉਦਾਸੀ ਨੂੰ ਪੈਸਿਆਂ ਨਾਲ ਤੋਲਣਾ, ਤੀਜੀ ਗੱਲ ਸੀ ਸੰਤ ਰਾਮ ਉਦਾਸੀ ਵੱਲੋਂ ਲਾਲ ਕਿਲ੍ਹਾ ਦਿੱਲੀ ਵਿੱਚ ਹੋਣ ਵਾਲੇ ਸਰਕਾਰੀ ਕਵੀ ਦਰਬਾਰ ਵਿੱਚ ਕਵਿਤਾ ਪੜ੍ਹਣਾ. ਇਨ੍ਹਾਂ ਕਾਰਨਾਂ ਕਰਕੇ ਹੌਲੀ ਹੌਲੀ ਕੁਝ ਹਲਕਿਆਂ ਵਿੱਚ ਤਾਂ ਸੰਤ ਰਾਮ ਉਦਾਸੀ ਦਾ ਇੱਕ ਇਨਕਲਾਬੀ ਕਵੀ ਵਾਲਾ ਬਿੰਬ ਇੰਨਾ ਵਿਗੜ ਗਿਆ ਕਿ ਉਦਾਸੀ ਨੂੰ 'ਇਨਕਲਾਬੀ ਕਵੀ' ਦੀ ਥਾਂ 'ਸ਼ਰਾਬੀ ਕਵੀ' ਕਿਹਾ ਜਾਣ ਲੱਗਾ.

ਭਾਵੇਂ ਕਿ ਇਹ ਗੱਲ ਵੀ ਸਮਝ ਆਉਣ ਵਾਲੀ ਹੈ ਕਿ ਬਾਰ ਬਾਰ ਜੇਹਲ ਵਿੱਚ ਜਾਣ ਕਰਕੇ ਸੰਤ ਰਾਮ ਉਦਾਸੀ ਦੀ ਆਰਥਿਕ ਹਾਲਤ ਬਹੁਤ ਮਾੜੀ ਹੋ ਚੁੱਕੀ ਸੀ ਅਤੇ ਉਸਦੇ ਬੱਚੇ ਵੀ ਵੱਡੇ ਹੋ ਰਹੇ ਸਨ. ਅਜਿਹੀਆਂ ਆਰਥਿਕ ਮਜਬੂਰੀਆਂ ਕਾਰਨ ਹੀ ਉਦਾਸੀ ਨੇ ਜੱਸੋਵਾਲ ਦਾ ਸੁਝਾਅ ਮੰਨ ਕੇ ਆਪਣੇ ਆਪ ਨੂੰ ਪੈਸਿਆਂ ਨਾਲ ਤੁਲਵਾ ਲੈਣਾ ਮੰਨ ਲਿਆ ਹੋਵੇਗਾ. ਪਰ ਇਹ ਗੱਲ ਵੀ ਮੰਨਣ ਵਾਲੀ ਹੈ ਕਿ ਇਸ ਲਾਲਚ ਨੇ ਉਦਾਸੀ ਦੇ ਚਾਹੁਣ ਵਾਲਿਆਂ ਨੂੰ ਬਹੁਤ ਨਮੋਸ਼ੀ ਦਿੱਤੀ ਹੋਵੇਗੀ ਕਿ ਸਾਡਾ ਇਹ ਮਹਾਨ ਕ੍ਰਾਂਤੀਕਾਰੀ ਸ਼ਾਇਰ ਕਿਵੇਂ ਚੰਦ ਕੁ ਰੁਪਿਆਂ ਵਿੱਚ ਵਿਕ ਗਿਆ ਹੈ.

ਜਿੱਥੋਂ ਤੱਕ ਲਾਲ ਕਿਲ੍ਹੇ ਉੱਤੇ ਉਦਾਸੀ ਵੱਲੋਂ ਕਵਿਤਾਵਾਂ ਪੜ੍ਹਣ ਦਾ ਸਬੰਧ ਹੈ - ਉਸ ਮਾਮਲੇ ਵਿੱਚ ਸੰਤ ਰਾਮ ਉਦਾਸੀ ਦੀ ਗੱਲ ਵਿੱਚ ਵਜ਼ਨ ਹੈ ਕਿ ਇੱਕ ਸ਼ਾਇਰ ਨੂੰ ਹਰ ਜਗਾਹ ਉੱਤੇ ਪਹੁੰਚ ਕੇ ਆਪਣੇ ਵਿਚਾਰ ਪੇਸ਼ ਕਰਨੇ ਚਾਹੀਦੇ ਹਨ-ਜਿੱਥੇ ਕਿਤੇ ਵੀ ਉਸਦੇ ਵਿਚਾਰ ਸੁਨਣ ਲਈ ਸਰੋਤੇ ਮੌਜੂਦ ਹੋਣ. ਸ਼ਰਤ ਇਹ ਹੈ ਕਿ ਸ਼ਾਇਰ ਸਰੋਤਿਆਂ ਦੀ ਇਛਾ ਮੰਨ ਕੇ ਆਪਣੇ ਵਿਚਾਰ ਨ ਬਦਲੇ ਅਤੇ ਹਿੱਕ ਠੋਕ ਕੇ ਆਪਣੇ ਇਨਕਲਾਬੀ ਵਿਚਾਰਾਂ ਦੀ ਪੇਸ਼ਕਾਰੀ ਕਰੇ. ਨਾਮਵਰ ਪੰਜਾਬੀ ਸ਼ਾਇਰ ਸੁਰਜੀਤ ਪਾਤਰ ਅਤੇ ਹਰਭਜਨ ਹਲਵਾਰਵੀ ਵੀ ਤਾਂ ਲਾਲ ਕਿਲ੍ਹੇ ਤੋਂ ਕਵਿਤਾਵਾਂ ਪੜ੍ਹਦੇ ਹੀ ਰਹੇ ਹਨ.

ਸੰਤ ਰਾਮ ਉਦਾਸੀ ਨੂੰ ਇਨ੍ਹਾਂ ਰਾਜਨੀਤਕ, ਸਮਾਜਿਕ, ਸਭਿਆਚਾਰਕ ਮੁਸ਼ਕਿਲਾਂ ਦਾ, ਹੋ ਸਕਦਾ ਹੈ, ਇਸ ਲਈ ਵੀ ਹੋਰ ਪੰਜਾਬੀ ਸਾਹਿਤਕਾਰਾਂ ਤੋਂ ਵੱਧ ਸਾਹਮਣਾ ਕਰਨਾ ਪਿਆ ਹੋਵੇ ਕਿਉਂਕਿ, ਉਹ ਇੱਕ ਸ਼ਾਇਰ ਹੋਣ ਦੇ ਨਾਲ ਨਾਲ ਇੱਕ ਰਾਜਨੀਤੀਵਾਨ ਹੋਣ ਵਜੋਂ ਮਾਰਕਸਵਾਦੀ-ਲੈਨਿਨਵਾਦੀ ਕਮਿਊਨਿਸਟ ਪਾਰਟੀ ਦਾ ਮੈਂਬਰ ਵੀ ਸੀ.

■ (ਮਾਲਟਨ, ਮਈ 13, 2016)

4.

ਪਾਸ਼ :
ਕਵਿਤਾ ਦੇ ਗਲੀਚੇ ਉੱਤੇ ਚਿੱਕੜ ਨਾਲ ਲਿਬੜੇ ਬੂਟ

ਪਾਸ਼ ਦੀ ਕਵਿਤਾ ਪੜ੍ਹਣ ਤੋਂ ਬਾਹਦ ਤੁਸੀਂ ਆਰਾਮ ਨਾਲ ਸੌਂ ਨਹੀਂ ਸਕਦੇ; ਉਸਦੀ ਕਵਿਤਾ ਤੁਹਾਡੇ ਜ਼ਿਹਨ ਵਿੱਚ ਵਿਸਫੋਟ ਕਰ ਦਿੰਦੀ ਹੈ. ਉਸਦੀ ਕਵਿਤਾ ਦਾ ਇੱਕ ਇੱਕ ਸ਼ਬਦ ਆਰੀ ਦੇ ਤੇਜ਼ ਦੰਦਿਆਂ ਵਰਗਾ ਸੀ. ਪਾਸ਼ ਨੇ ਕਰਾਂਤੀਕਾਰੀ ਕਵਿਤਾ ਦਾ ਬਿਲਕੁਲ ਨਵਾਂ ਮੁਹਾਂਦਰਾ ਸਿਰਜਿਆ. ਉਸਦੀ ਹਰ ਕਵਿਤਾ ਦਾ ਹਰ ਸ਼ਬਦ ਚੇਤਨਾ ਭਰਪੂਰ ਸੀ. ਉਸਦੀ ਕਵਿਤਾ ਮਾਰਕਸਵਾਦੀ ਵਿਚਾਰਧਾਰਾ ਨੂੰ ਪਰਨਾਈ ਹੋਈ ਸੀ ਅਤੇ ਸਮਾਜਵਾਦੀ ਇਨਕਲਾਬ ਲਈ ਹਥਿਆਰਬੰਦ ਜੱਦੋਜਹਿਦ ਦੇ ਪੈਗ਼ਾਮ ਨਾਲ ਭਰੀ ਹੋਈ ਸੀ. ਪਾਸ਼ ਭਾਵੇਂ ਕਿ ਨਕਸਲਬਾੜੀ ਲਹਿਰ ਨਾਲ ਸਬੰਧਤ ਪੰਜਾਬੀ ਦਾ ਪ੍ਰਮੁੱਖ ਸ਼ਾਇਰ ਸੀ; ਪਰ ਉਸਦੀ ਸ਼ਾਇਰੀ ਵਿੱਚ ਪੇਸ਼ ਕੀਤੇ ਗਏ ਵਿਚਾਰਾਂ, ਉਸ ਵਿੱਚ ਵਰਤੀ ਗਈ ਭਾਸ਼ਾ, ਉਸ ਵਿੱਚ ਵਰਤੇ ਗਏ ਬਿੰਬਾਂ ਅਤੇ ਸ਼ਾਇਰੀ ਕਹਿਣ ਦੇ ਅੰਦਾਜ਼ ਨੇ ਸਮੁੱਚੀ ਪੰਜਾਬੀ ਸ਼ਾਇਰੀ ਦਾ ਮੁਹਾਂਦਰਾ ਹੀ ਬਦਲ ਦਿੱਤਾ. ਜਿਸ ਸਦਕਾ ਪਾਸ਼ ਨ ਸਿਰਫ ਨਕਸਲਬਾੜੀ ਲਹਿਰ ਦਾ ਹੀ ਪ੍ਰਮੁੱਖ ਸ਼ਾਇਰ ਸਮਝਿਆ ਜਾਣ ਲੱਗਾ, ਬਲਕਿ ਉਹ ਸਮੁੱਚੀ ਪੰਜਾਬੀ ਕਵਿਤਾ ਲਹਿਰ ਦਾ ਵੀ ਇੱਕ ਪ੍ਰਮੁੱਖ ਸ਼ਾਇਰ ਹੋ ਨਿਬੜਿਆ. ਕਰਾਂਤੀਕਾਰੀ ਸ਼ਾਇਰੀ ਵਿੱਚ ਪਾਸ਼

ਦਾ ਨਾਮ ਉਸੇ ਤਰ੍ਹਾਂ ਹੀ ਬੜੇ ਅਦਬ ਨਾਲ ਲਿਆ ਜਾਣ ਲੱਗਾ ਜਿਵੇਂ ਕਿ ਪਾਬਲੋ ਨੈਰੂਦਾ, ਨਾਜ਼ਮ ਹਿਕਮਤ ਅਤੇ ਫ਼ੈਜ਼ ਅਹਿਮਦ ਫ਼ੈਜ਼ ਜਿਹੇ ਅੰਤਰ-ਰਾਸ਼ਟਰੀ ਪ੍ਰਸਿੱਧੀ ਦੇ ਕਰਾਂਤੀਕਾਰੀ ਸ਼ਾਇਰਾਂ ਦਾ ਨਾਮ ਲਿਆ ਜਾਂਦਾ ਹੈ.

ਪਾਸ਼ ਜਦੋਂ ਕਰਾਂਤੀਕਾਰੀ ਕਵਿਤਾ ਦਾ ਨਵਾਂ ਮੁਹਾਂਦਰਾ ਸਿਰਜ ਰਿਹਾ ਸੀ ਤਾਂ ਦੁਨੀਆਂ ਵਿੱਚ ਕਿਸ ਤਰ੍ਹਾਂ ਦੀ ਤਬਦੀਲੀ ਆ ਰਹੀ ਸੀ ਅਤੇ ਵਿਸ਼ਵ ਦੇ ਚੇਤੰਨ ਸ਼ਾਇਰ ਕਿਸ ਤਰ੍ਹਾਂ ਦੀ ਸ਼ਾਇਰੀ ਦੀ ਸਿਰਜਣਾ ਕਰ ਰਹੇ ਸਨ? ਇਹ ਜਾਨਣ ਲਈ ਤੁਸੀਂ ਅਮਰੀਕਾ ਦੇ ਪ੍ਰਸਿੱਧ ਬੀਟ ਕਵੀ ਐਲਨ ਗਿਨਜ਼ਬਰਗ ਦੀ ਕਵਿਤਾ 'ਹਾਊਲ' ਪੜ੍ਹੋ ਤਾਂ ਤੁਹਾਨੂੰ ਅਨੁਭਵ ਹੋ ਜਾਵੇਗਾ ਕਿ ਕਵਿਤਾ ਕੀ ਹੁੰਦੀ ਹੈ? ਕੈਨੇਡਾ ਦੇ ਪ੍ਰਸਿੱਧ ਗਾਇਕ ਗੋਰਡਨ ਲਾਈਟਫੁੱਟ ਦਾ ਗਾਇਆ ਹੋਇਆ ਗੀਤ 'ਬਲੈਕ ਡੇ ਇਨ ਜੁਲਾਈ' ਸੁਣੋ ਤਾਂ ਤੁਹਾਨੂੰ ਪਤਾ ਲੱਗ ਜਾਵੇਗਾ ਕਿ ਕਵਿਤਾ ਕਿਹੋ ਜਿਹੀ ਹੋਣੀ ਚਾਹੀਦੀ ਹੈ? ਬਾਬ ਡਿਲਨ ਦਾ ਗੀਤ 'ਟਾਈਮਜ਼ ਦੇ ਆਰ ਏ ਚੇਨਜਿੰਗ' ਸੁਣੋ ਤਾਂ ਤੁਹਾਨੂੰ ਪਤਾ ਲੱਗ ਜਾਵੇਗਾ ਕਿ ਜਦੋਂ ਪਾਸ਼ ਨੇ ਆਪਣੇ ਸਮੇਂ ਦੀਆਂ ਰਾਜਨੀਤਕ/ਸਮਾਜਿਕ/ਧਾਰਮਿਕ/ਆਰਥਿਕ ਹਕੀਕਤਾਂ ਨੂੰ ਸਮਝਿਆ ਅਤੇ ਮਹਿਸੂਸ ਕੀਤਾ ਕਿ ਜੇਕਰ ਉਸ ਨੇ ਉਨ੍ਹਾਂ ਤਲਖ ਹਕੀਕਤਾਂ ਨੂੰ ਬਦਲਣ ਲਈ ਲੋਕਾਂ ਨੂੰ ਤਿਆਰ ਕਰਨਾ ਹੈ ਤਾਂ ਉਸਦੀ ਕਵਿਤਾ ਸੁੰਨ ਹੋ ਚੁੱਕੀ ਮਨੁੱਖੀ ਚੇਤਨਾ ਵਿੱਚ ਭੂਚਾਲ ਲਿਆਉਣ ਦੀ ਸਮਰੱਥਾ ਰੱਖਦੀ ਹੋਵੇ. ਜਿਵੇਂ ਪਾਸ਼ ਦੀ ਕਵਿਤਾ 'ਹੱਥ' ਦੀਆਂ ਇਹ ਸਤਰਾਂ ਹਨ :

ਹੱਥ ਜੇ ਹੋਣ ਤਾਂ
ਜੋੜਨ ਲਈ ਹੀ ਨਹੀਂ ਹੁੰਦੇ
ਨਾ ਦੁਸ਼ਮਣ ਸਾਮ੍ਹਣੇ ਚੁੱਕਣ ਨੂੰ ਹੀ ਹੁੰਦੇ ਹਨ
ਇਹ ਗਿੱਚੀਆਂ ਮਰੋੜਨ ਲਈ ਵੀ ਹੁੰਦੇ ਹਨ
ਹੱਥ ਜੇ ਹੋਣ ਤਾਂ
ਹੀਰ ਦੇ ਹੱਥੋਂ ਚੂਰੀ ਫੜਨ ਲਈ ਹੀ ਨਹੀਂ ਹੁੰਦੇ
ਸੈਦੇ ਦੀ ਜਨੇਤ ਡੱਕਣ ਲਈ ਵੀ ਹੁੰਦੇ ਹਨ
ਕੈਦੋਂ ਦੀਆਂ ਵੱਖੀਆਂ ਤੋੜਨ ਲਈ ਵੀ ਹੁੰਦੇ ਹਨ
ਹੱਥ ਕਿਰਤ ਕਰਨ ਲਈ ਹੀ ਨਹੀਂ ਹੁੰਦੇ
ਲੋਟੂ ਹੱਥਾਂ ਨੂੰ ਤੋੜਨ ਲਈ ਵੀ ਹੁੰਦੇ ਹਨ...
ਜੋ ਹੱਥਾਂ ਦੇ ਸੁਹਜ ਅਪਮਾਨ ਕਰਦੇ ਹਨ
ਉਹ ਪਿੰਗਲੇ ਹੁੰਦੇ ਹਨ
ਹੱਥ ਤਾਂ ਹੁੰਦੇ ਹਨ ਸਹਾਰਾ ਦੇਣ ਲਈ
ਹੱਥ ਤਾਂ ਹੁੰਦੇ ਹਨ ਹੁੰਗਾਰਾ ਦੇਣ ਲਈ

ਪਾਸ਼ ਦੀ ਸਮੁੱਚੀ ਕਵਿਤਾ ਵਿੱਚ ਵਰਤੇ ਗਏ ਬਿੰਬ ਅਤੇ ਵਰਤੀ ਗਈ ਭਾਸ਼ਾ ਮਨੁੱਖੀ ਆਜ਼ਾਦੀ ਲਈ ਕੀਤੀ ਜਾਣ ਵਾਲੀ ਜੱਦੋ-ਜਹਿਦ ਨੂੰ ਹੀ ਉਤਸਾਹਤ ਕਰਦੇ ਹਨ. ਪਾਸ਼ ਕ੍ਰਾਂਤੀ ਦੇ ਮਹੱਤਵ, ਲੋੜ ਅਤੇ ਸੰਭਾਵਨਾ ਨੂੰ ਪੂਰੀ ਮਾਨਵੀ ਹੋਂਦ ਨਾਲ ਜੋੜ ਕੇ ਕਵਿਤਾ ਵਿੱਚ ਪ੍ਰਕਾਸ਼ਮਾਨ ਕਰਦਾ ਹੈ. ਪਾਸ਼ ਕਾਵਿ ਦਾ ਕੇਂਦਰੀ

ਧੁਰਾ ਮਨੁੱਖੀ ਜ਼ਿੰਦਗੀ ਦੇ ਗੌਰਵ ਅਤੇ ਸ਼ਾਨ ਦੇ ਸੁਹਜ ਦਾ ਰੂਪਾਂਤਰਨ ਕਰਨਾ ਹੈ.

ਤਕਰੀਬਨ 350 ਸਾਲ ਹਿੰਦੁਸਤਾਨ ਉੱਤੇ ਹਕੂਮਤ ਕਰਨ ਤੋਂ ਬਾਹਦ ਅੰਗ੍ਰੇਜ਼ ਹਿੰਦੁਸਤਾਨ ਨੂੰ ਛੱਡ ਕੇ ਚਲੇ ਗਏ; ਪਰ ਹਿੰਦੁਸਤਾਨ ਛੱਡਣ ਤੋਂ ਪਹਿਲਾਂ ਉਹ ਹਿੰਦੁਸਤਾਨ ਦੀ ਹਕੂਮਤ ਦੀ ਵਾਗਡੋਰ ਅਜਿਹੇ ਲੋਕਾਂ ਦੇ ਹਵਾਲੇ ਕਰ ਗਏ ਜੋ ਕਿ ਅੰਗ੍ਰੇਜ਼ਾਂ ਦੀ ਬੋਲੀ ਹੀ ਬੋਲਦੇ ਸਨ. ਇੱਕ ਤਰ੍ਹਾਂ ਨਾਲ ਹਿੰਦੁਸਤਾਨ ਦੀ ਹਕੂਮਤ ਦੀ ਕੁਰਸੀ ਉੱਤੇ ਬੈਠਣ ਵਾਲਿਆਂ ਦਾ ਰੰਗ ਅਤੇ ਨਸਲ ਹੀ ਬਦਲੀ ਸੀ; ਪਰ ਉਨ੍ਹਾਂ ਦੀਆਂ ਨੀਤੀਆਂ ਵਿੱਚ ਕੋਈ ਫਰਕ ਨਹੀਂ ਪਿਆ ਸੀ. ਅੰਗ੍ਰੇਜ਼ਾਂ ਦੀ ਗੁਲਾਮੀ ਤੋਂ ਆਜ਼ਾਦੀ ਪ੍ਰਾਪਤ ਕਰਨ ਦੇ ਸੰਗ੍ਰਾਮ ਵਿੱਚ ਲੱਖਾਂ ਹਿੰਦੁਸਤਾਨੀਆਂ ਨੇ ਆਪਣੀਆਂ ਜਾਨਾਂ ਕੁਰਬਾਨ ਕੀਤੀਆਂ ਸਨ. ਹਿੰਦੁਸਤਾਨ ਦੇ ਆਜ਼ਾਦੀ ਸੰਘਰਸ਼ ਵਿੱਚ ਕਰਤਾਰ ਸਿੰਘ ਸਰਾਭਾ, ਸ਼ਹੀਦ ਭਗਤ ਸਿੰਘ, ਚੰਦਰ ਸ਼ੇਖਰ ਆਜ਼ਾਦ, ਮਦਨ ਲਾਲ ਢੀਂਗਰਾ, ਊਧਮ ਸਿੰਘ ਆਜ਼ਾਦ, ਸੁਖਦੇਵ, ਰਾਜਗੁਰੂ ਅਤੇ ਅਨੇਕਾਂ ਹੋਰ ਇਨਕਲਾਬੀਆਂ ਨੇ ਆਪਣੀਆਂ ਜਾਨਾਂ ਇਸ ਲਈ ਕੁਰਬਾਨ ਨਹੀਂ ਕੀਤੀਆਂ ਸਨ ਕਿ ਹਿੰਦੁਸਤਾਨ ਨੂੰ ਅੰਗਰੇਜ਼ਾਂ ਤੋਂ ਆਜ਼ਾਦੀ ਮਿਲਣ ਤੋਂ ਬਾਹਦ ਹਿੰਦੁਸਤਾਨ ਦੀ ਹਕੂਮਤ ਦੀ ਵਾਗਡੋਰ ਕੁਝ ਕੁ ਗਿਣਤੀ ਦੇ ਅਮੀਰ ਲੋਕਾਂ ਦੇ ਹੱਥ ਆ ਜਾਵੇ ਅਤੇ ਮਜ਼ਦੂਰਾਂ, ਕਿਸਾਨਾਂ, ਗਰੀਬਾਂ ਅਤੇ ਦਲਿਤ ਲੋਕਾਂ ਦਾ ਉਸੀ ਤਰ੍ਹਾਂ ਹੀ ਬੁਰਾ ਹਾਲ ਰਹੇ ਜਿਸ ਤਰ੍ਹਾਂ ਕਿ ਅੰਗਰੇਜ਼ਾਂ ਵੇਲੇ ਸੀ. 1947 ਵਿੱਚ ਅੰਗ੍ਰੇਜ਼ਾਂ ਤੋਂ ਆਜ਼ਾਦੀ ਪ੍ਰਾਪਤ ਕਰਨ ਤੋਂ ਬਾਹਦ ਹਿੰਦੁਸਤਾਨ ਵਿੱਚ ਬਣੀ ਨਵੀਂ ਸਰਕਾਰ ਦੀਆਂ ਨੀਤੀਆਂ ਤੋਂ ਨਿਰਾਸ਼ ਹੋ ਕੇ ਹਿੰਦੁਸਤਾਨ ਦੇ ਆਮ ਲੋਕਾਂ ਵਿੱਚ ਕੁਝ ਸਮੇਂ ਬਾਹਦ ਹੀ ਵਿਦਰੋਹ ਦੀਆਂ ਭਾਵਨਾਵਾਂ ਪੈਦਾ ਹੋਣੀਆਂ ਸ਼ੁਰੂ ਹੋ ਚੁੱਕੀਆਂ ਸਨ. ਇੱਥੋਂ ਤੱਕ ਕਿ ਹਿੰਦੁਸਤਾਨ ਦੀਆਂ ਕਮਿਊਨਿਸਟ ਪਾਰਟੀਆਂ ਤੋਂ ਵੀ ਲੋਕ ਨਿਰਾਸ਼ ਹੋ ਚੁੱਕੇ ਸਨ. ਪੱਛਮੀ ਬੰਗਾਲ ਦੇ ਸੂਬੇ ਵਿੱਚ ਵੀ ਭਾਵੇਂ ਕਿ ਕਮਿਊਨਿਸਟ ਪਾਰਟੀ ਦੀ ਹਕੂਮਤ ਸੀ, ਪਰ ਕੁਝ ਗਰਮ ਖਿਆਲੀ ਕਮਿਊਨਿਸਟਾਂ ਨੇ 1967 ਵਿੱਚ ਨਕਸਲਬਾੜੀ ਦੇ ਇਲਾਕੇ ਦੇ ਕਿਸਾਨਾਂ-ਮਜ਼ਦੂਰਾਂ ਨੂੰ ਜੱਥੇਬੰਦ ਕਰਕੇ ਸਰਕਾਰ ਦੀਆਂ ਮਜ਼ਦੂਰ-ਕਿਸਾਨ ਨੀਤੀਆਂ ਵਿਰੁੱਧ ਵਿਦਰੋਹ ਕਰ ਦਿੱਤਾ. ਭਾਵੇਂ ਕਿ ਹਕੂਮਤੀ ਜਬਰ ਨੇ ਕਿਸਾਨਾਂ-ਮਜ਼ਦੂਰਾਂ ਦੇ ਇਸ ਵਿਦਰੋਹ ਨੂੰ ਦਬਾ ਦਿੱਤਾ; ਪਰ ਕਿਸਾਨਾਂ-ਮਜ਼ਦੂਰਾਂ ਦੇ ਇਸ ਵਿਦਰੋਹ ਦੀ ਚੰਗਿਆੜੀ ਹੌਲੀ ਹੌਲੀ ਸਾਰੇ ਹਿੰਦੁਸਤਾਨ ਵਿੱਚ ਫੈਲ ਗਈ. ਇਹ ਚੰਗਿਆੜੀ ਨਕਸਲਬਾੜੀ ਕਮਿਊਨਿਸਟ ਲਹਿਰ ਦੇ ਨਾਮ ਨਾਲ ਜਾਣੀ ਗਈ. ਇਸ ਲਹਿਰ ਦੇ ਆਗੂਆਂ ਨੇ 1969 ਵਿੱਚ ਕਮਿਊਨਿਸਟ ਪਾਰਟੀ ਆਫ ਇੰਡੀਆ (ਮਾਰਕਸਵਾਦੀ-ਲੈਨਿਨਵਾਦੀ) ਦਾ ਐਲਾਨ ਕਰ ਦਿੱਤਾ. ਇਸ ਪਾਰਟੀ ਨੇ ਆਪਣਾ ਉਦੇਸ਼ ਮਜ਼ਦੂਰਾਂ-ਕਿਸਾਨਾਂ ਦੀ ਮੱਦਦ ਨਾਲ ਹਿੰਦੁਸਤਾਨ ਵਿੱਚ ਹਥਿਆਰਬੰਦ ਇਨਕਲਾਬ ਲਿਆਉਣਾ ਨਿਰਧਾਰਤ ਕੀਤਾ. ਹਿੰਦੁਸਤਾਨ ਦੇ ਅਨੇਕਾਂ ਹੋਰ ਹਿੱਸਿਆਂ ਵਾਂਗ ਨਕਸਲਬਾੜੀ ਲਹਿਰ ਨੇ ਪੰਜਾਬੀ ਸਾਹਿਤਕਾਰਾਂ ਨੂੰ ਵੀ ਪ੍ਰਭਾਵਤ ਕੀਤਾ. ਅਨੇਕਾਂ ਹੋਰ ਪੰਜਾਬੀ ਸਾਹਿਤਕਾਰਾਂ ਵਾਂਗ ਪਾਸ਼ ਵੀ ਨਕਸਲਬਾੜੀ ਲਹਿਰ ਦੇ ਪ੍ਰਭਾਵ ਤੋਂ ਬਚ ਨ ਸਕਿਆ ਅਤੇ ਨਕਸਲਬਾੜੀ ਲਹਿਰ ਦੇ ਵਿਚਾਰਾਂ ਨੂੰ ਆਪਣੀ

ਸ਼ਾਇਰੀ ਵਿੱਚ ਪੇਸ਼ ਕਰਨ ਲੱਗਾ. ਪਾਸ਼ ਨੇ ਦੇਖਿਆ ਕਿ ਉਸ ਤੋਂ ਪਹਿਲਾਂ ਰਚੀ ਗਈ ਪੰਜਾਬੀ ਸ਼ਾਇਰੀ ਅਤੇ ਉਸ ਦੇ ਸਮਕਾਲੀ ਸ਼ਾਇਰਾਂ ਵੱਲੋਂ ਰਚੀ ਜਾ ਰਹੀ ਸ਼ਾਇਰੀ ਉਸ ਕੋਝ ਨੂੰ ਪੇਸ਼ ਨਹੀਂ ਕਰ ਰਹੀ ਸੀ ਜੋ ਹਰ ਤਰਫ਼ ਫੈਲਿਆ ਹੋਇਆ ਸੀ. ਉਸ ਨੇ ਅਜਿਹੀ ਸ਼ਾਇਰੀ ਨੂੰ ਪੂਰੀ ਤਰ੍ਹਾਂ ਰੱਦ ਕਰਦਿਆਂ ਇਸ ਕਿਸਮ ਦੀ ਸ਼ਾਇਰੀ ਵੱਲੋਂ ਪੇਸ਼ ਕੀਤੇ ਜਾ ਰਹੇ ਸੁਹਜਵਾਦ ਨੂੰ ਵੀ ਰੱਦ ਕਰ ਦਿੱਤਾ. ਪਾਸ਼ ਆਪਣੇ ਸਮੇਂ ਤੋਂ ਪਹਿਲਾਂ ਲਿਖੀ ਗਈ ਪ੍ਰਗਤੀਵਾਦੀ ਲਹਿਰ ਨਾਲ ਸਬੰਧਤ ਕਵਿਤਾ ਅਤੇ ਪ੍ਰਯੋਗਸ਼ੀਲ ਲਹਿਰ ਨਾਲ ਸਬੰਧਤ ਕਵਿਤਾ ਨੂੰ ਪੂਰੀ ਤਰ੍ਹਾਂ ਰੱਦ ਕਰਦਾ ਹੈ :

ਜੁਗਾਂ ਤੋਂ ਇੱਕ ਵੇਲਣਾ ਚਲਦਾ ਹੈ
ਪੀੜੀ ਜਾ ਰਿਹਾ ਰੁੱਤਾਂ ਦੀ ਮਹਿਕ
ਤੁਹਾਡੀ ਸੁਹਜ-ਸ਼ਾਸਤਰ ਕੌਣ ਪੜ੍ਹੇ
ਕੁਰਲਾਹਟਾਂ, ਚੀਕਾਂ ਦੀ ਏਸ ਦਲਦਲ ਵਿੱਚ
ਉਹ ਕਿਸ ਹੱਦ ਤੀਕ ਢੂੰਡਣਗੇ
ਸਲੋਨੇ ਤਾਲ ਸ਼ਬਦਾਂ 'ਚੋਂ
ਲਹੂ ਆਪਣੇ ਦੇ ਵਿੱਚ ਹੀ ਨਿਚੁੜਦਾ ਹੋਵੇ
ਜਿਨ੍ਹਾਂ ਦੀ ਹੋਂਦ ਦਾ ਪੱਲਾ....

(ਹਾਂ ਉਦੋਂ....)

ਪਾਸ਼ ਆਪਣੇ ਸਮਿਆਂ ਤੋਂ ਪਹਿਲਾਂ ਲਿਖੀ ਗਈ ਕਵਿਤਾ ਵਿੱਚ ਪੇਸ਼ ਕੀਤੇ ਗਏ ਸੁਹਜਵਾਦ ਨੂੰ ਪੂਰੀ ਤਰ੍ਹਾਂ ਰੱਦ ਕਰਦਿਆਂ ਹੋਇਆਂ ਇਹ ਵੀ ਸਪੱਸ਼ਟ ਸ਼ਬਦਾਂ ਵਿੱਚ ਕਹਿੰਦਾ ਹੈ ਕਿ ਆਪਣੀ ਕਵਿਤਾ ਵਿੱਚ ਉਹ ਕਿਸ ਤਰ੍ਹਾਂ ਦੇ ਸੁਹਜਵਾਦ ਨੂੰ ਅਹਿਮੀਅਤ ਦਿੰਦਾ ਹੈ:

ਮੇਰੇ ਤੋਂ ਆਸ ਨ ਕਰਿਓ ਕਿ ਮੈਂ ਖੇਤਾਂ ਦਾ ਪੁੱਤ ਹੋ ਕੇ
ਤੁਹਾਡੇ ਚਗਲੇ ਹੋਏ ਸਵਾਦਾਂ ਦੀ ਗੱਲ ਕਰਾਂਗਾ
ਜਿਨ੍ਹਾਂ ਦੇ ਹੜ੍ਹ 'ਚ ਰੁੜ੍ਹ ਜਾਂਦੀ ਹੈ
ਸਾਡੇ ਬੱਚਿਆਂ ਦੀ ਤੋਤਲੀ ਕਵਿਤਾ
ਤੇ ਸਾਡੀਆਂ ਧੀਆਂ ਦਾ ਕੰਜਕ ਜਿਹਾ ਹਾਸਾ
ਮੈਂ ਤਾਂ ਜਦ ਵੀ ਕੀਤੀ ਖਾਦ ਦੇ ਘਾਟੇ
ਕਿਸੀ ਗਰੀਬੜੀ ਦੀ ਹਿੱਕ ਵਾਂਗੂੰ ਪਿਚਕ ਗਏ
ਗੰਨਿਆਂ ਦੀ ਗੱਲ ਹੀ ਕਰਾਂਗਾ
ਮੈਂ ਦਲਾਨ ਦੇ ਖੂੰਜੇ 'ਚ ਪਈ ਸੌਣੀ ਦੀ ਫਸਲ
ਤੇ ਦਲਾਨ ਦੇ ਬੂਹੇ ਤੇ ਖੜੇ ਸਿਆਲ ਦੀ ਹੀ ਗੱਲ ਕਰਾਂਗਾ

(ਇਨਕਾਰ)

ਅੰਗ੍ਰੇਜ਼ਾਂ ਵੱਲੋਂ ਹਿੰਦੁਸਤਾਨ ਨੂੰ ਛੱਡ ਕੇ ਚਲੇ ਜਾਣ ਬਾਹਦ ਵੀ ਹਿੰਦੁਸਤਾਨ ਵਿੱਚ ਮੁਕੰਮਲ ਆਜ਼ਾਦੀ ਨ ਆ ਸਕਣ ਕਾਰਨ ਜਿਸ ਹਕੂਮਤ ਨੇ ਹਿੰਦੁਸਤਾਨ ਵਿੱਚ ਹਕੂਮਤ ਦੀ ਰਾਜਗੱਦੀ ਸੰਭਾਲੀ ਉਸਦਾ ਉਦੇਸ਼ ਜ਼ਿੰਦਗੀ ਦੇ ਹਰ ਖੇਤਰ ਵਿੱਚ

ਅਜਿਹੀਆਂ ਭ੍ਰਿਸ਼ਟ ਨੀਤੀਆਂ ਅਤੇ ਭ੍ਰਿਸ਼ਟ ਕਦਰਾਂ-ਕੀਮਤਾਂ ਦਾ ਪਾਸਾਰ ਕਰਨਾ ਸੀ ਜਿਨ੍ਹਾਂ ਨਾਲ ਸਮਾਜ ਦੀ ਅਮੀਰ ਸ਼੍ਰੇਣੀ ਨੂੰ ਮੁਨਾਫ਼ਾ ਹੁੰਦਾ ਹੋਵੇ. ਪਾਸ਼ ਆਪਣੀ ਸ਼ਾਇਰੀ ਵਿੱਚ ਇਸ ਗੱਲ ਦੀ ਨਿਸ਼ਾਨਦੇਹੀ ਕਰਦਾ ਹੈ:

ਸ਼ਹਿਰਾਂ ਵਿੱਚ ਮੈਂ ਥਾਂ ਥਾਂ ਕੋਝ ਦੇਖਿਆ
ਪ੍ਰਕਾਸ਼ਨਾਂ ਵਿੱਚ, ਕੈਫ਼ਿਆਂ ਵਿਚ
ਦਫ਼ਤਰਾਂ ਤੇ ਥਾਣਿਆਂ ਵਿੱਚ...
ਅਤੇ ਮੈਂ ਦੇਖਿਆ, ਇਹ ਕੋਝ ਦੀ ਨਦੀ
ਦਿੱਲੀ ਦੇ ਗੋਲ ਪਰਬਤ ਵਿੱਚੋਂ ਸਿੰਮਦੀ ਹੈ
ਪਾਸ਼ ਅਜਿਹੇ ਕੋਝ ਦੀਆਂ ਕਿਸਮਾਂ ਵੀ ਬਿਆਨ ਕਰਦਾ ਹੈ:
ਤੁਸੀਂ ਜਾਣਦੇ ਹੋ-
ਕਚਹਿਰੀਆਂ, ਬੱਸ ਅੱਡਿਆਂ ਤੇ ਪਾਰਕਾਂ ਵਿਚ
ਸੌ ਸੌ ਦੇ ਨੋਟ ਤੁਰਦੇ ਫਿਰਦੇ ਹਨ
ਡਾਇਰੀਆਂ ਲਿਖਦੇ, ਤਸਵੀਰਾਂ ਲੈਂਦੇ
ਤੇ ਰਿਪੋਰਟਾਂ ਭਰਦੇ ਹਨ
ਕਾਨੂੰਨ-ਰੱਖਿਆ ਕੇਂਦਰ ਵਿੱਚ
ਪੁੱਤਰ ਨੂੰ ਮਾਂ 'ਤੇ ਚੜ੍ਹਾਇਆ ਜਾਂਦਾ ਹੈ
ਖੇਤਾਂ ਵਿਚ 'ਡਾਕੂ' ਦਿਹਾੜੀਆਂ 'ਤੇ ਕੰਮ ਕਰਦੇ ਹਨ
ਮੰਗਾਂ ਮੰਨੀਆਂ ਜਾਣ ਦਾ ਐਲਾਨ
ਬੰਬਾਂ ਨਾਲ ਕੀਤਾ ਜਾਂਦਾ ਹੈ
ਆਪਣੇ ਲੋਕਾਂ ਦੇ ਪਿਆਰ ਦਾ ਅਰਥ
'ਦੁਸ਼ਮਣ ਦੇਸ਼' ਦੀ ਏਜੰਟੀ ਹੁੰਦਾ ਹੈ
ਅਤੇ
ਵੱਧ ਤੋਂ ਵੱਧ ਗੱਦਾਰੀ ਦਾ ਤਗ਼ਮਾ
ਵੱਡੇ ਤੋਂ ਵੱਡਾ ਰੁਤਬਾ ਹੋ ਸਕਦਾ ਹੈ
(ਦੋ ਤੇ ਦੋ ਤਿੰਨ)

ਇਸ ਕੋਝ ਲਈ ਜ਼ਿੰਮੇਵਾਰ ਸਥਾਪਤੀ ਦਾ ਕਰੂਪ ਚਿਹਰਾ ਪਾਸ਼ ਅਨੇਕਾਂ ਤਰ੍ਹਾਂ ਨਾਲ ਦਿਖਾਂਦਾ ਹੈ ਅਤੇ ਅਜਿਹੇ ਕਰੂਪ ਚਿਹਰੇ ਵਾਲੇ ਸਮਾਜ ਨੂੰ ਬਦਲਣ ਲਈ ਲੋਕਾਂ ਨੂੰ ਹਥਿਆਰਬੰਦ ਇਨਕਲਾਬ ਲਿਆਉਣ ਲਈ ਤਿਆਰ ਕਰਦਾ ਹੈ:

1.
ਇਸ ਦਾ ਜੋ ਵੀ ਨਾਂ ਹੈ - ਗੁੰਡਿਆਂ ਦੀ ਸਲਤਨਤ ਦਾ
ਮੈਂ ਇਸ ਦਾ ਨਾਗਰਿਕ ਹੋਣ 'ਤੇ ਥੁੱਕਦਾ ਹਾਂ
(ਬੇਦਖ਼ਲੀ ਲਈ ਬਿਨੈ-ਪੱਤਰ)

2.
ਦਰਅਸਲ

ਏਥੇ ਹਰ ਥਾਂ 'ਤੇ ਇਕ ਬਾਡਰ ਹੈ
ਜਿਥੇ ਸਾਡੇ ਹੱਕ ਖਤਮ ਹੁੰਦੇ ਹਨ
ਪਤਵੰਤੇ ਲੋਕਾਂ ਦੇ ਸ਼ੁਰੂ ਹੁੰਦੇ ਹਨ
ਤੇ ਅਸੀਂ ਹਰ ਤਰ੍ਹਾਂ ਆਜ਼ਾਦ ਹਾਂ ਇਸ ਪਾਰ -
ਗਾਹਲਾਂ ਕੱਢਣ ਲਈ
ਮੁੱਕੇ ਲਹਿਰਾਉਣ ਲਈ
ਚੋਣਾਂ ਲੜਣ ਲਈ
ਸਤਵਰਗਾਂ ਦੀ ਮੁਸਕਾਨ ਚੁੰਮਣ 'ਤੇ
ਕੋਈ ਬੰਦਸ਼ ਨਹੀਂ ਇਸ ਪਾਰ
ਤੇ ਇਸ ਤੋਂ ਅੱਗੇ ਹੈ -
ਕਸਬਿਆਂ 'ਚ ਉਡਦੀ ਹੋਈ ਧੂੜ, ਪਲੀਆਂ ਹੋਈਆਂ ਜੂਆਂ ਦੇ ਵਾਂਗ
ਰੀਂਘਦੇ ਟਰੱਕ ਬੀ.ਐਸ.ਐੱਫ ਦੇ

(ਬਾਡਰ)

3.

ਮੇਰੇ ਤੁਹਾਡੇ ਦਿਲਾਂ ਦੀ ਹੀ ਸੜਕ ਦੇ ਮੱਥੇ 'ਤੇ ਜੰਮਣਾ ਸੀ
ਰੋਟੀ ਮੰਗਣ ਆਏ ਅਧਿਆਪਕਾਂ ਦੀ ਪੁੜਪੁੜੀ ਦਾ ਲਹੂ
ਦੁਸਹਿਰੇ ਦੇ ਮੈਦਾਨ ਅੰਦਰ
ਖੁੱਸੀ ਹੋਈ ਸੀਤਾ ਨਹੀਂ, ਬੱਸ ਤੇਲ ਦੇ ਕੇਨੀ ਮੰਗਦੇ ਹੋਏ
ਰਾਵਣ ਸਾਡੇ ਹੀ ਬੁੜ੍ਹਿਆਂ ਨੇ ਬਣਨਾ ਸੀ
ਬੇਪਤੀ ਵਕਤ ਦੀ ਸਾਡੇ ਹੀ ਵਕਤਾਂ ਵਿਚ ਹੋਣੀ ਸੀ
ਹਿਟਲਰ ਦੀ ਧੀ ਨੇ ਜ਼ਿੰਦਗੀ ਦੀਆਂ ਪੈਲੀਆਂ ਦੀ ਮਾਂ ਬਣ ਕੇ
ਖ਼ੁਦ ਹਿਟਲਰ ਦਾ ਡਰਨਾ
ਸਾਡੇ ਹੀ ਮੱਥਿਆਂ 'ਚ ਗੱਡਣਾ ਸੀ

(ਸਾਡੇ ਸਮਿਆਂ ਵਿੱਚ)

ਸਥਾਪਤੀ ਦੀ ਹਮੇਸ਼ਾ ਇਹੀ ਕੋਸ਼ਿਸ਼ ਹੁੰਦੀ ਹੈ ਕਿ ਦੇਸ ਦੇ ਲੋਕ ਸਰਕਾਰ ਦੀ ਹਰ ਗੱਲ ਨੂੰ ਚੁੱਪ-ਚਾਪ ਰੱਬ ਦੇ ਭਾਣੇ ਵਾਂਗੂੰ ਮੰਨੀ ਜਾਣ. ਸਰਕਾਰ ਦੀਆਂ ਨੀਤੀਆਂ ਦਾ ਨਾ ਕੋਈ ਵਿਰੋਧ ਕਰੇ, ਨ ਸਰਕਾਰ ਦੀ ਆਲੋਚਨਾ ਕਰਨ ਵਾਲੇ ਕੋਈ ਜਲਸੇ - ਜਲੂਸ ਹੋਣ, ਨ ਭਾਸ਼ਨ ਹੋਣ, ਨ ਕਿਤੇ ਕੋਈ ਸਰਕਾਰੀ ਜਬਰ ਦਾ ਹਥਿਆਰਬੰਦ ਮੁਕਾਬਲਾ ਹੋਵੇ. ਲੋਕ ਬਸ ਗੁਲਾਮਾਂ ਵਾਂਗ ਅਤੇ ਗੁਰਬਤ ਵਿੱਚ ਹੀ ਆਪਣੀ ਸਾਰੀ ਉਮਰ ਬਿਤਾ ਕੇ ਇਸ ਦੁਨੀਆ ਨੂੰ ਅਲਵਿਦਾ ਕਹਿ ਜਾਣ. ਪਰ ਪਾਸ਼ ਨੂੰ ਅਜਿਹਾ ਕੁਝ ਵੀ ਮੰਜ਼ੂਰ ਨਹੀਂ - ਨ ਗੁਲਾਮੀ, ਨ ਗੁਰਬਤ, ਨ ਰੱਬ ਦਾ ਭਾਣਾ ਅਤੇ ਨ ਹੀ ਝੂਠੀ ਸ਼ਾਂਤੀ. ਪਾਸ਼ ਆਮ ਲੋਕਾਂ ਨੂੰ ਗੁਲਾਮੀ ਅਤੇ ਗੁਰਬਤ ਵਾਲੀ ਜ਼ਿੰਦਗੀ ਜਿਉਣ ਦੀ ਆਦਤ ਪਾਉਣ ਵਾਲੀ ਅਜਿਹੀ ਸ਼ਾਂਤੀ ਵਾਲੇ ਹਾਲਾਤਾਂ ਨੂੰ ਭੰਗ ਕਰਨ ਦੀ ਗੱਲ ਕਰਦਾ ਹੈ :

1.
ਸਭ ਤੋਂ ਖਤਰਨਾਕ ਹੁੰਦਾ ਹੈ
ਮੁਰਦਾ ਸ਼ਾਂਤੀ ਨਾਲ ਭਰ ਜਾਣਾ
ਨਾ ਹੋਣਾ ਤੜਪ ਦਾ, ਸਭ ਸਹਿਣ ਕਰ ਜਾਣਾ
ਘਰਾਂ ਤੋਂ ਨਿਕਲਣਾ ਕੰਮ ਤੇ
ਤੇ ਕੰਮ ਤੋਂ ਘਰ ਜਾਣਾ
ਸਭ ਤੋਂ ਖ਼ਤਰਨਾਕ ਹੁੰਦਾ ਹੈ
ਸਾਡੇ ਸੁਪਨਿਆਂ ਦਾ ਮਰ ਜਾਣਾ
ਸਭ ਤੋਂ ਖ਼ਤਰਨਾਕ ਉਹ ਘੜੀ ਹੁੰਦੀ ਹੈ
ਤੁਹਾਡੇ ਗੁੱਟ 'ਤੇ ਚਲਦੀ ਹੋਈ ਵੀ ਜੋ
ਤੁਹਾਡੀ ਨਜ਼ਰ ਦੇ ਲਈ ਖੜ੍ਹੀ ਹੁੰਦੀ ਹੈ
(ਸਭ ਤੋਂ ਖ਼ਤਰਨਾਕ)

2.
ਸ਼ਾਂਤੀ ਢੋਏ ਫਾਟਕ ਦੇ ਪਿੱਛੇ
ਮੱਛਰੀਆਂ ਹਵੇਲੀਆਂ ਦਾ ਹਾਸਾ ਹੈ
ਸ਼ਾਂਤੀ ਸੱਥਾਂ 'ਚ ਰੁਲਦੀਆਂ ਦਾਹੜੀਆਂ ਦਾ ਹਉਕਾ ਹੈ
ਹੋਰ ਸ਼ਾਂਤੀ ਕੁਝ ਨਹੀਂ ਹੈ
(ਯੁੱਧ ਅਤੇ ਸ਼ਾਂਤੀ)

3.
ਅਸੀਂ ਜਿਸ ਸ਼ਾਂਤੀ ਲਈ ਰੀਂਘਦੇ ਰਹੇ
ਉਹ ਸ਼ਾਂਤੀ ਬਘਿਆੜਾਂ ਦੇ ਜੁਬਾੜਿਆਂ ਵਿਚ
ਸਵਾਦ ਬਣ ਕੇ ਟਪਕਦੀ ਰਹੀ
(ਯੁੱਧ ਤੇ ਸ਼ਾਂਤੀ)

ਕਵਿਤਾ ਕਦੇ ਵੀ ਕਵੀ ਦੇ ਅਮਲ ਤੋਂ ਵੱਖਰੀ ਨਹੀਂ ਹੁੰਦੀ. ਉਹ ਉਸਦੇ ਅਮਲ 'ਚੋਂ ਪੈਦਾ ਹੁੰਦੀ ਹੈ ਅਤੇ ਉਸਦੇ ਅਮਲ ਨੂੰ ਮੁੜ ਕਵਿਤਾ ਤੋਂ ਬਲ ਮਿਲਦਾ ਹੈ. ਜਿਹੋ ਜਿਹਾ ਕਿਸੀ ਕਵੀ ਦਾ ਅਮਲ ਹੁੰਦਾ ਹੈ ਉਸਦੀ ਕਵਿਤਾ ਦੀ ਨੁਹਾਰ ਵੀ ਓਸੇ ਤਰ੍ਹਾਂ ਦੀ ਹੋਵੇਗੀ. ਪਾਸ਼ ਦੀ ਕਵਿਤਾ ਦੀ ਇਹ ਵਿਲੱਖਣਤਾ ਹੈ ਕਿ ਉਹ ਮਹਿਜ਼ ਇੱਕ ਵਿਅਕਤੀ ਨੂੰ ਆਪਣਾ ਨਾਇਕ ਬਣਾ ਕੇ ਉਸ ਵਾਂਗ ਜ਼ਿੰਦਗੀ ਵਿੱਚ ਕੋਈ ਵਿਲੱਖਣ ਪ੍ਰਾਪਤੀ ਨਹੀਂ ਕਰਨਾ ਚਾਹੁੰਦਾ. ਸਗੋਂ ਉਹ ਹੋਰ ਲੋਕਾਂ ਨਾਲ ਮਿਲ ਕੇ ਸਾਂਝੀਆਂ ਜਿੱਤਾਂ ਪ੍ਰਾਪਤ ਕਰਨਾ ਚਾਹੁੰਦਾ ਹੈ. ਇਸੇ ਲਈ ਉਹ ਸਾਂਝੇ-ਸੰਕਟ ਨੂੰ ਮੁਖਾਤਿਬ ਹੋ ਕੇ ਸਾਂਝੀ ਜੱਦੋ-ਜਹਿਦ ਰਾਹੀਂ ਹੀ ਭ੍ਰਿਸ਼ਟ ਸਿਸਟਮ ਨੂੰ ਬਦਲਣ ਲਈ ਸਾਂਝਾ ਹਥਿਆਰਬੰਦ ਯੁੱਧ ਛੇੜਨਾ ਚਾਹੁੰਦਾ ਹੈ :

ਤੀਸਰਾ ਮਹਾਂ ਯੁੱਧ
ਜੋ ਨਹੀਂ ਲੜਿਆ ਜਾਏਗਾ ਹੁਣ

ਜਰਮਨੀ ਤੇ ਭਾੜੇ ਦੀਆਂ ਫ਼ੌਜਾਂ ਵਿਚਾਲੇ
ਤੀਸਰਾ ਮਹਾਂ ਯੁੱਧ ਹਿੱਕਾਂ 'ਚ ਖੁਰ ਰਹੀ
ਜੀਣ ਦੀ ਬਾਦਸ਼ਾਹਤ ਲੜੇਗੀ
ਤੀਸਰਾ ਮਹਾਂ ਯੁੱਧ ਗੋਹੇ ਨਾਲ ਲਿੱਪੇ
ਕੋਠਿਆਂ ਦੀ ਸਾਦਗੀ ਲੜੂ
(ਤੀਸਰਾ ਮਹਾਂ ਯੁੱਧ)

ਪਾਸ਼ ਨੇ ਸ਼ਾਇਰੀ ਵਿੱਚ ਨ ਸਿਰਫ ਵੱਖਰੇ ਸੁਹਜ ਦੀ ਹੀ ਗੱਲ ਕੀਤੀ ਉਸ ਨੇ ਸ਼ਾਇਰੀ ਕਹਿਣ ਦਾ ਅੰਦਾਜ਼ ਵੀ ਬਦਲ ਦਿੱਤਾ. ਇਨ੍ਹਾਂ ਸਾਰੇ ਕਾਰਨਾਂ ਸਦਕਾ ਪੰਜਾਬੀ ਸ਼ਾਇਰੀ ਦੇ ਖੇਤਰ ਵਿੱਚ ਬਹੁਤ ਹਲਚਲ ਮੱਚ ਗਈ. ਲੋਕ ਨਵੀਂ ਕਿਸਮ ਦੀ ਸ਼ਾਇਰੀ ਦੀਆਂ ਗੱਲਾਂ ਕਰਨ ਲੱਗੇ. ਪਰ ਇਸ ਨਵੀਂ ਕਿਸਮ ਦੀ ਸ਼ਾਇਰੀ ਨੂੰ ਹਰ ਆਲੋਚਕ ਨੇ ਜੀ ਆਇਆਂ ਨ ਕਿਹਾ. ਬਹੁਤ ਸਾਰੇ ਆਲੋਚਕ ਅਜਿਹੀ ਸ਼ਾਇਰੀ ਨੂੰ ਨਿਰਾ ਸ਼ੋਰ ਅਤੇ ਗਾਲ੍ਹਾਂ ਦੀ ਭਾਸ਼ਾ ਵਿੱਚ ਲਿਖੀ ਸ਼ਾਇਰੀ ਕਹਿਣ ਲੱਗੇ. ਪਾਸ਼ ਆਪਣੀ ਸ਼ਾਇਰੀ ਵਿੱਚ ਰਾਜਨੀਤਕ/ਸਮਾਜਿਕ/ਸਭਿਆਚਾਰਕ/ਧਾਰਮਿਕ/ ਆਰਥਿਕ ਪੱਧਰ ਉੱਤੇ ਅਜਿਹੀਆਂ ਕਦਰਾਂ-ਕੀਮਤਾਂ ਨੂੰ ਰੱਦ ਕਰਦਾ ਸੀ ਜੋ ਕਿ ਸਥਾਪਤੀ ਦੇ ਹੱਕ ਵਿੱਚ ਭੁਗਤਦੀਆਂ ਸਨ ਨ ਕਿ ਮਜ਼ਦੂਰਾਂ-ਕਿਸਾਨਾਂ-ਗਰੀਬਾਂ ਦੇ ਹੱਕ ਵਿੱਚ. ਸਥਾਪਤੀ ਨਾਲ ਜੁੜੇ ਅਜਿਹੇ ਹਰ ਸਿਸਟਮ ਨੂੰ ਪਾਸ਼ ਹਥਿਆਰਬੰਦ ਯੁੱਧ ਰਾਹੀਂ ਬਦਲ ਦੇਣ ਦੇ ਹੱਕ ਵਿੱਚ ਸੀ. ਪਾਸ਼ ਅਤੇ ਉਸ ਦੇ ਨਕਸਲਬਾੜੀ ਸਾਥੀ ਗਦਰ ਪਾਰਟੀ ਵੱਲੋਂ ਪ੍ਰਚਾਰੇ ਜਾਂਦੇ ਹਥਿਆਰਬੰਦ ਯੁੱਧ ਦੇ ਵਿਚਾਰਾਂ ਅਤੇ ਸ਼ਹੀਦ ਭਗਤ ਸਿੰਘ ਅਤੇ ਉਸਦੇ ਕਰਾਂਤੀਕਾਰੀ ਸਾਥੀਆਂ ਵੱਲੋਂ ਪ੍ਰਚਾਰੇ ਜਾਂਦੇ ਹਥਿਆਰਬੰਦ ਯੁੱਧ ਦੇ ਵਿਚਾਰਾਂ ਨੂੰ ਹੀ ਅੱਗੇ ਲਿਜਾ ਰਹੇ ਸਨ. ਕਿਉਂਕਿ ਉਹ ਇਸ ਗੱਲ ਨੂੰ ਸਵੀਕਾਰ ਚੁੱਕਾ ਸੀ ਕਿ ਹਥਿਆਰਬੰਦ ਯੁੱਧ ਬਿਨ੍ਹਾਂ ਲੋਟੂ ਸਿਸਟਮ ਨੂੰ ਬਦਲਿਆ ਨਹੀਂ ਜਾ ਸਕਦਾ ਅਤੇ ਸਿਸਟਮ ਨੂੰ ਬਦਲੇ ਬਿਨ੍ਹਾਂ ਆਮ ਲੋਕਾਂ ਨੂੰ ਉਨ੍ਹਾਂ ਦੇ ਖੁੱਸੇ ਹੋਏ ਹੱਕ ਮਿਲ ਨਹੀਂ ਸਕਦੇ. ਪਾਸ਼ ਇਹ ਗੱਲ ਆਪਣੀ ਸ਼ਾਇਰੀ ਵਿੱਚ ਬਾਰ ਬਾਰ ਕਹਿੰਦਾ ਹੈ:

1.
ਯੁੱਧ ਸਾਡੇ ਬੱਚਿਆਂ ਲਈ
ਪਿੜੀਆਂ ਵਾਲੀ ਖਿੱਦੋ ਬਣ ਕੇ ਆਏਗਾ
ਯੁੱਧ ਸਾਡੀਆਂ ਭੈਣਾਂ ਲਈ
ਕਢਾਈ ਦੇ ਸੁੰਦਰ ਨਮੂਨੇ ਲਿਆਏਗਾ
ਯੁੱਧ ਸਾਡੀਆਂ ਬੀਵੀਆਂ ਦੇ ਥਣਾਂ ਅੰਦਰ
ਦੁੱਧ ਬਣ ਕੇ ਉਤਰੇਗਾ
ਯੁੱਧ ਬੁੱਢੀ ਮਾਂ ਲਈ ਨਿਗ੍ਹਾ ਦੀ ਐਨਕ ਬਣੇਗਾ
ਯੁੱਧ ਸਾਡਿਆਂ ਵੱਡਿਆਂ ਦੀਆਂ ਕਬਰਾਂ ਉੱਤੇ
ਫੁੱਲ ਬਣ ਕੇ ਖਿੜੇਗਾ

(ਯੁੱਧ ਤੇ ਸ਼ਾਂਤੀ)

2.
ਉੱਠ ਤੇਰੇ ਵਾਰਸਾਂ ਦਾ ਆ ਗਿਆ ਜ਼ਮਾਨਾਂ ਨੀਂ
ਪੌਣਾਂ ਵਿਚ ਗੂੰਜਿਆ ਆਜ਼ਾਦੀ ਦਾ ਤਰਾਨਾ ਨੀਂ
ਲੋਕਾਂ ਚੁੱਕੇ ਹਥਿਆਰ, ਅੱਜ ਬੰਨ੍ਹ ਕੇ ਕਤਾਰ
ਲੈਣੀ ਵੈਰੀਆਂ ਦੀ ਧਾੜ ਉਨ੍ਹਾਂ ਡੱਕ ਨੀਂ
ਕਿਰਤੀ ਦੀਏ ਕੁੱਲੀਏ......

(ਗੀਤ)

3.
ਅਸੀਂ ਲੜਾਂਗੇ ਜਦ ਤਕ
ਦੁਨੀਆਂ 'ਚ ਲੜਨ ਦੀ ਲੋੜ ਬਾਕੀ ਹੈ...
ਜਦੋਂ ਬੰਦੂਕ ਨਾ ਹੋਈ, ਓਦੋਂ ਤਲਵਾਰ ਹੋਵੇਗੀ
ਜਦੋਂ ਤਲਵਾਰ ਨਾ ਹੋਈ, ਲੜਨ ਦੀ ਲੋੜ ਹੋਵੇਗੀ
ਤੇ ਅਸੀਂ ਲੜਾਂਗੇ ਸਾਥੀ...
ਅਸੀਂ ਲੜਾਂਗੇ
ਕਿ ਲੜਨ ਬਾਝੋਂ ਕੁਝ ਵੀ ਨਹੀਂ ਮਿਲਦਾ
ਅਸੀਂ ਲੜਾਂਗੇ
ਆਪਣੀ ਸਜ਼ਾ ਕਬੂਲਣ ਲਈ
ਲੜ ਕੇ ਮਰ ਚੁੱਕਿਆਂ ਦੀ ਯਾਦ ਜ਼ਿੰਦਾ ਰੱਖਣ ਲਈ
ਅਸੀਂ ਲੜਾਂਗੇ ਸਾਥੀ....

(ਅਸੀਂ ਲੜਾਂਗੇ ਸਾਥੀ)

ਝੂਠੀ ਸ਼ਾਂਤੀ ਬਣਾਈ ਰੱਖਣ ਦੀ ਸਾਜ਼ਿਸ਼ ਵਿੱਚ ਸਾਡੇ ਸਮਿਆਂ ਦਾ ਮੀਡੀਆ ਵੀ ਸ਼ਾਮਿਲ ਹੈ. ਭ੍ਰਿਸ਼ਟ ਸਿਸਟਮ ਦੇ ਖਿਲਾਫ਼ ਜੇਕਰ ਲੋਕ ਵਿਦਰੋਹ ਕਰਦੇ ਹਨ ਤਾਂ ਸਾਡਾ ਮੀਡੀਆ ਅਜਿਹੀਆਂ ਵਿਦਰੋਹੀ ਸਰਗਰਮੀਆਂ ਨੂੰ ਆਪਣੇ ਅਖਬਾਰਾਂ ਵਿੱਚ ਪ੍ਰਕਾਸ਼ਿਤ ਕਰਨ ਯੋਗ ਖਬਰਾਂ ਹੀ ਨਹੀਂ ਸਮਝਦਾ ਅਤੇ ਜਨਤਾ ਨੂੰ ਸਭ ਕੁਝ ਠੀਕ ਠਾਕ ਹੋਣ ਦਾ ਭਰਮ ਪਾਲਦਾ ਹੈ :

ਮੈਂ ਅੱਜ ਕੱਲ੍ਹ ਅਖ਼ਬਾਰਾਂ ਤੋਂ ਬਹੁਤ ਡਰਦਾ ਹਾਂ
ਜ਼ਰੂਰ ਉਨ੍ਹਾਂ ਵਿੱਚ ਕਿਤੇ ਨਾ ਕਿਤੇ
ਕੁਝ ਨਾ ਹੋਣ ਦੀ ਖ਼ਬਰ ਛਪੀ ਹੋਵੇਗੀ
ਸ਼ਾਇਦ ਤੁਸੀਂ ਜਾਣਦੇ ਨਹੀਂ, ਜਾਂ ਜਾਣਦੇ ਵੀ ਹੋਵੋ
ਕਿ ਕਿੰਨਾ ਭਿਆਨਕ ਹੈ ਕਿਤੇ ਵੀ ਕੁਝ ਨਾ ਹੋਣਾ
ਲਗਾਤਾਰ ਨਜ਼ਰਾਂ ਦਾ ਹਫਦੇ ਰਹਿਣਾ
ਤੇ ਚੀਜ਼ਾਂ ਦਾ ਚੁੱਪ ਚਾਪ ਲੇਟੇ ਰਹਿਣਾ ਕਿਸੇ ਠੰਢੀ ਔਰਤ ਵਾਂਗ-

(ਲੜੇ ਹੋਏ ਵਰਤਮਾਨ ਦੇ ਰੂਬਰੂ)

ਹਕੂਮਤ ਦੀ ਹਮੇਸ਼ਾ ਇਹ ਨੀਤੀ ਹੁੰਦੀ ਹੈ ਕਿ ਜੋ ਵੀ ਕੋਈ ਹਕੂਮਤ ਦੀਆਂ ਗਲਤ ਨੀਤੀਆਂ ਦਾ ਵਿਰੋਧ ਕਰੇ- ਸਰਕਾਰ ਅਤੇ ਇਸ ਦੀਆਂ ਏਜੰਸੀਆਂ ਉਸ ਵਿਅਕਤੀ ਨੂੰ ਗਦਾਰ ਜਾਂ ਦੇਸ-ਧ੍ਰੋਹੀ ਕਰਾਰ ਦੇ ਦੇਂਦੀਆਂ ਹਨ ਅਤੇ ਉਸਦੀ ਜ਼ੁਬਾਨ ਬੰਦ ਕਰਨ ਲਈ ਉਸ ਉੱਤੇ ਹਰ ਤਰ੍ਹਾਂ ਦਾ ਤਸ਼ੱਦਦ ਢਾਂਹਦੀਆਂ ਹਨ. ਨਕਸਲਬਾੜੀ ਲਹਿਰ ਨਾਲ ਸਬੰਧਤ ਰਾਜਨੀਤੀਵਾਨਾਂ/ਚਿੰਤਕਾਂ/ਸਾਹਿਤਕਾਰਾਂ ਉੱਤੇ ਵੀ ਪੁਲਿਸ ਅਤੇ ਹਿੰਦੁਸਤਾਨ ਸਰਕਾਰ ਦੀਆਂ ਖੁਫੀਆ ਏਜੰਸੀਆਂ ਬਹੁਤ ਤਸ਼ੱਦਦ ਕਰਦੀਆਂ ਰਹੀਆਂ ਹਨ. ਅਨੇਕਾਂ ਕਰਾਂਤੀਕਾਰੀਆਂ ਨੂੰ ਸਰਕਾਰੀ ਏਜੰਸੀਆਂ ਨੇ ਝੂਠੇ ਪੁਲਿਸ ਮੁਕਾਬਲੇ ਬਣਾ ਬਣਾ ਕੇ ਕਤਲ ਕਰ ਦਿੱਤਾ. ਪਾਸ਼ ਆਪਣੀ ਸ਼ਾਇਰੀ ਵਿੱਚ ਇਸ ਗੱਲ ਨੂੰ ਵੀ ਪੂਰੀ ਤਰ੍ਹਾਂ ਸਪੱਸ਼ਟ ਕਰਦਾ ਹੈ ਕਿ ਅਸੀਂ ਦੇਸ ਨੂੰ ਇੰਤਹਾ ਪਿਆਰ ਕਰਦੇ ਹਾਂ - ਪਰ ਇਸ ਦੇਸ ਦੀ ਸਰਕਾਰ ਵੱਲੋਂ ਜੋ ਭ੍ਰਿਸ਼ਟ ਸਿਸਟਮ ਲਾਗੂ ਕੀਤਾ ਗਿਆ ਹੈ ਅਸੀਂ ਉਸ ਸਿਸਟਮ ਨੂੰ ਪਸੰਦ ਨਹੀਂ ਕਰਦੇ ਅਤੇ ਉਸਨੂੰ ਬਦਲਣਾ ਚਾਹੁੰਦੇ ਹਾਂ:

1.
ਜੇ ਦੇਸ਼ ਦੀ ਸੁਰੱਖਿਆ ਏਹੋ ਹੁੰਦੀ ਹੈ
ਕਿ ਬੇ-ਜ਼ਮੀਰੀ ਜ਼ਿੰਦਗੀ ਲਈ ਸ਼ਰਤ ਬਣ ਜਾਵੇ
ਅੱਖ ਦੀ ਪੁਤਲੀ 'ਚ ਹਾਂ ਤੋਂ ਬਿਨ੍ਹਾਂ ਕੋਈ ਵੀ ਸ਼ਬਦ
ਅਸ਼ਲੀਲ ਹੋਵੇ
ਤੇ ਮਨ ਬਦਕਾਰ ਘੜੀਆਂ ਸਾਹਮਣੇ ਡੰਡੌਤ 'ਚ ਝੁਕਿਆ ਰਹੇ
ਤਾਂ ਸਾਨੂੰ ਦੇਸ਼ ਦੀ ਸੁਰੱਖਿਅਤਾ ਤੋਂ ਖਤਰਾ ਹੈ
(ਆਪਣੀ ਅਸੁਰੱਖਿਅਤਾ 'ਚੋਂ)

2.
ਅਸੀਂ ਤਾਂ ਦੇਸ਼ ਨੂੰ ਸਮਝੇ ਸਾਂ ਘਰ ਵਰਗੀ ਪਵਿੱਤਰ ਸ਼ੈਅ
ਜਿਦ੍ਹੇ ਵਿਚ ਹੁੱਸੜ ਨਹੀਂ ਹੁੰਦਾ
ਮਨੁੱਖ ਵਰ੍ਹਦੇ ਮੀਂਹਾਂ ਦੀ ਗੂੰਜ ਵਾਂਗ ਗਲੀਆਂ 'ਚ ਵਹਿੰਦਾ ਹੈ
ਕਣਕ ਦੀਆਂ ਬੱਲੀਆਂ ਦੇ ਵਾਂਗ ਖੇਤੀਂ ਝੂਮਦਾ ਹੈ
ਅਤੇ ਅਸਮਾਨ ਦੀ ਵਿਸ਼ਾਲਤਾ ਨੂੰ ਅਰਥ ਦਿੰਦਾ ਹੈ
(ਆਪਣੀ ਅਸੁਰੱਖਿਅਤਾ 'ਚੋਂ)

ਪਾਸ਼ ਰਾਜਨੀਤੀ ਦੇ ਨਾਲ ਨਾਲ ਸਮਾਜਿਕ ਅਤੇ ਸਭਿਆਚਾਰਕ ਵਿਸ਼ਿਆਂ ਨੂੰ ਵੀ ਆਪਣੀ ਸ਼ਾਇਰੀ ਦਾ ਵਿਸ਼ਾ ਬਣਾਉਂਦਾ ਹੈ. ਉਹ ਸਮਾਜਿਕ/ਸਭਿਆਚਾਰਕ ਵਿਸ਼ਿਆ ਵਿਚ ਸਾਡੇ ਸਮਾਜ ਵਿੱਚ ਦਲਿਤ/ਗਰੀਬ ਔਰਤਾਂ ਦੀ ਸਥਿਤੀ ਬਾਰੇ ਵੀ ਆਪਣੇ ਵਿਚਾਰ ਪੇਸ਼ ਕਰਦਾ ਹੈ. ਅਜਿਹੀ ਗੱਲ ਕਰਨ ਲੱਗਿਆਂ ਪਾਸ਼ ਚਰਚਿਤ ਪੰਜਾਬੀ ਲੋਕ ਗੀਤਾਂ ਦੀ ਵਰਤੋਂ ਕਰਦਾ ਹੈ - ਪਰ ਉਹ ਚਰਚਿਤ ਲੋਕ ਗੀਤਾਂ ਦੇ ਚਰਚਿਤ ਅਰਥਾਂ ਨੂੰ ਬਿਲਕੁਲ ਉਲਟ ਦਿੰਦਾ ਹੈ ਅਤੇ ਲੋਕ ਗੀਤਾਂ ਦੇ ਪੁਰਾਣੇ ਅਰਥਾਂ ਦੀ ਥਾਂ ਗਰੀਬ ਔਰਤਾਂ ਦੀ ਦਰਦਨਾਕ ਸਥਿਤੀ ਬਿਆਨ ਕਰਦਾ ਹੈ:

1.
ਚਿੜੀਆਂ ਦਾ ਚੰਬਾ ਉੱਡ ਕੇ ਕਿਤੇ ਨਹੀਂ ਜਾਵੇਗਾ
ਐਥੇ ਹੀ ਕਿਤੇ ਉਰੇ ਪਰੇ ਬੰਨਿਆਂ ਤੋਂ ਘਾਹ ਖੋਤੇਗਾ
ਰੁੱਖੀਆਂ ਮਿੱਸੀਆਂ ਰੋਟੀਆਂ ਢੋਇਆ ਕਰੇਗਾ
ਤੇ ਮੈਲੀਆਂ ਚੁੰਨੀਆਂ ਭਿਉਂ ਕੇ
ਲੋਆਂ ਨਾਲ ਲੂਸੇ ਚਿਹਰਿਆਂ ਤੇ ਫੇਰੇਗਾ

ਚਿੜੀਆਂ ਦਾ ਚੰਬਾ ਉੱਡ ਕੇ ਕਿਤੇ ਨਹੀਂ ਜਾਵੇਗਾ
ਐਥੇ ਹੀ ਕਿਤੇ ਉਰੇ ਪਰੇ ਲੁਕ ਕੇ
ਕੱਲਮ ਕੱਲਿਆਂ ਰੋਇਆ ਕਰੇਗਾ
ਸਰਾਪੇ ਜੋਬਨਾਂ ਦੇ ਮਰਸੀਏ ਗਾਇਆ ਕਰੇਗਾ
(ਚਿੜੀਆਂ ਦਾ ਚੰਬਾ)

2.
ਤੂੰ ਕਦੇ ਸੋਚਿਆ ਵੀ ਨਹੀਂ ਹੋਣਾ ਕਿ ਮੁਕਲਾਵਾ
ਦਾਜ ਦੇ ਭਾਂਡਿਆਂ ਦੀ ਛਣਕ ਵਿੱਚ
ਝਾਂਜਰ ਦੀ ਚੁੱਪ ਦਾ ਬੇਕਫ਼ਨ ਸੜਨਾ ਹੈ
ਜਾਂ ਰਿਸ਼ਤਿਆਂ ਦੇ ਸੇਕ ਵਿਚ, ਰੰਗਾਂ ਦਾ ਤਿੜਕ ਜਾਣਾ ਹੈ-
ਸੁਰਿੰਦਰ ਕੌਰ ਨੂੰ ਮੁੜ ਕਦੇ ਨਹੀਂ ਦਿਸਦੀ
ਹਾਦਸਿਆਂ ਦੀ ਉਡੀਕ ਵਿਚ ਬੈਠੀ ਛਿੰਦੋ
ਇਸ ਕਦਰ ਉਸਰ ਜਾਂਦੀ ਹੈ, ਮਹਿਜ਼ ਘਟਨਾਵਾਂ ਦੀ ਦੀਵਾਰ
(ਹੈ ਤਾਂ ਬੜਾ ਅਜੀਬ)

ਪਾਸ਼ ਸ਼ਬਦ, ਕਲਾ ਅਤੇ ਕਵਿਤਾ ਦੇ ਆਪਸੀ ਰਿਸ਼ਤੇ ਬਾਰੇ ਵੀ ਬਹਿਸ ਛੇੜਦਾ ਹੈ. ਅਜਿਹੀ ਬਹਿਸ ਛੇੜਦਿਆਂ ਉਹ ਅਜਿਹੀ ਸਾਰੀ ਕਵਿਤਾ ਨੂੰ ਰੱਦ ਕਰਦਾ ਹੈ ਜੋ ਕਾਵਿਕ ਸ਼ਬਦਾਂ ਨੂੰ ਮਹਿਜ਼ ਲੱਚਰਵਾਦੀ ਲਿਖਤਾਂ ਲਿਖਣ ਲਈ ਵਰਤਦੇ ਹਨ ਜਾਂ ਝੋਲੀ ਚੁੱਕ ਕਿਸਮ ਦੀਆਂ ਲਿਖਤਾਂ ਲਿਖਣ ਲਈ ਵਰਤਦੇ ਹਨ - ਆਮ ਆਦਮੀ ਦੀ ਜ਼ਿੰਦਗੀ ਦੀਆਂ ਸਰਗਰਮੀਆਂ, ਦੁੱਖਾਂ-ਦਰਦਾਂ, ਖੁਸ਼ੀਆਂ, ਗਮੀਆਂ ਨੂੰ ਬਿਆਨ ਕਰਨ ਲਈ ਨਹੀਂ ਵਰਤਦੇ. ਪਾਸ਼ ਇੱਥੇ ਇਹ ਵੀ ਸਪੱਸ਼ਟ ਕਰ ਦਿੰਦਾ ਹੈ ਕਿ ਉਹ ਕਾਵਿਕ ਸ਼ਬਦਾਂ ਨੂੰ ਆਪਣੀ ਸ਼ਾਇਰੀ ਵਿੱਚ ਆਮ ਲੋਕਾਂ ਦੀ ਜ਼ਿੰਦਗੀ ਨਾਲ ਸਬੰਧਤ ਸਰਗਰਮੀਆਂ ਨਾਲ ਕਿੰਝ ਸਬੰਧਤ ਕਰਦਾ ਹੈ. ਪੇਸ਼ ਹਨ ਪਾਸ਼ ਦੀ ਸ਼ਾਇਰੀ ਵਿੱਚੋਂ ਅਜਿਹੀਆਂ ਕੁਝ ਉਦਾਹਰਣਾਂ :

ਸ਼ਬਦ ਜੋ ਰਾਜਿਆਂ ਦੀ ਘਾਟੀ 'ਚ ਨੱਚਦੇ ਹਨ
ਜੋ ਮਾਸੂਕ ਦੀ ਧੁੰਨੀ ਦਾ ਖੇਤਰਫਲ ਮਿਣਦੇ ਹਨ
ਜੋ ਮੇਜ਼ਾਂ ਦੇ ਉੱਤੇ ਟੈਨਸ-ਬਾਲਾਂ ਵਾਂਗ ਰਿੜ੍ਹਦੇ ਹਨ
ਜੋ ਮੰਚਾਂ ਦੀ ਕੱਲਰ-ਭੋਂ 'ਤੇ ਉੱਗਦੇ ਹਨ-

ਕਵਿਤਾ ਨਹੀਂ ਹੁੰਦੇ
(ਸ਼ਬਦ, ਕਲਾ ਅਤੇ ਕਵਿਤਾ)

ਪਾਸ਼ ਇਹ ਵੀ ਸਪੱਸ਼ਟ ਕਰਦਾ ਹੈ ਕਿ ਉਸਦੀ ਆਪਣੀ ਸ਼ਾਇਰੀ ਵਿੱਚ ਸ਼ਬਦਾਂ ਦੀ ਸਹੀ ਵਰਤੋਂ ਕਿਵੇਂ ਕੀਤੀ ਜਾਂਦੀ ਹੈ:

1.
ਉਸ ਕਵਿਤਾ ਵਿੱਚ
ਮਹਿਕਦੇ ਧਨੀਏ ਦਾ ਜ਼ਿਕਰ ਹੋਣਾ ਸੀ
ਕਮਾਦਾਂ ਦੀ ਸਰਸਰਾਹਟ ਦਾ ਜ਼ਿਕਰ ਹੋਣਾ ਸੀ
ਤੇ ਗੰਦਲਾਂ ਦੀ ਨਾਜ਼ੁਕ ਸ਼ੋਖੀ ਦਾ ਜ਼ਿਕਰ ਹੋਣਾ ਸੀ
ਉਸ ਕਵਿਤਾ ਵਿੱਚ ਰੁੱਖਾਂ ਉੱਤੋਂ ਚੋਂਦੀਆਂ ਧੁੰਦਾਂ
ਅਤੇ ਬਾਲਟੀ ਵਿੱਚ ਚੋਏ ਦੁੱਧ ਤੇ
ਗੌਂਦੀਆਂ ਝੱਗਾਂ ਦਾ ਜ਼ਿਕਰ ਹੋਣਾ ਸੀ
(ਮੈਂ ਹੁਣ ਵਿਦਾ ਹੁੰਦਾ ਹਾਂ)

2.
ਮੈਂ ਕਵਿਤਾ ਕੋਲੋਂ ਮੰਗਦਾ ਹਾਂ
ਤੇਰੇ ਲਈ ਨੌਂਹ ਪਾਲਿਸ਼ ਦੀ ਸ਼ੀਸ਼ੀ
ਛੋਟੀ ਭੈਣ ਲਈ ਰੰਗਦਾਰ ਕਢਾਈ ਵਾਲਾ ਧਾਗਾ
ਤੇ ਬਾਪੂ ਦੇ ਮੋਤੀਏ ਲਈ ਕੌੜਾ ਦਾਰੂ
(ਤੈਨੂੰ ਪਤਾ ਨਹੀਂ)

3.
ਤੁਸੀਂ ਸਮਝਿਆ ਸੀ
ਸ਼ਬਦ ਹਵਾ 'ਚ ਉਡਦੇ ਪੱਤੇ ਹਨ
ਕਿ ਦਿੱਲੀ ਦੇ ਨਿਕਾਸੀ-ਪੱਖੇ
ਆਪਣੀ ਬੇ-ਹਯਾ ਦੁਰਗੰਧਤ-ਪੌਣ ਸੰਗ
ਲਿਖ ਦੇਣਗੇ ਸਮੇਂ ਦਾ ਕਾਵਿ
(ਸ਼ਬਦ, ਕਲਾ ਅਤੇ ਕਵਿਤਾ)

ਪਾਸ਼ ਦੀ ਸ਼ਾਇਰੀ ਦੀ ਖ਼ੂਬਸੂਰਤੀ ਇਸ ਗੱਲ ਵਿੱਚ ਹੈ ਕਿ ਉਹ ਰਾਜਨੀਤਕ/ਸਮਾਜਿਕ/ਸਭਿਆਚਾਰਕ/ਆਰਥਿਕ ਖੇਤਰਾਂ 'ਚੋਂ ਉਦਾਹਰਣਾਂ ਦੇ ਦੇ ਕੇ ਕਿਸਾਨਾਂ-ਮਜ਼ਦੂਰਾਂ-ਦੱਬੇ-ਕੁਚਲੇ ਲੋਕਾਂ-ਔਰਤਾਂ ਨੂੰ ਸਪੱਸ਼ਟ ਸ਼ਬਦਾਂ ਵਿੱਚ ਦਸਦਾ ਹੈ ਕਿ ਤੁਹਾਡੀਆਂ ਮੁਸੀਬਤਾਂ ਦਾ ਅਸਲ ਕਾਰਨ ਕੀ ਹੈ ਅਤੇ ਇਨ੍ਹਾਂ ਮੁਸੀਬਤਾ ਤੋਂ ਕਿਵੇਂ ਮੁਕਤੀ ਪ੍ਰਾਪਤ ਕੀਤੀ ਜਾ ਸਕਦੀ ਹੈ. ਪਾਸ਼ ਮੁਸੀਬਤਾਂ ਦੇ ਮਾਰੇ ਲੋਕਾਂ ਨੂੰ ਮਾਨਸਿਕ ਤੌਰ ਉੱਤੇ ਇਸ ਗੱਲ ਲਈ ਤਿਆਰ ਕਰਦਾ ਹੈ ਕਿ ਜਿਹੜੇ ਲੋਕ ਹਜ਼ਾਰਾਂ ਸਾਲਾਂ ਤੋਂ ਜ਼ਿੰਦਗੀ ਜਿਉਣ ਦੇ ਤੁਹਾਡੇ ਹੱਕ ਮਾਰੀ ਬੈਠੇ ਹਨ ਉਨ੍ਹਾਂ ਤੋਂ

ਆਪਣੇ ਗੁਆਚੇ ਹੋਏ ਹੱਕ ਵਾਪਸ ਲੈਣ ਲਈ ਜੇਕਰ ਤੁਹਾਨੂੰ ਹਥਿਆਰਬੰਦ ਯੁੱਧ ਵੀ ਲੜਨਾ ਪਵੇ ਤਾਂ ਤੁਹਾਨੂੰ ਉਸ ਯੁੱਧ ਲਈ ਵੀ ਤਿਆਰ ਰਹਿਣਾ ਚਾਹੀਦਾ ਹੈ. ਪਾਸ਼ ਇਹ ਵੀ ਸਪੱਸ਼ਟ ਕਰਦਾ ਹੈ ਕਿ ਉਹ ਦੱਬੇ-ਕੁਚਲੇ ਲੋਕਾਂ ਦਾ ਸਾਥੀ ਹੈ ਨ ਕਿ ਅਮੀਰ ਲੋਕਾਂ ਦਾ. ਇਸ ਲਈ ਉਹ ਲੜਾਈ ਦੇ ਮੈਦਾਨ ਵਿੱਚ ਵੀ ਦੱਬੇ-ਕੁਚਲੇ ਲੋਕਾਂ ਦੇ ਨਾਲ ਹੀ ਖੜ੍ਹੇਗਾ ਅਤੇ ਉਹ ਆਪਣੇ ਇਨ੍ਹਾਂ ਸਾਥੀਆਂ ਨਾਲ ਮਿਲਕੇ ਉਦੋਂ ਤੱਕ ਵਿਰੋਧੀ ਤਾਕਤਾਂ ਨਾਲ ਜੰਗ ਲੜਦਾ ਰਹੇਗਾ ਜਦ ਤੱਕ ਕਿ ਉਸਨੂੰ ਅਤੇ ਉਸਦੇ ਸਾਥੀਆਂ ਨੂੰ ਚੰਗੀ ਜ਼ਿੰਦਗੀ ਜਿਉਣ ਦੇ ਸਭ ਹੱਕ ਮਿਲ ਨਹੀਂ ਜਾਂਦੇ:

1.
ਉੱਡ ਗਏ ਹਨ ਬਾਜ਼ ਚੁੰਝਾਂ 'ਚ ਲੈ ਕੇ
ਸਾਡੀ ਚੈਨ ਦਾ ਇੱਕ ਪਲ ਬਿਤਾ
ਸਕਣ ਦੀ ਖਾਹਿਸ਼
ਦੋਸਤੋ ਹੁਣ ਚੱਲਿਆ ਜਾਵੇ
ਉੱਡਦਿਆਂ ਬਾਜ਼ਾਂ ਮਗਰ
(ਉੱਡਦਿਆਂ ਬਾਜ਼ਾਂ ਮਗਰ)

2.
ਅਸੀਂ ਤਾਂ ਖੋਹਣੀ ਹੈ
ਆਪਣੀ ਚੋਰੀ ਹੋਈ ਰਾਤਾਂ ਦੀ ਨੀਂਦ
ਅਸੀਂ ਟੋਹਣਾ ਹੈ ਜ਼ੋਰ
ਖੂਨ ਲਿਬੜੇ ਹੱਥਾਂ ਦਾ
ਉਨ੍ਹਾਂ ਨੂੰ ਭਲੇ ਲੱਗਣ ਲਈ
ਅਸੀਂ ਹੁਣ ਵੈਣ ਨਹੀਂ ਪਾਉਣੇ
(ਇੰਜ ਹੀ ਸਹੀ)

3.
ਅਸੀਂ ਲੜਾਂਗੇ
ਆਪਣੀ ਸਜ਼ਾ ਕਬੂਲਣ ਲਈ
ਲੜ ਕੇ ਮਰ ਚੁੱਕਿਆਂ ਦੀ ਯਾਦ ਜ਼ਿੰਦਾ ਰੱਖਣ ਲਈ
ਅਸੀਂ ਲੜਾਂਗੇ ਸਾਥੀ...
ਅਸੀਂ ਲੜਾਂਗੇ ਸਾਥੀ, ਉਦਾਸ ਮੌਸਮ ਲਈ
ਅਸੀਂ ਲੜਾਂਗੇ ਸਾਥੀ, ਗ਼ੁਲਾਮ ਸੱਧਰਾਂ ਲਈ
ਅਸੀਂ ਚੁਣਾਂਗੇ ਸਾਥੀ, ਜ਼ਿੰਦਗੀ ਦੇ ਟੁੱਕੜੇ
....
ਅਸੀਂ ਲੜਾਂਗੇ ਸਾਥੀ ਜਦ ਤਕ
ਦੁਨੀਆਂ 'ਚ ਲੜਨ ਦੀ ਲੋੜ ਬਾਕੀ ਹੈ...
(ਅਸੀਂ ਲੜਾਂਗੇ ਸਾਥੀ)

ਜਿਹੜੇ ਕਾਮਰੇਡ, ਹਰ ਦਿਨ, ਕਰਾਂਤੀ, ਕਰਾਂਤੀ ਦੇ ਨਾਹਰੇ ਤਾਂ ਮਾਰਦੇ ਹਨ - ਪਰ ਕਰਾਂਤੀ ਲਈ ਵਿਰੋਧੀ ਤਾਕਤਾਂ ਦੇ ਖਿਲਾਫ ਹਥਿਆਰਬੰਦ ਯੁੱਧ ਛੇੜਨ ਤੋਂ ਡਰਦੇ ਹਨ - ਪਾਸ਼ ਉਨ੍ਹਾਂ ਨਾਲ ਵੀ ਸਪੱਸ਼ਟ ਸ਼ਬਦਾਂ ਵਿੱਚ ਅਤੇ ਬੇਝਿਜਕ ਹੋ ਕੇ ਹੀ ਗੱਲ ਕਰਦਾ ਹੈ :

1.
ਹੁਣ ਵਕਤ ਆ ਗਿਆ ਹੈ
ਕਿ ਆਪੋ ਵਿਚਲੇ ਰਿਸ਼ਤੇ ਦਾ ਇਕਬਾਲ ਕਰੀਏ
ਤੇ ਵਿਚਾਰਾਂ ਦੀ ਲੜਾਈ
ਮੱਛਰਦਾਨੀ ਵਿਚੋਂ ਬਾਹਰ ਹੋ ਕੇ ਲੜੀਏ
ਤੇ ਹਰ ਇਕ ਦੇ ਗਿਲੇ ਦੀ ਸ਼ਰਮ
ਨੰਗੇ ਮੂੰਹ 'ਤੇ ਜਰੀਏ
(ਵੇਲਾ ਆ ਗਿਆ)

2.
ਕਰਾਂਤੀ ਕੋਈ ਦਾਅਵਤ ਨਹੀਂ, ਨੁਮਾਇਸ਼ ਨਹੀਂ
ਮੈਦਾਨ ਵਿਚ ਵਗਦਾ ਦਰਿਆ ਨਹੀਂ
ਵਰਗਾਂ ਦਾ, ਰੁਚੀਆਂ ਦਾ ਦਰਿੰਦਰਾਨਾ ਭਿੜਨਾ ਹੈ
ਮਾਰਨਾ ਹੈ, ਮਰਨਾ ਹੈ
ਤੇ ਮੌਤ ਨੂੰ ਖ਼ਤਮ ਕਰਨਾ ਹੈ
(ਖੁੱਲ੍ਹੀ ਚਿੱਠੀ)

ਪਾਸ਼ ਦੀਆਂ ਮੁੱਢਲੇ ਦੌਰ ਦੀਆਂ ਕਵਿਤਾਵਾਂ ਤਾਂ ਉਸ ਦੇ ਹੀ ਇੱਕ ਸਮਕਾਲੀ ਕਵੀ ਅਮਰਜੀਤ ਚੰਦਨ ਵੱਲੋਂ ਸ਼ੁਰੂ ਕੀਤੇ ਗਏ ਇੱਕ ਗ਼ੈਰ-ਕਾਨੂੰਨੀ ਪੰਜਾਬੀ ਮੈਗਜ਼ੀਨ 'ਦਸਤਾਵੇਜ਼' ਵਿੱਚ 1968 ਦੇ ਆਸ ਪਾਸ ਛਪਣੀਆਂ ਸ਼ੁਰੂ ਹੋ ਗਈਆਂ ਸਨ. ਉਸ ਦੀ ਉਮਰ ਉਦੋਂ ਅਜੇ ਮਸਾਂ 17-18 ਕੁ ਵਰ੍ਹਿਆਂ ਦੀ ਹੀ ਸੀ. ਉਸ ਦਾ ਪਹਿਲਾ ਕਾਵਿ-ਸੰਗ੍ਰਹਿ 'ਲੋਹ ਕਥਾ' 1970 ਵਿੱਚ, ਦੂਜਾ ਕਾਵਿ -ਸੰਗ੍ਰਹਿ 'ਉੱਡਦੇ ਬਾਜ਼ਾਂ ਮਗਰ' 1974 ਵਿੱਚ ਅਤੇ ਤੀਜਾ ਕਾਵਿ-ਸੰਗ੍ਰਹਿ 'ਸਾਡੇ ਸਮਿਆਂ ਵਿੱਚ' 1978 ਵਿੱਚ ਛਪਿਆ. ਭਾਵੇਂ ਕਿ ਪਾਸ਼ ਦਾ ਪਹਿਲਾ ਕਾਵਿ-ਸੰਗ੍ਰਹਿ 'ਲੋਹ ਕਥਾ' ਛਪਦਿਆਂ ਹੀ ਸਾਹਿਤਕ ਹਲਕਿਆਂ ਵਿੱਚ ਉਸ ਦੀ ਸ਼ਾਇਰੀ ਬਾਰੇ ਚਰਚਾ ਸ਼ੁਰੂ ਹੋ ਗਿਆ ਸੀ.

ਪਾਸ਼ ਦੀ ਸਮੁੱਚੀ ਕਵਿਤਾ 'ਅਸੀਂ' ਅਤੇ 'ਤੁਸੀਂ' ਦੇ ਵਿਰੋਧ ਦੇ ਆਧਾਰ ਤੇ ਉਸਰੀ ਹੋਈ ਹੈ. ਆਪਣੀ ਸ਼ਾਇਰੀ ਵਿੱਚ ਪਾਸ਼ 'ਅਸੀਂ' ਤੇ 'ਤੁਸੀਂ' ਨੂੰ ਦੋ ਵਿਰੋਧੀ ਸ਼੍ਰੇਣੀਆਂ ਵਜੋਂ ਸਥਾਪਿਤ ਕਰਦਾ ਹੈ. ਅਸੀਂ ਨੂੰ ਉਹ 'ਖੇਤਾਂ ਦੇ ਪੁੱਤਰ', 'ਮੁਲਕ ਭਰ ਦੀਆਂ ਚਿੜੀਆਂ', 'ਲੋਹੇ ਤੇ ਨਿਰਭਰ ਲੋਕ' ਜਾਂ 'ਯੁਗ ਪਲਟਾਉਣ ਵਾਲੇ ਲੋਕਾਂ' ਦੇ ਚਿੰਨਾਂ ਰਾਹੀਂ ਪ੍ਰਗਟਾਉਂਦਾ ਹੈ ਜਦ ਕਿ 'ਤੁਸੀਂ' ਲਈ ਉਹ 'ਪਾਲਤੂ ਮਗਰਮੱਛਾਂ', 'ਗਲੇ ਸੜੇ ਫੁੱਲਾਂ', 'ਲਾਲ ਪਗੜੀਆਂ ਵਾਲੇ ਆਲੋਚਕਾਂ'

ਅਤੇ 'ਦਫ਼ਤਰਾਂ ਵਿੱਚ ਪਲ ਰਹੇ ਸਾਨ੍ਹਾਂ' ਦੇ ਚਿੰਨ੍ਹ ਵਰਤਦਾ ਹੈ. ਪਾਸ਼ ਦੀਆਂ ਨਜ਼ਮਾਂ ਵਿਚਲੇ ਇਹ ਚਿੰਨ੍ਹ ਉਸਦੀ 'ਦੋਸਤੀ' ਅਤੇ 'ਦੁਸ਼ਮਣੀ' ਦੇ ਸੰਕਲਪਾਂ ਨੂੰ ਰੂਪਮਾਨ ਕਰਦੇ ਹਨ : ਦੋਸਤਾਂ ਨੂੰ ਉਹ ਪਿਆਰ ਅਤੇ ਪ੍ਰਸੰਸਾਂ ਦੀਆਂ ਭਾਵਨਾਵਾਂ ਨਾਲ ਦੇਖਦਾ ਹੈ ਜਦ ਕਿ ਦੁਸ਼ਮਣਾਂ ਲਈ ਉਸ ਕੋਲ ਨਫ਼ਰਤ ਅਤੇ ਕ੍ਰੋਧ ਤੋਂ ਸਿਵਾ ਕੁਝ ਨਹੀਂ. ਦੋਸਤ ਅਤੇ ਦੁਸ਼ਮਣ ਵਿਚਕਾਰ ਸ੍ਰੇਣੀ ਵਿਵਸਥਾ ਦਾ ਹੋਣਾ ਲਾਜ਼ਮੀ ਹੈ ਜੋ ਕਿ ਪਾਸ਼ ਦੀ ਕਵਿਤਾ ਦਾ ਕੇਂਦਰੀ ਧੁਰਾ ਹੈ. ਪਾਸ਼ ਦੀ ਕਵਿਤਾ ਦੇ ਇਸ ਉੱਭਰਵੇਂ ਗੁਣ ਸਦਕਾ ਹੀ ਉਸ ਦੀ ਕਵਿਤਾ ਲੋਕ-ਚਰਚਾ ਦੀਆਂ ਬੁਲੰਦੀਆਂ ਤੱਕ ਪਹੁੰਚੀ.

ਪਾਸ਼ ਦੀ ਸਮੁੱਚੀ ਕਵਿਤਾ ਵਿੱਚ ਜੋ ਬਿੰਬ ਉੱਭਰ ਕੇ ਸਾਹਮਣੇ ਆਉਂਦਾ ਹੈ, ਉਹ ਹੈ ਮਨੁੱਖੀ ਜੱਦੋ-ਜਹਿਦ ਦਾ ਬਿੰਬ. ਜਿਸ ਨੂੰ 'ਲੋਹ ਕਥਾ' ਵਿੱਚ ਕਿਤੇ ਬਗ਼ਾਵਤ ਕਿਹਾ ਗਿਆ, ਕਿਤੇ ਯੁਗ ਪਲਟਾਵਾ. ਕਿਤੇ ਇਸ ਲਈ ਕ੍ਰਾਂਤੀ ਸ਼ਬਦ ਵਰਤਿਆ ਗਿਆ ਹੈ. 'ਉਡਦੇ ਬਾਜ਼ਾਂ ਮਗਰ' ਵਿਚ ਇਸ ਲਈ 'ਤੂਫ਼ਾਨ' ਦਾ ਬਿੰਬ ਵਰਤਿਆ ਗਿਆ ਹੈ. 'ਸਾਡੇ ਸਮਿਆਂ ਵਿੱਚ' ਇਸ ਬਿੰਬ ਦਾ ਰੂਪਾਂਤਰਣ 'ਯੁੱਧ ਦੀ ਸਮੁੱਚਤਾ' ਵਿੱਚ ਹੁੰਦਾ ਹੈ. ਉਸਦਾ 'ਤੀਸਰਾ ਮਹਾਂ-ਯੁੱਧ' ਵੀ ਇਹੋ ਹੈ. ਅਜੋਕੇ ਮਨੁੱਖ ਦਾ ਸੰਕਲਪ ਸਮੁੱਚੀ ਮਨੁੱਖਤਾ ਦੀ ਆਜ਼ਾਦੀ ਲਈ ਜੱਦੋ-ਜਹਿਦ ਦਾ ਸੰਕਲਪ ਹੈ ਜਦ ਕਿ ਬੀਤੇ ਸਮਿਆਂ ਵਿੱਚ ਮਨੁੱਖਤਾ ਦੇ ਕਿਸੇ ਇੱਕ ਭਾਗ ਲਈ ਹੀ ਘੋਲ ਲੜੇ ਜਾਂਦੇ ਸਨ.

ਜਿਸ ਤਰ੍ਹਾਂ ਵਿਸ਼ਵ ਪ੍ਰਸਿੱਧ ਚਿੱਤਰਕਾਰ ਵੈਨ ਗੋ ਕਿਸੇ ਅਮੀਰਜ਼ਾਦੇ ਦੇ ਡਰਾਇੰਗ ਰੂਮ ਵਿੱਚ ਵਿਛੇ ਗਲੀਚਿਆਂ ਉੱਤੇ ਚਿੱਕੜ ਨਾਲ ਲਿਬੜੇ ਬੂਟ ਲੈ ਕੇ ਪਹੁੰਚ ਗਿਆ ਸੀ ਪਾਸ਼ ਦੀ ਕਵਿਤਾ ਦਾ ਆਉਣਾ ਵੀ 'ਸੁਹਜਵਾਦੀ ਮਾਨਸਿਕਤਾ ਵਾਲੀ ਸ਼ਾਇਰੀ' ਦੇ ਵਿਹੜੇ ਵਿੱਚ ਵਿਛੇ ਗਲੀਚਿਆਂ ਉੱਤੇ ਚਿੱਕੜ ਨਾਲ ਲਿਬੜੇ ਬੂਟਾਂ ਨਾਲ ਆਉਣ ਵਾਂਗ ਹੀ ਸੀ. ਇਸ ਗੱਲ ਦਾ ਅਹਿਸਾਸ ਪਾਸ਼ ਨੂੰ ਵੀ ਸੀ. ਤਾਂ ਹੀ ਤਾਂ ਉਹ ਕਹਿੰਦਾ ਹੈ :

ਤੈਨੂੰ ਪਤਾ ਨਹੀਂ, ਮੈਂ ਸ਼ਾਇਰੀ ਵਿੱਚ ਕਿਵੇਂ ਗਿਣਿਆ ਜਾਂਦਾ ਹਾਂ
ਜਿਵੇਂ ਕਿਸੇ ਭਖੇ ਹੋਏ ਮੁਜਰੇ 'ਚ
ਕੋਈ ਹੱਡਾਂ-ਰੋੜੀ ਦਾ ਕੁੱਤਾ ਆ ਵੜੇ
(ਤੈਨੂੰ ਪਤਾ ਨਹੀਂ)

ਪਾਸ਼ ਜਿੱਥੇ ਕਿ ਆਪਣੀ ਕਵਿਤਾ ਦੇ ਤੇਜ਼-ਤਰਾਰ ਅਤੇ ਬੇਝਿਜਕ ਅੰਦਾਜ਼ ਕਾਰਨ ਸਥਾਪਤੀ ਦੀਆਂ ਅੱਖ਼ਾਂ ਵਿੱਚ ਰੜਕਦਾ ਸੀ ਉਸੀ ਤਰ੍ਹਾਂ ਹੀ ਉਹ ਧਾਰਮਿਕ ਫਿਰਕੂ ਤਾਕਤਾਂ ਦੀਆਂ ਅੱਖਾਂ ਵਿੱਚ ਵੀ ਰੜਕਦਾ ਸੀ. ਕਿਉਂਕਿ ਉਹ ਧਰਮ ਦੇ ਨਾਮ ਉੱਤੇ ਫੈਲਾਏ ਜਾ ਰਹੇ ਝੂਠ ਅਤੇ ਪਾਖੰਡ ਦਾ ਸਖਤ ਵਿਰੋਧੀ ਸੀ. ਸ਼ਾਇਦ, ਇਹੀ ਕਾਰਨ ਹੈ ਕਿ 1988 ਵਿੱਚ ਖਾਲਿਸਤਾਨੀ ਦਹਿਸ਼ਤਗਰਦਾਂ ਦੀਆਂ ਗੋਲੀਆਂ ਦਾ ਉਹ ਨਿਸ਼ਾਨਾ ਬਣਿਆਂ. ਭਾਵੇਂ ਕਿ ਇਹ ਵੀ ਸੱਚ ਹੈ ਕਿ ਅਨੇਕਾਂ ਹੋਰ ਨਕਸਲਬਾੜੀ ਲਹਿਰ ਤੋਂ ਪ੍ਰਭਾਵਤ ਪੰਜਾਬੀ ਸ਼ਾਇਰਾਂ ਵਾਂਗ ਪਾਸ਼ ਵੀ ਆਪਣੀ ਸ਼ਾਇਰੀ ਵਿੱਚ ਸਿੱਖ ਧਾਰਮਿਕ ਵਿਰਸੇ ਨਾਲ ਸਬੰਧਤ ਉਨ੍ਹਾਂ ਗੌਰਵਮਈ ਘਟਨਾਵਾਂ ਦਾ ਜ਼ਿਕਰ

ਕਰਦਾ ਹੈ ਜਿਨ੍ਹਾਂ ਘਟਨਾਵਾਂ ਵਿੱਚ ਆਮ ਲੋਕਾਂ ਦੇ ਹੱਕਾਂ ਦੀ ਰਾਖੀ ਲਈ ਜਾਬਰਾਂ ਵਿਰੁੱਧ ਸਿੱਖ ਸੂਰਮਿਆਂ ਨੇ ਬਹਾਦਰੀ ਨਾਲ ਹਥਿਆਰਬੰਦ ਯੁੱਧ ਲੜਿਆ ਸੀ ਅਤੇ ਆਪਣੀਆਂ ਜਾਨਾਂ ਕੁਰਬਾਨ ਕਰ ਦਿੱਤੀਆਂ ਸਨ.

ਪਾਸ਼ ਦੀ ਕਵਿਤਾ ਜ਼ਿੰਦਗੀ ਦੀਆਂ ਤਲਖ ਹਕੀਕਤਾਂ ਦੀ ਕਵਿਤਾ ਸੀ. ਅਜਿਹੇ ਵਿਸ਼ੇ ਨੂੰ ਪੇਸ਼ ਕਰਨ ਲਈ ਪਾਸ਼ ਨੇ ਇੱਕ ਅਜਿਹਾ ਪ੍ਰਭਾਵਸ਼ਾਲੀ ਮੁਹਾਵਰਾ ਦਿੱਤਾ ਕਿ ਉਸ ਨੇ ਲੋਕਾਂ ਨੂੰ ਮਹਿਸੂਸ ਕਰਾ ਦਿੱਤਾ ਕਿ ਜ਼ਿੰਦਗੀ ਦੀਆਂ ਤਲਖ ਹਕੀਕਤਾਂ ਬਾਰੇ ਗੱਲ ਅਜਿਹੀ ਤਲਖ ਭਾਸ਼ਾ ਵਿੱਚ ਹੀ ਕੀਤੀ ਜਾ ਸਕਦੀ ਹੈ. ਜਿਸ ਨੂੰ 'ਸੁਹਜਵਾਦੀ' ਮਾਨਸਿਕਤਾ ਵਾਲੇ ਸ਼ਾਇਰ 'ਗਾਲ੍ਹਾਂ' ਕਹਿੰਦੇ ਹਨ. ਉਸਦੀ ਕਵਿਤਾ ਦਾ ਸੁਭਾਅ ਐਵੇਂ ਭਿੱਜੀ ਬਿੱਲੀ ਵਾਂਗ ਪੂਛ ਹਿਲਾਉਣ ਵਾਲਾ ਨਹੀਂ; ਉਸ ਦੀ ਕਵਿਤਾ ਮੁਰਦਾ ਹੋ ਚੁੱਕੀਆਂ 'ਕਾਵਿਕ ਰੂਹਾਂ' ਲਈ 'ਜਾਗਦੇ ਰਹੋ' ਦਾ ਪੈਗ਼ਾਮ ਲੈ ਕੇ ਆਈ ਸੀ. ਇਹੀ ਕਾਰਨ ਹੈ ਕਿ ਪਾਸ਼ ਦੀ ਕਵਿਤਾ ਅੱਜ ਵੀ ਜਿਉਂਦੀ ਹੈ, ਕੱਲ੍ਹ ਵੀ ਜਿਉਂਦੀ ਰਹੇਗੀ ਅਤੇ ਉਸਤੋਂ ਬਾਹਦ ਵੀ.

■

(ਮਾਲਟਨ, ਸਤੰਬਰ 25, 2016)

5.
ਲਾਲ ਸਿੰਘ ਦਿਲ :
ਇਨਕਲਾਬੀ ਕਵਿਤਾ ਦੀ ਗੰਭੀਰ ਸੁਰ

ਲਾਲ ਸਿੰਘ ਦਿਲ ਗੰਭੀਰ ਸੁਰ ਵਾਲੀ ਇਨਕਲਾਬੀ ਕਵਿਤਾ ਲਿਖਦਾ ਹੈ; ਪਰ ਉਸ ਦੀ ਕਵਿਤਾ ਵਿੱਚ ਆਉਣ ਵਾਲੇ ਪਾਤਰ ਸਮਾਜਿਕ ਪ੍ਰਸੰਗ ਨਾਲ ਜੁੜੇ ਰਹਿੰਦੇ ਹਨ. ਇਸ ਪ੍ਰਸੰਗ ਕਾਰਨ ਹੀ ਦਿਲ ਦੀ ਕਵਿਤਾ ਅਰਥ ਸਿਰਜਦੀ ਹੈ ਅਤੇ ਪਾਠਕ ਦੇ ਮਨ ਅੰਦਰ ਤੀਬਰ ਅਹਿਸਾਸ ਜਗਾਂਦੀ ਹੈ. ਉਸ ਦੀ ਕਵਿਤਾ ਸਾਡੀਆਂ ਨਜ਼ਰਾਂ ਸਾਹਵੇਂ ਇੱਕ ਚਿਤਰ ਵਾਂਗ ਉੱਭਰਦੀ ਹੈ ਅਤੇ ਉਸਦੀ ਕਵਿਤਾ ਦੇ ਪਾਤਰ ਚੁੱਪ ਚੁਪੀਤੇ ਆਪਣੇ ਪ੍ਰਭਾਵ ਸਾਡੇ ਮਨਾਂ ਉੱਤੇ ਛੱਡ ਜਾਂਦੇ ਹਨ. ਲਾਲ ਸਿੰਘ ਦਿਲ ਨੇ ਆਪਣੀ ਸਾਰੀ ਉਮਰ ਗਰੀਬ ਮਜ਼ਦੂਰਾਂ, ਕਿਸਾਨਾਂ, ਦਿਹਾੜੀਦਾਰਾਂ ਅਤੇ ਬਾਜੀਗਰਾਂ ਵਿੱਚ ਹੀ ਬਿਤਾਈ ਹੈ. ਉਹ ਆਪ ਵੀ ਉਮਰ ਭਰ ਇਸੀ ਤਰ੍ਹਾਂ ਦੇ ਹੀ ਨਿੱਕੇ ਨਿੱਕੇ ਕੰਮ ਕਰਦਾ ਰਿਹਾ ਹੈ. ਇਸੀ ਕਰਕੇ ਹੀ ਉਸਦੀਆਂ ਕਵਿਤਾਵਾਂ ਵਿੱਚ ਵੀ ਉਸਦੇ ਸੰਗੀ ਸਾਥੀ ਰਹੇ ਅਤਿ ਦਰਜੇ ਦੇ ਗਰੀਬ ਲੋਕਾਂ ਦੀ ਰੋਜ਼ਾਨਾ ਜ਼ਿੰਦਗੀ ਦਾ ਜ਼ਿਕਰ ਹੁੰਦਾ ਹੈ. ਦਿਲ ਦੀ ਕਵਿਤਾ ਸਹਿਜ, ਸੁਹਜ ਤੇ ਸੰਗੀਤ ਨਾਲ ਭਰਪੂਰ ਹੈ.

ਨਕਸਲਬਾੜੀ ਲਹਿਰ ਨੂੰ ਪਰਣਾਏ ਤਿੰਨ ਪ੍ਰਮੁੱਖ ਪੰਜਾਬੀ ਕਰਾਂਤੀਕਾਰੀ ਸ਼ਾਇਰ ਹਨ : ਪਾਸ਼, ਸੰਤ ਰਾਮ ਉਦਾਸੀ ਅਤੇ ਲਾਲ ਸਿੰਘ ਦਿਲ. ਇਹ ਤਿੰਨੋਂ ਪੰਜਾਬੀ ਸ਼ਾਇਰ ਮਾਰਕਸਵਾਦੀ-ਲੈਨਿਨਵਾਦੀ ਵਿਚਾਰਧਾਰਾ ਨੂੰ ਪਰਣਾਏ ਹੋਏ

ਸ਼ਾਇਰ ਹਨ. ਪਾਸ਼ ਅਤੇ ਸੰਤ ਰਾਮ ਉਦਾਸੀ ਬਹੁਤ ਉੱਚੀ ਸੁਰ ਵਿੱਚ ਸ਼ਾਇਰੀ ਲਿਖਣ ਵਾਲੇ ਸ਼ਾਇਰ ਹਨ; ਜਦੋਂ ਕਿ ਇਨ੍ਹਾਂ ਦੋਨਾਂ ਕਰਾਂਤੀਕਾਰੀ ਪੰਜਾਬੀ ਸ਼ਾਇਰਾਂ ਦੇ ਮੁਕਾਬਲੇ ਵਿੱਚ ਲਾਲ ਸਿੰਘ ਦਿਲ ਬਹੁਤ ਧੀਮੀ ਮਜਾਜ਼ ਵਾਲੀ ਅਤੇ ਗੰਭੀਰ ਸੁਰ ਵਾਲੀ ਸ਼ਾਇਰੀ ਲਿਖਦਾ ਹੈ. ਪਰ ਇਸ ਤੋਂ ਇਹ ਅਰਥ ਨ ਲਿਆ ਜਾਵੇ ਕਿ ਦਿਲ ਕੋਈ ਗੱਲ ਕਹਿਣ ਤੋਂ ਡਰਦਾ ਹੈ; ਬਲਕਿ ਉਹ ਧੀਮੇ ਮਿਜਾਜ਼ ਨਾਲ ਗੱਲ ਕਰਦਾ ਹੋਇਆ ਵੀ ਆਪਣੇ ਨਿਸ਼ਾਨੇ ਉੱਤੇ ਹੋਰ ਵੀ ਵਧੇਰੇ ਤਕੜੀ ਸੱਟ ਮਾਰਦਾ ਹੈ. ਕੁਝ ਪੰਜਾਬੀ ਆਲੋਚਕਾਂ ਦਾ ਤਾਂ ਇੱਥੋਂ ਤੱਕ ਵੀ ਵਿਚਾਰ ਹੈ ਕਿ ਲਾਲ ਸਿੰਘ ਦਿਲ ਦੀ ਕਵਿਤਾ 'ਸ਼ਾਮ ਦਾ ਰੰਗ' ਹੀ ਨਕਸਲਬਾੜੀ ਲਹਿਰ ਨਾਲ ਸਬੰਧਤ ਕਰਾਂਤੀਕਾਰੀ ਸ਼ਾਇਰੀ ਦੀ ਪਹਿਲੀ ਨਜ਼ਮ ਹੈ.

ਦਿਲ ਕਵਿਤਾ ਰਾਹੀਂ ਆਪਣੀ ਗੱਲ ਸ਼ੁਰੂ ਕਰਨ ਲੱਗਾ ਭਾਰਤੀ ਸਭਿਅਤਾ ਦੀਆਂ ਜੜ੍ਹਾਂ ਤੱਕ ਜਾਂਦਾ ਹੈ; ਤਾਂ ਕਿ ਭਾਰਤੀ ਸਭਿਅਤਾ ਦੀਆਂ ਮੂਲ ਸਮੱਸਿਆਵਾਂ ਦੀ ਸਹੀ ਨਿਸ਼ਾਨਦੇਹੀ ਕੀਤੀ ਜਾ ਸਕੇ. 'ਸ਼ਾਮ ਦਾ ਰੰਗ' ਨਾਮ ਦੀ ਨਜ਼ਮ ਨਾਲ ਲਾਲ ਸਿੰਘ ਦਿਲ ਨ ਸਿਰਫ ਕਰਾਂਤੀਕਾਰੀ ਪੰਜਾਬੀ ਸ਼ਾਇਰੀ ਦੇ ਖੇਤਰ ਵਿੱਚ ਪ੍ਰਵੇਸ਼ ਹੀ ਕਰਦਾ ਹੈ ਉਸਦੀ ਇਹ ਨਜ਼ਮ ਉਸਦੀ ਪਹਿਚਾਣ ਵੀ ਬਣ ਜਾਂਦੀ ਹੈ. ਉਸਨੇ ਨਾ ਕੇਵਲ ਲਿਖਿਆ ਹੀ ਸਗੋਂ ਜੋ ਕੁਝ ਲਿਖਿਆ, ਜੋ ਕੁਝ ਸੋਚਿਆ, ਉਨ੍ਹਾਂ ਸੁਪਨਿਆਂ, ਉਨ੍ਹਾਂ ਉਦੇਸ਼ਾਂ, ਨੂੰ ਲੈ ਕੇ ਉਹ ਬੰਦੂਕ ਚੁੱਕ ਕੇ ਲੜਿਆ ਵੀ. ਇਸੀ ਲਈ ਉਸਦਾ ਨਾਮ ਪੰਜਾਬ ਵਿੱਚ ਉੱਠੀ ਨਕਸਲਵਾਦੀ ਲਹਿਰ ਦੇ ਮੋਢੀ ਜੱਥੇਬੰਦਕ ਆਗੂਆਂ ਵਿੱਚ ਵੀ ਸ਼ਾਮਿਲ ਕੀਤਾ ਜਾਂਦਾ ਹੈ. ਪੰਜਾਬੀ ਕਵਿਤਾ ਦੇ ਖੇਤਰ ਵਿੱਚ ਲਾਲ ਸਿੰਘ ਦਿਲ ਕਵਿਤਾ ਦਾ ਇੱਕ ਨਵਾਂ ਮੁਹਾਂਦਰਾ ਅਤੇ ਮੁਹਾਵਰਾ ਲੈ ਕੇ ਪ੍ਰਵੇਸ਼ ਕਰਦਾ ਹੈ :

ਸ਼ਾਮ ਦਾ ਰੰਗ ਫਿਰ ਪੁਰਾਣਾ ਹੈ...
ਛੱਡ ਤੁਰੇ ਹਨ
ਇਕ ਹੋਰ ਗ਼ੈਰਾਂ ਦੀ ਜ਼ਮੀਨ
ਛੱਜਾਂ ਵਾਲੇ
ਜਾ ਰਿਹਾ ਏ ਲੰਮਾ ਲਾਰਾ
ਝਿੜਕਾਂ ਦੇ ਭੰਡਾਰ ਲੱਦੀਂ
ਲੰਮੇ ਸਾਇਆਂ ਦੇ ਨਾਲ-ਨਾਲ
ਗਧਿਆਂ ਤੇ ਬੈਠੇ ਨੇ ਜੁਆਕ
ਪਿਉਆਂ ਦੇ ਹੱਥਾਂ 'ਚ ਕੁੱਤੇ ਹਨ
ਮਾਵਾਂ ਨੇ ਪਿੱਠਾਂ ਪਿੱਛੇ
ਬੰਨ੍ਹੇ ਪਤੀਲੇ ਹਨ
ਪਤੀਲਿਆਂ 'ਚ ਮਾਵਾਂ ਦੇ ਪੁੱਤ ਸੁੱਤੇ ਹਨ
ਜਾ ਰਿਹਾ ਏ ਲੰਮਾ ਲਾਰਾ
ਮੋਢਿਆਂ ਤੇ ਚੁੱਕੀ ਕੁੱਲੀਆਂ ਦੇ ਬਾਂਸ
ਇਹ ਭੁੱਖਾਂ ਦੇ ਮਾਰੇ ਕੌਣ ਆਰੀਆ ਹਨ?

ਇਹ ਜਾ ਰਹੇ ਨੇ ਰੋਕਣ
ਕਿਸ ਭਾਰਤ ਦੀ ਜ਼ਮੀਨ !

ਇਸੇ ਨਜ਼ਮ ਵਿੱਚ ਹੀ ਕੁਝ ਹੋਰ ਅੱਗੇ ਜਾ ਕੇ ਲਾਲ ਸਿੰਘ ਦਿਲ ਆਪਣੀ ਗੱਲ ਨੂੰ ਕੁਝ ਹੋਰ ਵਿਸਥਾਰ ਦਿੰਦਾ ਹੈ :

ਉਹ ਭੁੱਖਾਂ ਦੇ ਸ਼ਿਕਾਰ, ਛੱਡ ਤੁਰੇ ਹਨ
ਇਕ ਹੋਰ ਗ਼ੈਰਾਂ ਦੀ ਜ਼ਮੀਨ
ਜਾ ਰਿਹਾ ਏ ਲੰਮਾ ਲਾਰਾ
ਇਨ੍ਹਾਂ ਨੂੰ ਕੀ ਪਤਾ ਹੈ?
ਕਿੰਨ੍ਹੇ ਕੁ ਬੰਨ੍ਹੇ ਕੀਲਿਆਂ ਦੇ ਨਾਲ
ਜਾਲੇ ਜਾਂਦੇ ਨੇ ਰੋਜ਼ ਲੋਕ
ਜੋ ਛੱਡ ਵੀ ਸਕਦੇ ਨਹੀਂ
ਬਸਤੀਆਂ ਨੂੰ ਕਿਸੇ ਰੋਜ਼

ਇਨ੍ਹਾਂ ਕਾਵਿ ਸਤਰਾਂ ਰਾਹੀਂ ਲਾਲ ਸਿੰਘ ਦਿਲ ਇੱਕੋ ਹੀ ਸਮੇਂ ਕਈ ਸਤਹਾਂ ਉੱਤੇ ਗੱਲ ਕਰਦਾ ਹੈ. ਇੱਕ ਸਤਹ ਉੱਤੇ ਉਹ ਭੁੱਖਾਂ ਦੇ ਸਤਾਏ ਹੋਏ ਆਰੀਆ ਲੋਕਾਂ ਦੇ ਭਾਰਤ ਦੀ ਧਰਤੀ ਉੱਤੇ ਪ੍ਰਵੇਸ਼ ਦੀ ਗੱਲ ਕਰਦਾ ਹੈ. ਦੂਜੀ ਸਤਹ ਉੱਤੇ ਉਹ ਮੌਜੂਦਾ ਸਮਿਆਂ ਵਿੱਚ ਭੁੱਖਾਂ ਦੇ ਸਤਾਏ ਹੋਏ ਲੋਕਾਂ ਦੀ ਗੱਲ ਕਰਦਾ ਹੈ. ਜੋ ਕਿ ਰੋਟੀ ਦੀ ਭਾਲ ਵਿੱਚ ਇੱਕ ਥਾਂ ਨੂੰ ਛੱਡ ਕੇ ਕਿਸੇ ਹੋਰ ਥਾਂ ਵੱਲ ਤੁਰ ਪਏ ਹਨ. ਦਰਅਸਲ, ਇੱਕ ਹੋਰ ਸਤਹ ਉੱਤੇ ਲਾਲ ਸਿੰਘ ਦਿਲ ਦੀ ਇਸ ਕਵਿਤਾ ਦੀਆਂ ਕੁਝ ਸਤਰਾਂ ਉਸ ਪ੍ਰਕ੍ਰਿਆ ਵੱਲ ਵੀ ਸਾਡਾ ਧਿਆਨ ਦੁਆਂਦੀਆਂ ਹਨ ਜੋ ਕਿ ਸਦੀਆਂ ਤੋਂ ਨਿਰੰਤਰ ਚੱਲ ਰਹੀ ਹੈ. ਭੁੱਖਾਂ ਦੇ ਸਤਾਏ ਹੋਏ ਲੋਕ ਕੋਈ-ਨ-ਕੋਈ ਬਹਾਨਾ ਬਣਾ ਕੇ ਧਰਤੀ ਦੇ ਕਿਸੀ ਇੱਕ ਹਿੱਸੇ ਦੇ ਦੇਸ਼ ਨੂੰ ਛੱਡ ਕੇ ਧਰਤੀ ਦੇ ਕਿਸੀ ਹੋਰ ਹਿੱਸੇ ਵਾਲੇ ਦੇਸ਼ ਵੱਲ ਤੁਰ ਪੈਂਦੇ ਹਨ - ਤਾਂ ਕਿ ਉਹ ਕੁਝ ਹੋਰ ਵਧੇਰੇ ਚੰਗੀ ਰੋਟੀ ਖਾਹ ਸਕਣ ਅਤੇ ਜ਼ਿੰਦਗੀ ਦੇ ਕੁਝ ਹੋਰ ਵਧੇਰੇ ਚੰਗੇ ਸੁਖ ਮਾਣ ਸਕਣ. ਇਸ ਤਰ੍ਹਾਂ ਲਾਲ ਸਿੰਘ ਦਿਲ ਭੁੱਖਾਂ ਦੇ ਸਤਾਏ ਹੋਏ ਲੋਕਾਂ ਨੂੰ ਆਪਣੀ ਗੱਲਬਾਤ ਦਾ ਆਰੰਭ ਬਿੰਦੂ ਬਣਾ ਕੇ ਸਮੁੱਚੇ ਭਾਰਤ ਵਿੱਚ ਰਹਿਣ ਵਾਲੇ ਲੋਕਾਂ ਤੱਕ ਆਉਂਦਾ ਹੈ. ਉਹ ਆਪਣੇ ਆਪ ਨੂੰ ਵੀ ਭੁੱਖਾਂ ਦੇ ਸਤਾਏ ਹੋਏ ਇਨ੍ਹਾਂ ਲੋਕਾਂ ਦਾ ਹੀ ਹਿੱਸਾ ਮੰਨ ਕੇ ਕਹਿੰਦਾ ਹੈ ਕਿ ਭਾਰਤ ਵਿੱਚ ਦੋ ਹੀ ਕੌਮਾਂ ਵਸਦੀਆਂ ਹਨ - ਇੱਕ ਰੱਜੇ-ਪੁੱਜੇ ਲੋਕਾਂ ਦੀ ਕੌਮ ਅਤੇ ਦੂਜੀ ਭੁੱਖਾਂ ਦੇ ਸਤਾਏ ਹੋਏ ਲੋਕਾਂ ਦੀ ਕੌਮ. ਇੱਥੋਂ ਤੱਕ ਹੀ ਨਹੀਂ, ਬਲਕਿ ਦੁਨੀਆਂ ਦੇ ਕਿਸੇ ਵੀ ਹਿੱਸੇ ਵਿੱਚ ਜਿੱਥੇ ਕਿਤੇ ਵੀ ਭੁੱਖਾਂ ਦੇ ਸਤਾਏ ਹੋਏ ਲੋਕ ਵਸਦੇ ਹਨ, ਦਿਲ ਉਨ੍ਹਾਂ ਲੋਕਾਂ ਨੂੰ ਹੀ ਆਪਣੀ ਕੌਮ ਦਾ ਹਿੱਸਾ ਮੰਨਦਾ ਹੈ. 'ਦੇਸ਼' ਨਾਮ ਦੀ ਨਜ਼ਮ ਦੀਆਂ ਹੇਠ ਲਿਖੀਆਂ ਸਤਰਾਂ ਰਾਹੀਂ ਦਿਲ ਇਸੇ ਵਿਚਾਰ ਦੀ ਹੀ ਪੁਸ਼ਟੀ ਕਰ ਰਿਹਾ ਹੈ :

ਇਕ ਮੇਰੇ ਵਤਨ ਦੀ ਦੂਜੀ ਸ਼ਕਲ ਹੈ
ਇਕ ਮੇਰੀ ਕੌਮ ਕੋਈ ਹੋਰ ਵੀ ਹੈ

ਜਿਥੇ ਕਿਤੇ ਇਕ ਵੀ ਮੁਹੱਲਾ
ਅੱਧ-ਭੁੱਖਾ
ਅੱਧ-ਸੁੱਤਾ
ਸੌਂ ਰਿਹਾ ਹੈ -
ਕਿਤੇ ਵੀ ਜਿਥੇ ਮੁਸ਼ੱਕਤ
ਦੁਖ ਰਹੇ ਅੰਗਾਂ ਦਾ ਦਿਲ ਪਰਚਾਣ ਲਈ
ਤਾਰੇ ਗਿਣੇ
ਮੇਰੇ ਦੇਸ਼ ਤੋਂ ਪਰ੍ਹਾਂ
ਜਿਥੇ ਕਿਤੇ ਵੀ ਉਹ ਮੇਰਾ ਵਤਨ ਹੈ
ਕਿਤੇ ਵੀ ਵਸਦੀ ਉਹ ਮੇਰੀ ਕੌਮ ਹੈ.

ਭੁੱਖਾਂ ਦੇ ਸਤਾਏ ਹੋਏ ਅਤੇ ਦੱਬੇ-ਕੁਚਲੇ ਲੋਕਾਂ ਦੀ ਅਜਿਹੀ ਹਾਲਤ ਕਿਵੇਂ ਹੋਈ? ਇਹ ਲੋਕ ਭਾਰਤੀ ਸੰਸਕ੍ਰਿਤੀ ਵਿੱਚ ਜਹਾਲਤ ਭਰੀ ਇਹੋ ਜਿਹੀ ਜ਼ਿੰਦਗੀ ਕਿਹੜੇ ਸਮਿਆਂ ਤੋਂ ਜਿਉਂ ਰਹੇ ਹਨ? ਦਿਲ ਆਪਣੀ ਨਜ਼ਮ 'ਸੰਸਕ੍ਰਿਤੀ' ਦੇ ਇਨ੍ਹਾਂ ਸ਼ਬਦਾਂ ਰਾਹੀਂ ਉਨ੍ਹਾਂ ਸਮਿਆਂ ਦੀ ਸਪੱਸ਼ਟ ਨਿਸ਼ਾਨਦੇਹੀ ਕਰਦਾ ਹੈ :

ਉਸ ਬੰਦੇ ਨੂੰ ਕਿਤੇ ਵੇਖੋ
ਜੋ ਦਿਨ ਰਾਤ ਭਾਰਾ ਰੱਥ ਖਿੱਚਦਾ ਹੈ
ਉਸ ਦੇ ਕੰਨਾਂ 'ਚ ਮਨੂੰ ਵੇਲੇ ਦਾ ਢਲਿਆ ਸਿੱਕਾ ਹੈ
ਉਸ ਦੇ ਪਿੰਡੇ ਤੇ ਉਨ੍ਹਾਂ ਬੈਂਤਾਂ ਦੀਆਂ ਲਾਸਾਂ ਹਨ
ਜਿਨ੍ਹਾਂ ਨੂੰ ਵਰਤਦੇ ਰਹੇ ਰਜਵਾੜੇ, ਕਿਤੋਂ ਦੇ ਵੀ

ਭਾਰਤ ਦੀ ਧਰਤੀ ਉੱਤੇ ਬਾਹਰੋਂ ਆਏ ਹਮਲਾਵਰ ਆਰੀਆ ਲੋਕਾਂ ਨੇ ਇੱਥੋਂ ਦੇ ਮੂਲਵਾਸੀਆਂ ਦਰਾਵੜ ਲੋਕਾਂ ਉੱਤੇ ਮਨੂੰਵਾਦ ਲਾਗੂ ਕਰਕੇ ਉਨ੍ਹਾਂ ਨੂੰ ਕਿਵੇਂ ਗੁਲਾਮ ਬਣਾਇਆ ਅਤੇ ਮਨੂੰਵਾਦ ਤੋਂ ਬਗਾਵਤ ਕਰਨ ਵਾਲਿਆਂ ਦਾ ਆਰੀਆ ਲੋਕਾਂ ਨੇ ਕਿਹੋ ਜਿਹਾ ਬੁਰਾ ਹਾਲ ਕੀਤਾ? ਦਿਲ ਦੀ ਨਜ਼ਮ 'ਭੀਲ : ਬਹਾਦਰ ਦਰਾਵੜ' ਇਨ੍ਹਾਂ ਸਾਰੀਆਂ ਗੱਲਾਂ ਦਾ ਜ਼ਿਕਰ ਬਹੁਤ ਹੀ ਜੁਰੱਤ ਨਾਲ ਕਰਦੀ ਹੈ :

ਦਰਾਵੜ ਜਿੱਥੇ
ਅੱਜ ਝਿਉਰ
ਛੀਂਬੇ
ਨਾਈ ਬਣਕੇ
ਇਕ ਦੂਜੇ ਤੋਂ ਦੂਰ ਬੈਠੇ ਸਨ
ਫਿਰ ਉਹ ਬਾਗ਼ੀ ਦਰਾਵੜ ਦਿਖਾਏ ਜਾਂਦੇ
ਜਿਨ੍ਹਾਂ ਦੇ ਗੁਨਾਹ
ਬਗਾਵਤ ਸਨ
ਸਮੇਂ ਸਮੇਂ
ਹਲ ਵਾਹੁੰਦੇ ਤੇ ਰੋਂਦੇ

ਚੰਮ ਖਿੱਚੀ ਫਿਰਦੇ
ਮਗਰ ਆਰੀਆਂ ਦੀ ਬਹਾਦਰ ਫ਼ੌਜ
ਬੈਂਤਾਂ ਤੇ ਬਰਛਿਆਂ ਵਾਲੀ
ਨਜ਼ਰ ਰੱਖਦੀ
ਫਿਰ ਉਨ੍ਹਾਂ ਭੀਲਾਂ ਨੂੰ
ਚੌਂਕਾਂ 'ਚ ਪਰੋ ਕੇ ਜਿਉਂਦਾ
ਉਨ੍ਹਾਂ ਦੇ ਬੱਚੇ ਟੱਬਰ
ਟੋਕਰੀ ਦੇ ਕੇ ਤੋਰੇ ਜਾਂਦੇ
ਸੜਕਾਂ ਸੰਵਰਨ ਲਈ
ਸਜਾਵਾਂ ਹਿਤ
ਕਦੇ ਬੋਲ ਉੱਠਣ ਦੇ ਦੋਸ਼ ਵਿੱਚ
ਕੰਨਾਂ 'ਚ ਸਿੱਕੇ ਪਾ ਦਿੱਤੇ ਜਾਂਦੇ

ਭਾਰਤੀ ਸਮਾਜ ਵਿੱਚ ਜ਼ਾਤ-ਪਾਤ ਦਾ ਵੱਖਰੇਂਵਾਂ ਸਪੱਸ਼ਟ ਵੀ ਹੈ ਅਤੇ ਲੁਕਿਆ ਹੋਇਆ ਵੀ. ਭਾਵੇਂ ਕਿ ਨਵੀਂ ਪੌਦ ਜ਼ਾਤ-ਪਾਤ ਦੇ ਭੇਦਭਾਵ ਨੂੰ ਸਵੀਕਾਰ ਕਰਨ ਲਈ ਤਿਆਰ ਨਹੀਂ; ਪਰ ਪੁਰਾਣੀ ਨਸਲ ਰੂੜੀਵਾਦੀ ਕਦਰਾਂ-ਕੀਮਤਾਂ ਨੂੰ ਛੱਡਣ ਲਈ ਤਿਆਰ ਨਹੀਂ. ਇਸ ਬੀਮਾਰੀ ਦੇ ਅਸਰ ਦਾ ਵਿਆਹ-ਸ਼ਾਦੀਆਂ ਦੇ ਮੌਕੇ ਉੱਤੇ ਪਤਾ ਚੱਲਦਾ ਹੈ. ਅੱਜ ਵੀ ਜੇਕਰ ਕੋਈ ਮਰਦ/ਔਰਤ ਆਪਣੀ ਜ਼ਾਤ ਤੋਂ ਬਾਹਰ ਜਾ ਕੇ ਆਪਣੀ ਪਸੰਦ ਦੇ ਔਰਤ/ਮਰਦ ਨਾਲ ਸ਼ਾਦੀ ਕਰਨੀ ਚਾਹੇ ਤਾਂ ਪਹਿਲਾਂ ਤਾਂ ਉਸ ਦੇ ਮਾਪੇ ਹੀ ਇਸਦੀ ਇਜਾਜ਼ਤ ਨਹੀਂ ਦਿੰਦੇ; ਜੇਕਰ ਮਾਪੇ ਇਜਾਜ਼ਤ ਦੇ ਵੀ ਦੇਣ ਤਾਂ ਸਾਡੇ ਸਮਾਜ ਦੇ ਤੰਗ-ਦਿਲ ਲੋਕ ਉਨ੍ਹਾਂ ਦਾ ਕਤਲ ਕਰਨ ਤੱਕ ਜਾਂਦੇ ਹਨ. ਮਨੂੰਵਾਦ ਦੇ ਇਸ ਕੋਹੜ ਦੇ ਜਰਮ ਲਗਪਗ ਹਰ ਭਾਰਤੀ ਮੂਲ ਦੇ ਵਿਅਕਤੀ ਦੇ ਅੰਦਰ ਮਿਲ ਜਾਂਦੇ ਹਨ. ਭਾਵੇਂ ਉਹ ਵਿਅਕਤੀ ਦੁਨੀਆਂ ਦੇ ਕਿਸੇ ਵੀ ਹਿੱਸੇ ਵਿੱਚ ਕਿਉਂ ਨ ਰਹਿ ਰਿਹਾ ਹੋਵੇ. ਮਨੂੰਵਾਦ ਦੁਆਰਾ ਪੈਦਾ ਕੀਤੇ ਗਏ ਅਤੇ ਫੈਲਾਏ ਗਏ ਜ਼ਾਤ-ਪਾਤ ਦੇ ਕੋਹੜ ਨੇ ਨਾ ਸਿਰਫ ਭਾਰਤੀ ਸਮਾਜ ਦੇ ਹਰ ਖੇਤਰ ਨੂੰ ਬੁਰੀ ਤਰ੍ਹਾਂ ਪ੍ਰਭਾਵਤ ਕੀਤਾ ਹੈ; ਬਲਕਿ ਇਸ ਕੋਹੜ ਨੇ ਭਾਰਤੀ ਸਮਾਜ ਨੂੰ ਖੇਰੂੰ ਖੇਰੂੰ ਵੀ ਕੀਤਾ ਹੋਇਆ ਹੈ. ਅੱਜ ਵੀ, ਹਿੰਦੁਸਤਾਨ ਦੇ ਮੀਡੀਆ ਵਿੱਚ ਅਜਿਹੀਆਂ ਖਬਰਾਂ ਹਰ ਦਿਨ ਛਪ ਰਹੀਆਂ ਹਨ ਕਿ ਦੇਸ਼ ਦੇ ਕੋਨੇ ਕੋਨੇ ਵਿੱਚ ਉੱਚੀਆਂ ਜ਼ਾਤਾਂ ਵਾਲੇ ਲੋਕ ਦਲਿਤ ਲੋਕਾਂ ਨੂੰ ਜਿਉਂਦਿਆਂ ਹੀ ਅੱਗ ਲਾ ਕੇ ਸਾੜ ਰਹੇ ਹਨ ਅਤੇ ਉਨ੍ਹਾਂ ਦੀਆਂ ਜਵਾਨ ਔਰਤਾਂ ਦੇ ਸਮੂਹਕ ਬਲਾਤਕਾਰ ਕਰਕੇ ਉਨ੍ਹਾਂ ਦੇ ਕਤਲ ਕਰ ਰਹੇ ਹਨ. ਲਾਲ ਸਿੰਘ ਦਿਲ ਨੇ ਇਸ ਵਿਸ਼ੇ ਨੂੰ ਵੀ ਆਪਣੀ ਸ਼ਾਇਰੀ ਦਾ ਇੱਕ ਮੁੱਖ ਵਿਸ਼ਾ ਬਣਾਇਆ ਹੈ. ਦਿਲ ਆਪਣੀ ਨਜ਼ਮ 'ਜ਼ਾਤ' ਵਿੱਚ ਜ਼ਾਤ-ਪਾਤ ਦੇ ਕੋਹੜ ਬਾਰੇ ਕੁਝ ਇਸ ਤਰ੍ਹਾਂ ਜ਼ਿਕਰ ਕਰਦਾ ਹੈ:

ਮੈਨੂੰ ਪਿਆਰ ਕਰਦੀਏ
ਪਰ-ਜ਼ਾਤ ਕੁੜੀਏ

ਸਾਡੇ ਸੱਕੇ ਮੁਰਦੇ ਵੀ
ਇਕ ਥਾਂ ਤੇ ਨਹੀਂ ਜਲਾਉਂਦੇ

ਇਸੇ ਵਿਚਾਰ ਨੂੰ ਲਾਲ ਸਿੰਘ ਦਿਲ ਆਪਣੀ ਨਜ਼ਮ 'ਉੱਚੀ ਜ਼ਾਤ' ਵਿੱਚ ਕੁਝ ਹੋਰ ਵਿਸਥਾਰ ਦਿੰਦਾ ਹੈ :

ਉੱਚੀ ਜ਼ਾਤ ਦਾ ਮੁੰਡਾ ਤੇ ਨੀਂਵੀਂ ਜ਼ਾਤ ਦੀ ਕੁੜੀ
ਇਹ ਕਿੱਧਰ ਦੀ ਦਿਆਨਤਦਾਰੀ, ਇਹ ਕਿੱਧਰ ਦੀ ਕਲਾ
ਸਹਿਮਤ ਹੋ ਜਾਂਦੇ ਸਭ 'ਕੱਠੇ ਕਰਦੇ ਹਲਾ ਹਲਾ
ਉਹ ਹੋਵੇ ਤਾਂ ਲਿਖਣ ਕਿਤਾਬਾਂ ਇਸ ਲਈ ਜ਼ਹਿਰ ਦੀ ਪੁੜੀ
ਜੇ ਨੀਂਵੀਂ ਜ਼ਾਤ ਦਾ ਮੁੰਡਾ ਤੇ ਉੱਚੀ ਜ਼ਾਤ ਦੀ ਕੁੜੀ
ਸਿਆਣੇ ਹੋਈਏ ਇਸ਼ਕ ਨਾ ਕਰੀਏ ਜੇ ਚਾਹੁੰਦੇ ਹਾਂ ਭਲਾ
ਬਿਨ੍ਹਾਂ ਆਜ਼ਾਦੀ ਭੁੱਖੇ ਮਨ ਦੇ ਭਰਦੇ ਨਹੀਂ ਖਲਾ
ਮੁੱਖੋਂ ਜਪਦੇ ਰਾਮ ਰਾਮ ਤੇ ਬਗਲ 'ਚ ਰੱਖਦੇ ਛੁਰੀ
ਦੋ ਦਿਲ ਨਾ ਹੋ ਜਾਣ ਇਕੱਠੇ ਨਿੱਤ ਪੰਚਾਇਤ ਜੁੜੀ
ਉਂਞ ਹੀ ਜੀਣ ਨਾ ਦਿੰਦੇ ਪਾਪੀ ਜਾਪੇ ਇਸ਼ਕ ਬਲਾ

ਹਿੰਦੁਸਤਾਨ ਦੀ ਰਾਜਨੀਤੀ ਵਿੱਚ ਇਹ ਇੱਕ ਆਮ ਜਿਹੀ ਹੀ ਗੱਲ ਬਣ ਚੁੱਕੀ ਹੈ ਕਿ ਹਰ ਰਾਜਨੀਤਕ ਪਾਰਟੀ ਹੀ ਰਾਜਨੀਤਕ ਪ੍ਰਾਪਤੀਆਂ ਕਰਨ ਲਈ ਧਰਮ ਨੂੰ ਵਰਤਦੀ ਰਹੀ ਹੈ. ਰਾਜਨੀਤਕ ਪ੍ਰਾਪਤੀਆਂ ਖਾਤਰ ਰਾਜਨੀਤਕ ਪਾਰਟੀਆਂ ਵੱਲੋਂ ਵੱਖੋ, ਵੱਖ ਧਰਮਾਂ ਦਰਮਿਆਨ ਨਫਰਤ ਪੈਦਾ ਕੀਤੀ ਜਾਂਦੀ ਹੈ; ਦਹਿਸ਼ਤ ਫੈਲਾਈ ਜਾਂਦੀ ਹੈ ਅਤੇ ਇੱਥੋਂ ਤੱਕ ਕਿ ਇੱਕ ਦੂਜੇ ਉੱਤੇ ਕਾਤਲਾਨਾ ਹਮਲੇ ਵੀ ਕਰਵਾਏ ਜਾਂਦੇ ਹਨ. ਭਾਵੇਂ ਕਿ ਹਿੰਦੁਸਤਾਨ ਵਿੱਚ ਕਾਂਗਰਸ ਪਾਰਟੀ ਦੇ ਰਾਜ ਸਮੇਂ ਵੀ ਥਾਂ ਥਾਂ ਫਿਰਕੂ ਦੰਗੇ ਅਤੇ ਕਤਲੋਗਾਰਤ ਹੁੰਦੀ ਰਹੀ ਹੈ ਪਰ ਹਿੰਦੁਸਤਾਨ ਵਿੱਚ ਜਦੋਂ ਦੀ ਬੀਜੇਪੀ ਦੀ ਸਰਕਾਰ ਆਈ ਹੈ ਤਾਂ ਇਸ ਦੀਆਂ ਸਹਿਯੋਗੀ ਹਿੰਦੂ ਧਾਰਮਿਕ ਕੱਟੜਪੰਥੀ ਪਾਰਟੀਆਂ ਸ਼ਿਵ ਸੈਨਾ, ਆਰ.ਐਸ.ਐਸ. ਅਤੇ ਹਿੰਦੂ ਮਹਾਂ ਪ੍ਰੀਸ਼ਦ ਨੇ ਹਿੰਦੁਸਤਾਨ ਵਿੱਚ ਕੁਝ ਜ਼ਿਆਦਾ ਹੀ ਧਾਰਮਿਕ ਦਹਿਸ਼ਤ ਫੈਲਾਈ ਹੋਈ ਹੈ - ਕਦੀ ਰਾਮ ਹਿੰਦੂ ਮੰਦਿਰ ਦੇ ਨਾਮ ਉੱਤੇ ਅਤੇ ਕਦੀ ਗਊ ਮਾਤਾ ਦੇ ਨਾਮ ਉੱਤੇ. ਇਹ ਹਿੰਦੂ ਧਾਰਮਿਕ ਕੱਟੜਪੰਥੀ ਸੰਸਥਾਵਾਂ ਹਿੰਦੀ, ਹਿੰਦੂ, ਹਿੰਦੁਸਤਾਨ ਦਾ ਨਾਹਰਾ ਬੁਲੰਦ ਕਰਦੀਆਂ ਹੋਈਆਂ ਮੁਸਲਮਾਨਾਂ, ਸਿੱਖਾਂ ਅਤੇ ਕਰਿਸਚੀਅਨ ਲੋਕਾਂ ਅੰਦਰ ਦਹਿਸ਼ਤ ਫੈਲਾ ਰਹੀਆਂ ਹਨ. ਲਾਲ ਸਿੰਘ ਦਿਲ ਦੀ ਕਵਿਤਾ 'ਆਲ੍ਹਣਾ' ਸਾਡਾ ਧਿਆਨ ਇਸ ਗੱਲ ਵੱਲ ਦੁਆਂਦੀ ਹੈ ਕਿ ਦੇਸ ਵਿੱਚ ਰਹਿਣ ਵਾਲਾ ਹਰ ਵਿਅਕਤੀ ਹੀ ਦੇਸ ਵਿੱਚ ਫੈਲੀ ਹੋਈ ਧਾਰਮਿਕ ਦਹਿਸ਼ਤ ਮਹਿਸੂਸ ਕਰ ਰਿਹਾ ਹੈ :

ਜਿਉਂ ਜਿਉਂ ਮੰਦਿਰ ਮਸਜਿਦ
ਮਸਲਾ ਉਲਝਦਾ
ਉਸ ਨੂੰ ਆਪਣੇ ਆਲ੍ਹਣੇ ਦੀ ਫ਼ਿਕਰ
ਡੰਬ ਸੁੱਟਦੀ

ਅਯੁੱਧਿਆ ਦੂਰ ਸੀ
ਉਹ ਪੁਜਾਰੀ ਵੀ ਨਹੀਂ ਸੀ
ਦੋ ਏਕੜ ਮਿਲਿਆ ਭੋਇੰ ਦਾ ਟੋਟਾ
ਪਲ ਪਲ ਉਸਦੀ ਜਾਨ ਦੀ ਕੀਮਤ ਬਣਦਾ
ਦੁਆਲੇ ਖੇਤਾਂ ਵਾਲੇ ਰਾਹ ਨਾ ਛੱਡਦੇ
ਜਿਸਦੇ ਮੁਰੱਬੇ ਦੀ ਇਹ ਕਟੌਤੀ ਸੀ
ਉਹ ਵੀ ਮੰਦਿਰ ਮਸਜਿਦ ਮਾਮਲੇ ਵਾਂਗ
ਗਰਮ ਹੋਇਆ
ਉਸ ਡਰਦੇ ਨੇ ਰਾਤੋ ਰਾਤ
ਅੱਧ-ਪਚੱਧ ਫਸਲ ਝਾੜੀ
ਤੇ ਢੋ ਲਹੀ
ਤੇ ਢੋ ਮੰਡੀ ਲੈ ਤੁਰਿਆ

ਇੱਕ ਪਾਸੇ ਤਾਂ ਰਾਜਨੀਤਕ ਪਾਰਟੀਆਂ ਲੋਕਾਂ ਦਾ ਧਿਆਨ ਉਨ੍ਹਾਂ ਦੀਆਂ ਅਸਲ ਆਰਥਿਕ / ਸਮਾਜਕ / ਸਭਿਆਚਾਰਕ ਸਮੱਸਿਆਵਾਂ ਤੋਂ ਹਟਾ ਕੇ ਉਨ੍ਹਾਂ ਨੂੰ ਇੱਕ ਦੂਜੇ ਵਿਰੁੱਧ ਖੜ੍ਹਾ ਕਰਕੇ ਆਪਣੇ ਰਾਜਨੀਤਕ ਉੱਲੂ ਸਿੱਧੇ ਕਰਦੀਆਂ ਹਨ - ਦੂਜੇ ਪਾਸੇ 'ਕੰਮਚੋਰ' ਲੋਕ ਥਾਂ ਥਾਂ ਆਪਣੇ ਧਾਰਮਿਕ ਮੱਠ ਬਣਾ ਕੇ ਲੋਕਾਂ ਨੂੰ ਆਰਥਿਕ ਤੌਰ ਉੱਤੇ ਲੁੱਟਦੇ ਹਨ. ਲਾਲ ਸਿੰਘ ਦਿਲ ਆਪਣੀ ਕਵਿਤਾ 'ਸਸਤਾ ਸੌਦਾ' ਵਿਚ ਇਨ੍ਹਾਂ 'ਕੰਮਚੋਰ' ਲੋਕਾਂ ਦੀ ਤਸਵੀਰ ਵੀ ਖੂਬ ਖਿੱਚਦਾ ਹੈ:

ਤਿੰਨ ਪੈਸੇ ਦਾ ਰੰਗ ਲਿਆਵਾਂ
ਦੋ ਪੈਸੇ ਦੀ ਅੱਟੀ
ਮੱਥੇ ਉੱਤੇ ਤਿਲਕ ਲਗਾਵਾਂ
ਧੋਤੀ-ਪਹਿਨਾਂ ਖੱਟੀ
ਮੂੰਹ ਰੰਗ ਚੌਰਾਹੇ ਬੈਠਾਂ
ਸ਼ਾਮਲਾਤ ਜਾਂ ਹੱਟੀ
ਆਪੇ ਰਾਮ ਬਣਾ ਜਾਂ ਲਛਮਣ
ਪੂਜਣ ਜੱਟਾ ਜੱਟੀ
ਮੇਲੇ ਭੀੜਾਂ ਵਿਚ ਗੁਆਚਾਂ
ਦੌਲਤ ਹੋਏ ਇਕੱਠੀ
ਏਨੀ ਦੌਲਤ ਏਨੀ ਦੌਲਤ
ਜਿਉਂ ਪਾਰਸ ਦੀ ਵੱਟੀ
ਦਾਖ ਨਰੇਲ ਨਾਰੀਅਲ ਚੋਖਾ
ਤੇ ਦਾਰੂ ਦੀ ਮੱਟੀ
ਤਿੰਨ ਪੈਸੇ ਦਾ ਰੰਗ ਲਿਆਵਾਂ
ਦੋ ਪੈਸੇ ਦੀ ਅੱਟੀ

ਲਾਲ ਸਿੰਘ ਦਿਲ ਦੀ ਇਹ ਦਿਲੀ ਇੱਛਾ ਹੈ ਕਿ ਇੱਕ ਐਸਾ ਸਮਾਜ ਹੋਵੇ ਜਿੱਥੇ ਸਾਂਝੀਵਾਲਤਾ ਦਾ ਬੋਲਬਾਲਾ ਹੋਵੇ, ਕੋਈ ਊਚ-ਨੀਚ, ਜ਼ਾਤ-ਪਾਤ ਦਾ ਚੱਕਰ ਨਾ ਹੋਵੇ, ਕੋਈ ਲੁੱਟ-ਖਸੁੱਟ ਨਾ ਹੋਵੇ ਅਤੇ ਹਰ ਕੋਈ ਇੱਕ ਦੂਜੇ ਨਾਲ ਪਿਆਰ ਅਤੇ ਅਮਨ ਨਾਲ ਰਹੇ. ਅਜਿਹੇ ਸਮਾਜ ਦੀ ਕਲਪਨਾ ਕਰਦਾ ਹੋਇਆ ਦਿਲ ਆਪਣੇ 'ਗੀਤ' ਵਿੱਚ ਆਪਣੀਆਂ ਦਿਲੀ ਭਾਵਨਾਵਾਂ ਕੁਝ ਇੰਜ ਪ੍ਰਗਟ ਕਰਦਾ ਹੈ :

ਦਿਓ ਕੋਈ ਸਮਾਜ ਖੁੱਲ੍ਹਾ-ਡੁੱਲ੍ਹਾ
ਅੰਬਰੀ ਨੀਲੱਤਣਾਂ ਤੋਂ ਖੁਲ੍ਹਾ
ਇੱਕ ਪਰਿਵਾਰ, ਇਕ ਪਿਆਨੋ
ਇਕ ਪਰਿਵਾਰ, ਇੱਕ ਚੁਲ੍ਹਾ
ਗਿਰਜੀਂ ਮਸੀਤੀਂ ਝੁੱਲੇ ਨ੍ਹੇਰੀ
ਮੰਦਰ ਉਡਾਏ ਕੋਈ ਬੁੱਲਾ
ਗੀਤ ਕੋਈ ਮਿਹਨਤਾਂ ਦੇ ਗਾਏ
ਛੱਡ ਰਾਂਝਾ ਹੀਰ ਭੱਟੀ ਦੁੱਲਾ
ਬੁੱਕਲਾਂ 'ਚੋਂ ਖੋਹੇ ਨਾ ਕੋਈ ਜੁੱਲਾ
ਛੇੜੋ ਛੇੜੋ ਦਿਲ ਦੀਆਂ ਗੱਲਾਂ
ਕਰੋ ਕਿਤੇ ਕੋਈ ਹੱਲਾ-ਗੁੱਲਾ

ਲਾਲ ਸਿੰਘ ਦਿਲ ਸਮਾਜਵਾਦ ਬਾਰੇ ਵੀ ਚਰਚਾ ਛੇੜਦਾ ਹੈ. ਉਹ ਇੱਕ ਅਜਿਹੇ ਸਮਾਜ ਬਾਰੇ ਸੁਪਨਾ ਲੈਂਦਾ ਹੈ ਜਿੱਥੇ ਪੂੰਜੀਵਾਦ ਦਾ ਨਾਮ ਨਿਸ਼ਾਨ ਵੀ ਨਾ ਹੋਵੇ. ਪਰ ਮੌਜੂਦਾ ਸਮਿਆਂ ਵਿੱਚ ਦੇਖਿਆ ਜਾਵੇ ਤਾਂ ਸਾਰੀ ਦੁਨੀਆਂ ਵਿੱਚ ਕੋਈ ਵੀ ਅਜਿਹਾ ਦੇਸ਼ ਨਹੀਂ ਕਿਹਾ ਜਾ ਸਕਦਾ ਜਿੱਥੇ ਕਿ ਮੁਕੰਮਲ ਸਮਾਜਵਾਦੀ ਰਾਜ ਪ੍ਰਬੰਧ ਹੋਵੇ. ਅੱਜ ਦੁਨੀਆਂ ਦਾ ਸਭ ਤੋਂ ਵੱਡਾ ਸਮਾਜਵਾਦੀ ਦੇਸ਼ ਚੀਨ ਵੀ ਸਮਾਜਵਾਦੀ ਪ੍ਰਬੰਧ ਦੀਆਂ ਕੁਝ ਕੁ ਗੱਲਾਂ ਰੱਖ ਕੇ ਪੂੰਜੀਵਾਦੀ ਆਰਥਿਕ ਪ੍ਰਬੰਧ ਅਪਣਾ ਚੁੱਕਾ ਹੈ. ਰੂਸ ਜਿੱਥੇ ਕਿ 1917 ਤੋਂ ਲੈ ਕੇ 1991 ਤੱਕ ਸਮਾਜਵਾਦੀ ਰਾਜ ਪ੍ਰਬੰਧ ਨੂੰ ਚਲਾਣ ਦੀਆਂ ਕੋਸ਼ਿਸਾਂ ਹੁੰਦੀਆਂ ਰਹੀਆਂ; ਪਰ ਅਖੀਰ ਉਹ ਵੀ ਕਾਮਿਯਾਬ ਨਾ ਹੋ ਸਕੇ. ਇਸੇ ਤਰ੍ਹਾਂ ਹੀ ਪੂਰਬੀ ਬਲਾਕ ਦੇ ਬਹੁਤ ਸਾਰੇ ਯੋਰਪ ਦੇ ਦੇਸ਼ਾਂ ਵਿੱਚ ਵਾਪਰਿਆ. ਹੁਣ ਕਿਊਬਾ ਇੱਕੋ ਇੱਕ ਅਜਿਹਾ ਦੇਸ਼ ਰਹਿ ਗਿਆ ਹੈ ਜਿੱਥੇ ਕਿ ਸਮਾਜਵਾਦੀ ਰਾਜ ਪ੍ਰਬੰਧ ਹੈ; ਪਰ ਉੱਥੇ ਵੀ ਹੌਲੀ ਹੌਲੀ ਥੋੜੀ ਥੋੜੀ ਨਿੱਜੀ ਆਜ਼ਾਦੀ ਦਿੱਤੀ ਜਾ ਰਹੀ ਹੈ. ਦੁਨੀਆਂ ਵਿੱਚ ਕੈਨੇਡਾ ਅਤੇ ਯੂ.ਕੇ. ਵਰਗੇ ਅਨੇਕਾਂ ਅਜਿਹੇ ਦੇਸ਼ ਹਨ ਜਿਨ੍ਹਾਂ ਨੇ ਸਮਾਜਵਾਦੀ ਰਾਜ ਪ੍ਰਬੰਧ ਦੀਆਂ ਅਨੇਕਾਂ ਚੰਗੀਆਂ ਗੱਲਾਂ ਲੈ ਕੇ ਉਨ੍ਹਾਂ ਨੂੰ ਪੂੰਜੀਵਾਦੀ ਰਾਜ ਪ੍ਰਬੰਧ ਵਿੱਚ ਹੀ ਸ਼ਾਮਿਲ ਕਰ ਲਿਆ ਹੈ. ਇਸੇ ਕਰਕੇ ਹੀ ਉਨ੍ਹਾਂ ਦੇਸ਼ਾਂ ਦੇ ਰਾਜ ਪ੍ਰਬੰਧ ਵਿੱਚ ਰਹਿਣ ਵਾਲੇ ਲੋਕ ਵਧੇਰੇ ਖੁਸ਼ ਹਨ ਜਿੱਥੇ ਕਿ ਸਮਾਜਵਾਦੀ ਰਾਜ ਪ੍ਰਬੰਧ ਅਤੇ ਪੂੰਜੀਵਾਦੀ ਰਾਜ ਪ੍ਰਬੰਧ ਦੀਆਂ ਚੰਗੀਆਂ ਗੱਲਾਂ ਨੂੰ ਮਿਲਾ ਕੇ ਇੱਕ ਨਵੀਂ ਤਰ੍ਹਾਂ ਦਾ ਰਾਜ ਪ੍ਰਬੰਧ ਉਸਾਰਿਆ ਗਿਆ ਹੈ. ਲਾਲ ਸਿੰਘ ਦਿਲ ਨੇ ਜਦੋਂ ਆਪਣੀ ਨਜ਼ਮ 'ਸਮਾਜਵਾਦ' ਦੀਆਂ ਹੇਠ

ਲਿਖੀਆਂ ਸਤਰਾਂ ਲਿਖੀਆਂ ਹੋਣਗੀਆਂ ਤਾਂ, ਨਿਰਸੰਦੇਹ, ਸਮਾਜਵਾਦੀ ਰਾਜ ਪ੍ਰਬੰਧ ਵਾਲੇ ਦੇਸ਼ਾਂ ਵਿੱਚ ਇਸ ਸੰਕਟ ਦੇ ਸੰਕੇਤ ਅਜੇ ਆਉਣੇ ਹੀ ਸ਼ੁਰੂ ਹੋਏ ਹੋਣਗੇ :

ਸਮਾਜਵਾਦ
ਕੀ ਉਸਾਰਿਆ?
ਜੇ ਵਿਅਕਤੀਵਾਦ
ਗਿਰਾਇਆ ਵੀ ਨਹੀਂ?
ਮੱਛੀ ਪੱਕ ਵੀ ਜਾਵੇ
ਤੇ ਜਿਉਂਦੀ ਵੀ ਰਹੇ?

ਲਾਲ ਸਿੰਘ ਦਿਲ 'ਜਨਤਕ ਇਨਕਲਾਬ' ਵਿੱਚ ਵਿਸ਼ਵਾਸ ਰੱਖਦਾ ਹੈ. ਉਸ ਨੂੰ ਇਸ ਗੱਲ ਵਿੱਚ ਯਕੀਨ ਹੈ ਕਿ ਜੇਕਰ ਜਨਤਾ ਚਾਹੇ ਤਾਂ ਰਾਜ ਪਲਟ ਸਕਦੇ ਹਨ. ਇਸ ਲਈ ਸਮਾਜਿਕ ਤਬਦੀਲੀ ਲਈ ਹਮੇਸ਼ਾ ਆਮ ਲੋਕਾਂ ਨੂੰ ਨਾਲ ਲੈ ਕੇ ਚੱਲੋ. ਕਿਉਂਕਿ ਜਿਹੜੀਆਂ ਲਹਿਰਾਂ ਆਮ ਲੋਕਾਂ ਨੂੰ ਆਪਣੇ ਨਾਲ ਲੈ ਕੇ ਨਹੀਂ ਚੱਲਦੀਆਂ, ਉਹ ਕਦੀ ਵੀ ਕਾਮਿਯਾਬ ਨਹੀਂ ਹੁੰਦੀਆਂ. ਦੇਖਿਆ ਜਾਵੇ ਤਾਂ 1970 ਦੇ ਆਸ ਪਾਸ ਪੰਜਾਬ ਵਿੱਚ ਉੱਠੀ ਨਕਸਲਬਾੜੀ ਲਹਿਰ ਦਾ ਬਹੁਤ ਜਲਦੀ ਟੁੱਟ-ਭੱਜ ਜਾਣ ਅਤੇ ਖੇਰੂੰ-ਖੇਰੂੰ ਹੋ ਜਾਣ ਦਾ ਇਹ ਵੀ ਇੱਕ ਵੱਡਾ ਕਾਰਨ ਸੀ ਕਿ ਇਸ ਲਹਿਰ ਦੇ ਆਗੂ ਇਸ ਲਹਿਰ ਨੂੰ ਜਨਤਕ ਲਹਿਰ ਨਾ ਬਣਾ ਸਕੇ ਅਤੇ ਵਿਅਕਤੀਗਤ ਪ੍ਰਾਪਤੀਆਂ ਕਰਨ ਤੀਕ ਹੀ ਸੀਮਤ ਹੋ ਕੇ ਰਹਿ ਗਏ. ਜਨਤਾ ਕੀ ਕੁਝ ਕਰ ਸਕਦੀ ਹੈ? ਲਾਲ ਸਿੰਘ ਦਿਲ ਆਪਣੀ ਕਵਿਤਾ 'ਵਿਸ਼ਵਾਸ' ਵਿੱਚ ਇਸ ਗੱਲ ਦਾ ਪ੍ਰਗਟਾਵਾ ਕੁਝ ਇਸ ਤਰ੍ਹਾਂ ਕਰਦਾ ਹੈ :

ਜਿਵੇਂ ਮਿੱਟੀ 'ਚ ਸਭ ਕੁਝ ਹੈ
ਕਣਕ, ਮਿੱਠਾ, ਲੋਹਾ ਤੇ ਬਾਰੂਦ
ਇਵੇਂ ਜਨਤਾ 'ਚ ਸਭ ਕੁਝ ਹੈ
ਲਹਿਰਾਂ, ਹੜ੍ਹ, ਤੂਫ਼ਾਨ
ਅਣਖ, ਇੱਜ਼ਤ ਤੇ ਇਨਕਲਾਬ

ਇਸੇ ਹੀ ਕਵਿਤਾ ਵਿੱਚ ਲਾਲ ਸਿੰਘ ਦਿਲ ਕੁਝ ਹੋਰ ਅੱਗੇ ਜਾ ਕੇ ਇਸ ਵਿਸ਼ਵਾਸ ਦਾ ਹੋਰ ਵਿਸਥਾਰ ਪੇਸ਼ ਕਰਦਾ ਹੈ :

ਉਨ੍ਹਾਂ ਪੇਟਾਂ ਵਿਚ ਬਾਰੂਦ ਖੋਭ ਦਿੱਤਾ ਗਿਆ
ਜਿਹੜੇ ਸਦਾ ਖ਼ੂਨ ਪੀਂਦੇ
ਉਨ੍ਹਾਂ ਹੱਥਾਂ ਥੀਂ ਗਰਮ ਰੌਂਦ
ਕੱਢ ਦਿੱਤੇ ਗਏ
ਜਿਨ੍ਹਾਂ ਨੇ ਉਹ ਈਸਾ ਜਿਹਾ ਕਾਮਰੇਡ
ਸੂਲੀਆਂ ਤੇ ਪੁੱਠਾ ਟੰਗਿਆ
ਨਾਅਰੇ ਜਿਹੜੇ ਉੱਠਦੇ ਨੇ
ਕੇਰਲਾ, ਬੰਗਾਲ ਤੇ ਆਸਾਮ, ਨਾਗਾਲੈਂਡ 'ਚੋਂ

ਉੱਠੇ ਚਮਕੌਰ 'ਚੋਂ
ਤਾਂ ਕਿ ਸਮਝ ਸਕੇ ਹਰ ਕੋਈ
ਕਿ ਸਭ ਕੁਝ ਹੈ ਜਨਤਾ ਵਿੱਚ
ਲਹਿਰਾਂ, ਹੜ੍ਹ, ਤੂਫ਼ਾਨ
ਅਣਖ, ਇੱਜ਼ਤ ਤੇ ਇਨਕਲਾਬ

ਨਕਸਲਬਾੜੀ ਲਹਿਰ ਨਾਲ ਸਬੰਧਤ ਪੰਜਾਬੀ ਸ਼ਾਇਰਾਂ ਦੀ ਇੱਕ ਖਾਸੀਹਤ ਇਹ ਵੀ ਸੀ ਕਿ ਉਨ੍ਹਾਂ ਨੇ ਪੰਜਾਬੀ ਸ਼ਾਇਰੀ ਦਾ ਸੁਹਜ ਬੋਧ ਵੀ ਬਦਲ ਦਿੱਤਾ. ਉਨ੍ਹਾਂ ਨੇ ਪੰਜਾਬੀ ਸ਼ਾਇਰੀ ਨੂੰ ਜ਼ਿੰਦਗੀ ਦੀਆਂ ਹਕੀਕਤਾਂ ਨਾਲ ਜੋੜ ਦਿੱਤਾ. ਉਨ੍ਹਾਂ ਨੇ ਪੰਜਾਬੀ ਸ਼ਾਇਰੀ ਨੂੰ ਕਿਸਾਨਾਂ, ਮਜ਼ਦੂਰਾਂ, ਦੱਬੇ-ਕੁਚਲੇ ਆਮ ਲੋਕਾਂ ਅਤੇ ਔਰਤਾਂ ਦੀਆਂ ਸਮੱਸਿਆਵਾਂ ਨਾਲ ਜੋੜ ਦਿੱਤਾ. ਇਸ ਸ਼ਾਇਰੀ ਨੇ ਭਾਰਤੀ ਸਮਾਜ ਵਿੱਚ ਮਨੂੰਵਾਦੀ ਕੋਹੜ ਜ਼ਾਤ-ਪਾਤ ਅਤੇ ਊਚ-ਨੀਚ ਦੇ ਪੈਦਾ ਕੀਤੇ ਗਏ ਵੱਖਰੇਵੇਂ ਨੂੰ ਸਖਤ ਸ਼ਬਦਾਂ ਵਿੱਚ ਭੰਡਿਆ. ਲਾਲ ਸਿੰਘ ਦਿਲ ਦੀ ਕਵਿਤਾ 'ਕਵਿਤਾ' ਇਨ੍ਹਾਂ ਤੱਥਾਂ ਨੂੰ ਕੁਝ ਇਸ ਤਰ੍ਹਾਂ ਪੇਸ਼ ਕਰਦੀ ਹੈ:

1.
ਖ਼ਾਦ ਖੁਣੋਂ ਕੋਈ ਮਰਦੀ ਖੇਤੀ
ਵੀ ਕਵਿਤਾ ਹੈ
ਖਾਦ ਨਾਲ ਕੋਈ ਸੜਦੀ ਖੇਤੀ
ਵੀ ਕਵਿਤਾ ਹੈ
ਮਿੱਲ ਕਵਿਤਾ ਹਨ
ਜਾਬਰ ਦੇ ਛੁਰਿਆਂ ਦੇ ਥੱਲੇ
ਵੀ ਕਵਿਤਾ ਹੈ

2.
ਢੋਲ ਵਜਾਉਂਦੇ
ਭੋਲੀਆਂ ਭਾਲੀਆਂ ਬਾਤਾਂ ਪਾਉਂਦੇ
ਵੀ ਕਵਿਤਾ ਹਨ
ਮਿੱਲ ਕਵਿਤਾ ਹਨ
ਸ਼ਾਮ ਪਈ ਤਾਂ ਗਧਿਆਂ ਵਾਲੇ
ਸੱਪਾਂ ਵਾਲੇ
ਛੱਜਾਂ ਵਾਲੇ
ਸਭ ਕਵਿਤਾ ਹਨ
ਮਿੱਲ ਕਵਿਤਾ ਹਨ
ਜਾਬਰ ਦੇ ਛੁਰਿਆਂ ਥੱਲੇ
ਵੀ ਕਵਿਤਾ ਹੈ
ਜਾਬਰ ਦੀ ਗਰਦਨ ਦੇ ਉੱਤੇ

ਵੀ ਕਵਿਤਾ ਹੈ

ਭਾਰਤੀ ਸਮਾਜ ਹਰ ਤਰ੍ਹਾਂ ਦੇ ਭ੍ਰਿਸ਼ਟਾਚਾਰ ਨਾਲ ਭਰਪੂਰ ਹੈ. ਇਹ ਭ੍ਰਿਸ਼ਟਾਚਾਰ ਘਰਾਂ, ਬਾਜ਼ਾਰਾਂ, ਦਫਤਰਾਂ, ਸਕੂਲਾਂ, ਕਾਲਿਜਾਂ, ਯੂਨੀਵਰਸਿਟੀਆਂ ਤੋਂ ਲੈ ਕੇ ਪੁਲਿਸ, ਫ਼ੌਜ ਅਤੇ ਅਦਾਲਤਾਂ ਤੱਕ ਫੈਲਿਆ ਹੋਇਆ ਹੈ. ਕੋਈ ਜਾਇਜ਼ ਕੰਮ ਕਰਵਾਉਣ ਲਈ ਵੀ ਕਲਰਕਾਂ, ਅਫਸਰਾਂ, ਮੰਤਰੀਆਂ ਦੇ ਪਿੱਛੇ ਪਿੱਛੇ ਇੰਜ ਫਿਰਨਾ ਪੈਂਦਾ ਹੈ ਜਿਵੇਂ ਕਿਤੇ ਤੁਸੀਂ ਕਿਸੇ ਆਜ਼ਾਦ ਦੇਸ਼ ਦੇ ਨਹੀਂ, ਬਲਕਿ ਕਿਸੀ ਗੁਲਾਮ ਦੇਸ਼ ਦੇ ਸ਼ਹਿਰੀ ਹੋਵੋ. ਆਪਣੀ ਕਵਿਤਾ 'ਅਦਭੁਤ ਸ਼ਹਿਰ' ਵਿਚ ਲਾਲ ਸਿੰਘ ਦਿਲ ਜਿਸ ਤਰ੍ਹਾਂ ਦੇ ਭ੍ਰਿਸ਼ਟਾਚਾਰ ਦਾ ਜ਼ਿਕਰ ਕਰ ਰਿਹਾ ਹੈ ਉਹ ਹੋਰ ਵੀ ਵੱਧ ਹੈਰਾਨੀਜਨਕ ਹੈ :

ਹਰੀਜਨਾਂ ਦੀਆਂ ਜ਼ਮੀਨਾਂ
ਜੋ ਉਨ੍ਹਾਂ ਨੂੰ ਮਿਲਣੀਆਂ ਸਨ
ਮਾਲ ਮੰਤਰੀ ਨੇ ਆਪਣੇ
ਨੌਕਰਾਂ ਨਾਂ ਲਿਖਵਾ ਲਈਆਂ ਸਨ
ਢੇਰ ਸਾਰੀਆਂ ਜ਼ਮੀਨਾਂ
ਅਤੇ ਜਦ
ਪਟਵਾਰੀਆਂ ਨੇ
ਚਾਰ ਸਕੂਲੀ ਕੁੜੀਆਂ ਚੁੱਕੀਆਂ ਸਨ
ਇਕ ਖੂਹ 'ਚ ਜਾ ਡਿੱਗੀ ਸੀ
ਤਿੰਨ ਉਨ੍ਹਾਂ ਦੇ ਹੱਥ ਰਹੀਆਂ
ਉਹ ਵਰਿਆੜ
ਮਾਲ ਮੰਤਰੀ ਕੋਲ ਗਏ
ਮੰਤਰੀ ਨੇ ਸਲਾਹ ਦਿੱਤੀ
ਇਹ ਮਾਮਲਾ ਰਫ਼ਾ ਦਫ਼ਾ ਹੋ ਜਾਵੇਗਾ
ਤੁਸੀਂ ਬੇਟ ਦੀਆਂ ਜ਼ਮੀਨਾਂ
ਜੋ ਮੇਰੇ ਨੌਕਰਾਂ ਦੇ ਨਾਂ ਹਨ
ਮੇਰੇ ਨਾਂ ਕਰ ਦੇਵੋ
ਮੇਰੇ ਡੰਗਰਾਂ ਦੇ ਨਾਂ
ਕਿਉਂਕਿ ਸਾਡਾ ਇੱਕ ਵੀ ਬੱਚਾ ਅਜਿਹਾ ਨਹੀਂ
ਜਿਸਦੇ ਨਾਂ ਜ਼ਮੀਨ ਨਾ ਹੋਵੇ
ਮਾਮਲਾ ਰਫ਼ਾ ਦਫ਼ਾ ਹੋ ਗਿਆ
ਅਖਬਾਰਾਂ ਦੇ ਗਲਾਂ 'ਚ ਬੋਲ ਨਹੀਂ
ਥਾਣਿਆਂ 'ਚ ਜ਼ੋਰ ਨਹੀਂ
ਲੋਕਾਂ 'ਚ ਏਕਾ ਨਹੀਂ

ਉਂਝ 'ਅੱਖਾਂ ਵਾਲਾ' ਕਵਿਤਾ ਵਿੱਚ ਲਾਲ ਸਿੰਘ ਦਿਲ ਇੱਕ ਹੋਰ ਕਿਸਮ

ਦੇ ਸਮਾਜਿਕ ਭ੍ਰਿਸ਼ਟਾਚਾਰ ਦਾ ਵੀ ਜ਼ਿਕਰ ਕਰਦਾ ਹੈ :

ਅੱਖਾਂ ਵਾਲਾ ਦੇਖ ਰਿਹਾ ਸੀ
ਕਿ ਤਕੜੇ ਨੇ ਮਾੜੇ ਦੀ
ਪੈਲੀ 'ਚ ਪਾਣੀ ਛੱਡ ਦਿੱਤਾ ਹੈ
ਮੁਰਗੀ ਫ਼ਾਰਮ ਦਾ ਗੰਦਾ ਪਾਣੀ
ਜੋ ਉਦੋਂ ਤਕ ਵਗਦੇ ਰਹਿਣਾ ਹੈ
ਜਦ ਤਾਈਂ ਉਹ ਸਸਤੇ ਭਾਅ ਵੇਚ ਕੇ
ਲਾਂਭੇ ਨਹੀਂ ਹੁੰਦਾ
ਅੱਖਾਂ ਵਾਲਾ ਦੇਖ ਰਿਹਾ ਸੀ
ਕਿ ਇਹ ਪੱਖਪਾਤੀ ਨੌਕਰੀ ਹੈ
ਉਹ ਚੁੱਪ ਸੀ

ਨਕਸਲਬਾੜੀ ਲਹਿਰ ਨਾਲ ਜੁੜੇ ਪੰਜਾਬੀ ਕਵੀ ਆਪਣੀ ਸ਼ਾਇਰੀ ਵਿੱਚ ਮਾਰਕਸਵਾਦੀ-ਲੈਨਿਨਵਾਦੀ ਵਿਚਾਰਧਾਰਾ ਦਾ ਖੁੱਲੇਆਮ ਪ੍ਰਗਟਾਅ ਕਰਦੇ ਹਨ. ਸਮਾਜਿਕ, ਆਰਥਿਕ, ਰਾਜਨੀਤਕ, ਨੈਤਿਕ ਤਬਦੀਲੀਆਂ ਲਈ ਉਹ ਰਾਜ ਪਲਟੇ ਦੀ ਗੱਲ ਕਰਦੇ ਹਨ. ਇਹ ਰਾਜ ਪਲਟਾ ਲਿਆਉਣ ਲਈ ਉਹ ਮਹਾਤਮਾ ਗਾਂਧੀ ਦੀ ਬੱਕਰੀ ਵਾਂਗ ਮਿਆਂ ਮਿਆਂ ਨਹੀਂ ਕਰਨਾ ਚਾਹੁੰਦੇ ਅਤੇ ਸ਼ਾਂਤੀ ਦੇ ਪੁਜਾਰੀ ਨਹੀਂ ਬਨਣਾ ਚਾਹੁੰਦੇ. ਕਿਉਂਕਿ ਉਹ ਜਾਣਦੇ ਹਨ ਕਿ ਕਾਬਜ਼ ਜਮਾਤ ਨੇ ਉਨ੍ਹਾਂ ਨੂੰ ਹੱਕ ਆਸਾਨੀ ਨਾਲ ਨਹੀਂ ਦੇਣੇ, ਇਸ ਲਈ ਉਹ ਆਪਣੇ ਹੱਕ ਪ੍ਰਾਪਤ ਕਰਨ ਲਈ ਅਤੇ ਰਾਜਨੀਤਕ ਪ੍ਰਬੰਧ ਬਦਲਣ ਲਈ ਹਥਿਆਰਬੰਦ-ਯੁੱਧ ਛੇੜਣ ਦੇ ਹੱਕ ਵਿੱਚ ਹਨ. ਉਹ ਗਦਰ ਪਾਰਟੀ ਦੇ ਮਹਾਨ ਸ਼ਹੀਦਾਂ, ਸ਼ਹੀਦ ਭਗਤ ਸਿੰਘ ਅਤੇ ਉਸਦੇ ਕਰਾਂਤੀਕਾਰੀ ਸਾਥੀਆਂ ਦੇ ਰਾਹ ਉੱਤੇ ਹੀ ਚਲਣਾ ਚਾਹੁੰਦੇ ਹਨ; ਜਿਨ੍ਹਾਂ ਨੇ ਅੰਗਰੇਜ਼ਾਂ ਵਿਰੁੱਧ ਹਥਿਆਰਬੰਦ-ਯੁੱਧ ਛੇੜਿਆ. ਲਾਲ ਸਿੰਘ ਦਿਲ ਆਪਣੀ ਕਵਿਤਾ 'ਕੈਦਣ ਧਰਤੀ' ਵਿੱਚ ਹਥਿਆਰਬੰਦ-ਯੁੱਧ ਦੀ ਗੱਲ ਕਰਦਿਆਂ ਦੁਨੀਆਂ ਦੇ ਹੋਰ ਅਨੇਕਾਂ ਦੇਸ਼ਾਂ ਦੀ ਉਦਾਹਰਣ ਦੇਂਦਿਆਂ ਹੋਇਆਂ ਕਹਿੰਦਾ ਹੈ ਕਿ ਜਿਸ ਤਰ੍ਹਾਂ ਉਨ੍ਹਾਂ ਦੇਸ਼ਾਂ ਦੇ ਲੋਕਾਂ ਨੇ ਆਪਣੇ ਦੇਸਾਂ ਵਿੱਚ ਹਥਿਆਰਬੰਦ-ਯੁੱਧ ਲੜਕੇ ਜਾਬਰ ਲੋਕਾਂ ਤੋਂ ਮੁਕਤੀ ਪ੍ਰਾਪਤ ਕੀਤੀ ਹੈ, ਉਸ ਤਰ੍ਹਾਂ ਹੀ ਸਾਨੂੰ ਵੀ ਆਪਣੇ ਦੇਸ ਦੀਆਂ ਜਾਬਰ ਤਾਕਤਾਂ ਤੋਂ ਮੁਕਤੀ ਪ੍ਰਾਪਤ ਕਰਨ ਲਈ ਉਨ੍ਹਾਂ ਖਿਲਾਫ਼ ਹਥਿਆਰਬੰਦ-ਯੁੱਧ ਲੜਨਾ ਪਵੇਗਾ:

ਜੀਕਣ 'ਰੂਸ' 'ਰੂਸ' ਸੰਗ ਭਿੜਿਆ
ਜੀਕਣ ਚੀਨ ਦਿਆਂ ਲੋਕਾਂ ਨੇ
ਕੱਢੇ ਜ਼ਾਲਿਮ ਦਸਤੇ
ਪੁਲਸ ਕਾਨੂੰਨ ਅਦਾਲਤ ਫ਼ੌਜਾਂ
ਏਸੇ ਕਿਲੇ ਦੀ ਇਕ ਨੁੱਕਰ ਵੱਲ
ਪਹਿਰਾ ਦਿੰਦੇ

ਅੰਬਰ ਤੀਕ ਉਡਾਏ, ਨੁੱਕਰ ਤੋੜੀ
ਏਸ ਕਿਲੇ ਦੀ ਇੱਕ ਨੁੱਕਰ ਵੱਲ
ਵੀਅਤਨਾਮ ਦਾ ਬੱਚਾ ਬੱਚਾ
ਬਣ ਬਣ ਲੜੇ ਸ਼ਹੀਦ
ਇੱਕ ਨੁੱਕਰ ਵੱਲ ਪਹਿਰਾ ਦਿੰਦੇ
ਭਾਰਤ ਦੇ ਦਲ
ਪੁਲਸ ਕਾਨੂੰਨ ਅਦਾਲਤ ਫ਼ੌਜਾਂ
ਯੁੱਧ ਛਿੜੇ ਮੈਂ ਚਾਹਾਂ
ਨਹੀਂ ਤਾਂ ਟੁੱਟ ਜਾਵਣ ਇਹ ਲੰਮੀਆਂ ਬਾਹਾਂ
ਭਾਰੀ ਜੁੱਸੇ

ਆਪਣੀ ਕਵਿਤਾ 'ਲਾਲ ਪੂਰਬ' ਵਿੱਚ ਲਾਲ ਸਿੰਘ ਦਿਲ ਇਹ ਗੱਲ ਵੀ ਸਪੱਸ਼ਟ ਸ਼ਬਦਾਂ ਵਿੱਚ ਦਸਦਾ ਹੈ ਕਿ ਆਮ ਲੋਕਾਂ ਦੇ 'ਦੁਸ਼ਮਣ' ਕੌਣ ਹਨ? ਕਿਨ੍ਹਾਂ ਲੋਕਾਂ ਦੇ ਵਿਰੁੱਧ ਹਥਿਆਰਬੰਦ-ਯੁੱਧ ਲੜਿਆ ਜਾਵੇਗਾ? ਕਿਹੜੇ ਲੋਕ ਹਥਿਆਰਬੰਦ-ਯੁੱਧ ਲੜਣਗੇ? ਇਸ਼ ਗੱਲ ਨੂੰ ਵੀ ਦਿਲ ਸਪੱਸ਼ਟ ਸ਼ਬਦਾਂ ਵਿੱਚ ਦਸਦਾ ਹੈ :

ਇਹ ਗੀਤ ਓਹਦਾ ਗਾ ਰਿਹਾ
ਜੋ ਆਖਦਾ
"ਲੋਕਾਂ ਦੇ ਵਿਰੋਧੀ ਸਾਰੇ
ਵੱਡੇ ਧਨੀ
ਸਾਮਰਾਜ
ਜੋਤੇਦਾਰ
ਕਾਗ਼ਜ਼ਾਂ ਦੇ ਸ਼ੇਰ ਹਨ"
ਇਹ ਗੀਤ ਓਹਦਾ ਗਾ ਰਿਹਾ
ਜੋ ਆਖਦਾ
"ਪਾਪਾਂ ਦੀ ਜ਼ਮੀਰ ਟੋਹੋ"
ਕਾਗਜ਼ਾਂ ਦਾ ਸੂਹਾ ਗੋਲਾ
ਹੋਰ ਵੱਡਾ
ਹੋਰ ਉੱਚਾ ਉੱਠਿਆ
ਦੇ ਰਿਹਾ ਸੰਦੇਸ਼ ਹੈ
"ਐ ਡੱਕੇ ਚੁਗਣ ਵਾਲੇ ਲੋਕੋ
ਖਿਆਲ ਚੁਗੋ"
ਦੇ ਰਿਹਾ ਸੰਦੇਸ਼ ਹੈ
"ਐ ਕੁੱਲੀਆਂ 'ਚੋਂ ਜਾਗਦਿਓ ਲੋਕੋ
ਇਨਕਲਾਬ ਝੁੱਗੀਆਂ 'ਚੋਂ ਨਿਕਲਦਾ"

"ਐ ਖੱਤਿਆਂ 'ਚੋਂ ਜਾਗਦਿਓ ਲੋਕੋ
ਇਨਕਲਾਬ ਖੇਤਾਂ ਵਿੱਚੋਂ ਪੈਦਾ ਹੁੰਦਾ"
"ਐ ਨਾਲੀਆਂ ਦੇ ਕੰਢਿਆਂ ਤੇ ਰੁਲਦਿਓ
ਐ ਨਾਲੀਆਂ 'ਚ ਜਾਗਦਿਓ ਲੋਕੋ
ਇਨਕਲਾਬ ਬੰਦੂਕਾਂ ਦੀਆਂ
ਨਾਲੀਆਂ 'ਚੋਂ ਨਿਕਲਦਾ"

ਲਾਲ ਸਿੰਘ ਦਿਲ ਹਿੰਦੁਸਤਾਨ ਦੀਆਂ ਕਮਿਊਨਿਸਟ ਪਾਰਟੀਆਂ ਉੱਤੇ ਵੀ ਕਿੰਤੂ ਕਰਦਾ ਹੈ ਕਿ ਉਹ ਹਿੰਦੁਸਤਾਨ ਦੇ ਮਜ਼ਦੂਰਾਂ ਦੀ ਅਥਾਹ ਸ਼ਕਤੀ ਨੂੰ ਮਹਿਜ਼ ਭਾਸ਼ਣ ਕਰਨ ਅਤੇ ਨਿੱਕੇ-ਮੋਟੇ ਟਕਰਾਓ ਪੈਦਾ ਕਰਨ ਲਈ ਹੀ ਵਰਤ ਰਹੀਆਂ ਹਨ ਅਤੇ ਇਸ ਸ਼ਕਤੀ ਨੂੰ ਇਨਕਲਾਬ ਲਿਆਉਣ ਲਈ ਨਹੀਂ ਵਰਤ ਰਹੀਆਂ? ਕਿਉਂਕਿ ਇਨਕਲਾਬ ਕੁਰਬਾਨੀਆਂ ਮੰਗਦਾ ਹੈ ਅਤੇ ਸਾਡੀਆਂ ਇਹ ਕਮਿਊਨਿਸਟ ਪਾਰਟੀਆਂ / ਇਨਕਲਾਬੀ ਪਾਰਟੀਆਂ ਕੁਰਬਾਨੀਆਂ ਦੇਣ ਲਈ ਤਿਆਰ ਨਹੀਂ. ਇਨ੍ਹਾਂ ਗੱਲਾਂ ਦਾ ਵਿਸਥਾਰ ਦਿਲ ਆਪਣੀਆਂ ਕਵਿਤਾਵਾਂ 'ਤਿੰਨ ਹਜ਼ਾਰ ਚਾਰ ਸੌ ਮਜ਼ਦੂਰ' ਅਤੇ 'ਕਾਮਰੇਡਾਂ ਦਾ ਗੀਤ' ਵਿੱਚ ਕੁਝ ਇਸ ਤਰ੍ਹਾਂ ਕਰਦਾ ਹੈ :

1.
ਤਿੰਨ ਹਜ਼ਾਰ ਚਾਰ ਸੌ ਮਜ਼ਦੂਰ
ਕਿਵੇਂ ਕੰਟਰੋਲ ਹੁੰਦਾ ਹੈ
ਉਹ ਬੋਲਦੇ ਹਨ, ਭਾਸ਼ਨ ਕਰਦੇ ਹਨ
ਪਥਰਾਓ ਕਰਦੇ ਹਨ
ਪਰ ਏਨੇ ਮਜ਼ਦੂਰਾਂ ਨੂੰ
ਕੰਟਰੋਲ ਕੌਣ ਕਰਦਾ ਹੈ?
ਕਿ ਉਹ ਇਨਕਲਾਬ ਨਹੀਂ ਕਰਦੇ

2.
ਦੁਨੀਆਂ ਭਰ ਦਾ ਭਾਸ਼ਨ ਦੇਈਏ
ਜਾਨ ਦੇਣ ਤੋਂ ਸੰਗੇ ਵੇ ਲੋਕਾ
ਅਸੀਂ ਕਾਮਰੇਡ....
ਇਨਕਲਾਬ ਦਾ ਨਾਉਂ ਕਿਉਂ ਲਈਏ
ਇਹ ਤਾਂ ਬਲੀਆਂ ਮੰਗੇ ਵੇ ਲੋਕਾ
ਅਸੀਂ ਕਾਮਰੇਡ.....

ਮਜ਼ਦੂਰ ਦੀ ਮਜ਼ਦੂਰੀ ਦੀ ਲੁੱਟ ਕਿਸ ਹੱਦ ਤੱਕ ਹੋ ਰਹੀ ਹੈ ਅਤੇ ਆਪਣੀ ਮਜ਼ਦੂਰੀ ਲੈਣ ਲਈ ਮਜ਼ਦੂਰ ਅਤੇ ਮਜ਼ਦੂਰ ਦੇ ਪ੍ਰਵਾਰ ਨੂੰ ਕਿਸ ਤਰ੍ਹਾਂ ਦੀ ਖੁਸ਼ਾਮਦ ਕਰਨੀ ਪੈਂਦੀ ਹੈ? ਉਸਦਾ ਜ਼ਿਕਰ ਲਾਲ ਸਿੰਘ ਦਿਲ ਆਪਣੀ ਕਵਿਤਾ 'ਕੰਮ ਤੋਂ ਪਿੱਛੋਂ' ਵਿੱਚ ਬਹੁਤ ਹੀ ਖੂਬਸੂਰਤੀ ਨਾਲ ਕਰਦਾ ਹੈ :

ਦਿਨ-ਭਰ ਦੀ ਮਿਹਨਤ ਮਗਰੋਂ

ਉਹ ਲੜਾਂ ਨਾਲ ਬੰਨ੍ਹ ਲੈਂਦੇ
ਆਪਣੇ ਬੱਚੇ ਦੀ ਦਿਨ-ਭਰ ਦੀ ਮਿਹਨਤ ਦਾ ਮੁੱਲ
ਦੋ ਰੋਟੀਆਂ ਦੀ ਵਕਾਲਤ ਕਰਦੇ ਹਨ
ਖੁਸ਼ਾਮਦੀ ਬਣਦੇ ਹਨ
ਮੁੰਡੇ ਦੀ ਮਾਂ ਦਾ ਹਾਲ ਦੱਸਦੇ ਹਨ
ਉੱਚੀ ਹੱਸਦੇ ਹਨ
ਬਹੁਤ ਚੁੱਪ ਕਰਦੇ ਹਨ
ਚਲੇ ਜਾਂਦੇ ਹਨ

ਅਨੇਕਾਂ ਗਰੀਬ ਮਜ਼ਦੂਰਾਂ ਦਾ ਤਾਂ ਇੱਥੋਂ ਤੱਕ ਬੁਰਾ ਹਾਲ ਹੁੰਦਾ ਹੈ ਕਿ ਉਨ੍ਹਾਂ ਦੇ ਪਿਓ ਜਾਂ ਦਾਦੇ ਨੇ ਕਿਸੀ ਮਜਬੂਰੀ ਵੱਸ ਕਿਸੀ ਸ਼ਾਹੂਕਾਰ ਤੋਂ ਕੋਈ ਕਰਜ਼ਾ ਲਿਆ ਹੁੰਦਾ ਹੈ - ਉਹ ਗਰੀਬ ਮਜ਼ਦੂਰ ਉਮਰ ਭਰ ਉਹ ਕਰਜ਼ਾ ਲਾਹੁੰਦਿਆਂ ਹੀ ਗੁਜ਼ਾਰ ਦਿੰਦੇ ਹਨ. ਲਾਲ ਸਿੰਘ ਦਿਲ ਆਪਣੀ ਕਵਿਤਾ 'ਰਾਤ' ਵਿੱਚ ਉਨ੍ਹਾਂ ਗਰੀਬ ਮਜ਼ਦੂਰਾਂ ਦੀ ਅਜਿਹੀ ਤਰਸਨਾਕ ਹਾਲਤ ਦਾ ਬਹੁਤ ਹੀ ਭਾਵਨਾਤਮਕ ਬਿਆਨ ਕਰਦਾ ਹੈ :

ਮੈਂ ਵਿਕਿਆ ਵਿਚ ਕਰਜ਼ ਨੀ ਜ਼ਿੰਦੇ
ਇਕ ਕੀ ਸੁਪਨਾ ਮੈਨੂੰ ਆਇਆ
ਸਿਰ ਤੋਂ ਛਪਰਾ ਪਾਸੇ ਗਿਰਿਆ
ਖਾਲੀ ਭਾਂਡੇ ਦੂਰ ਉਡੀਂਦੇ
ਕੋਲੋਂ ਮੇਰੇ ਧਾਨ ਕਟੀਂਦੇ
ਤੇਰੇ ਚਿਹਰੇ ਸੁਪਨਾ ਛਾਇਆ
ਚੁਲ੍ਹਾ ਟੋਹਿਆ
ਅੱਗ ਨਾ ਲੱਭੀ
ਪੰਡਾਂ ਪਿੱਛੋਂ ਡਾਲ ਚੁਣੀਂਦੇ
ਕਿੱਦਾਂ ਤੈਥੋਂ ਧਾਨ ਕਟੀਂਦੇ
ਮੈਂ ਵਿਕਿਆ
ਜਿਉਂ ਸਾਰੇ ਵਿਕਦੇ
ਗੋਦੀ ਫੇਰੀ ਵਿਕਦੇ ਬੱਚੇ
ਮੱਥੇ ਮੇਰੇ ਨੈਣ ਉਣੀਂਦੇ
ਮੈਂ ਵਿਕਿਆ ਵਿਚ ਕਰਜ਼ ਨੀਂ ਜਿੰਦੇ

ਮਨੁੱਖ ਨੂੰ ਜਦੋਂ ਇਸ ਗੱਲ ਦਾ ਅਹਿਸਾਸ ਹੋ ਜਾਵੇ ਕਿ ਦੁਨੀਆਂ ਵਿੱਚ ਉਸਦਾ ਤਾਂ ਕੁਝ ਵੀ ਨਹੀਂ, ਉਸ ਘੜੀ ਹੀ ਉਹ ਮਨੁੱਖ ਕੁਝ ਕਰ ਗੁਜ਼ਰਨ ਲਈ ਤਿਆਰ ਹੋ ਜਾਂਦਾ ਹੈ. ਲਾਲ ਸਿੰਘ ਦਿਲ ਮਨੁੱਖੀ ਜ਼ਿੰਦਗੀ ਦੀ ਇਸ ਹਕੀਕਤ ਨੂੰ ਆਪਣੀ ਨਜ਼ਮ 'ਥਕੇਂਵਾਂ' ਵਿੱਚ ਕੁਝ ਇਸ ਤਰ੍ਹਾਂ ਪੇਸ਼ ਕਰਦਾ ਹੈ :

ਮੇਰੀਆਂ ਬਾਹਵਾਂ ਦਾ ਬਲ

ਨਾ ਘਟਦਾ ਹੈ ਨਾ ਵਧਦਾ ਹੈ
ਦਿਲ ਉਸੇ ਕਹਿਰ ਦੀ ਕਾਂਗ ਹੋਈ ਧੜਕਦਾ ਹੈ
ਇਹ ਪਰਬਤ ਉਠਾ ਦੇਵੇਂ
ਕਹੀ ਦੇ ਚੇਪੇ ਵਾਂਗ
ਹੂੰਝ ਦੇਵਾਂ ਇਹ ਭਵਨ ਸੜਕਾਂ ਤੋਂ
ਕੁੱਤੇ ਟੌਂਕਰਦੇ ਹਨ
'ਮੇਰਾ ਘਰ, ਮੇਰਾ ਘਰ'
ਜਗੀਰਦਾਰ
'ਮੇਰਾ ਪਿੰਡ, ਮੇਰੀ ਸਲਤਨਤ'
ਲੀਡਰ
'ਮੇਰਾ ਦੇਸ਼, ਮੇਰਾ ਦੇਸ਼'
ਲੋਕ ਕਹਿੰਦੇ ਹਨ
'ਮੇਰੀ ਕਿਸਮਤ, ਮੇਰੀ ਕਿਸਮਤ'
ਮੈਂ ਕੀ ਆਖਾਂ?
ਕੁਝ ਵੀ ਕਰਨ ਨੂੰ
ਤੇ ਨਾ ਕਰਨ ਨੂੰ
ਦਿਲ ਨਹੀਂ ਕਰਦਾ
ਮੇਰਾ ਭਰਾ, ਸੱਜਣ, ਕੁੜੀ, ਮਾਂ, ਦੇਸ਼
ਕੁਝ ਵੀ ਨਹੀਂ ਮੇਰਾ

ਲਾਲ ਸਿੰਘ ਦਿਲ ਵੀ ਇਹ ਜਾਣਦਾ ਹੈ ਕਿ ਥੁੜਾਂ ਦੇ ਮਾਰੇ, ਦੱਬੇ-ਕੁਚਲੇ, ਭਾਰਤੀ ਲੋਕਾਂ ਦੇ ਪੈਰਾਂ ਹੇਠ ਰੁਲ ਰਹੇ, ਲੋਕ ਹੀ ਹਿੰਦੁਸਤਾਨ ਵਿੱਚ ਇਨਕਲਾਬ ਲਿਆਉਣਗੇ. ਇਸੇ ਲਈ ਉਹ ਅਜਿਹੇ ਲੋਕਾਂ ਨੂੰ ਹੀ ਜਾਗਣ ਦੇ ਵੇਲੇ ਦਾ ਸੁਨੇਹਾ ਦਿੰਦਾ ਹੈ. ਆਪਣੀ ਕਵਿਤਾ 'ਜਾਗ ਹੇ ਪਿਆਰੇ' ਵਿੱਚ, ਥੁੜਾਂ ਦੇ ਮਾਰੇ, ਮਜ਼ਦੂਰ ਨੂੰ ਲਾਲ ਸਿੰਘ ਦਿਲ ਜਾਗਣ ਦੇ ਵੇਲੇ ਦਾ ਸੁਨੇਹਾ ਦੇ ਰਿਹਾ ਹੈ :

ਜਾਗ ਹੇ ਪਿਆਰੇ ਜਾਗ, ਜਾਗ ਹੇ ਪਿਆਰੇ
ਕਿ ਤੇਰੇ ਕੰਮ ਤੂੰ ਹੀ ਕਰਨੇ ਨੇ ਸਾਰੇ
ਤੂੰ ਹੀ ਲੱਦਣੇ ਨੇ ਰੇਹੜੇ ਤੂੰ ਹੀ ਜੋਖਣੇ ਨੇ ਸੌਦੇ
ਤੂੰ ਖੋਦਣੇ ਨੇ ਘਾਹ, ਤੂੰ ਸਿੰਝਣੇ ਨੇ ਪੌਦੇ
ਤੂੰ ਹੀ ਹਲਿਆਇਆਂ ਆਪਣੀਆਂ ਤੋਰਨੀਆਂ ਅੱਗੇ
ਤੂੰ ਹੀ ਵੇਖਣੇ ਛਲਾਰੂ ਤੂੰ ਹੀ ਜੋਵਣੇ ਨੇ ਢੱਗੇ
ਤੂੰ ਹੀ ਲਿੱਪਣੀਆਂ ਕੰਧਾਂ ਤੂੰ ਹੀ ਤਸਲੇ ਜਗਾਉਣੇ
ਬੰਨ੍ਹ ਕੇ ਤੂੰ ਢੱਗੇ ਵੱਛੇ ਸੁੱਤਾ ਹੋਇਆ ਚੁੱਪ ਚਾਪ
ਪਰ ਤੇਰੇ ਦੂਰ ਨੇੜੇ ਮਚੀ ਹੋਈ ਆਪੋ ਧਾਪ
ਕਿੱਸਾ ਕੌਰੋਂ ਪਾਂਡਵਾਂ ਦਾ ਮੁੱਕ ਨਹੀਂ ਜਾਂਦਾ

ਧੜ ਦਰਯੋਧਨ ਦੀ 'ਤੇ ਸੀਸ ਉੱਗਾ ਆਂਦਾ

ਲਾਲ ਸਿੰਘ ਦਿਲ ਮਾਰਕਸਵਾਦੀ-ਲੈਨਿਨਵਾਦੀ ਵਿਚਾਰਧਾਰਾ ਨੂੰ ਪਰਣਾਈ ਨਕਸਲਬਾੜੀ ਲਹਿਰ ਦਾ ਪੰਜਾਬੀ ਸ਼ਾਇਰ ਸੀ - ਇਸੇ ਲਈ ਨ ਤਾਂ ਉਹ ਕਿਸੀ ਤਰ੍ਹਾਂ ਦੀ 'ਰੱਬੀ ਮਿਹਰ' ਜਾਂ ਕਿਸਮਤ ਵਿੱਚ ਯਕੀਨ ਰੱਖਦਾ ਹੈ ਅਤੇ ਨ ਹੀ ਕਿਸੀ ਰਾਜਨੀਤਕ ਮਿਹਰ ਉੱਤੇ. ਉਹ ਇਸ ਗੱਲ ਵਿੱਚ ਯਕੀਨ ਰੱਖਦਾ ਹੈ ਕਿ ਸਾਨੂੰ ਸਾਡੇ ਹੱਕ ਕਿਸੀ ਨੇ ਨਹੀਂ ਦੇਣੇ, ਸਾਨੂੰ ਆਪਣੇ ਹੱਕ ਹਥਿਆਰਬੰਦ-ਯੁੱਧ ਲੜ ਕੇ ਹੀ ਲੈਣੇ ਪੈਣਗੇ. ਉਸ ਦੀ ਗ਼ਜ਼ਲ 'ਤਿੰਨ' ਦਾ ਇਹ ਸ਼ੇਅਰ ਦਿਲ ਦੀ ਗੱਲ ਸਪੱਸ਼ਟ ਕਰਦਾ ਹੈ :

ਕੀੜੇ ਜੋ ਧਰਤੀ ਦੀ ਕਿਸਮਤ ਤੇ ਪਲਦੇ ਨੇ
ਲੋਕਾਂ ਦੇ ਪੈਰਾਂ ਦੀ ਮਿੱਟੀ ਥੀਂ ਗਲਦੇ ਨੇ

ਇਸੇ ਲਈ ਉਹ ਆਪਣੀ ਕਵਿਤਾ 'ਸ਼ੀਸ਼ੇ ਦੀ ਕੈਦ' ਵਿੱਚ ਸਪੱਸ਼ਟ ਕਰ ਦਿੰਦਾ ਹੈ ਕਿ ਅਸੀਂ ਆਪਣੇ ਹੱਕ ਲੈਣੇ ਜਾਣਦੇ ਹਾਂ, ਸਾਨੂੰ ਕਿਸੀ ਦੇ ਰਹਿਮ ਦੀ ਜ਼ਰੂਰਤ ਨਹੀਂ :

ਕਿਸੇ ਦੇ ਰਹਿਮ ਤੇ
ਕੁਝ ਵੀ ਸਾਨੂੰ ਮਨਜ਼ੂਰ ਨਹੀਂ
ਕੋਈ ਸਵਰਗ
ਕੋਈ ਧਰਮਰਾਜ ਦਾ ਰਾਜ
ਜਾਂ ਕੋਈ 'ਸਮਾਜਵਾਦ'
ਤੁਸੀਂ ਸਾਨੂੰ ਰਤਾ ਇਹ ਦੱਸੋ
ਕਿ ਤੁਸੀਂ ਸਾਡੇ ਲਈ
ਕੁਝ ਕਰਨ ਵਾਲੇ ਕੌਣ ਹੁੰਦੇ ਹੋ?

ਔਰਤ ਦੇ ਦੁੱਖ ਲਾਲ ਸਿੰਘ ਦਿਲ ਦੀ ਸ਼ਾਇਰੀ ਦਾ ਇੱਕ ਮੁੱਖ ਵਿਸ਼ਾ ਹੈ; ਜੋ ਕਿ ਦਿਲ ਦੀਆਂ ਕਵਿਤਾਵਾਂ ਵਿੱਚ ਬਾਰ ਬਾਰ ਉੱਭਰਦਾ ਹੈ. ਦਿਲ ਔਰਤ ਨੂੰ ਇੱਕ ਅਜੂਬਾ ਮੰਨਦਾ ਹੈ. ਪੇਸ਼ ਹਨ ਦਿਲ ਦੀ ਕਵਿਤਾ 'ਅਜੂਬਾ' ਦੀਆਂ ਕੁਝ ਖ਼ੂਬਸੂਰਤ ਸਤਰਾਂ :

ਔਰਤ ਇਕ ਅਜੂਬਾ ਹੈ ਧਰਤੀ ਦਾ
ਬਾਕੀ ਤਾਂ ਗਿਣਤੀ ਹੈ ਪਿੱਛੇ ਦੀ
ਜਿਹੜਾ ਆਦਿ ਕਾਲ ਤੋਂ ਜੀਵਨ ਦਾ ਅੰਮ੍ਰਿਤ ਦੇਂਦਾ ਹੈ
ਨਿੱਤ-ਨਵੇਂ ਇਸ ਚਿੱਤਰ ਅੰਦਰ ਮਤਲਬ ਭਰਦਾ
ਆਦਿ-ਕਾਲ ਤੋਂ ਨੈਣ ਏਸ ਨੂੰ ਤੱਕ ਨਾ ਰੱਜੇ
ਖੋਹਾਂ ਹੋਰ ਡੂੰਘੀਆਂ ਹੋਈਆਂ
ਲੋਕ ਕਹਿਣ ਕਿ ਬਲਦ ਦਿਆਂ ਸਿੰਗਾਂ 'ਤੇ ਧਰਤੀ
ਮੈਂ ਮੁਨਕਰ ਹਾਂ
ਪਰ ਮੇਰਾ ਵਿਸ਼ਵਾਸ ਅਟੱਲ ਹੈ

ਕਿ ਆਪਣੇ ਹੱਥ ਉੱਤੇ ਧਰਤੀ
ਔਰਤ ਨੇ ਹੈ ਚੁੱਕੀ ਹੋਈ
ਇਸੇ ਲਈ ਤਾਂ ਮਹਿਕ ਧਰਤ ਦੀ ਬਦਨ ਜਿਹੀ ਹੈ
ਇਸੇ ਲਈ ਤਾਂ ਲਹਿਰਨ ਫ਼ਸਲਾਂ ਪੱਲੂਆਂ ਵਾਕਣ
ਇਸੇ ਲਈ ਤਾਂ ਧਰਤੀ ਦੇ ਪਾਣੀ
ਏਨੇ ਨਿਰਮਲ ਤੇ ਠੰਢੇ ਹਨ
ਇਸੇ ਲਈ ਚਾਨਣ ਦੀ ਰਾਤੇ ਖੜਕਣ ਪੱਤੇ
ਜਿਵੇਂ ਸਿਤਾਰੇ ਜੜੀਆਂ ਚੁੰਨੀਆਂ
ਇਸੇ ਲਈ ਫੁੱਲਾਂ ਉੱਤੇ ਬੁੱਲਾਂ ਵਰਗਾ ਭੋਲਾਪਨ ਹੈ

ਹਰ ਔਰਤ ਦੀ ਇਹ ਤਰਾਸਦੀ ਹੈ ਕਿ ਉਸ ਦੀ ਸਾਰੀ ਜ਼ਿੰਦਗੀ ਬੇਗਾਨੇਪਨ ਵਿੱਚ ਹੀ ਬੀਤ ਜਾਂਦੀ ਹੈ. ਜਿਸ ਪ੍ਰਵਾਰ ਵਿੱਚ ਉਹ ਜਨਮ ਲੈਂਦੀ ਹੈ, ਜਿਸ ਪ੍ਰਵਾਰ ਵਿੱਚ ਉਸਦਾ ਪਾਲਣ-ਪੋਸਣ ਹੁੰਦਾ ਹੈ, ਜੋ ਪ੍ਰਵਾਰ ਉਸਨੂੰ ਪੜ੍ਹਾਂਦਾ-ਲਿਖਾਂਦਾ ਹੈ, ਜਿਸ ਪ੍ਰਵਾਰ ਵਿੱਚ ਉਹ ਜੁਆਨ ਹੁੰਦੀ ਹੈ ਉਹ ਪ੍ਰਵਾਹ ਵੀ ਹਮੇਸ਼ਾ ਇਹੀ ਸੋਚਦਾ ਹੈ ਕਿ ਇਸ ਨੇ ਕਿਸੀ ਬੇਗਾਨੇ ਪ੍ਰਵਾਰ ਦੇ ਮਰਦ ਨਾਲ ਵਿਆਹ ਕਰਕੇ ਕਿਸੀ ਬੇਗਾਨੇ ਘਰ ਚਲੇ ਜਾਣਾ ਹੈ. ਜਿਸ ਘਰ ਵਿੱਚ ਔਰਤ ਵਿਆਹ ਹੋਣ ਤੋਂ ਬਾਹਦ ਜਾਂਦੀ ਹੈ ਉਹ ਪ੍ਰਵਾਰ ਵੀ ਉਸਨੂੰ ਹਮੇਸ਼ਾ ਬੇਗਾਨਿਆਂ ਦੀ ਧੀ ਹੀ ਸਮਝਦਾ ਹੈ. ਇਸ ਤਰ੍ਹਾਂ ਔਰਤ ਦੀ ਸਾਰੀ ਜ਼ਿੰਦਗੀ ਬੇਗਾਨੀਆਂ ਧੀਆਂ ਵਾਂਗ ਹੀ ਮਿਹਨਤ-ਮੁਸ਼ੱਕਤ ਕਰਦਿਆਂ ਲੰਘ ਜਾਂਦੀ ਹੈ. ਕਿਤੋਂ ਵੀ ਆਪਣੇਪਨ ਦਾ ਅਹਿਸਾਸ ਉਸ ਦੇ ਪੱਲੇ ਨਹੀਂ ਪੈਂਦਾ. ਬੇਗਾਨੇਪਨ ਦੇ ਅਹਿਸਾਸ ਨਾਲ ਭਰੀ ਔਰਤ ਦੀ ਜ਼ਿੰਦਗੀ ਦੇ ਦੁੱਖਾਂ-ਦਰਦਾਂ ਨੂੰ ਦਿਲ ਆਪਣੀ ਨਜ਼ਮ 'ਬੇਗਾਨੀਆਂ' ਵਿੱਚ ਬਹੁਤ ਖ਼ੂਬਸੂਰਤੀ ਨਾਲ ਬਿਆਨ ਕਰਦਾ ਹੈ :

ਖੁਰਲੀਆਂ ਸੰਭਰਦੀਆਂ
ਗੋਹੇ ਚੁਗਦੀਆਂ
ਬੱਲਾਂ ਦੇ ਕਸੀਰ ਚੁਣਦੀਆਂ
ਕਿੰਨਾ ਕੰਮ ਕਰਦੀਆਂ ਨੇ
ਇਹ ਗਊਆਂ ਬੇਗਾਨੀਆਂ ਧੀਆਂ
ਤਿੱਖੀ ਤੂੜੀ, ਤਵੇ
ਧਾਰੇ ਵਾਲੀਆਂ ਸਾਗ ਚੀਰਨੀਆਂ ਦਾਤੀਆਂ
ਸੂਈਆਂ
ਸਭ ਕੁਝ ਜਿਵੇਂ
ਉਨ੍ਹਾਂ ਦੇ ਹੱਥਾਂ ਪੈਰਾਂ ਵਿੱਚ
ਪੁੜਨ ਸਿੱਖਿਆ ਹੋਵੇ
ਔਹ ਤਸਲਾ
ਜੋ ਸਦਾ ਉਸਦੇ ਸਿਰ ਤੇ ਰਹਿੰਦਾ ਹੈ

ਉਸ ਦੇ ਫ਼ੌਜ ਵਿੱਚ ਕਲਰਕ
ਪਤੀ ਦੀ ਟੋਪੀ ਹੈ
ਜਿਸ ਨਾਲ ਇਹ 'ਲੜਾਕੂ' ਲਗਦੀ ਹੈ
ਮੈਂ ਇਸਨੂੰ ਨੱਚਦਿਆਂ ਵੀ ਤੱਕਿਆ ਹੈ
ਗਾਉਂਦਿਆਂ ਵੀ ਸੁਣਿਆ ਹੈ
ਉਫ਼ ! ਉਹ ਰੋਣ ਜਿਵੇਂ
ਰੰਗਦਾਰ ਕੰਧਾਂ ਭਿੱਜੀਆਂ ਹੋਣ
ਕੌਣ ਤੱਕ ਸਕਦਾ ਹੈ

ਵਿਸ਼ੇਸ਼ ਕਰਕੇ ਗਰੀਬ ਅਤੇ ਸਮਾਜ ਦੇ ਦੱਬੇ-ਕੁਚਲੇ ਪ੍ਰਵਾਰਾਂ ਦੀਆਂ ਧੀਆਂ ਦੀ ਜ਼ਿੰਦਗੀ ਵਿੱਚ ਆਏ ਖੁਸ਼ੀ ਦੇ ਪਲਾਂ ਨੂੰ ਵੀ ਦਿਲ ਕਿੰਨੀ ਸੂਖਮਤਾ ਨਾਲ ਬਿਆਨ ਕਰਦਾ ਹੈ, ਉਸ ਦੀ ਨਜ਼ਮ 'ਭੋਲੀਆਂ' ਦੀਆਂ ਇਹ ਸਤਰਾਂ ਤੁਹਾਨੂੰ ਅਹਿਸਾਸ ਕਰਾ ਦੇਣਗੀਆਂ :

ਮਿੱਟੀ ਦੀਆਂ ਰੋਟੀਆਂ ਬਣਾ ਕੇ
ਗੁੱਡੀ ਦੇ ਪਟੋਲੇ ਗਿਣਦੀਆਂ
ਪਟੋਲੇ ਜੋ ਉਨ੍ਹਾਂ ਦੇ ਝੱਗਿਆਂ ਵਾਂਗ
ਮੈਲੇ ਤੇ ਪੁਰਾਣੇ ਹੁੰਦੇ
ਗੁੱਡੀ ਦੇ ਵਿਆਹ 'ਚ ਧਰਦੀਆਂ
ਬੇਰ ਅੱਕ ਦਿਆਂ ਪੱਤਿਆਂ 'ਚ ਲਪੇਟ ਕੇ
ਬੇਰ ਚੁਣਦੀਆਂ ਭੋਲੀਆਂ
ਕੁੜੀਆਂ ਮਜੂਰੀ ਨੂੰ ਜਾਂਦੀਆਂ
ਮਾਪੇ
ਮਿੱਟੀ ਦੀਆਂ ਰੋਟੀਆਂ
ਬੇਰਾਂ
ਜਿਹੇ ਹਉਕੇ ਦੇ ਕੇ
ਸਿਰ ਪਲੋਸ ਦਿੰਦੇ
ਪੁਰਾਣੇ ਤੇ ਸਸਤੇ ਕਪੜਿਆਂ ਦੀ ਮਹਿਕ
ਸਸਤੇ ਸਾਬਣ ਕਰੀਮ 'ਚ ਮਹਿਕਦੀ
ਇਸ ਤੋਂ ਵੱਡੀ ਖੁਸ਼ੀ ਕੋਈ ਹੋਰ ਨਹੀਂ ਆਂਵਦੀ
ਔਲਾਦ ਦੀ ਖੁਸ਼ੀ

ਇਸੇ ਹੀ ਨਜ਼ਮ ਦੀਆਂ ਕੁਝ ਹੋਰ ਸਤਰਾਂ ਵਿੱਚ ਪੇਸ਼ ਕੀਤੀ ਗਈ ਅਹਿਸਾਸਾਂ ਦੀ ਗਹਿਰਾਈ ਜ਼ਰਾ ਮਹਿਸੂਸ ਕਰੋ :

ਉਹ ਜਿਨ੍ਹਾਂ ਦਾ ਰੱਬ
ਮੌਤ ਦੀ ਪਗਡੰਡੀ ਵੀ ਤੁਰ ਜਾਂਦਾ
ਪੱਥਰ ਦੀ ਨਿਆਈਂ ਜੀਣ ਜੁਆਨੀ ਵਿੱਚ

ਉਮਰ ਕੱਟ ਜਾਵਣ
ਜੀਵਨ ਦੇ ਚਿੱਕੜ 'ਚ ਜੂਝਦੀਆਂ
ਨਾ ਬੇਰ ਚੁਣਦੀਆਂ
ਨਾ ਮਖੌਲ ਕਰਦੀਆਂ
ਇਹ ਗੱਲ ਦੱਸੀ ਜਾਏ
ਜੇ ਦੂਜੇ ਸਿਤਾਰੇ ਦੇ ਲੋਕਾਂ ਨੂੰ
ਪੱਥਰ ਹੋ ਜਾਵਣ
ਨਾ ਮੁੜ ਉੱਠਣ
ਪਸ਼ੂਆਂ ਨੂੰ ਇਸਦਾ ਜੇ ਅਨੁਭਵ ਹੋ ਜਾਏ
ਜੰਗਲਾਂ ਨੂੰ ਨੱਸ ਜਾਵਣ
ਮਨੁੱਖਤਾ ਤੋਂ ਡਰਦੇ ਚੀਖਦੇ

ਅਜੋਕੇ ਸਮਿਆਂ ਵਿੱਚ ਕੰਨਜ਼ੀਊਮਰ ਕਲਚਰ ਨੇ ਬਿੰਦੀਆਂ, ਸੁਰਖੀਆਂ, ਕਰੀਮਾਂ, ਖੁਸ਼ਬੋਆਂ ਵਰਗਾ ਆਪਣਾ ਸਮਾਨ ਵੇਚਣ ਲਈ ਦੁਨੀਆਂ ਭਰ ਵਿੱਚ 'ਵਿਸ਼ਵ ਸੁੰਦਰੀ' ਨਾਮ ਦੇ ਮੁਕਾਬਲੇ ਕਰਵਾ ਕੇ ਔਰਤ ਦਾ ਧਿਆਨ ਉਸ ਦੀ ਜ਼ਿੰਦਗੀ ਦੀਆਂ ਮੁਸੀਬਤਾਂ ਅਤੇ ਸਰੋਕਾਰਾਂ ਵੱਲੋਂ ਹਟਾ ਕੇ ਮਹਿਜ਼ ਉਸ ਦੇ ਬਦਨ ਦੀ ਖੂਬਸੂਰਤੀ ਤੱਕ ਸੀਮਤ ਕਰਕੇ ਰੱਖ ਦਿੱਤਾ ਹੈ. ਪਰ ਮੁਸੀਬਤਾਂ ਦੀਆਂ ਮਾਰੀਆਂ ਔਰਤਾਂ ਉਸੀ ਖੂਬਸੂਰਤ ਬਦਨ ਨੂੰ ਸੁਆਹ ਦਾ ਢੇਰ ਬਣਾ ਕੇ 'ਵਿਸ਼ਵ ਸੁੰਦਰੀ' ਮੁਕਾਬਲਿਆਂ ਨੂੰ ਚੁਣੌਤੀ ਦੇ ਰਹੀਆਂ ਹਨ. ਦਿਲ ਦੀ ਕਵਿਤਾ 'ਵਿਸ਼ਵ ਸੁੰਦਰੀ' ਦੀਆਂ ਇਹ ਸਤਰਾਂ ਜ਼ਿੰਦਗੀ ਦੀਆਂ ਤਲਖੀਆਂ ਭਰੀ ਇਸ ਹਕੀਕਤ ਨੂੰ ਕੁਝ ਇਸ ਤਰ੍ਹਾਂ ਦੇ ਅਹਿਸਾਸਾਂ ਸੰਗ ਪੇਸ਼ ਕਰ ਰਹੀਆਂ ਹਨ :

ਹੇ ਸੁੰਦਰੀ !
ਕੀ ਤੂੰ ਸੁਣਿਆ ਹੈ ?
ਜਦੋਂ ਸ਼ਿੰਗਾਰ ਦੇ ਕਮਰੇ ਵਿੱਚ ਤੂੰ
ਰੁੱਝੀ ਹੋਈ ਸੈਂ
ਕਿਸੇ ਕੁੜੀ ਨੇ ਤੇਰੇ ਨੇੜੇ
ਕੰਚਨ ਦੇਹ ਨੂੰ ਸਾੜ ਲਿਆ ਸੀ
ਵਾਈਟ-ਹਾਊਸ ਦੇ ਮੂਹਰੇ

ਔਰਤ ਦੇ ਦੁੱਖਾਂ ਦਾ ਬਿਆਨ ਕਰਦੀ ਉਸਦੀ ਕਵਿਤਾ 'ਵੇਸਵਾਵਾਂ ਤ੍ਰੀਮਤਾਂ' ਇੱਕ ਬਹੁਤ ਹੀ ਸ਼ਕਤੀਸ਼ਾਲੀ ਕਵਿਤਾ ਹੈ. ਇਹ ਕਵਿਤਾ ਹਰ ਸੰਵੇਦਨਸ਼ੀਲ ਮਨੁੱਖ ਦੀ ਰੀੜ ਦੀ ਹੱਡੀ ਵਿੱਚ ਭੂਚਾਲ ਰੂਪੀ ਤਰੰਗਾਂ ਛੇੜਣ ਦੀ ਸ਼ਕਤੀ ਰੱਖਦੀ ਹੈ :

ਮਿੱਤਰੋ !
ਜਿੰਨਾ ਮਰਜ਼ੀ ਘ੍ਰਿਣਤ ਤੁਸੀਂ ਮੈਨੂੰ ਸਮਝੋ
ਇਹ ਵੇਸਵਾਵਾਂ ਤ੍ਰੀਮਤਾਂ ਕੁੜੀਆਂ
ਮੇਰੀਆਂ ਮਾਵਾਂ, ਭੈਣਾਂ ਤੇ ਧੀਆਂ ਹਨ

ਤੇ ਤੁਹਾਡੀਆਂ ਵੀ
ਇਹ ਗਊਆਂ ਪੂਜਣ ਵਾਲੇ ਹਿੰਦੁਸਤਾਨ ਦੀਆਂ
ਮਾਵਾਂ, ਭੈਣਾਂ ਤੇ ਧੀਆਂ ਹਨ
ਅਹਿੰਸਾ ਤੇ ਬੁੱਧ ਦੇ ਪੁਜਾਰੀ ਭਾਰਤ ਦੀਆਂ
ਮਾਵਾਂ, ਭੈਣਾਂ ਤੇ ਧੀਆਂ ਹਨ
ਇਹ ਵੱਡੇ ਪੂੰਜੀਦਾਰਾਂ ਦੀਆਂ
ਮਾਵਾਂ, ਭੈਣਾਂ ਤੇ ਧੀਆਂ ਹਨ
ਜੇ ਨਹੀਂ
ਤਾਂ ਇਹ ਆਉਣ ਵਾਲੇ ਇਨਕਲਾਬ ਦੀਆਂ
ਮਾਵਾਂ, ਭੈਣਾਂ ਤੇ ਧੀਆਂ ਹਨ

ਲਾਲ ਸਿੰਘ ਦਿਲ ਨੇ 'ਸਤਲੁਜ ਦੀ ਹਵਾ' (ਕਾਵਿ-ਸੰਗ੍ਰਹਿ) (1971), 'ਬਹੁਤ ਸਾਰੇ ਸੂਰਜ' (ਕਾਵਿ-ਸੰਗ੍ਰਹਿ) (1982), 'ਸੱਥਰ' (ਕਾਵਿ-ਸੰਗ੍ਰਹਿ) (1997) ਅਤੇ 'ਆਤਮ ਕਥਾ : ਦਾਸਤਾਨ' (1998) ਵਿੱਚ ਪ੍ਰਕਾਸ਼ਿਤ ਕੀਤੀ. ਉਸ ਨੇ 1998 ਵਿੱਚ ਆਪਣੇ ਤਿੰਨੋਂ ਕਾਵਿ-ਸੰਗ੍ਰਹਿ 'ਨਾਗ ਲੋਕ' ਪੁਸਤਕ ਦੇ ਨਾਮ ਹੇਠ ਪ੍ਰਕਾਸ਼ਿਤ ਕੀਤੇ. ਇਨ੍ਹਾਂ ਪ੍ਰਕਾਸ਼ਿਤ ਪੁਸਤਕਾਂ ਤੋਂ ਬਿਨ੍ਹਾਂ ਉਸ ਨੇ ਬਹੁਤ ਸਾਰੇ ਕਾਵਿ ਨਾਟਕ ਵੀ ਲਿਖੇ.

'ਅੱਜ ਬਿੱਲਾ ਫਿਰ ਆਇਆ' ਲਾਲ ਸਿੰਘ ਦਿਲ ਦੀ ਇੱਕ ਲੰਬੀ ਕਵਿਤਾ ਹੈ. ਇਹ ਕਿਤਾਬ ਦਿਲ ਨੇ 2009 ਵਿੱਚ ਪ੍ਰਕਾਸ਼ਿਤ ਕੀਤੀ. ਇਸ ਕਵਿਤਾ ਵਿੱਚ ਦਿਲ ਅਜੋਕੇ ਸਮਿਆਂ ਦੇ ਪੰਜਾਬ ਦੀ ਇੱਕ ਬੇਹਤਰੀਨ ਤਸਵੀਰ ਪੇਸ਼ ਕਰਦਾ ਹੈ. ਮੇਰੇ ਵਿਚਾਰ ਅਨੁਸਾਰ ਇਸ ਤੋਂ ਪਹਿਲਾਂ ਹੋਰ ਕਿਸੇ ਵੀ ਪੰਜਾਬੀ ਕਵੀ ਨੇ ਅਜੋਕੇ ਪੰਜਾਬ ਦੀਆਂ ਸਮੱਸਿਆਵਾਂ ਨੂੰ ਇੰਨੀ ਬਾਰੀਕੀ ਨਾਲ, ਇੰਨੇ ਵਿਸਥਾਰ ਨਾਲ ਅਤੇ ਇੰਨੀ ਜੁਰੱਅਤ ਨਾਲ ਪੇਸ਼ ਨਹੀਂ ਕੀਤਾ. ਮੇਰੀ ਨਜ਼ਰ ਵਿੱਚ ਤਾਂ ਲਾਲ ਸਿੰਘ ਦਿਲ ਦੀ ਇਹ ਸਭ ਤੋਂ ਵੱਧ ਪ੍ਰਭਾਵਸ਼ਾਲੀ ਰਚਨਾ ਹੈ. ਇਸ ਰਚਨਾ ਵਿੱਚ ਦਿਲ ਦੱਬੇ-ਕੁਚਲੇ ਲੋਕਾਂ, ਦਲਿਤ ਲੋਕਾਂ, ਗ਼ੈਰ ਹੁਨਰ ਵਾਲੇ ਲੋਕਾਂ, ਪਰੰਪਰਕ ਹੁਨਰ ਵਾਲੇ ਲੋਕਾਂ, ਦੀ ਹੋ ਰਹੀ ਤਬਾਹੀ ਦੀ ਬਹੁਤ ਹੀ ਸਪੱਸ਼ਟ ਅਤੇ ਸੂਖਮ ਸ਼ਬਦਾਂ ਰਾਹੀਂ ਤਸਵੀਰ ਪੇਸ਼ ਕਰਦਾ ਹੈ. ਲਾਲ ਸਿੰਘ ਦਿਲ ਦੀ ਇਹ ਕਵਿਤਾ ਨਕਸਲਵਾਦੀ ਕਵਿਤਾ ਦੀ ਚਰਚਿਤ ਲਲਕਾਰਵੀਂ ਵਿਧੀ ਵਾਲੀ ਕਵਿਤਾ ਨਹੀਂ; ਬਲਕਿ ਸੂਖਮ ਵਿਚਾਰਧਾਰਕ ਸੰਵਾਦ ਵਾਲੀ ਕਵਿਤਾ ਹੈ. ਇਸ ਕਵਿਤਾ ਵਿੱਚ ਉਸ ਦੀ ਭਾਸ਼ਾ ਵੀ ਵਿਦਰੋਹ ਅਤੇ ਉਬਲਦੇ ਲਾਵੇ ਵਾਲੀ ਨਹੀਂ, ਸਗੋਂ ਇਤਿਹਾਸਕ-ਮਿਥਿਹਾਸਕ ਵੇਰਵਿਆਂ ਨਾਲ ਭਰਪੂਰ ਹੈ. ਇਸ ਲੰਬੀ ਕਵਿਤਾ ਵਿੱਚ ਵਰਤੀ ਗਈ ਕਾਵਿ-ਵਿਧੀ ਭਾਵੇਂ ਕਿ ਇੱਕ ਨਵਾਂ ਤਜਰਬਾ ਕਿਹਾ ਜਾ ਸਕਦਾ ਹੈ ਪਰ ਇਹ ਇੱਕ ਸਫਲ ਤਜਰਬਾ ਹੈ.

ਲਾਲ ਸਿੰਘ ਦਿਲ ਨੇ ਇਹ ਲੰਬੀ ਕਵਿਤਾ ਇਸ ਤਰ੍ਹਾਂ ਲਿਖੀ ਹੈ ਜਿਵੇਂ ਕਿਤੇ ਉਹ ਇੱਕ ਕਾਵਿ ਨਾਟਕ ਲਿਖ ਰਿਹਾ ਹੋਵੇ. ਪਾਤਰ ਮੰਚ ਉੱਤੇ ਆਉਂਦੇ ਹਨ ਅਤੇ ਪੰਜਾਬ ਦੀ ਸਮਾਜਿਕ, ਸਭਿਆਚਾਰਕ, ਰਾਜਨੀਤਕ, ਧਾਰਮਿਕ, ਆਰਥਿਕ,

ਨੈਤਿਕ ਹਾਲਤ ਵਿੱਚ ਆ ਰਹੇ ਨਿਘਾਰ ਬਾਰੇ ਆਪਣੀ ਗੱਲ ਕਰਕੇ ਮੰਚ ਤੋਂ ਚਲੇ ਜਾਂਦੇ ਹਨ. ਦਿਲ ਬਹੁਤ ਹੀ ਬਾਰੀਕੀ ਨਾਲ ਦਸਦਾ ਹੈ ਕਿ ਕਿਵੇਂ ਦੱਬੇ-ਕੁਚਲੇ ਲੋਕਾਂ, ਗਰੀਬਾਂ, ਦਲਿਤ ਲੋਕਾਂ ਨੂੰ ਜ਼ਿੰਦਗੀ ਦੇ ਕਾਫ਼ਲੇ ਵਿੱਚੋਂ ਹੀ, ਬਹੁਤ ਹੀ ਚਲਾਕੀ ਅਤੇ ਹੋਸ਼ਿਆਰੀ ਨਾਲ, ਬੇਦਖਲ ਕੀਤਾ ਜਾ ਰਿਹਾ ਹੈ ਅਤੇ ਉਨ੍ਹਾਂ ਨੂੰ ਨਸ਼ਿਆਂ ਵੱਲ ਧਕੇਲਿਆ ਜਾ ਰਿਹਾ ਹੈ. ਕੈਨੇਡਾ ਦੇ ਨੇਟਿਵ ਇੰਡੀਅਨ ਲੋਕਾਂ ਨਾਲ ਵੀ ਬਿਲਕੁਲ ਇਸੇ ਤਰ੍ਹਾਂ ਹੀ ਵਾਪਰਿਆ ਸੀ. ਉਨ੍ਹਾਂ ਨੂੰ ਵੀ ਅਲਕੋਹਲਕ ਅਤੇ ਨਸ਼ਿਆਂ ਦੇ ਆਦੀ ਬਣਾ ਕੇ ਤਬਾਹ ਕੀਤਾ ਗਿਆ ਸੀ. ਪੰਜਾਬ ਵਿੱਚ ਆਈ ਹਰੀ ਕਰਾਂਤੀ ਤੋਂ ਬਾਹਦ ਇੱਕ ਸਾਜ਼ਿਸ਼ ਅਧੀਨ ਦੱਬੇ-ਕੁਚਲੇ ਲੋਕਾਂ, ਦਲਿਤ ਲੋਕਾਂ, ਪਰੰਪਰਕ ਹੁਨਰ ਵਾਲੇ ਲੋਕਾਂ, ਦੀ ਤਬਾਹੀ ਕੀਤੀ ਗਈ - ਉਸ ਪ੍ਰਕ੍ਰਿਆ ਦੀ ਸਮਝ ਲਾਲ ਸਿੰਘ ਦਿਲ ਇਸ ਤਰ੍ਹਾਂ ਪੇਸ਼ ਕਰਦਾ ਹੈ :

ਮੇਰਾ ਸ਼ਹਿਰ ਸਮਰਾਲਾ
ਜਿਸ ਦਾ ਅਰਥ
ਯੁੱਧ ਕੇਂਦਰ ਹੈ
ਅੱਜ ਮਾਫੀਆ ਦੀ
ਰਣਭੂਮੀ ਹੈ
ਚਿਲਮਾਂ
ਭੁੱਕੀਆਂ
ਠੂਕਿਰ
ਡੋਡੇ
ਸਪਿਰਟ
ਨਸ਼ੇ ਦੇ ਟੀਕੇ
ਗੋਲੀਆਂ
ਸੁਲਫ਼ਾ
ਖਾ-ਖਾ, ਪੀ-ਪੀ
ਸੜਕਾਂ ਸ਼ਮਸ਼ਾਨਾਂ 'ਤੇ ਡਿੱਗੇ ਮਿਲਦੇ ਨੇ
ਮਰਨ ਵਾਲੇ
ਕੱਲੇ ਦੁਕੱਲੇ ਨਸ਼ਈ ਨੂੰ
ਮੁਰਗੀ ਫਾਰਮਾਂ ਦੇ ਕੁੱਤੇ
ਬੜੇ ਮਜ਼ੇ ਨਾਲ ਖਾ ਜਾਂਦੇ ਨੇ

ਹਰੀ ਕ੍ਰਾਂਤੀ ਦੇ ਨਾਲ ਨਾਲ ਗਲੋਬਲਾਈਜ਼ੇਸ਼ਨ ਕਾਰਨ ਜੋ ਮੈਗਾ-ਕੰਪਨੀਆਂ ਆ ਰਹੀਆਂ ਹਨ ਉਸ ਨਾਲ ਛੋਟੇ-ਛੋਟੇ ਕੰਮ ਕਰਨ ਵਾਲੇ ਕਾਰੀਗਰ ਬੇਕਾਰ ਹੋ ਰਹੇ ਹਨ, ਅਤੇ ਪਿੰਡਾਂ ਤੋਂ ਸ਼ਹਿਰਾਂ ਵੱਲ ਭੱਜ ਰਹੇ ਹਨ; ਪਰ ਸ਼ਹਿਰ ਵੀ ਕਿੰਨ੍ਹਿਆਂ ਕੁ ਲੋਕਾਂ ਨੂੰ ਰੋਜ਼ਗਾਰ ਦੇ ਸਕਦਾ ਹੈ? ਜਿਸ ਕਾਰਨ ਲੱਖਾਂ ਦੀ ਗਿਣਤੀ ਵਿੱਚ ਬੇਰੁਜ਼ਗਾਰ ਲੋਕਾਂ ਦੀ ਫ਼ੌਜ ਹਰਲ, ਹਰਲ ਕਰਦੀ ਫਿਰਦੀ ਹੈ. ਆਖਿਰ

ਅਜਿਹੇ ਲੋਕਾਂ ਨੇ ਨਿਰਾਸ਼ਾ ਵਿੱਚ ਆ ਕੇ ਨਸ਼ਈ ਹੀ ਬਨਣਾ ਹੈ? ਚੋਰੀਆਂ, ਡਾਕੇ ਹੀ ਮਾਰਨੇ ਹਨ? ਕਤਲੋਗਾਰਤ, ਲੁੱਟਾਂ, ਮਾਰਾਂ ਹੀ ਕਰਨੀਆਂ ਹਨ? ਪੰਜਾਬ ਇਸ ਵੇਲੇ ਗੈਂਗਸਟਰਾਂ ਦਾ ਸੂਬਾ ਬਣ ਚੁੱਕਾ ਹੈ. ਅੱਜ ਤੋਂ 20 ਕੁ ਸਾਲ ਪਹਿਲਾਂ ਕਦੀ ਕਿਸੀ ਨੇ ਪੰਜਾਬ ਵਿੱਚ ਗੈਂਗਸਟਰਾਂ ਦੀ ਹੋਂਦ ਬਾਰੇ ਸੁਣਿਆਂ ਤੱਕ ਵੀ ਨਹੀਂ ਸੀ. ਇਸ ਤੱਥ ਨੂੰ ਵੀ ਦਿਲ ਬਹੁਤ ਖ਼ੂਬਸੂਰਤੀ ਨਾਲ ਪੇਸ਼ ਕਰਦਾ ਹੈ :

ਲੋਕ ਪਿੰਡਾਂ ਤੋਂ ਸ਼ਹਿਰਾਂ ਵੱਲ ਭੱਜਣ ਲੱਗੇ
ਸ਼ਹਿਰ ਸਭ ਨੂੰ ਕੰਮ ਨਹੀਂ ਦੇ ਸਕਦਾ
ਭਈਏ ਹੀ ਬਹੁਤ ਹਨ
ਗਰੀਬ ਲੋਕ ਅਨਪੜ ਹੋ ਗਏ
ਇੱਕ ਲੰਮੀ ਫੌਜ ਨੌਜਵਾਨਾਂ ਦੀ
ਸਿਰਫ ਭੰਗ ਮਲਣ ਦੇ ਹੀ ਕੰਮ ਤਕ ਸੀਮਤ ਹੋ ਗਈ
ਪਹਿਲਾਂ ਏਥੇ ਇਹ ਭੰਗ ਨਹੀਂ ਸੀ ਹੁੰਦੀ
ਲਗਦਾ ਹੈ ਹਵਾਈ ਜਹਾਜ਼ਾਂ ਨਾਲ
ਇਸ ਦਾ ਬੀਜ ਖਿਲਾਰਿਆ ਗਿਆ ਹੈ
ਟਰੈਕਟਰਾਂ ਨਾਲ ਵਾਹੁੰਦਿਆਂ ਉਹ ਭੰਗ
ਬੰਨਿਆਂ 'ਤੇ ਚਲੀ ਗਈ
ਭੁੱਖੇ ਮਰਦੇ ਨੌਜਵਾਨਾਂ ਦਾ ਨਿਬਾਹ
ਭੰਗ ਮਲਣਾ ਹੀ ਰਹਿ ਗਿਆ
ਕੋਈ ਸਾਧ ਕੋਈ ਚੋਰ ਕੋਈ ਪਾਗਲ
ਇਹ ਕੌਮ ਦੀ
ਨਸਲਕੁਸ਼ੀ ਦਾ ਕਿੱਸਾ ਹੈ

ਪੰਜਾਬ ਵਿੱਚ ਹਰੇ ਇਨਕਲਾਬ ਦੇ ਬਹੁਤ ਗੁਣ ਗਾਏ ਜਾਂਦੇ ਰਹੇ ਹਨ - ਪਰ ਹਰੇ ਇਨਕਲਾਬ ਨੇ ਪੰਜਾਬ ਅਤੇ ਪੰਜਾਬ ਦੇ ਲੋਕਾਂ ਦੀ ਜੋ ਤਬਾਹੀ ਕੀਤੀ ਹੈ ਉਸਦਾ ਲੋਕਾਂ ਨੂੰ ਹੁਣ ਪਤਾ ਲੱਗਣ ਲੱਗਾ ਹੈ. ਧਰਤੀ ਕੈਮੀਕਲਜ਼ ਨਾਲ ਭਰ ਗਈ ਹੈ, ਪਾਣੀ ਜ਼ਹਿਰੀ ਹੋ ਗਿਆ ਹੈ, ਪਾਣੀ ਦੀ ਸਤਹ ਬਹੁਤ ਨੀਂਵੀਂ ਹੋ ਗਈ ਹੈ, ਪੰਜਾਬ ਕੈਂਸਰ ਦਾ ਘਰ ਬਣ ਗਿਆ ਹੈ. ਇਸ ਤੋਂ ਬਿਨ੍ਹਾਂ ਜੋ ਹੋਰ ਤਬਾਹੀ ਹੋਈ ਹੈ, ਉਸ ਦੀ ਤਸਵੀਰ ਵੀ ਦੇਖ ਲਓ :

ਹਰੇ ਇਨਕਲਾਬ ਨੇ ਲੁੱਟ
ਪਾ ਦਿੱਤੀ ਹੈ
ਲੋਕਾਂ ਨੂੰ ਉਜਾੜ ਦਿੱਤਾ ਹੈ
ਉਨ੍ਹਾਂ ਦਾ ਨਿਬਾਹ ਖਤਮ ਕਰਕੇ
....
ਹਰੇ ਇਨਕਲਾਬ ਨੇ
ਲੋਕਾਂ ਦੇ ਡੰਗਰ

ਅੰਦਰ ਬੰਨ੍ਹਾ ਦਿੱਤੇ ਨੇ
ਮੁੱਲ ਦਾ ਚਾਰਾ ਪਾਉਂਦੇ
ਦੁੱਧ ਵੇਚਦੇ ਨੇ
ਕਰਜ਼ੇ ਵਧਦੇ ਜਾ ਰਹੇ ਨੇ
ਦੁੱਧ ਦੇ ਸਤਲੁੱਜ ਸੁੱਕ ਗਏ ਨੇ
ਕੋਈ ਭੰਗਾਂ ਮਲ਼ ਰਿਹੈ
ਕੋਈ ਪਾਗਲ ਹੋ ਕੇ ਘੁੰਮ ਰਿਹੈ
ਕੋਈ ਸਾਧ ਬਣ ਗਿਆ ਹੈ

ਲਾਲ ਸਿੰਘ ਦਿਲ ਦੀ ਇਹ ਲੰਬੀ ਕਵਿਤਾ ਇਸ ਲਈ ਵੀ ਮੈਨੂੰ ਵਧੇਰੇ ਚੰਗੀ ਲੱਗੀ ਹੈ ਕਿਉਕਿ ਉਹ ਇਹ ਕਵਿਤਾ ਲਿਖਦਿਆਂ ਪਰਚਲਤ ਕਾਵਿ ਵਿਧੀਆਂ ਅਤੇ ਕਵਿਤਾ ਪਰਖਣ ਦੇ ਪਰਚਲਤ ਮਾਪ-ਦੰਡਾਂ ਤੋਂ ਬੇਪਰਵਾਹ ਹੋ ਕੇ ਇੱਕ ਨਵੀਂ ਕਾਵਿ ਵਿਧੀ ਵਿੱਚ ਆਪਣੀ ਕਵਿਤਾ ਰਚਦਾ ਹੈ- ਇਸ ਗੱਲ ਦਾ ਅਹਿਸਾਸ ਉਸਨੂੰ ਆਪ ਵੀ ਹੈ. ਤਾਂ ਹੀ ਤਾਂ ਉਹ ਕਹਿੰਦਾ ਹੈ :

ਮੈਂ ਬੇਵਸ ਰਿਹਾ ਹਾਂ
ਇਸ ਕਵਿਤਾ ਹੱਥੋਂ
ਕਿ ਇੰਜ ਹੀ ਲਿਖਿਆ ਜਾਵੇ
ਇਸ ਦੀ ਮੁਹਾਰ ਮੇਰੇ ਹੱਥ ਨਹੀਂ ਰਹੀ
ਸਗੋਂ ਮੇਰੀ ਇਸ ਕਵਿਤਾ ਦੇ ਹੱਥ ਰਹੀ ਹੈ
ਕਾਵਿ ਅਕਾਵਿ ਦਾ ਫਰਕ
ਸ਼ਾਇਦ ਨਹੀਂ ਰਿਹਾ
ਕੋਈ ਸ਼ਾਇਰ ਹੋਣ ਦਾ ਮਾਨ ਅਭਿਮਾਨ ਨਹੀਂ ਰਿਹਾ
ਨਾ ਮਹਾਨ ਹੋਣ ਦੀ ਲਾਲਸਾ
ਪਰਛਾਵੇਂ ਲਮਕ ਗਏ ਨੇ
ਵਾਰਤਕ ਕਵਿਤਾ 'ਚ
ਕਵਿਤਾ ਵਾਰਤਕ 'ਚ
ਘੁਲ ਮਿਲ ਗਈ ਹੈ
ਪਰ ਫਿਰ ਵੀ ਜੇ
ਇਸ ਨੂੰ ਨਕਾਰਿਆ ਜਾਵੇ
ਤਾਂ ਮੈਨੂੰ ਭਾਰੀ ਸੱਟ ਵੱਜੇਗੀ
ਲਗਦਾ ਹੈ ਕੋਈ
ਨਵੀਂ ਹੀ ਸਿਨਫ ਉਘੜੀ ਹੈ

ਹਰੀ ਕ੍ਰਾਂਤੀ ਅਤੇ ਆਜ਼ਾਦ ਭਾਰਤ ਦੇ ਵਿਕਾਸ ਨੇ ਪੇਂਡੂ ਲੋਕਾਈ ਨੂੰ ਸ਼ਹਿਰੀ ਆਕਰਸ਼ਨ ਦਿੱਤਾ. ਪਰੰਤੂ ਇਸ ਵਿਕਾਸ ਦੀਆਂ ਸੀਮਾਵਾਂ ਦਾ ਉਜਾਗਰ ਹੋਣਾ, ਕਿਰਤੀ ਵਰਗ ਦਾ ਭੁੱਖ ਮਰੀ ਸਥਿਤੀ ਵਿੱਚ ਪਹੁੰਚ ਜਾਣਾ ਦੁਖਾਂਤਕ ਵਰਤਾਰਾ

ਹੈ. ਇਸ ਦੁਖਾਂਤਕ ਵਰਤਾਰੇ ਨੇ ਸਹਿਮ, ਦਹਿਸ਼ਤ ਆਦਿ ਵਰਗੀ ਸਥਿਤੀ ਪੈਦਾ ਕਰ ਦਿੱਤੀ ਹੈ. ਲਾਲ ਸਿੰਘ ਦਿਲ ਇਸ ਸਥਿਤੀ ਨੂੰ ਮੁਖਾਤਿਬ ਹੈ :

ਇਹ ਸਹਿਮ ਵਾਲਾ ਦ੍ਰਿਸ਼ ਹੈ
ਜੋ ਮੈਨੂੰ ਸਹਿਮ ਕੇ ਨਹੀਂ ਲਿਖਣਾ ਚਾਹੀਦਾ
ਨਹੀਂ ਤਾਂ ਕੋਈ ਹੱਕ ਦੇ ਰਾਹ ਤੇ
ਕਿੰਜ ਚੱਲੇਗਾ?
ਕਿੰਜ ਕੋਈ ਸੁਨੇਹਾ ਬਣੇਗਾ?

'ਅੱਜ ਬਿੱਲਾ ਫਿਰ ਆਇਆ' ਕਾਵਿ-ਸੰਗ੍ਰਹਿ ਉਜਾੜੇ ਦੇ ਰਾਹ ਧੱਕ ਦਿੱਤੇ ਗਏ ਦਲਿਤਾਂ, ਗ਼ੈਰਹੁਨਰੀ, ਕਾਮਿਆਂ ਅਤੇ ਛੋਟੀ ਕਿਸਾਨੀ ਦਾ ਦਿਲ ਦਹਿਲਾਅ ਦੇਣ ਵਾਲਾ ਬਿਰਤਾਂਤ ਹੈ. ਇਹ ਸਮਾਂ ਸਾਧਨ ਵਿਹੂਣਿਆਂ ਲਈ ਮਨੁੱਖੀ ਮਾਨ-ਸਨਮਾਨ ਅਤੇ ਗੁਜ਼ਰ-ਬਸਰ ਦੇ ਸਾਰੇ ਸਾਧਨਾਂ ਦੇ ਖੁੱਸ ਜਾਣ ਦਾ ਦੌਰ ਹੈ. ਉਜਾੜਾ, ਹਿਜਰਤ, ਭੁੱਖਮਰੀ, ਦਮਨ, ਸਹਿਮ ਅਤੇ ਖੁਦਕੁਸ਼ੀਆਂ ਇਸ ਦੌਰ ਦਾ ਚਲਨ ਹੈ. ਸਰਮਾਇਦਾਰਾਨਾ ਵਿਕਾਸ ਦਾ ਦੈਂਤ ਕਿਰਤੀਆਂ ਦੇ ਪੱਲੇ ਉਜਾੜਾ, ਭੁੱਖਮਰੀ, ਸਹਿਮ ਅਤੇ ਖੁਦਕੁਸ਼ੀਆਂ ਪਾਉਂਦਾ ਹੈ. ਇਸ ਅਧੀਨ ਲੋਕ ਨਸ਼ਿਆਂ ਦਾ ਸੇਵਨ, ਜ਼ੋਖਮ ਭਰੇ ਕੰਮਾਂ ਅਤੇ ਮਾਰੂ ਹਾਲਾਤ ਨਾਲ ਸਮਝੌਤੇ ਦਾ ਆਤਮ-ਘਾਤੀ ਰਾਹ ਚੁਨਣ ਲਈ ਮਜਬੂਰ ਹਨ. ਪਰੰਪਰਾਗਤ, ਪੁਸ਼ਤੈਨੀ ਕਿੱਤਿਆਂ ਅਤੇ ਸਾਂਝੇ ਕੁਦਰਤੀ ਸਰੋਤਾਂ (ਚਰਾਂਦਾਂ, ਸ਼ਾਮਲਾਟਾਂ, ਟੋਭਿਆਂ ਆਦਿ) ਤੋਂ ਵੰਚਿਤ ਕਰ ਦਿੱਤੇ ਗਏ ਦਲਿਤ ਲੋਕ 'ਭੰਗ ਮਲਣ' ਅਤੇ 'ਖੂਹੀਆਂ ਪੁੱਟਣ' ਜੋਗੇ ਹੀ ਰਹਿ ਗਏ ਹਨ. ਆਪਣੀ ਲੰਬੀ ਕਵਿਤਾ 'ਅੱਜ ਬਿੱਲਾ ਫਿਰ ਆਇਆ' ਵਿੱਚ ਲਾਲ ਸਿੰਘ ਦਿਲ ਮੌਜੂਦਾ ਸਮਿਆਂ ਦੀ ਤ੍ਰਾਸਦੀ ਬਾਰੇ ਗੱਲ ਕਰਦਾ ਹੋਇਆ ਬਹੁਤ ਹੀ ਸੂਖਮ ਅੰਦਾਜ਼ ਵਿੱਚ ਆਖਦਾ ਹੈ :

ਏਥੇ ਕਵਿਤਾ ਵਰਗੀ ਗੱਲ ਇਹ ਹੈ ਕਿ
ਇਨ੍ਹਾਂ ਨੂੰ
ਮੇਰੀ ਇਸ ਲੰਮੀ ਕਵਿਤਾ ਦੇ ਪਾਤਰਾਂ ਨੂੰ
ਪਤਾ ਹੀ ਨਹੀਂ
ਕਿ ਕੀ ਹੋ ਰਿਹਾ ਹੈ?

ਇਹੀ ਗੱਲ ਸਭ ਤੋਂ ਵੱਧ ਦੁਖਾਂਤਕ ਹੈ ਕਿ ਮਨੁੱਖ ਨੂੰ ਇਹੋ ਨਾ ਪਤਾ ਲੱਗੇ ਕਿ ਉਸ ਨਾਲ ਕੀ ਵਾਪਰ ਰਿਹਾ ਹੈ? ਜੋ ਵਾਪਰ ਰਿਹਾ ਹੈ, ਉਹ ਕਿਉਂ, ਕਿਵੇਂ ਤੇ ਕਿਸ ਤਰ੍ਹਾਂ ਵਾਪਰ ਰਿਹਾ ਹੈ. ਇਸ ਦਾ ਇਲਮ ਨਾ ਹੋਣਾ, ਨਿਸ਼ਚੇ ਹੀ ਵੇਦਨਾਮਈ ਹੈ. ਇਸ ਵੇਦਨਾਮਈ ਸਥਿਤੀ ਤੋਂ ਜਾਣੂ ਕਰਵਾਉਣ ਵਾਲੀਆਂ ਸ਼ਕਤੀਆਂ ਦਾ ਆਲੋਪ ਹੋ ਜਾਣਾ, ਹੋਰ ਵੀ ਤ੍ਰਾਸਦਿਕ ਹੈ.

ਲਾਲ ਸਿੰਘ ਦਿਲ ਆਪਣੀ ਕਵਿਤਾ ਦੇ ਸੁਭਾਅ ਬਾਰੇ ਵੀ ਪੂਰੀ ਤਰ੍ਹਾਂ ਸਪੱਸ਼ਟ ਹੈ. ਉਸ ਨੂੰ ਆਪਣੇ ਸਮੇਂ ਵਿੱਚ ਹੋਰ ਸ਼ਾਇਰਾਂ ਵੱਲੋਂ ਲਿਖੀ ਜਾ ਰਹੀ ਸ਼ਾਇਰੀ ਬਾਰੇ ਵੀ ਕੋਈ ਭੁਲੇਖਾ ਨਹੀਂ ਸੀ. ਇਸੇ ਲਈ ਉਹ ਕਹਿੰਦਾ ਹੈ : "ਮੈਨੂੰ

ਲੱਗਦਾ ਹੈ ਕਿ ਕਵਿਤਾ ਤੁਹਾਡੇ ਵਿਅਕਤੀਤਵ ਦਾ ਪਰਤੌਅ ਹੈ ਤੇ ਵਿਅਕਤੀਤਵ ਸਿਰਫ ਪੜ੍ਹਨਾ ਲਿਖਣਾ ਹੀ ਨਹੀਂ ਹੁੰਦਾ, ਇਹ ਤੁਹਾਡੀਆਂ ਗਤੀਵਿਧੀਆਂ ਵੀ ਹਨ. ਮੇਰੀ ਕਵਿਤਾ, ਮੇਰੀ ਜ਼ਿੰਦਗੀ ਦੇ ਸੱਚ 'ਚੋਂ ਉਪਜੀ ਹੋਈ ਹੈ. ਮੇਰੀ ਕਵਿਤਾ ਮੇਰੇ ਹੱਡਾਂ 'ਚੋਂ ਨਿਕਲਿਆ ਸੱਚ ਹੈ. ਬਹੁਤੇ ਕਵੀ ਫੈਸ਼ਨ ਵਜੋਂ ਲਿਖਦੇ ਰਹੇ ਹਨ. ਜੋ ਉਨ੍ਹਾਂ ਦਾ ਜੀਵਨ-ਅਨੁਭਵ ਨਹੀਂ ਸੀ. ਇਸੇ ਕਾਰਨ ਉਨ੍ਹਾਂ ਦੀ ਕਵਿਤਾ 'ਚ ਰੁਮਾਂਸ ਵਧੇਰੇ ਹੈ. ਕ੍ਰਾਂਤੀ, ਤਬਦੀਲੀ ਉਨ੍ਹਾਂ ਦੀ ਬੌਧਿਕ ਸੋਚ ਸੀ, ਰੁਮਾਂਟਿਕ ਅਨੁਭਵ ਸੀ, ਲੋੜ ਨਹੀਂ. ਉਨ੍ਹਾਂ ਲਿਖਿਆ ਵੀ ਰੁਮਾਂਸ ਦੀ ਆਜ਼ਾਦੀ ਲਈ ਹੀ. ਪਰ ਮੈਂ ਜਿਸ ਵਰਗ 'ਚੋਂ ਹਾਂ ਤਬਦੀਲੀ ਉਸਦੀ ਸਮਾਜਿਕ ਲੋੜ ਹੈ. ਮੈਂ ਆਪਣੀ ਜ਼ਿੰਦਗੀ ਦੇ ਸੱਚ ਨੂੰ ਪੇਸ਼ ਕਰਨ ਦਾ ਯਤਨ ਕੀਤਾ ਹੈ. ਮੇਰੀ ਕਵਿਤਾ ਲੜਨ ਦਾ ਸੁਨੇਹਾ ਹੈ, ਸੰਤ ਰਾਮ ਉਦਾਸੀ ਦੀ ਕਵਿਤਾ ਵੀ ਇੰਜ ਦੀ ਹੈ. ਮੇਰੀ ਕਵਿਤਾ 'ਚ ਜੇਲ੍ਹ ਦੇ ਤਸ਼ੱਦਦ ਦੇ ਅਨੁਭਵ ਦਾ ਪ੍ਰਗਟਾਵਾ ਨਾ ਹੋਣ ਬਰਾਬਰ ਹੈ. ਮੈਨੂੰ ਲੱਗਦਾ ਹੈ ਕਿ ਕਵਿਤਾ ਦੀ ਸੁਰ ਜ਼ਿੰਦਗੀ ਵੱਲ ਹੋਣੀ ਚਾਹੀਦੀ ਹੈ. ਨਿਰਾਸ਼ਾ, ਰੋਣ ਵਰਗੀ ਪ੍ਰਸਥਿਤੀ ਤੋਂ ਮੈਨੂੰ ਚਿੜ ਹੈ. ਜੇਲ੍ਹ ਦੀ ਜ਼ਿੰਦਗੀ ਤਾਂ ਸਾਡੇ 'ਤੇ ਥੋਪੀ ਗਈ ਸੀ. ਇਹ ਇੱਕ ਪ੍ਰਬੰਧ ਦੀ ਦੇਣ ਸੀ ਨਾ ਕਿ ਸਾਡੀ ਚਾਹਤ. ਤੇ ਮੇਰੀ ਸਾਰੀ ਦੀ ਸਾਰੀ ਕਵਿਤਾ ਉਸ ਢਾਂਚੇ ਉੱਪਰ ਚੋਟ ਹੀ ਤਾਂ ਹੈ. ਇਸੀ ਕਰਕੇ ਮੈਂ ਗ਼ਜ਼ਲ ਵਿੱਚ ਵੀ ਗ਼ਜ਼ਲ ਦੀ ਰਿਵਾਇਤੀ ਸ਼ੈਲੀ ਛੱਡ ਕੇ ਇਸ 'ਚ ਇਨਕਲਾਬੀ ਗੱਲ ਕਹਿਣ ਦੀ ਕੋਸ਼ਿਸ਼ ਕੀਤੀ ਹੈ".

ਲਾਲ ਸਿੰਘ ਦਿਲ ਦੀ ਦੁਨੀਆਂ ਦੇ ਲੋਕ ਵੀ ਉਸਦੀ ਆਪਣੀ ਦੁਨੀਆਂ ਦੇ ਹੀ ਲੋਕ ਹਨ - ਗਧਿਆਂ ਵਾਲੇ, ਪੱਥਰ ਢੋਂਦੇ, ਢੋਲ ਵਜਾਉਂਦੇ ਅਤੇ ਦਿਹਾੜੀਦਾਰ ਮਜ਼ਦੂਰ. ਉਸਦੇ ਹੀ ਵਰਗੇ, ਜਿਨ੍ਹਾਂ ਨਾਲ ਉਸਦੀ ਕੋਈ ਅੰਦਰੂਨੀ ਸਾਂਝ ਹੈ. ਦਿਲ ਨੇ ਪੰਜਾਬ ਦੀ ਸਭ ਤੋਂ ਵੱਡੀ ਸਮਾਜੀ ਲਾਹਨਤ ਜ਼ਾਤਪਾਤ ਦੀ ਬਹੁਤ ਹੀ ਖੁੱਲ੍ਹ ਕੇ ਗੱਲ ਕੀਤੀ ਹੈ. ਜ਼ਾਤਪਾਤ ਦੀ ਬੀਮਾਰੀ ਪ੍ਰਗਤੀਵਾਦੀ ਰਾਜਨੀਤੀ ਅਤੇ ਸਾਹਿਤ ਦੀ ਕਦੀ ਵੀ ਚਿੰਤਾ ਹੀ ਨਹੀਂ ਸੀ. ਪੰਜਾਬ ਵਿੱਚ ਕੋਈ ਵੀ ਧਰਮ ਅਤੇ ਸਭਿਆਚਾਰ ਇਹ ਲਾਹਨਤ ਖਤਮ ਨਹੀਂ ਕਰ ਸਕਿਆ.

ਲਾਲ ਸਿੰਘ ਦਿਲ ਜ਼ਿੰਦਗੀ ਦਾ ਕਵੀ ਹੈ. ਉਸਦੀ ਕਵਿਤਾ ਵਿੱਚ ਨਿਆਸਰੇ, ਦੁੱਖਾਂ ਦੇ ਮਾਰੇ ਆਮ ਲੋਕਾਂ, ਦਲਿਤ ਲੋਕਾਂ, ਦੀ ਮੁਸੀਬਤਾਂ ਭਰੀ ਜ਼ਿੰਦਗੀ ਦਾ ਹਾਲ ਪੜ੍ਹ ਕੇ ਤਣਿਆ ਹੋਇਆ ਮੁੱਕਾ ਹਵਾ ਵਿੱਚ ਲਹਿਰਾਉਣ ਨੂੰ ਦਿਲ ਕਰਦਾ ਹੈ ਅਤੇ ਕਹਿਣ ਨੂੰ ਦਿਲ ਕਰਦਾ ਹੈ :

'ਇਨਕਲਾਬ ਜ਼ਿੰਦਾਬਾਦ!'

■ (ਮਾਲਟਨ, ਫਰਵਰੀ 3, 2017)

6.

ਦਰਸ਼ਨ ਖਟਕੜ :
ਜੈਕਾਰਾ ਧਰਮ-ਯੁੱਧ ਦਾ
ਨਾਹਰਾ ਲੋਕ-ਯੁੱਧ ਦਾ

ਨਕਸਲਬਾੜੀ ਕਰਾਂਤੀਕਾਰੀ ਪੰਜਾਬੀ ਸ਼ਾਇਰ ਦੇ ਤੌਰ ਉੱਤੇ ਜਿਸ ਨਜ਼ਮ ਨਾਲ ਦਰਸ਼ਨ ਖਟਕੜ ਦੀ ਪਹਿਚਾਣ ਬਣੀ, ਉਸ ਨਜ਼ਮ ਦੇ ਮੁੱਖ ਬੋਲ ਸਨ :

ਯਾਰ ਸਾਡੇ ਦੀਪ ਸਿੰਘ
ਆਪਣਾ ਕੁਝ ਵੀ ਵੰਡਿਆ ਨਹੀਂ
ਜਾਚ ਤਾਂ ਦੱਸ ਸਿਰ ਤਲੀ 'ਤੇ ਕਿਵੇਂ ਟਿਕਦਾ ਹੈ?

ਇਸ ਵਿਸ਼ਵਾਸ ਦਾ ਵਿਸਥਾਰ ਖਟਕੜ ਆਪਣੀ ਇੱਕ ਹੋਰ ਨਜ਼ਮ 'ਪ੍ਰਣ' ਦੀਆਂ ਇਨ੍ਹਾਂ ਸਤਰਾਂ ਰਾਹੀਂ ਕਰਦਾ ਹੈ :

ਅੱਜ ਗੁਰੂ ਦੇ ਪੁੱਤਰਾਂ ਨੇ ਪ੍ਰਣ ਕੀਤਾ ਹੈ
ਉਮਰ ਬਾਰਾਂ ਸਾਲ ਜਾਂ ਸੋਲਾਂ ਸਾਲ ਦੀ ਹੋਵੇ
ਅਨੰਦਪੁਰ ਨੂੰ ਛੱਡਣਾ
ਅਤੇ ਸਰਸਾ ਟੱਪਣੀ
ਧਰਮ ਹੈ ਸਾਡਾ ਕਰਮ ਹੈ ਸਾਡਾ
ਇਹ ਸਰਹੰਦ ਦੀ ਦੀਵਾਰ ਹੋਵੇ

ਜਾਂ ਥਾਣਾ ਬੰਗਿਆਂ ਦਾ
ਚਿਣੇ ਇੱਟਾਂ 'ਚ ਜਾਈਏ ਜਾਂ ਲੱਤਾਂ ਚੂਰ ਕਰਵਾਈਏ
ਜੈਕਾਰਾ ਧਰਮ-ਯੁੱਧ ਦਾ ਤੇ ਨਾਹਰਾ ਲੋਕ-ਯੁੱਧ ਦਾ
ਤਦ ਵੀ ਗੂੰਜੇਗਾ
ਅੱਜ ਗੁਰੂ ਦੇ ਖਾਲਸੇ ਨੇ ਪ੍ਰਣ ਕੀਤਾ ਹੈ

ਨਕਸਲਬਾੜੀ ਲਹਿਰ ਨਾਲ ਸਬੰਧਤ ਪੰਜਾਬੀ ਸ਼ਾਇਰ ਸਿੱਖ ਧਰਮ ਨਾਲ ਸਬੰਧਿਤ ਵਿਰਸੇ ਦੇ ਜੁਝਾਰੂ ਪਹਿਲੂਆਂ ਨੂੰ ਆਪਣੀ ਸ਼ਾਇਰੀ ਦੇ ਵਿਸ਼ੇ ਵਜੋਂ ਅਪਣਾਉਂਦੇ ਹਨ; ਵਿਸ਼ੇਸ਼ ਕਰਕੇ ਜਿਹੜਾ ਜੁਝਾਰੂ ਵਿਰਸਾ ਜ਼ੁਲਮ ਨਾਲ ਟਕਰਾਉਣ ਲਈ ਉਤਸਾਹਤ ਕਰਦਾ ਹੈ ਅਤੇ ਸਾਂਝੀਵਾਲਤਾ ਦਾ ਪੈਗ਼ਾਮ ਦਿੰਦਾ ਹੈ. ਨਕਸਲਬਾੜੀ ਲਹਿਰ ਨਾਲ ਸਬੰਧਤ ਪੰਜਾਬੀ ਕਵੀਆਂ ਵਿੱਚ ਸੰਤ ਰਾਮ ਉਦਾਸੀ ਅਤੇ ਦਰਸ਼ਨ ਖਟਕੜ ਅਜਿਹੇ ਦੋ ਸ਼ਾਇਰ ਹਨ ਜੋ ਖੁੱਲ੍ਹੇਆਮ ਆਪਣੀ ਸ਼ਾਇਰੀ ਵਿੱਚ ਇਸ ਗੱਲ ਨੂੰ ਸਵੀਕਾਰ ਕਰਦੇ ਹਨ. ਇਹ ਸ਼ਾਇਰ ਵਿਚਾਰਧਾਰਕ ਤੌਰ ਉੱਤੇ ਸਿੱਖ ਧਾਰਮਿਕ ਵਿਰਸੇ ਨੂੰ ਮਾਰਕਸਵਾਦੀ-ਲੈਨਿਨਵਾਦੀ-ਮਾਓਵਾਦੀ ਵਿਚਾਰਧਾਰਾ ਨਾਲ ਮਿਲਾ ਕੇ ਕਵਿਤਾ ਦੀ ਉਸਾਰੀ ਕਰਦੇ ਹਨ. ਇਸ ਕਾਵਿ ਵਿਧੀ ਨੂੰ ਅਪਣਾਉਂਦਿਆਂ ਹੋਇਆਂ ਹੀ ਦਰਸ਼ਨ ਖਟਕੜ ਆਪਣੀ ਸ਼ਾਇਰੀ ਵਿੱਚ ਜੈਕਾਰਾ ਧਰਮ-ਯੁੱਧ ਦਾ ਲਗਾਉਂਦਾ ਹੈ ਅਤੇ ਨਾਹਰਾ ਲੋਕ-ਯੁੱਧ ਦਾ :

ਲੋਕ-ਯੁੱਧ ਤੋਂ ਵੱਡੀ ਕੋਈ ਸ਼ਕਤੀ ਨਹੀਂ
ਸ਼ਹੀਦੀ ਤੋਂ ਵੱਡੀ ਹੋਰ ਕੋਈ ਮਸਤੀ ਨਹੀਂ
ਅੱਜ ਗੁਰੂ ਦੇ ਪੁੱਤਰਾਂ ਨੇ ਪ੍ਰਣ ਕੀਤਾ ਹੈ
ਅੱਜ ਗੁਰੂ ਦੇ ਖਾਲਸੇ ਨੇ ਕਸਮ ਖਾਧੀ ਹੈ

ਦਰਸ਼ਨ ਖਟਕੜ ਆਪਣੀ ਨਜ਼ਮ 'ਸੰਗੀ ਸਾਥੀ' ਵਿੱਚ ਆਪਣੇ ਧਰਮ-ਯੁੱਧ ਦੇ ਨਾਹਰੇ ਨੂੰ ਹੋਰ ਵੀ ਸਪੱਸ਼ਟ ਕਰ ਦਿੰਦਾ ਹੈ ਜਦੋਂ ਉਹ ਕਹਿੰਦਾ ਹੈ :

ਗੋਬਿੰਦ ਸਿੰਘ ਥਾਪਨਾ ਦੇ
ਕੱਚੀ-ਗੜ੍ਹੀ ਚਮਕੌਰ ਨੂੰ ਜਾਣ ਦੀ ਹਿੰਮਤ ਵੀ ਦੇ
ਸਾਡੀ ਇਹ ਮਿੱਟੀ ਇੱਕ ਵਰਦਾਨ ਮੰਗਦੀ ਹੈ-
ਕਿ ਸਾਡੇ ਵਿੱਚ ਤੂੰ ਸਲਾਮਤ ਰਹੇਂ.......

ਇਸ ਤਰ੍ਹਾਂ ਇਹ ਕਵਿਤਾ ਇਤਿਹਾਸ ਤੋਂ ਰਹਿਨੁਮਾਈ ਲੈ ਕੇ ਚੱਲਦੀ ਹੈ ਅਤੇ ਉਨ੍ਹਾਂ ਚਿੰਤਕਾਂ ਨੂੰ ਵੀ ਚੁਣੌਤੀ ਦਿੰਦੀ ਹੈ ਜੋ ਕਹਿੰਦੇ ਨਹੀਂ ਥੱਕਦੇ ਕਿ ਇਤਿਹਾਸ ਦੀ ਮੌਤ ਹੋ ਚੱਕੀ ਹੈ. ਨਕਸਲਬਾੜੀ ਲਹਿਰ ਨਾਲ ਸਬੰਧਤ ਇਹ ਸ਼ਾਇਰ ਗਦਰ ਪਾਰਟੀ ਦੇ ਯੋਧਿਆਂ, ਸ਼ਹੀਦ ਭਗਤ ਸਿੰਘ ਦੇ ਕਰਾਂਤੀਕਾਰੀ ਸਾਥੀਆਂ ਅਤੇ ਮੌਜੂਦਾ ਸਮਿਆਂ ਦੇ ਕ੍ਰਾਂਤੀਕਾਰੀ ਯੋਧਿਆਂ ਤੋਂ ਇਤਿਹਾਸਕ ਰਹਿਨੁਮਾਈ ਲੈਂਦੇ ਹਨ. ਦਰਸ਼ਨ ਖਟਕੜ ਆਪਣੀ ਨਜ਼ਮ 'ਜੈ ਜਵਾਲਾ' ਵਿੱਚ ਇਸ ਤੱਥ ਦੀ ਪੁਸ਼ਟੀ ਕਰਦਾ ਹੈ :

ਜਿਨ੍ਹਾਂ ਸੰਗ ਅੱਜ ਨੇ ਰਿਸ਼ਤੇ
ਉਹ ਦੇਖੇ ਵੀ ਤੇ ਨਹੀਂ ਦੇਖੇ

ਰਚੇ ਦਿਲ ਵਿੱਚ

ਭਗਤ, ਕਰਤਾਰ, ਸੱਤਿਅਨ ਦੇ
ਸੁਣੇ ਕਿੱਸੇ, ਪੜ੍ਹੇ ਕਿੱਸੇ
ਰਚੇ ਦਿਲ ਵਿੱਚ

ਉਹ ਕੁਰਬਾਨੀ ਤੇ ਉਹ ਪੀੜਾ
ਤੇ ਹਿੰਮਤ, ਹੌਂਸਲਾ ਤੱਕ ਕੇ
ਪਿਘਲ ਉੱਠਾਂ

ਇਤਿਹਾਸ ਤੋਂ ਰਹਿਨੁਮਾਈ ਲੈਣ ਵੇਲੇ ਤੁਸੀਂ ਕਿਹੜੇ ਵਿਅਕਤੀਆਂ ਨੂੰ ਆਪਣੇ ਪੱਥ-ਪ੍ਰਦਰਸ਼ਕ ਮੰਨਦੇ ਹੋ ਤੁਹਾਡਾ ਇਹ ਫੈਸਲਾ ਇਸ ਗੱਲ ਨੂੰ ਸਪੱਸ਼ਟ ਕਰਦਾ ਹੈ ਕਿ ਤੁਸੀਂ ਕਿਸ ਤਰ੍ਹਾਂ ਦੀ ਰਾਜਨੀਤੀ, ਸਭਿਆਚਾਰ, ਸਮਾਜ, ਆਰਥਿਕਤਾ, ਨੈਤਿਕਤਾ ਅਤੇ ਕਦਰਾਂ-ਕੀਮਤਾਂ ਦਾ ਸਮਰਥਨ ਕਰਦੇ ਹੋ. ਨਿਰਸੰਦੇਹ, ਜੇਕਰ ਮਹਾਤਮਾ ਗਾਂਧੀ ਜ਼ਿੰਦਗੀ ਵਿੱਚ ਤੁਹਾਡਾ ਪੱਥ-ਪ੍ਰਦਰਸ਼ਕ ਹੈ ਤਾਂ ਤੁਸੀਂ ਗਾਂਧੀ ਦੀ ਬੱਕਰੀ ਵਾਂਗ ਮਿਆਂ ਮਿਆਂ ਕਰੋਗੇ; ਪਰ ਜੇਕਰ ਲੈਨਿਨ, ਮਾਓ, ਭਗਤ ਸਿੰਘ, ਕਰਤਾਰ ਸਿੰਘ ਸਰਾਭਾ ਤੁਹਾਡੇ ਪੱਥ-ਪ੍ਰਦਰਸ਼ਕ ਹਨ ਤਾਂ ਤੁਸੀਂ ਜ਼ੁਲਮ ਦੇ ਖਿਲਾਫ਼ ਹਥਿਆਰਬੰਧ ਯੁੱਧ ਲੜਨ ਲਈ ਯੁੱਧ-ਭੂਮੀ ਵਿੱਚ ਉਤਰੋਗੇ. ਮਾਰਕਸ-ਲੈਨਿਨ-ਮਾਓ ਦੀ ਵਿਚਾਰਧਾਰਾ ਨੂੰ ਮਨ ਵਿੱਚ ਵਸਾ ਕੇ ਜੇਕਰ ਲੋਕ-ਯੁੱਧ ਦਾ ਨਾਹਰਾ ਲਗਾਓਗੇ ਤਾਂ, ਨਿਰਸੰਦੇਹ, ਤੁਹਾਡਾ ਵਿਸ਼ਵਾਸ ਵੀ ਇਹੀ ਕਹੇਗਾ ਜੋ ਦਰਸ਼ਨ ਖਟਕੜ ਆਪਣੀ ਨਜ਼ਮ 'ਤੇਰੇ ਹਜ਼ੂਰ' ਦੀਆਂ ਇਨ੍ਹਾਂ ਸਤਰਾਂ ਵਿੱਚ ਕਹਿ ਰਿਹਾ ਹੈ :

ਹੇ ਜਣਨੀ ਲੋਕਤਾ, ਤੇਰੇ ਹਜ਼ੂਰ
ਹੈ ਰੱਖਣਾ, ਪਰਦਾ ਗੁਨਾਹ
ਹੇ ਜਣਨੀ ਲੋਕਤਾ ਤੇਰੇ ਹਜ਼ੂਰ
ਏਸ ਬੰਦੇ ਨੂੰ ਕੋਈ ਨਹੀਂ ਭੈਅ

ਤੇਰਾ ਰੂਪ ਵੱਡਾ ਹੈ ਮਹਾਂ-ਰੂਪੀ
ਤੇਰੇ ਜੋ ਦਿਲ 'ਚ ਹੈ ਵਸਦਾ
ਤੇ ਜਿਸ ਦੇ ਦਿਲ 'ਚ ਤੂੰ ਵੱਸਦੀ
ਇਕੱਲਾ ਉਹ ਨਾ ਮਹਿਸੂਸੇ

ਕੋਈ ਵੀ ਲਹਿਰ ਜਦੋਂ ਉੱਠਦੀ ਹੈ ਤਾਂ ਉਸਦੇ ਕੁਝ ਸਪੱਸ਼ਟ ਉਦੇਸ਼ ਹੁੰਦੇ ਹਨ. ਨਕਸਲਵਾਦੀ ਕਮਿਊਨਿਸਟ ਲਹਿਰ ਦੇ ਵੀ ਕੁਝ ਸਪੱਸ਼ਟ ਉਦੇਸ਼ ਸਨ. ਮਾਰਕਸਵਾਦੀ ਵਿਚਾਰਧਾਰਾ ਤੋਂ ਪ੍ਰਭਾਵਤ ਇਹ ਲਹਿਰ ਜਿੱਥੇ ਕਿ ਮਜ਼ਦੂਰਾਂ, ਕਿਸਾਨਾਂ, ਗਰੀਬਾਂ ਅਤੇ ਦੱਬੇ-ਕੁਚਲੇ ਲੋਕਾਂ ਦੇ ਹੱਥਾਂ ਵਿੱਚ ਦੇਸ਼ ਦੀ ਹਕੂਮਤ ਦੀ

ਵਾਗਡੋਰ ਦੇਣ ਲਈ ਹਕੂਮਤ ਦੀ ਕੁਰਸੀ ਉੱਤੇ ਬੈਠੀਆਂ ਮੌਜੂਦਾ ਤਾਕਤਾਂ ਨਾਲ ਹਥਿਆਰਬੰਦ ਯੁੱਧ ਛੇੜਣ ਦੇ ਹੱਕ ਵਿੱਚ ਸੀ - ਉੱਥੇ ਹੀ ਇਹ ਲਹਿਰ ਗਵਾਂਢੀ ਦੇਸ਼ ਚੀਨ ਵਿੱਚ ਆਈ 'ਸਭਿਆਚਾਰਕ ਕ੍ਰਾਂਤੀ' ਤੋਂ ਪ੍ਰਭਾਵਤ ਹੋਣ ਕਰਕੇ ਦੇਸ ਵਿੱਚ ਸਭਿਆਚਾਰਕ ਕ੍ਰਾਂਤੀ ਲਿਆਉਣ ਲਈ ਵੀ ਯਤਨਸ਼ੀਲ ਸੀ. ਤਾਂ ਕਿ ਦੇਸ ਵਿੱਚ ਰਾਜਨੀਤਕ-ਆਰਥਿਕ ਇਨਕਲਾਬ ਲਿਆਉਣ ਦੇ ਨਾਲ ਨਾਲ ਸਮਾਜਿਕ-ਸਭਿਆਚਾਰਕ ਇਨਕਲਾਬ ਵੀ ਲਿਆਂਦਾ ਜਾਵੇ. ਮਹਿਜ਼, ਰਾਜਨੀਤਕ-ਆਰਥਿਕ ਇਨਕਲਾਬ ਲਿਆਉਣ ਨਾਲ ਕਦੀ ਵੀ ਕੋਈ ਦੇਸ ਅੱਗੇ ਨਹੀਂ ਵੱਧ ਸਕਦਾ ਜੇਕਰ ਉਸ ਦੇਸ ਦੇ ਲੋਕ ਮਾਨਸਿਕ ਤੌਰ ਉੱਤੇ ਰੂੜੀਵਾਦੀ ਕਦਰਾਂ-ਕੀਮਤਾਂ ਵਿੱਚ ਹੀ ਨਿਤ ਆਪਣਾ ਜੀਵਨ ਬਤੀਤ ਕਰਦੇ ਹਨ. ਅਜਿਹੀਆਂ ਹਾਲਤਾਂ ਵਿੱਚ ਦੇਸ ਜਦੋਂ ਵੀ ਗਿਆਨ-ਵਿਗਿਆਨ ਦੇ ਖੇਤਰ ਵਿੱਚ ਲੰਮੀਆਂ ਉਲਾਂਘਾਂ ਪੁੱਟਣ ਦੀ ਕੋਸ਼ਿਸ਼ ਕਰੇਗਾ ਤਾਂ ਦੇਸ਼ਵਾਸੀਆਂ ਦੀ ਮਾਨਸਿਕਤਾ ਵਿੱਚ ਭਰੇ ਰੂੜੀਵਾਦੀ ਵਿਚਾਰਾਂ ਅਤੇ ਕਦਰਾਂ-ਕੀਮਤਾਂ ਦਰਮਿਆਨ ਘਰੋਗੀ-ਜੰਗ ਛਿੜਣ ਵਾਲੀ ਸਥਿਤੀ ਪੈਦਾ ਹੋ ਜਾਵੇਗੀ. ਦੇਸ਼ ਦੇ ਵਿਕਾਸ ਦੀ ਦਰ ਨ ਸਿਰਫ਼ ਮੱਧਮ ਹੋ ਜਾਵੇਗੀ, ਬਲਕਿ ਖੜੋਤ ਵਾਲੇ ਸੰਕੇਤ ਮਿਲਣੇ ਵੀ ਸ਼ੁਰੂ ਹੋ ਜਾਣਗੇ. ਦਰਸ਼ਨ ਖਟਕੜ ਆਪਣੇ ਇਸ 'ਗੀਤ' ਵਿੱਚ ਨਕਸਲਬਾੜੀ ਲਹਿਰ ਦੇ ਉਦੇਸ਼ਾਂ ਨੂੰ ਸਪੱਸ਼ਟ ਕਰਦਾ ਹੋਇਆ, ਨਿਰਸੰਦਹ, ਕਹਿ ਰਿਹਾ ਹੈ - ਸਮਾਜ ਨੂੰ ਬਦਲ ਦਿਓ :

ਆਪੇ ਦੇਸ਼, ਆਪੇ ਕੌਮ, ਅਸੀਂ ਕੌਣ ਹੋ ਗਏ
ਤੁਸੀਂ ਸੂਰੇ, ਅਸੀਂ ਕੀੜਿਆਂ ਦੇ ਭੌਣ ਹੋ ਗਏ
ਤੁਸੀਂ ਜਿੰਨੇ ਧਨਵਾਨ, ਬਣੇ ਫਿਰੋ ਇਨਸਾਨ, ਮੰਨ ਸਕਦੇ ਨਹੀਂ
ਉਹੀ ਜੁੱਗੜੇ ਪੁਰਾਣੀ ਸਾਡੀ ਰੀਤ ਹੋ ਰਹੀ
ਮੀਹਾਂ ਸੋਕੜੇ ਤੇ ਠੰਡ 'ਚ ਬਤੀਤ ਹੋ ਰਹੀ
ਸਾਨੂੰ ਮਿਲੇਗਾ ਆਰਾਮ, ਸੁਣ ਤੁਸਾਂ ਦੇ ਐਲਾਨ, ਮੰਨ ਸਕਦੇ ਨਹੀਂ

ਹੜ੍ਹ ਮਾਰਦਾ ਤਾਂ ਪੂਜੀਏ ਖੁਆਜੇ ਪੀਰ ਨੂੰ
ਦਿੱਤਾ ਫ਼ਿਕਰਾਂ ਨੇ ਖੋਰ, ਮਨ ਤੇ ਸਰੀਰ ਨੂੰ
ਇਹ ਜੋ ਰੋਵੇ ਜਿੰਦ-ਜਾਨ, ਇਹਦਾ ਦਿਓਗੇ ਸਥਾਨ, ਮੰਨ ਸਕਦੇ ਨਹੀਂ

1947 ਵਿੱਚ ਅੰਗ੍ਰੇਜ਼ ਹਿੰਦੁਸਤਾਨ ਨੂੰ ਛੱਡ ਕੇ ਚਲੇ ਗਏ; ਪਰ ਇੱਥੋਂ ਜਾਣ ਲੱਗੇ ਉਹ ਜਿਨ੍ਹਾਂ ਲੋਕਾਂ ਦੇ ਹੱਥ ਵਿੱਚ ਤਾਕਤ ਸੌਂਪ ਗਏ ਅਤੇ ਜਿਨ੍ਹਾਂ ਨੂੰ ਅੰਗ੍ਰੇਜ਼ ਹਿੰਦੁਸਤਾਨ ਦੀ ਹਕੂਮਤ ਦੀ ਗੱਦੀ ਉੱਤੇ ਬਿਠਾ ਗਏ ਉਨ੍ਹਾਂ ਲੋਕਾਂ ਦਾ ਰੰਗ ਹੀ ਵੱਖਰਾ ਸੀ - ਸੋਚ ਅੰਗ੍ਰੇਜ਼ਾਂ ਵਾਲੀ ਹੀ ਸੀ. ਹਿੰਦੁਸਤਾਨ ਦੇ ਲੋਕਾਂ ਨੂੰ, ਮਹਿਜ਼, ਕਹਿਣ ਦੇ ਤੌਰ ਉੱਤੇ ਹੀ ਆਜ਼ਾਦੀ ਮਿਲੀ ਸੀ; ਹਕੀਕਤ ਵਿੱਚ, ਹਿੰਦੁਸਤਾਨ ਵਿੱਚ ਅੰਗ੍ਰੇਜ਼ਾਂ ਵੇਲੇ ਦੀ ਹੀ ਰਾਜ-ਪ੍ਰਣਾਲੀ, ਕਾਨੂੰਨ, ਅਰਥ-ਵਿਵਸਥਾ ਅਜੇ ਵੀ ਓਵੇਂ ਹੀ ਕੰਮ ਕਰ ਰਹੀ ਸੀ. ਇਸ ਸਥਿਤੀ ਨੂੰ ਦਰਸ਼ਨ ਖਟਕੜ ਆਪਣੀ ਨਜ਼ਮ 'ਉਲਕਾਪਾਤ ਦੇ ਮਗਰੋਂ' ਵਿੱਚ ਕੁਝ ਇਸ ਅੰਦਾਜ਼ ਨਾਲ ਪੇਸ਼ ਕਰਦਾ ਹੈ :

ਤਿਰੰਗਾ ਜਦੋਂ ਚੜ੍ਹਿਆ ਤਾਂ ਲੱਗਿਆ
ਸੋਹਲ-ਸਮਾਨ ਆਸਾਂ, ਉਮੀਦਾਂ, ਸੁਫ਼ਨੇ
ਫੁੱਲ ਪੱਤੀਆਂ ਨਾਲ ਰਲ਼ਕੇ
ਅੰਬਰੀਂ ਜਾ ਚੜ੍ਹੇ ਨੇ
ਹੁਣ ਤਾਂ ਬੱਸ ਰੰਗਾਂ ਦੀ ਬਾਰਿਸ਼ ਰਹੀ ਬਾਕੀ

ਕੁਲੱਛਣੇ ਵਕਤ ਕੀ ਆਏ
ਉਡੀਕਾਂ ਦੇ ਬੂਹਿਆਂ ਤੇ
ਬੱਝਣ 'ਚ ਨਾ ਆਏ ਸ਼ਰੀਂਹ ਦੇ ਪੱਤੇ
ਤਿਰੰਗੇ 'ਚੋਂ ਚੜ੍ਹੀ ਨਾ ਪੀਂਘ ਸਤਰੰਗੀ
ਉਹ ਚੱਕਰ ਅਸ਼ੋਕ ਦਾ ਜੀਕਣ ਘੁੰਮਣੋਂ ਰੁੱਕ ਗਿਆ ਹੋਵੇ

ਅੰਗ੍ਰੇਜ਼ ਹਿੰਦੁਸਤਾਨ ਦੇ ਧਨੀ ਲੋਕਾਂ ਦੇ ਇਸ਼ਾਰਿਆਂ ਉੱਤੇ ਨੱਚਣ ਵਾਲੇ ਰਾਜਨੀਤੀਵਾਨਾਂ ਅਤੇ ਉਨ੍ਹਾਂ ਦੇ ਭਲੇ ਲਈ ਹੀ ਦਿਨ ਰਾਤ ਸੋਚਣ ਵਾਲਿਆਂ ਦੇ ਹੱਥ ਤਾਕਤ ਸੌਂਪ ਗਏ ਸਨ. ਮਜ਼ਦੂਰਾਂ, ਕਿਸਾਨਾਂ, ਗਰੀਬਾਂ, ਦੱਬੇ-ਕੁਚਲੇ ਲੋਕਾਂ ਦੀ ਹਾਲਤ ਅਜੇ ਵੀ ਓਵੇਂ ਹੀ ਸੀ ਜਿਵੇਂ ਕਿ ਅੰਗ੍ਰੇਜ਼ ਰਾਜ ਵੇਲੇ ਦੀ ਗੁਲਾਮੀ ਦੇ ਦਿਨਾਂ ਵਿਚ ਸੀ. ਕਰਤਾਰ ਸਿੰਘ ਸਰਾਭਾ, ਸ਼ਹੀਦ ਭਗਤ ਸਿੰਘ, ਊਧਮ ਸਿੰਘ, ਚੰਦਰ ਸ਼ੇਖਰ ਆਜ਼ਾਦ, ਮਦਨ ਲਾਲ ਢੀਂਗਰਾ ਅਤੇ ਉਨ੍ਹਾਂ ਦੇ ਹਜ਼ਾਰਾਂ ਹੀ ਹੋਰ ਕਰਾਂਤੀਕਾਰੀ ਸਾਥੀਆਂ ਵੱਲੋਂ ਦਿੱਤੀਆਂ ਗਈਆਂ ਕੁਰਬਾਨੀਆਂ ਨਾਲ ਹਿੰਦੁਸਤਾਨ ਨੂੰ ਮਿਲੀ ਆਜ਼ਾਦੀ ਦਾ ਲਾਭ, ਮਹਿਜ਼, ਕੁਝ ਕੁ ਗਿਣਤੀ ਦੇ ਧਨੀ ਪ੍ਰਵਾਰ ਹੀ ਉਠਾ ਰਹੇ ਸਨ. ਪਰ ਅਫਸੋਸ ਇਸ ਗੱਲ ਦਾ ਸੀ ਕਿ ਹਿੰਦੁਸਤਾਨ ਦੀਆਂ ਕਮਿਊਨਿਸਟ ਪਾਰਟੀਆਂ ਵੀ, ਮਹਿਜ਼, ਦੇਸ਼ ਦੀ ਹਕੂਮਤ ਕਰਨ ਵਿਚ ਕੁਝ ਹਿੱਸਾ ਪ੍ਰਾਪਤ ਕਰਨ ਖਾਤਰ ਧਨੀ ਪ੍ਰਵਾਰਾਂ ਦੀ ਹਿਮਾਇਤੀ ਅਤੇ ਮਜ਼ਦੂਰਾਂ, ਕਿਸਾਨਾਂ, ਗਰੀਬਾਂ, ਦੱਬੇ-ਕੁਚਲੇ ਲੋਕਾਂ ਦੇ ਹੱਕਾਂ ਉੱਤੇ ਡਾਕਾ ਮਾਰਨ ਵਾਲੀ ਮੌਜੂਦਾ ਸਰਕਾਰ ਦੀ ਹਾਂ ਵਿਚ ਹਾਂ ਮਿਲਾ ਰਹੇ ਸਨ. ਕਮਿਊਨਿਸਟ ਪਾਰਟੀਆਂ ਜੋ ਨਾਹਰਾ ਤਾਂ ਕ੍ਰਾਂਤੀ ਦਾ ਦਿੰਦੀਆਂ ਸਨ; ਪਰ ਹਕੀਕਤ ਵਿਚ, ਅਮਲ ਵਜੋਂ, ਉਹ ਆਮ ਲੋਕਾਂ ਨਾਲ ਧੋਖਾ ਕਰਕੇ ਹਕੂਮਤ ਕਰਨ ਦੀ ਭਾਈਵਾਲੀ ਦੇ ਨਸ਼ੇ ਵਿਚ ਸੋਚ ਪੱਖੋਂ ਵੀ ਵਿਕਾਊ ਹੋ ਚੁੱਕੀਆਂ ਸਨ. ਨਕਸਲਬਾੜੀ ਲਹਿਰ ਦੇ ਉਭਾਰ ਦੇ ਕਾਰਨਾਂ ਅਤੇ ਦੇਸ਼ ਅੰਦਰ ਕਮਿਊਨਿਸਟ ਪਾਰਟੀਆਂ ਵੱਲੋਂ ਨਿਭਾਹੇ ਜਾ ਰਹੇ ਕਿਰਦਾਰ ਨੂੰ ਦਰਸ਼ਨ ਖਟਕੜ ਆਪਣੀ ਨਜ਼ਮ 'ਸੱਦਾ' ਵਿਚ ਕੁਝ ਇਸ ਤਰ੍ਹਾਂ ਬਿਆਨ ਕਰਦਾ ਹੈ:

ਸੁਫ਼ਨਾ ਕ੍ਰਾਂਤੀ ਲੈਂਦੀ ਰਹੀ ਕਈ ਸਾਲ ਤੋਂ
ਰਿਹਾ ਤੂੰ ਅਵੇਸਲਾ ਭਵੀਸ਼ਣਾਂ ਦੀ ਚਾਲ ਤੋਂ
ਵੈਰੀਆਂ ਦੇ ਘਰ ਜਿਨ੍ਹਾਂ ਲਈ ਹੈ ਪਨਾਹ
ਉੱਠ ਕੇ ਜਵਾਨਾ, ਹੱਥ ਮਾਮਲੇ ਨੂੰ ਪਾ

ਉੱਚੇ ਉੱਚਿਆਂ ਦੇ ਤਾਈਂ ਪੈਰਾਂ 'ਚ ਝੁਕਾ ਲੈ ਤੂੰ
ਨੀਵਿਆਂ ਨਿਓਟਿਆਂ ਨੂੰ ਫ਼ੌਜਾਂ 'ਚ ਸਜਾ ਲੈ ਤੂੰ
ਮਿੱਲਾਂ ਕੋਠੀਆਂ 'ਨਾ, ਕੱਚੇ ਕੋਠੇ ਟਕਰਾਅ
ਉੱਠ ਕੇ ਜਵਾਨਾ, ਹੱਥ ਮਾਮਲੇ ਨੂੰ ਪਾ

ਤਾਕਤਾਂ ਦੇ ਬਾਝ ਕਦੇ ਖੋਹੇ ਜਾਣ ਰਾਜ ਨਾ
ਜੋਰ ਬਿਨ ਵੈਰੀ ਕਦੇ ਖਾਂਦੇ ਵੀ ਤਾਂ ਭਾਜ ਨਾ
ਲੱਕ ਬੰਨ੍ਹ ਛਾਪਾ-ਮਾਰ ਯੁੱਧ ਨੂੰ ਚਲਾ
ਉੱਠ ਕੇ ਜਵਾਨਾ, ਹੱਥ ਮਾਮਲੇ ਨੂੰ ਪਾ

ਕਵੀ ਇਹ ਵੀ ਜਾਣਦਾ ਹੈ ਕਿ ਵਿਰੋਧੀ ਤਾਕਤਾਂ ਵਿਰੁੱਧ ਲੋਕ-ਯੁੱਧ ਛੇੜਣ ਤੋਂ ਪਹਿਲਾਂ ਇੱਕੋ ਜਿਹੇ ਵਿਚਾਰਾਂ ਵਾਲੇ ਲੋਕਾਂ ਦਾ ਇੱਕ ਸਾਂਝੇ ਮੋਰਚੇ ਉੱਤੇ ਇਕੱਠੇ ਹੋਣਾ ਬਹੁਤ ਜ਼ਰੂਰੀ ਹੈ. ਵਿਸ਼ੇਸ਼ ਕਰਕੇ, ਉਨ੍ਹਾਂ ਲੋਕਾਂ ਦਾ ਇਕੱਠੇ ਹੋਣਾ ਜਿਨ੍ਹਾਂ ਨੂੰ ਮਨੂੰ ਸਿਮਰਤੀ ਦੇ ਰਖਵਾਲਿਆਂ ਨੇ ਸਦੀਆਂ ਤੋਂ ਪੈਰਾਂ ਹੇਠਾਂ ਰੋਲਿਆ ਹੋਇਆ ਹੈ. ਭਾਰਤੀ ਸਮਾਜ ਦਾ ਇਹ ਇੱਕ ਬਹੁਤ ਵੱਡਾ ਮਸਲਾ ਹੈ - ਮਨੂੰ ਸਿਮਰਤੀ ਦੇ ਰਖਵਾਲਿਆਂ ਨਾਲ ਟੱਕਰ ਲੈਣ ਦੀ ਕੋਈ ਰਾਜਨੀਤਕ ਪਾਰਟੀ ਵੀ ਹਿੰਮਤ ਨਹੀਂ ਕਰਦੀ. ਦਰਸ਼ਨ ਖਟਕੜ ਇਸ ਮਸਲੇ ਨੂੰ ਵੀ ਲੋਕ-ਯੁੱਧ ਦਾ ਇੱਕ ਅਹਿਮ ਮਸਲਾ ਮੰਨਦਾ ਹੈ. ਇਸੇ ਕਾਰਨ ਹੀ ਉਹ ਇਸ ਮਸਲੇ ਬਾਰੇ ਆਪਣੀ ਨਜ਼ਮ 'ਵਿਦਰੋਹੀ ਆਵਾਜ਼' ਵਿੱਚ ਬੜੀ ਜੁਰੱਅਤ ਨਾਲ ਬੋਲਦਾ ਹੇ :

ਮੈਂ ਸਾਂਝਾਂ ਦਾ ਯੁੱਗ ਘੜ ਲਵਾਂ
ਕੌਣ ਮੂਹਰੇ ਅੱਜ ਅੜੇ
ਊਚ-ਨੀਚ ਦੇ ਸੰਗਲੀਂ
ਮੇਰੇ ਅੰਗ ਗਏ ਜਕੜੇ
ਮੈਂ ਮਨੂੰ ਸਿਮਰਤੀ ਰੋਲਣੀ
ਮੰਤਰ ਜੋ ਉਲਟ ਪੜ੍ਹੇ
ਮੈਨੂੰ ਮਿੱਟੀ ਦੇ ਵਿੱਚ ਰੋਲ ਕੇ
ਉਹ ਮਹਿਲੀਂ ਰਹਿਣ ਵੜੇ

ਵੀਹਵੀਂ ਸਦੀ ਦੇ ਅਖੀਰਲੇ ਦਹਾਕੇ ਵਿੱਚ ਸੋਵੀਅਤ ਯੂਨੀਅਨ ਅਤੇ ਉਸਦੇ ਅਨੇਕਾਂ ਸਹਿਯੋਗੀ ਯੋਰਪ ਦੇ ਦੇਸ਼ਾਂ ਵਿੱਚ ਕਮਿਊਨਿਸਟ ਸਰਕਾਰਾਂ ਡਿੱਗ ਗਈਆਂ ਅਤੇ ਉੱਥੇ ਉਲਟ ਇਨਕਲਾਬੀ ਸਰਕਾਰਾਂ ਆ ਗਈਆਂ. ਉਨ੍ਹਾਂ ਦੇਸ਼ਾਂ ਵਿੱਚ ਵੀ ਪੂੰਜੀਵਾਦ ਦਾ ਬੋਲਬਾਲਾ ਹੋਣਾ ਸ਼ੁਰੂ ਹੋ ਗਿਆ. ਹਰ ਪਾਸੇ ਇਸ ਗੱਲ ਦਾ ਰੌਲਾ ਪੈਣਾ ਸ਼ੁਰੂ ਹੋ ਗਿਆ ਕਿ ਦੁਨੀਆਂ ਵਿੱਚ ਕਮਿਊਨਿਸਟ ਵਿਚਾਰਧਾਰਾ ਦਾ ਅੰਤ ਹੋ ਗਿਆ ਹੈ ਅਤੇ ਦੁਨੀਆਂ ਨੂੰ ਇੱਕੋ ਇੱਕ ਅਵਸਥਾ ਪੂੰਜੀਵਾਦ ਹੀ ਬਚਾ ਸਕਦੀ ਹੈ. ਕਮਿਊਨਿਸਟ ਵਿਚਾਰਧਾਰਾ ਬਾਰੇ ਅੰਤਰ-ਰਾਸ਼ਟਰੀ ਪੱਧਰ ਉੱਤੇ ਛਿੜੀ ਇਸ ਬਹਿਸ ਵਿੱਚ ਵੀ ਹਿੱਸਾ ਲੈਂਦਿਆਂ ਹੋਇਆਂ ਦਰਸ਼ਨ ਖਟਕੜ ਆਪਣੀ ਨਜ਼ਮ 'ਘੋਸ਼ਣਾ ਪ੍ਰਤੀ ਘੋਸ਼ਣਾ' ਵਿੱਚ ਆਪਣੇ ਵਿਚਾਰ ਕੁਝ ਇਸ ਤਰ੍ਹਾਂ ਪੇਸ਼ ਕਰਦਾ ਹੈ :

ਤੁਹਾਡੀ ਘੋਸ਼ਣਾ ਹੈ :
ਵੱਡੀਆਂ ਯੋਜਨਾਵਾਂ ਵੱਡੀਆਂ ਜੁਗਤਾਂ
ਵੱਡੇ ਜੁਗਾੜ ਵੱਡੀਆਂ ਮੁਹਿੰਮਾਂ
ਉਲੀਕਦਾ ਤੁਹਾਡਾ ਕੰਪਿਊਟਰ
ਧੜੰਮ ਕਰਕੇ ਫਰਸ਼ 'ਤੇ ਡਿੱਗ ਪਿਆ
ਹੁਣ ਕੀਚਰਾਂ ਹੋ ਕੇ
ਮਾਸਕੋ, ਬੁਖਾਰੈਸਟ, ਪਰਾਗ, ਤਿਰਾਨਾ
ਦੀਆਂ ਸੜਕਾਂ 'ਤੇ ਖਿਲਰਿਆ ਫਿਰਦਾ

ਅਫਸੋਸ ਕਿ ਝੁੱਡੂ ਅੜੀਅਲ ਜਨੂੰਨੀ ਜਿਹੇ ਬੰਦੇ
ਕੀਚਰਾਂ ਕੱਠੀਆਂ ਕਰਦੇ
ਜ਼ਖ਼ਮੀ ਹੋ ਰਹੇ ਨੇ
ਨ੍ਹੇਰਾ ਢੋਅ ਰਹੇ ਨੇ
ਬਾਂਦਰੀ-ਬਿਰਤੀ ਮਰ ਗਿਆ ਬੱਚਾ
ਛਾਤੀ ਨਾਲ ਲਾਈ ਭਟਕਦੀ ਹੈ
ਐਵੇਂ ਸੰਤਾਪਾਂ ਦੀ ਸੂਲੀ ਲਟਕਦੀ ਹੈ

ਇਸੇ ਹੀ ਨਜ਼ਮ ਵਿਚ ਦਰਸ਼ਨ ਖਟਕੜ ਹੋਰ ਵਿਸਥਾਰ ਨਾਲ ਗੱਲ ਕਰਦਾ ਹੈ ਕਿ ਸੋਵੀਅਤ ਯੂਨੀਅਨ ਅਤੇ ਉਸਦੇ ਸਹਿਯੋਗੀ ਦੇਸ਼ਾਂ ਵਿੱਚ ਜਿਹੜੀ ਅਰਥ ਵਿਵਸਥਾ ਡਿੱਗੀ ਹੈ ਉਹ ਸਮਾਜਵਾਦੀ ਵਿਵਸਥਾ ਹੈ ਹੀ ਨਹੀਂ ਸੀ - ਬਲਕਿ ਬੁਰੀ ਤਰ੍ਹਾਂ ਭ੍ਰਿਸ਼ਟ ਹੋ ਚੁੱਕੀ ਸਮਾਜਵਾਦੀ ਅਰਥ ਵਿਵਸਥਾ ਸੀ - ਜਿਸ ਨੂੰ ਕੁਝ ਘੁਮੰਡੀ ਅਤੇ ਜਨੂੰਨੀ ਕਿਸਮ ਦੇ ਲੋਕ ਚਲਾ ਰਹੇ ਸਨ - ਜਿਸ ਨੇ ਇੱਕ ਦਿਨ ਡਿੱਗਣਾ ਹੀ ਸੀ :

ਯਾਦ ਰੱਖਣਾ
ਵੱਡੀਆਂ ਯੋਜਨਾਵਾਂ ਮੁਹਿੰਮਾਂ ਉਲੀਕਦਾ ਕੰਪਿਊਟਰ
ਸੀ ਚਕਨਾਚੂਰ ਜਾ ਹੋਇਆ
ਸਾਡਾ ਨਹੀਂ ਤੁਹਾਡੇ ਸ਼ਰੀਕਾਂ ਦਾ ਪਤਨ ਹੋਇਆ
ਜੋ ਬਾਹਰੋਂ ਲਾਲ ਤਾਂ ਪਰ ਅੰਦਰੋਂ ਪੀਲੇ
ਜਿਨ੍ਹਾਂ ਮਨ ਹੋਰ ਤੇ ਮੁੱਖ ਹੋਰ, ਉਨ੍ਹਾਂ ਦਾ ਦੰਭ ਨਗਨ ਹੋਇਆ
ਮਾਸਕੋ, ਬੁਖਾਰੈਸਟ, ਪਰਾਗ, ਤਿਰਾਨਾ ਦੇ ਚੌਕਾਂ ਵਿੱਚ
ਖਰੁਸ਼ਚੋਵਾਂ ਦਾ ਤਰਬੂਜ਼ ਜਿੱਡਾ ਸਿਰ ਹੀ
ਖੱਖੜੀਆਂ ਹੋਇਆ
ਨਾ ਮਾਰਕਸ ਹੀ ਉਦੋਂ ਮੋਇਆ ਨਾ ਲੈਨਿਨ ਹੀ ਕਿਤੇ ਮੋਇਆ
ਇਤਿਹਾਸ ਦਾ ਵੀ ਅੰਤ ਨਹੀਂ ਹੋਇਆ

ਹੁਣ ਜਦੋਂ ਕਿ ਹਰ ਪਾਸੇ ਪੂੰਜੀਵਾਦ ਵੱਲੋਂ ਪਰਚਾਰੇ ਜਾ ਰਹੇ ਵਸਤ ਸਭਿਆਚਾਰ ਦਾ ਪਾਸਾਰਾ ਹੋ ਰਿਹਾ ਹੈ ਤਾਂ ਸਮਾਜਿਕ / ਸਭਿਆਚਾਰਕ / ਨੈਤਿਕ

ਕਦਰਾਂ-ਕੀਮਤਾਂ ਵਿੱਚ ਵੀ ਨਿਘਾਰ ਆ ਰਿਹਾ ਹੈ. ਤੇਜ਼ੀ ਨਾਲ ਬਦਲ ਰਹੀ ਇਸ ਸਮਾਜਿਕ / ਸਭਿਆਚਾਰਕ ਤਸਵੀਰ ਦੀ ਪੇਸ਼ਕਾਰੀ ਦਰਸ਼ਨ ਖਟਕੜ ਆਪਣੀ ਨਜ਼ਮ 'ਚਮੜੀ ਟਰਾਂਸਪਲਾਂਟ' ਵਿੱਚ ਕੁਝ ਇਸ ਤਰ੍ਹਾਂ ਕਰਦਾ ਹੈ :

ਰਿਵਾਇਤਾਂ, ਵਰਜਣਾਂ, ਰੋਕਾਂ, ਤਿੜਕ ਰਹੀਆਂ ਲੁੜਕ ਰਹੀਆਂ
ਪਿਆਰ-ਮੁਦਰਾਵਾਂ 'ਚ ਬਿਆਨੇ
ਇਸ਼ਤਿਹਾਰੀ ਸਾਈਨ ਬੋਰਡਾਂ ਤੋਂ ਡਿਗ-ਡਿਗਕੇ
ਵਰਜਿਤ ਨਹੀਂ ਹੁਣ ਇਹ ਅਦਾਵਾਂ
ਇਹ ਪੱਥ ਇਹ ਬਾਰ ਇਹ ਥਾਵਾਂ
ਜਾਵਾਂ ਕਿ ਨਾ ਜਾਵਾਂ
ਲਾਹ ਗਲੋਂ ਦੁਬਿਧਾ ਦਾ ਗਲ੍ਹਾਵਾਂ
ਸ਼ਹਿਰ ਵਿਚ ਹੋਟਲ ਤੇ ਮੋਟਲ
ਉਤਰ ਆਏ ਨੇ ਜਾਦੂਈ ਮਹਿਲਾਂ ਦੀ ਤਰ੍ਹਾਂ
ਇਹ ਰਾਤਾਂ ਦੀ ਠਾਹਰ
ਕੁਲੇਖੇ ਨਾ ਰਹੀਂ ਮਿੱਤਰਾ
ਦਿਨੇ ਆਉਂਦੇ ਕਪਲ ਕੇਸਾਂ ਦੀ ਮਿਲਣੀ ਦਾ
ਸਰੂਰੀ ਢੰਮ ਬਣ ਆਏ
ਕੋਸ਼ਿਸ਼ ਕਰੀਂ ਜੇ ਕਿਤੇ ਤੇਰੇ ਵੀ ਕੰਮ ਆਵੇ
ਲੈ ਪੜ੍ਹ ਕੇ ਦੇਖ ਅੱਜ ਸੈਕਸ-ਸਰਵੇ ਵੀ
ਤਣਾਅ-ਮੁਕਤ ਹੋਣੇ ਦੀ ਇਹ ਚਾਬੀ
ਕਿਉਂ ਪੈ ਜਾਣ ਫਿੱਕੇ ਇਹ ਸਭ ਜਜ਼ਬੇ ਗੁਲਾਬੀ
ਹੁਣ ਤਕ ਬੜਾ ਅਗਿਆਨ ਦਾ ਨ੍ਹੇਰਾ ਅਸਾਂ ਢੋਹਿਆ
ਜਾਨਣ ਤੇ ਮਾਨਣ ਦਾ ਨਵਾਂ ਚਾਨਣ ਹੀ ਹੁਣ ਹੋਇਆ

ਪੂੰਜੀਵਾਦ ਮਨੁੱਖ ਨੂੰ ਵਸਤ ਸਭਿਆਚਾਰ ਵਿੱਚ ਜਕੜਨ ਲਈ ਰੇਡੀਓ/ਟੀਵੀ/ਫਿਲਮਾਂ/ਇੰਟਰਨੈੱਟ/ਅਖਬਾਰਾਂ/ਮੈਗਜ਼ੀਨਾਂ ਰਾਹੀਂ ਵਸਤਾਂ ਦੀ ਇਸ਼ਤਿਹਾਰਬਾਜ਼ੀ ਕਰਕੇ ਤੁਹਾਡੀਆਂ ਖਾਹਿਸ਼ਾਂ ਨੂੰ ਤੁਹਾਡੀਆਂ ਲੋੜਾਂ ਦੇ ਰੂਪ ਵਿੱਚ ਪੇਸ਼ ਕਰਕੇ ਤੁਹਾਡੀ ਮਾਨਸਿਕਤਾ ਅਤੇ ਸੋਚ ਨੂੰ ਕਾਬੂ ਕਰਦਾ ਹੈ. ਅਜਿਹੀ ਹਾਲਤ ਵਿੱਚੋਂ ਤੁਸੀਂ ਚਾਹੁੰਦੇ ਹੋਏ ਵੀ ਬਾਹਰ ਨਹੀਂ ਨਿਕਲ ਸਕਦੇ. ਤੁਹਾਡੀ ਹਾਲਤ ਬਾਜ਼ਾਰ ਵਿੱਚ ਅਗਵਾ ਕੀਤੇ ਗਏ ਬੰਦੇ ਵਰਗੀ ਹੋ ਨਿਬੜਦੀ ਹੈ. ਤੁਸੀਂ ਫਿਰੌਤੀ ਦਿੱਤੇ ਬਿਨ੍ਹਾਂ ਛੁੱਟ ਨਹੀਂ ਸਕਦੇ. ਦਰਸ਼ਨ ਖਟਕੜ ਆਪਣੀ ਨਜ਼ਮ 'ਬਾਜ਼ਾਰ ਵਿੱਚ ਅਗਵਾ' ਦੀਆਂ ਇਨ੍ਹਾਂ ਸਤਰਾਂ ਰਾਹੀਂ ਸਾਡੇ ਸਮਿਆਂ ਦੇ ਸੱਚ ਦਾ ਹੀ ਪ੍ਰਗਟਾਅ ਕਰ ਰਿਹਾ ਹੈ ਜਦੋਂ ਉਹ ਕਹਿੰਦਾ ਹੈ :

ਬੇਚੈਨੀ ਤਾਂ ਬਹੁਤ ਹੈ
ਕਿ ਕੀ ਕਰੀਏ ਕੀ ਨਾ ਕਰੀਏ
ਭਰੇ ਬਾਜ਼ਾਰ ਵਿੱਚ ਬਾਜ਼ਾਰ ਨੇ
ਕਰ ਅਗਵਾ ਲਿਆ ਤੁਹਾਨੂੰ ਜਦ ਤੋਂ

ਨਾ ਫਿਰੌਤੀ ਹੀ ਦੇ ਹੁੰਦੀ
ਨਾ ਤੁਹਾਨੂੰ ਹੀ ਛੱਡ ਹੁੰਦੈ

ਦਰਸ਼ਨ ਖਟਕੜ ਆਪਣੀ ਨਜ਼ਮ 'ਬੇਟੀ ਦਾ ਵਰ' ਵਿੱਚ ਵੀ ਇਸੇ ਗੱਲ ਦਾ ਕੁਝ ਹੋਰ ਵਿਸਥਾਰ ਪੇਸ਼ ਕਰਦਾ ਹੈ :

ਸਾਨੂੰ ਕੀ ਪਤਾ ਸੀ
ਕਿ ਪੱਛਮ ਦਿਸ਼ਾ ਦੇ ਇਹ ਸੂਰਜ-ਪੁੱਤਰ
ਸਗਲ ਸੰਸਾਰ ਨੂੰ ਸਭਿਅਕ ਬਣਾਉਣੇ ਦੀ
ਮੁਹਿੰਮੇ ਫਿਰ ਚੜ ਆਏ

ਸਾਨੂੰ ਕੀ ਪਤਾ ਸੀ
ਕਿ ਉਨ੍ਹਾਂ ਦਾ ਮਾਲ ਸੱਭਿਅਕ ਹੁਣ
ਕਿਸੇ ਈਸਟ-ਇੰਡੀਆ ਕੰਪਨੀ ਦੇ ਬੇੜੇ ਨਹੀਂ ਢੋਂਦੇ
ਕੇਬਲਾਂ/ਡਿਸ਼ਾਂ ਦੇ ਕਾਠੀ ਪਾ ਕੇ ਵੀ
ਬੈੱਡਰੂਮਾਂ ਵਿੱਚ ਸਿੱਧਾ ਆ ਧਮਕਦਾ ਹੈ

ਵਸਤ ਸਭਿਆਚਾਰ ਅਧੀਨ ਸਾਡੀਆਂ ਅਧੂਰੀਆਂ ਖਾਹਿਸ਼ਾਂ ਅਤੇ ਸਾਡੀਆਂ ਨੈਤਿਕ ਕਦਰਾਂ-ਕੀਮਤਾਂ ਵਿੱਚ ਟਕਰਾ ਦੀ ਗੱਲ ਨਕਸਲਬਾੜੀ ਲਹਿਰ ਦੇ ਉਭਾਰ ਤੋਂ ਪਹਿਲਾਂ ਪ੍ਰਯੋਗਸ਼ੀਲ ਲਹਿਰ ਨਾਲ ਜੁੜੇ ਕੁਝ ਪੰਜਾਬੀ ਸ਼ਾਇਰਾਂ ਨੇ ਵੀ ਕੀਤੀ ਸੀ. ਦਰਸ਼ਨ ਖਟਕੜ ਵੀ ਮਨੁੱਖੀ ਜ਼ਿੰਦਗੀ ਦੇ ਇਸ ਪਹਿਲੂ ਨੂੰ ਆਪਣੀ ਨਜ਼ਮ 'ਕਿੰਨੇ ਫੀਸਦੀ ਗਨਕਾ' ਵਿੱਚ ਕੁਝ ਇਸ ਅੰਦਾਜ਼ ਨਾਲ ਪੇਸ਼ ਕਰਦਾ ਹੈ :

ਉਹ ਕੁੜੀ ਬਾਬਲ ਦੇ ਵਿਹੜੇ ਦੀ ਚਿੜੀ
ਜੇ ਕਰੇ ਤਾਂ ਕੀ ਕਰੇ
ਨਾ ਕਰੇ ਤਾਂ ਕੀ ਕਰੇ

ਉਹ ਹਾਣੀ ਨਜ਼ਰਾਂ 'ਚ ਕੋਈ ਫੁੱਲ ਜਿਹਾ ਨਕਸ਼ ਹੋਵੇ ਤਾਂ ਕਿਵੇਂ ਹੋਵੇ
ਉਹ ਹਾਣੀ ਬੋਲਾਂ ਵਿੱਚ ਟੁਣਕਦੀ ਟੁਣਕਾਰ ਹੋਵੇ ਤਾਂ ਕਿਵੇਂ ਹੋਵੇ
ਉਹ ਆਧੁਨਿਕ ਜਿਹੀ ਕੋਈ ਮੈਮ ਹੋਵੇ ਤਾਂ ਕਿਵੇਂ ਹੋਵੇ
ਉਹ ਇੰਗਲਿਸ਼ ਚੱਬਦੀ ਤੇ ਮਹਿਕਦੀ ਕੋਈ ਡੇਮ ਹੋਵੇ ਤੇ ਕਿਵੇਂ ਹੋਵੇ...

ਪਹਿਲੀ ਵਾਰ ਸੰਸਿਆਂ ਸਹਿਮਾਂ ਦਾ ਚੱਕਰਵਿਊ
ਤੋੜਨਾ ਔਖਾ ਤਾਂ ਲੱਗਿਆ ਸੀ ਜ਼ਰੂਰ...
ਪਰ ਹੁਣ ਜਦ ਖਪਤ ਹੋ ਗਏ ਮਾਲ ਦੀ ਮੰਗ ਮੁੜ-ਜਾਗੇ

ਨਵੇਂ ਨਮੂਨੇ ਹਥਿਆਉਣੇ ਦੀ ਚੋਭ ਆ ਚਿੰਬੜੇ
ਮੈਕਡਾਨਲ ਦੀ ਮਾਇਆ ਨਾਲ ਮੋਹ ਜਾਗੇ
ਜ਼ੇਬ ਦੇ ਸੁੱਕੇ ਗਮਲੇ 'ਚ ਹਰਿਆਈ ਦੀ ਮਜਬੂਰੀ ਬੋਲੇ

ਤਾਂ ਕਿਸੇ ਨੰਬਰ 'ਚੋਂ ਮਿੱਤਰ-ਮੁੰਡਾ ਉੱਗ ਹੈ ਆਉਂਦਾ
ਨਵੀਂ ਖੁੱਲ ਦੀ ਨਵੀਂ ਸਾਖੀ ਦੇ ਕੋਲੋਂ
ਮਿਲਣ ਦੇ ਭੇਤ ਪੁੱਛ ਲੈਂਦੀ
ਕਈ ਕੁਝ ਬੈਗ ਵਿੱਚ ਚੁੱਕੀ
ਪਰਤ ਆਉਂਦੀ ਹੈ ਉਸ ਵਟਾਂਦਰੇ ਮਗਰੋਂ

ਇਸ ਤਰ੍ਹਾਂ ਬਾਹਰ ਵੀ ਹੋ ਆਵੇ
ਸਮੇਂ ਸਿਰ ਘਰ ਪਰਤ ਆਵੇ
ਕਈ ਕਈ ਵਾਰ ਜਾਵੇ ਤੇ ਪਰਤ ਆਵੇ
ਬਾਜ਼ਾਰ ਦੀ ਮਾਲਾ ਦਾ ਇਹ ਮਣਕਾ
ਥੁੜ ਦੇ ਪਲਾਂ ਦੀ ਉਹ ਗਨਕਾ

ਪੂੰਜੀਵਾਦ ਦੇ ਵਸਤ ਸਭਿਆਚਾਰ ਨੇ ਆਪਣੇ ਨਾਲ ਜ਼ਿੰਦਗੀ ਜਿਉਣ ਦੇ ਦਰਸ਼ਨ ਦਾ ਨਵਾਂ ਨਾਹਰਾ ਵੀ ਲਿਆਂਦਾ ਹੈ : 'ਖਾਓ, ਪੀਓ, ਕਰੋ ਆਨੰਦ'. ਇਸ ਨਾਹਰੇ ਨੇ ਮਨੁੱਖ ਦੀ ਚੇਤਨਾ ਵਿੱਚ ਇਹ ਸ਼ਬਦ ਭਰਨੇ ਸ਼ੁਰੂ ਕਰ ਦਿੱਤੇ ਹਨ ਕਿ ਜ਼ਿੰਦਗੀ ਵਿੱਚ ਹਰ ਤਰ੍ਹਾਂ ਦੇ ਜ਼ੁਲਮ ਦੇ ਵਿਰੁੱਧ ਵਿਦਰੋਹ ਦੀ ਭਾਵਨਾ ਪ੍ਰਗਟ ਕਰਨ ਵਾਲੀ ਬੋਲੀ ਬੋਲਣ ਦੀ ਥਾਂ ਅਜਿਹੇ ਚਾਪਲੂਸੀ ਕਰਨ ਵਾਲੇ ਸ਼ਬਦਾਂ ਦੀ ਵਰਤੋਂ ਕੀਤੀ ਜਾਵੇ ਕਿ ਵਸਤਾਂ ਦੇ ਭੰਡਾਰਾਂ ਉੱਤੇ ਕਬਜ਼ਾ ਕਰਨ ਵਾਲੀ ਸ਼੍ਰੇਣੀ ਤੁਹਾਡੀ ਝੋਲੀ ਵਿੱਚ ਵੀ ਰੋਟੀ ਦੇ ਕੁਝ ਟੁੱਕੜੇ ਸੁੱਟ ਦੇਵੇ. ਜ਼ਿੰਦਗੀ ਵਿੱਚ ਤੁਹਾਡਾ ਸੁਭਾਅ ਵੀ ਇਸ ਤਰ੍ਹਾਂ ਦਾ ਹੋ ਜਾਵੇ ਜਿਵੇਂ ਰੋਟੀ ਦਾ ਟੁੱਕੜਾ ਮਿਲ ਜਾਣ ਤੋਂ ਬਾਹਦ ਕੁੱਤਾ ਖੁਸ਼ ਹੋ ਕੇ ਆਪਣੇ ਮਾਲਕ ਦੇ ਸਾਹਵੇਂ ਧੰਨਵਾਦ ਕਰਨ ਵਜੋਂ ਆਪਣੀ ਪੂਛ ਹਿਲਾਉਂਦਾ ਹੈ. ਪੰਜਾਬੀ ਸਾਹਿਤ, ਪੰਜਾਬੀ ਕਵਿਤਾ ਵੱਲ ਵੀ ਜੇਕਰ ਧਿਆਨ ਮਾਰੀਏ ਤਾਂ ਸਹਿਜੇ ਹੀ ਦੇਖ ਸਕਦੇ ਹਾਂ ਕਿ ਪੰਜਾਬੀ ਸਾਹਿਤਕਾਰਾਂ ਨੇ ਵੀ ਸਮਾਜ ਵਿੱਚ ਹੋ ਰਹੀਆਂ ਜ਼ਿਆਦਤੀਆਂ ਵਿਰੁੱਧ ਵਿਦਰੋਹੀ ਆਵਾਜ਼ ਉੱਚੀ ਕਰਨ ਦੀ ਥਾਂ ਚਾਪਲੂਸੀ ਭਰੇ ਗੋਲਮੋਲ ਸ਼ਬਦਾਂ ਨਾਲ ਭਰੀਆਂ ਰਚਨਾਵਾਂ ਦੀ ਰਚਨਾ ਕਰਨੀ ਸ਼ੁਰੂ ਕਰ ਦਿੱਤੀ ਹੈ. ਜਿਨ੍ਹਾਂ ਲਿਖਤਾਂ ਦਾ ਸਿੱਧਾ ਉਦੇਸ਼ ਹੁੰਦਾ ਹੈ 'ਸਥਾਪਤੀ' ਦੀਆਂ ਜ਼ਿਆਦਤੀਆਂ ਵਿਰੁੱਧ ਚੁੱਪ ਰਹਿਕੇ – ਅਸਿੱਧੇ ਅਰਥਾਂ ਵਿੱਚ, 'ਸਥਾਪਤੀ' ਦੀ 'ਹਾਂ' ਵਿੱਚ 'ਹਾਂ' ਮਿਲਾਣੀ ਅਤੇ ਸਥਾਪਤੀ ਤੋਂ ਮੂੰਹ ਮੰਗੀਆਂ ਬਖਸ਼ੀਸ਼ਾਂ ਲੈਣੀਆਂ. ਦਰਸ਼ਨ ਖਟਕੜ ਦੀ ਨਜ਼ਮ 'ਸ਼ਬਦ ਨੂੰ ਸੀਮਾ ਦਾ ਬੋਧ' ਸਾਡੇ ਸਮਿਆਂ ਦੇ ਇਸ ਸੱਚ ਨੂੰ ਹੀ ਉਜਾਗਰ ਕਰਦੀ ਹੈ :

ਬਦਲੋ ਸ਼ਬਦ ਆਧੁਨਿਕ ਆਭਾ ਤੋਂ ਜੋ ਕੋਰੇ
ਬਦਲੋ ਸ਼ਬਦ ਗਲੋਬੀ ਛੋਹ ਤੋਂ ਜੋ ਸੱਖਣੇ
ਗਲੋਬੀ ਟੋਹ ਤੋਂ ਜੋ ਸੱਖਣੇ
ਬਦਲੋ ਸ਼ਬਦ ਖੀਰ ਵਿੱਚ ਪਈ ਰੇਤ ਵਰਗੇ
ਦਾਲ ਵਿਚਲੇ ਕੋਕੜੂ ਵਰਗੇ
ਕਬਾਬ ਵਿਚਲੀ ਹੱਡੀ ਵਰਗੇ

ਬਦਲੋ ਸ਼ਬਦ ਤਲਖ ਬੋਲ ਜੋ ਬੋਲਣ
ਬਦਲੋ ਸ਼ਬਦ ਜੋ ਰਹਿ ਰਹਿ ਟੱਕਰਾਂ ਟੋਲ੍ਹਣ
ਬਦਲੋ ਸ਼ਬਦ ਖੁਦਰੇ ਨੋਕਾਂ ਨੁੱਕਰਾਂ ਵਾਲੇ ਖਰ੍ਹਦੀ ਟੱਕਰਾਂ ਵਾਲੇ

'ਖਾਓ, ਪੀਓ, ਕਰੋ ਆਨੰਦ' ਦੀ ਵਿਚਾਰਧਾਰਾ ਦੇ ਪ੍ਰਭਾਵ ਹੇਠਾਂ ਪਲ ਰਹੀ ਨਵੀਂ ਪੌਦ ਨ ਸਿਰਫ ਸਮਾਜਿਕ/ਸਭਿਆਚਾਰਕ/ਨੈਤਿਕ ਕਦਰਾਂ-ਕੀਮਤਾਂ ਤੋਂ ਕੋਰੀ ਹੈ; ਬਲਕਿ, ਉਹ ਬੇਲਿਹਾਜ਼ ਵੀ ਹੈ. ਇਸ ਵਿੱਚ ਦੋਸ਼ ਅਜੋਕੀ ਵਿੱਦਿਅਕ ਪ੍ਰਣਾਲੀ ਦਾ ਵੀ ਹੈ. ਜੋ ਕਿ ਨੌਜੁਆਨਾਂ ਨੂੰ ਕਾਲਿਜਾਂ/ਯੂਨੀਵਰਸਿਟੀਆਂ ਵਿੱਚ ਪੜ੍ਹਾ ਕੇ ਸਮਾਜ ਵਿੱਚ ਭੇਜੀ ਜਾ ਰਹੀ ਹੈ ਜਿਨ੍ਹਾਂ ਦੇ ਕਰਨ ਲਈ ਕੋਈ ਕੰਮ ਮੌਜੂਦ ਨਹੀਂ ਹਨ. ਜਿਸ ਕਾਰਨ ਹਿੰਦੁਸਤਾਨੀ ਨਵੀਂ ਪੌਦ ਵਿੱਚ ਤਿੰਨ ਵੱਡੀਆਂ ਸਮੱਸਿਆਵਾਂ ਪੈਦਾ ਹੋ ਰਹੀਆਂ ਹਨ : ਬੇਰੁਜ਼ਗਾਰ ਨੌਜੁਆਨਾਂ ਦੀ ਹਰ ਪਾਸੇ ਭੀੜ ਵੱਧ ਰਹੀ ਹੈ, ਇਹ ਨੌਜੁਆਨ ਕਿਸੀ ਦੀ ਕੋਈ ਕਦਰ ਨਹੀਂ ਕਰਦੇ. ਜਿਸ ਕਾਰਨ ਜੁਰਮਾਂ ਵਿੱਚ ਵੀ ਵਾਧਾ ਹੋ ਰਿਹਾ ਹੈ, ਤੀਜਾ ਨੌਜੁਆਨ ਪੀੜ੍ਹੀ 'ਖਾਓ, ਪੀਓ, ਕਰੋ ਆਨੰਦ' ਦੇ ਜੀਵਨ ਦਰਸ਼ਨ ਵਿੱਚ ਫਸੀ ਹਰ ਤਰ੍ਹਾਂ ਦੇ ਨਸ਼ਿਆਂ ਦੀ ਆਦੀ ਹੋ ਰਹੀ ਹੈ. ਜਿਸ ਵਿੱਚ ਔਰਤਾਂ ਅਤੇ ਮਰਦ ਦੋਵੇਂ ਹੀ ਸ਼ਾਮਿਲ ਹਨ. ਨਸ਼ਿਆਂ ਦੀ ਵਰਤੋਂ ਕਰਨ ਵਿੱਚ ਹੁਣ ਔਰਤਾਂ ਵੀ ਮਰਦਾਂ ਤੋਂ ਪਿੱਛੇ ਨਹੀਂ ਰਹੀਆਂ. ਦਰਸ਼ਨ ਖਟਕੜ ਆਪਣੀ ਨਜ਼ਮ 'ਹੋਸਟਲ ਦਾ ਹਾਸਲ' ਰਾਹੀਂ ਨਵੀਂ ਪੌਦ ਵਿੱਚ ਵੱਧ ਰਹੀ ਨੈਤਿਕ ਕਦਰਾਂ-ਕੀਮਤਾਂ ਦੀ ਸਮੱਸਿਆ ਬਾਰੇ ਆਪਣਾ ਪ੍ਰਤੀਕਰਮ ਕੁਝ ਇਸ ਤਰ੍ਹਾਂ ਪੇਸ਼ ਕਰਦਾ ਹੈ :

ਹੈ ਕਿਦਾਂ ਦਾ ਇਹ ਨਵਾਂ ਲੌਅ ਆਇਆ
ਮੁੰਡੀਰ ਦੀਆਂ ਵਿਹਲੜ ਧਾੜਾਂ
ਦਗੜ-ਦਗੜ ਕਰ ਇਧਰੋਂ ਉੱਧਰ
ਉਧਰੋਂ-ਇੱਧਰ
ਬੱਸਾਂ ਦੇ ਵਿੱਚ - ਬਾਈਕਾਂ ਉੱਤੇ

ਨਾ ਵੱਡੇ ਦੀ ਨਾ ਛੋਟੇ ਦੀ
ਕੋਈ ਰਹੀ ਤਮੀਜ਼ ਕਿਸੇ ਨੂੰ
ਨਾ ਕੋਈ ਇੱਜ਼ਤ ਦੀਆਂ ਸਾਂਝਾਂ
ਨਾ ਕੋਈ ਵੱਡਿਆਂ ਦਾ ਆਦਰ
ਕੀਹਦੇ ਕੋਲੋਂ ਆਪਣੇਪਣ ਦੀ
ਆਸ ਕਰੇ ਇਉਂ ਕੋਈ
ਕੈਸਾ ਨਵਾਂ ਜ਼ਮਾਨਾ ਆਇਆ
ਕੈਸੀ ਆਈ ਨਵੀਂ ਜੁਆਨੀ

'ਜੋੜੀਆਂ ਜੱਗ ਥੋੜੀਆਂ, ਨਰੜ ਬਥੇਰੇ' ਦੀ ਕਹਾਵਤ ਵਾਂਗ, ਸਾਡੇ ਸਮਾਜ ਵਿੱਚ ਲੱਖਾਂ ਹੀ ਅਜਿਹੇ ਵਿਆਹੇ ਹੋਏ ਜੋੜੇ ਉਮਰ ਭਰ ਇੱਕ ਦੂਜੇ ਨਾਲ ਰਹਿ ਕੇ ਆਪਣੀ ਜ਼ਿੰਦਗੀ ਪੂਰੀ ਕਰ ਜਾਂਦੇ ਹਨ; ਪਰ ਉਨ੍ਹਾਂ ਦਾ ਇੱਕ ਦੂਜੇ ਨਾਲ ਕੋਈ ਭਾਵਨਾਤਮਕ ਰਿਸ਼ਤਾ ਨਹੀਂ ਹੁੰਦਾ. ਅਜਿਹੀ ਹਾਲਤ ਵਿੱਚ, ਅਜਿਹੀਆਂ

ਅਤ੍ਰਿਪਤ ਰੂਹਾਂ ਦਰ-ਦਰ ਭਟਕਦੀਆਂ ਰਹਿੰਦੀਆਂ ਹਨ. ਦਰਸ਼ਨ ਖਟਕੜ ਆਪਣੀ ਨਜ਼ਮ 'ਵਰਜਿਤ ਲੀਕ' ਵਿੱਚ ਸਾਡੇ ਸਮਾਜ ਦੀ ਇਸ ਸਮੱਸਿਆ ਬਾਰੇ ਵੀ ਚਰਚਾ ਛੇੜਦਾ ਹੈ :

ਜੋ ਵਰਜਿਤ ਲੀਕ ਟੱਪਕੇ ਦਰ ਕਿਸੇ ਦੇ ਢੁੱਕਿਆ ਹੋਣਾ
ਉਦ੍ਹੇ ਲਈ ਰਿਸ਼ਤਿਆਂ ਦੀ ਜੂਹ 'ਚ ਪਾਣੀ ਸੁੱਕਿਆ ਹੋਣਾ
ਪਿਆ ਘਰ ਕਾਰਡ, ਬਣਕੇ ਬਰੰਗ ਖ਼ਤ ਜਾਂਦੈ, ਪਰਤ ਆਉਂਦੈ
ਕੋਈ ਮੁੱਲ ਟਿਕਟ ਦਾ ਦੇਣੋਂ, ਝਿਜਕਿਆ ਉੱਕਿਆ ਹੋਣਾ
ਜੋ ਇੱਛਿਤ ਸੇਬ ਦੇ ਲਈ ਲਿਲਕ ਮੁੱਕੀ ਨਾ ਉਮਰ ਭਰ ਲਈ
ਉਹਨੂੰ ਫਲ ਜੋ ਵੀ ਟੱਕਰਿਆ, ਉਹ ਖਾਧਾ-ਟੁੱਕਿਆ ਹੋਣਾ
ਉਹ ਖਿਸਕਾ ਕੇ ਹੰਢਾਉਂਦਾ ਰਹੇ ਵਸਤਾਂ ਪ੍ਰੰਤੂ ਤ੍ਰਿਪਤ ਨਾ ਹੋਵੇ
ਪਤਾ ਨਹੀਂ ਕੀ ਕੀ ਉਸ ਦੀ ਲੋੜ ਦਾ ਗਿਆ ਚੁੱਕਿਆ ਹੋਣਾ
ਕੋਈ ਬੇਚੈਨ ਬਦਲਾ ਉਸ ਨੂੰ ਜੇ ਥਿਰ ਰਹਿਣ ਨਹੀਂ ਦਿੰਦਾ
ਤਾਂ ਉਸ ਨੂੰ ਜ਼ਖ਼ਮ ਦੇ ਕੇ ਨਮਕ ਵੀ ਗਿਆ ਭੁੱਕਿਆ ਹੋਣਾ
ਜੋ ਆਉਂਦੀ ਸਾਹਮਣੇ ਨਾਲੀ ਉਸੇ ਵਿੱਚ ਜਾ ਕੇ ਡਿੱਗ ਪੈਂਦੈ
ਸਫ਼ਰ ਉਸ ਵਹਿਣ ਦਾ ਖੇਤਾਂ ਦੇ ਵਲ ਨੂੰ ਮੁੱਕਿਆ ਹੋਣਾ

ਸਾਡੇ ਸਮਾਜ ਵਿੱਚ ਔਰਤ ਨਾਲ ਹਮੇਸ਼ਾ ਹੀ ਜ਼ਿਆਦਤੀਆਂ ਹੁੰਦੀਆਂ ਆਈਆਂ ਹਨ. ਇੱਥੋਂ ਤੱਕ ਕਿ ਉਸਨੂੰ ਜੰਮਦਿਆਂ ਸਾਰ ਹੀ ਮਾਰ ਦਿੱਤਾ ਜਾਂਦਾ ਸੀ. ਸਾਡੇ ਸਮਿਆਂ ਵਿੱਚ ਵਿਗਿਆਨ ਅਤੇ ਤਕਨਾਲੋਜੀ ਦੀ ਤਰੱਕੀ ਹੋ ਜਾਣ ਕਾਰਨ ਹੁਣ ਤਾਂ ਲੱਖਾਂ ਔਰਤਾਂ ਨੂੰ ਜੰਮਣ ਦਾ ਹੱਕ ਵੀ ਵਸੂਲ ਨਹੀਂ ਹੁੰਦਾ, ਉਨ੍ਹਾਂ ਨੂੰ ਮਾਂ ਦੇ ਪੇਟ ਵਿੱਚ ਹੀ ਮਾਰ ਦਿੱਤਾ ਜਾਂਦਾ ਹੈ. ਸਾਡੇ ਸਮਾਜ ਵਿੱਚ, ਦਿਨ-ਬ-ਦਿਨ, ਵੱਧ ਰਹੀ ਇਸ ਸਮੱਸਿਆ ਬਾਰੇ ਵੀ ਦਰਸ਼ਨ ਖਟਕੜ ਆਪਣੀਆਂ ਨਜ਼ਮਾਂ 'ਧਿਰ ਵੀ ਹੈ ਪਰ...' ਅਤੇ 'ਧੀਆਂ ਦੀ ਸੰਭਾਲ' ਵਿੱਚ ਆਪਣੇ ਵਿਚਾਰ ਕੁਝ ਇਸ ਤਰ੍ਹਾਂ ਪੇਸ਼ ਕਰਦਾ ਹੈ :

1.
ਧਿਰ ਵੀ ਹੈ ਪਰ ਕੌਣ ਕਹੇ ਕਿ ਧੀਅ ਸਿਰ ਤੇ ਇੱਕ ਕਰਜ਼ ਨਹੀਂ
ਮੁੱਕਰੇ ਕੌਣ ਕਿ ਤਹਿਜ਼ੀਬਾਂ ਨੂੰ ਸਦੀਆਂ ਤੋਂ ਇਹ ਮਰਜ਼ ਨਹੀਂ
ਥਾਣੇ ਅੰਦਰ ਵਿੱਚ ਕਚਹਿਰੀ ਅਖਬਾਰਾਂ ਦੇ ਪੰਨਿਆਂ 'ਤੇ
ਕੁੱਖ ਦੇ ਅੰਦਰ ਕਤਲ ਜੋ ਹੋਇਆ ਉਹ ਕਿਧਰੇ ਵੀ ਦਰਜ ਨਹੀਂ
ਚੰਗੀ ਚੀਜ਼ ਲਈ ਕਸ਼ਟ ਸਹੀਦੇ ਦੁਨੀਆਂਦਾਰੀ ਬੋਲ ਪਈ
ਇੱਕ ਦੋ ਦਿਨ ਬੱਸ ਦੇਹ ਦਾ ਦੁੱਖ ਹੈ ਹੋਰ ਤਾਂ ਕੋਈ ਹਰਜ ਨਹੀਂ
ਚਿੜੀਆਂ ਵਾਂਗੂੰ ਗਿਣਤੀ ਘੱਟ ਗਈ ਕੁੜੀਆਂ ਦੀ ਪਰ ਸੋਚੇ ਕੌਣ
ਅੰਮੀ ਦੇ ਢਿੱਡ ਹੌਲ ਨਹੀਂ ਹੈ ਤੇ ਬਾਬਲ ਨੂੰ ਗਰਜ ਨਹੀਂ
ਵੀਰੇ ਦੀ ਰੱਖੜੀ ਦੇ ਵੇਲੇ ਹੱਥ ਉਧਾਰੇ ਲੈ ਆਇਓ
ਸਾਡਾ ਅਣਜਾਈਆਂ ਦਾ ਕੀ ਹੈ ਮਿੰਨਤ ਨਹੀਂ ਤੇ ਅਰਜ਼ ਨਹੀਂ

2.
ਧੀਆਂ ਦੀ ਸੰਭਾਲ ਮਾਏ ਹੋ ਗਈ ਮੁਹਾਲ
ਤੇਰੀ ਕੁੱਖ ਸਾਡੀ ਸਾਂਭ ਨਾ ਕਰੇ
ਖੂਨ ਦੀ ਨਦੀ 'ਚ ਧੱਕਾ ਦੇ ਕੇ ਧਿਆਣੀਆਂ ਨੂੰ
ਜੱਗ ਘਰੋਂ ਵਿਦਿਆ ਕਰੇ

ਪਸ਼ੂਆਂ ਦੀ ਪੁੱਗੇ ਸਿੰਗ ਬੰਦਿਆਂ ਦੇ ਉੱਗੇ
ਤਾਂਹੀਉ ਬਾਲੜੀ ਬਲਾਤਕਾਰ ਹੋ ਗਿਆ
ਚੈਨਲਾਂ ਦੀ ਲਾਗ ਲੱਗੇ ਇੱਜ਼ਤਾਂ ਨੂੰ ਦਾਗ਼
ਡਰ ਮਾਪਿਆਂ ਦੇ ਆਰ-ਪਾਰ ਹੋ ਗਿਆ
ਉੱਡ ਉੱਡ ਪੈਣਾ ਸਿਰ ਫੇਰ ਦਾ ਜੋ ਕੂੜਾ
ਉਹਨੂੰ ਹੂੰਝ ਲੋਕੀਂ ਕਰਦੇ ਪਰੇ

ਇਸ ਨਿਬੰਧ ਵਿੱਚ ਹੁਣ ਤੱਕ ਚਰਚਾ ਅਧੀਨ ਲਿਆਂਦੇ ਗਏ ਵਿਸ਼ਿਆਂ ਤੋਂ ਬਿਨ੍ਹਾਂ ਦਰਸ਼ਨ ਖਟਕੜ ਨੇ ਭਾਵੇਂ ਕਿ ਹੋਰ ਵੀ ਅਨੇਕਾਂ ਵਿਸ਼ਿਆਂ ਬਾਰੇ ਵੀ ਖ਼ੂਬਸੂਰਤ ਗ਼ਜ਼ਲਾਂ, ਗੀਤ ਅਤੇ ਨਜ਼ਮਾਂ ਲਿਖੀਆਂ ਹਨ; ਪਰ ਮੈਂ ਧਰਮ ਅਤੇ ਰਾਜਨੀਤੀ ਦੇ ਗੰਦੇ ਗੱਠਜੋੜ ਬਾਰੇ ਉਸ ਵੱਲੋਂ ਪੇਸ਼ ਕੀਤੇ ਗਏ ਵਿਚਾਰਾਂ ਬਾਰੇ ਚਰਚਾ ਕਰਨ ਤੋਂ ਬਾਹਦ ਆਪਣੀ ਗੱਲਬਾਤ ਦਾ ਅੰਤ ਕਰਨਾ ਚਾਹਾਂਗਾ.

ਧਰਮ ਦਾ ਪੱਤਾ ਖੇਲ੍ਹ ਕੇ ਪਹਿਲਾਂ ਇੰਦਰਾ ਗਾਂਧੀ ਦੀ ਕਾਂਗਰਸ ਸਰਕਾਰ ਨੇ ਹਿੰਦੁਸਤਾਨ ਵਿੱਚ 'ਖਾਲਿਸਤਾਨ ਦਾ ਹਊਆ' ਖੜ੍ਹਾ ਕੀਤਾ ਅਤੇ ਫਿਰ 'ਖਾਲਿਸਤਾਨੀ ਦਹਿਸ਼ਤਗਰਦੀ' ਨੂੰ ਨੱਥ ਪਾਉਣ ਦੇ ਨਾਮ ਉੱਤੇ 'ਗੋਲਡਨ ਟੈਂਪਲ' ਉੱਤੇ ਫੌਜੀ ਹੱਲਾ ਬੋਲ ਦਿੱਤਾ. 'ਬਲਿਊ ਸਟਾਰ ਓਪਰੇਸ਼ਨ' ਨਾਮ ਹੇਠ ਇੰਦਰਾ ਗਾਂਧੀ ਦੀ ਸਰਕਾਰ ਨੇ 1984 ਵਿੱਚ ਪੰਜਾਬ ਵਿੱਚ ਅਜਿਹੀ ਸਮਾਜਿਕ/ਸਭਿਆਚਾਰਕ/ਧਾਰਮਿਕ ਛੇੜ ਛਾੜ ਕੀਤੀ ਕਿ ਅੱਜ ਤੱਕ ਵੀ ਪੰਜਾਬ ਦਾ ਮਾਹੌਲ ਸ਼ਾਂਤ ਨਹੀਂ ਹੋ ਸਕਿਆ. ਹਿੰਦੁਸਤਾਨ ਦੀ ਮੌਜੂਦਾ ਬੀਜੇਪੀ ਸਰਕਾਰ ਵੀ ਅਜਿਹੀ ਗੰਦੀ ਰਾਜਨੀਤੀ ਦਾ ਪੱਤਾ ਖੇਡ ਰਹੀ ਹੈ. ਨਰਿੰਦਰ ਮੋਦੀ ਦੀ ਬੀਜੇਪੀ ਸਰਕਾਰ ਦੀਆਂ ਸਹਿਯੋਗੀ ਹਿੰਦੂ ਧਾਰਮਿਕ ਕੱਟੜਵਾਦੀ ਰਾਜਨੀਤਕ ਪਾਰਟੀਆਂ ਸ਼ਿਵ ਸੈਨਾ, ਆਰਐਸਐਸ, ਹਿੰਦੂ ਮਹਾਂ ਪ੍ਰੀਸ਼ਦ ਆਦਿ 'ਹਿੰਦੂ, ਹਿੰਦੀ, ਹਿੰਦੁਸਤਾਨ' ਅਤੇ 'ਗਾਂ ਮਾਤਾ ਦੀ ਪੂਜਾ' ਦੇ ਨਾਹਰੇ ਹੇਠ ਹਿੰਦੁਸਤਾਨ ਵਿੱਚ ਰਹਿਣ ਵਾਲੀਆਂ ਘੱਟ ਗਿਣਤੀਆਂ ਮੁਸਲਮਾਨਾਂ, ਸਿੱਖਾਂ, ਈਸਾਈਆਂ, ਬੋਧੀਆਂ, ਕਿਸੀ ਵੀ ਧਰਮ ਨੂੰ ਨ ਮੰਨਣ ਵਾਲੇ ਲੋਕਾਂ, ਦਾ ਨੱਕ ਵਿੱਚ ਦੰਮ ਕਰ ਰਹੀਆਂ ਹਨ. ਵਿਸ਼ੇਸ਼ ਕਰਕੇ, ਦਲਿਤ ਲੋਕਾਂ ਉੱਤੇ ਹਰ ਤਰ੍ਹਾਂ ਦੇ ਜ਼ੁਲਮ ਹੋ ਰਹੇ ਹਨ; ਬਜਰੰਗ ਦਲ ਅਤੇ ਗਾਂ ਰਖਸ਼ਾ ਦਲ ਨਾਲ ਸਬੰਧਤ ਲੋਕਾਂ ਵੱਲੋਂ ਦਲਿਤ ਲੋਕਾਂ ਦੀਆਂ ਮਾਵਾਂ, ਭੈਣਾਂ, ਧੀਆਂ ਦੇ ਸ਼ਰੇਆਮ ਸਮੂਹ ਬਲਾਤਕਾਰ ਕੀਤੇ ਜਾ ਰਹੇ ਹਨ ਅਤੇ ਇਨ੍ਹਾਂ ਔਰਤਾਂ ਦੇ ਕਤਲ ਕੀਤੇ ਜਾ ਰਹੇ ਹਨ. ਇੱਥੋਂ ਤੱਕ ਕਿ ਜੋ ਵੀ ਤਰਕਸ਼ੀਲ ਲੇਖਕ/ਚਿੰਤਕ।ਪੱਤਰਕਾਰ ਇਨ੍ਹਾਂ ਧਾਰਮਿਕ ਕੱਟੜਵਾਦੀ ਹਿੰਦੂਆਂ ਦੇ ਅਜਿਹੇ ਘਿਨਾਉਣੇ ਕੰਮਾਂ ਦੀ ਆਲੋਚਨਾ

ਕਰਦਾ ਹੈ ਇਨ੍ਹਾਂ ਹਿੰਦੂ ਧਾਰਮਿਕ ਕੱਟੜਵਾਦੀਆਂ ਵੱਲੋਂ ਉਸਦਾ ਸ਼ਰੇਆਮ ਕਤਲ ਕਰ ਦਿੱਤਾ ਜਾਂਦਾ ਹੈ. ਉਨ੍ਹਾਂ ਦੇ ਘਰਾਂ/ਵਿਉਪਾਰਾਂ ਨੂੰ ਅੱਗ ਲਗਾ ਕੇ ਫੂਕ ਦਿੱਤਾ ਜਾਂਦਾ ਹੈ. ਇਹ ਸਭ ਕੁਝ ਸ਼ਰੇਆਮ ਹਿੰਦੁਸਤਾਨ ਦੀ ਧਾਰਮਿਕ ਜਨੂੰਨੀ ਸਰਕਾਰ ਦੀ ਸ਼ਹਿ ਉੱਤੇ ਹੋ ਰਿਹਾ ਹੈ. ਇੱਥੋਂ ਤੱਕ ਕਿ ਅਮਰੀਕਾ ਦੇ ਪ੍ਰਧਾਨ ਬਾਰਾਕ ਓਬਾਮਾ ਨੇ ਵੀ ਹਿੰਦੁਸਤਾਨ ਸਰਕਾਰ ਦੀ ਇਸ ਗੱਲ ਲਈ ਸਖਤ ਆਲੋਚਨਾ ਕੀਤੀ ਹੈ. ਹਿੰਦੁਸਤਾਨ ਦੇ ਅਨੇਕਾਂ ਹਿੱਸਿਆਂ ਵਿੱਚੋਂ ਦਲਿਤ ਲੋਕਾਂ ਉੱਤੇ ਇਨ੍ਹਾਂ ਹਿੰਦੂਵਾਦੀਆਂ ਵੱਲੋਂ ਕੀਤੇ ਜਾ ਰਹੇ ਜ਼ੁਲਮ ਦੀਆਂ ਆ ਰਹੀਆਂ ਖਬਰਾਂ ਇਸ ਤਰ੍ਹਾਂ ਦੇ ਹੀ ਪ੍ਰਭਾਵ ਦੇ ਰਹੀਆਂ ਹਨ ਜਿਵੇਂ ਕਿਸੇ ਵੇਲੇ ਜਰਮਨੀ ਵਿੱਚ ਹਿਟਲਰ ਦੀਆਂ ਨਾਜ਼ੀ ਫੌਜਾਂ ਨੇ ਯਹੂਦੀਆਂ ਉੱਤੇ ਜ਼ੁਲਮ ਕੀਤੇ ਸਨ ਅਤੇ ਲੱਖਾਂ ਯਹੂਦੀਆਂ ਨੂੰ ਗੈਸ ਚੈਂਬਰਾਂ ਵਿੱਚ ਸੁੱਟ ਕੇ ਸੁਆਹ ਦੇ ਢੇਰ ਬਣਾ ਦਿੱਤਾ ਸੀ. ਹਿੰਦੁਸਤਾਨ ਵਿੱਚ ਹਰ ਦਿਨ ਧਰਮ ਦੇ ਨਾਮ ਉੱਤੇ ਘੱਟ ਗਿਣਤੀਆਂ ਉੱਤੇ ਵੱਧ ਰਹੇ ਜ਼ੁਲਮਾਂ ਨੂੰ ਦੇਖ ਕੇ ਸਹਿਜੇ ਹੀ ਕਿਹਾ ਜਾ ਸਕਦਾ ਹੈ ਕਿ ਹਿੰਦੁਸਤਾਨ ਆਉਣ ਵਾਲੇ ਸਮਿਆਂ ਵਿੱਚ ਸੀਰੀਆ/ਇਰਾਕ/ਅਫਗਾਨਿਸਤਾਨ ਵਾਂਗ ਹੀ ਘਰੋਗੀ ਜੰਗ ਵੱਲ ਵੱਧ ਰਿਹਾ ਹੈ. ਜਿਸ ਦੇ ਬਹੁਤ ਹੀ ਮਾਹੂ ਨਤੀਜੇ ਨਿਕਲ ਸਕਦੇ ਹਨ ਅਤੇ ਹਿੰਦੁਸਤਾਨ ਦੀ ਇੱਕ ਵਾਰ ਫਿਰ ਵੰਡ ਹੋ ਸਕਦੀ ਹੈ. ਦਰਸ਼ਨ ਖਟਕੜ ਆਪਣੀ ਨਜ਼ਮ 'ਤਾਜ਼ਦਾਰ ਆਏ' ਵਿੱਚ ਹਿੰਦੁਸਤਾਨ ਵਿੱਚ ਧਾਰਮਿਕ ਗੁੰਡਿਆਂ ਅਤੇ ਰਾਜਨੀਤਕ ਗੁੰਡਿਆਂ ਦੇ ਗੱਠਜੋੜ ਵੱਲੋਂ ਖੇਡੀ ਜਾ ਰਹੀ ਗੰਦੀ ਖੇਡ ਦਾ ਪਾਜ ਉਘਾੜਦਾ ਹੈ :

ਬਹਿ ਕੇ ਅੱਗ ਦੇ ਰੱਥਾਂ ਤੇ ਇੱਥੇ ਤਾਜਦਾਰ ਆਏ
ਪਾ ਕੇ ਦੁੱਧ ਧੋਤੇ ਬਾਣੇ ਸਾਰੇ ਦਾਗਦਾਰ ਆਏ
ਮੁੱਦਾ ਮੰਦਰਾਂ-ਮਸੀਤਾਂ ਦਾ ਪਿਆਰਾ ਹੋ ਗਿਆ
ਜਿੱਦਾਂ ਡੁੱਬਦੇ ਨੂੰ ਤੀਲੇ ਦਾ ਸਹਾਰਾ ਹੋ ਗਿਆ
ਚਾਹੇ ਜਿੱਤ ਕੇ ਉਹ ਆਏ ਚਾਹੇ ਹਾਰ ਹਾਰ ਆਏ
ਬਹਿ ਕੇ ਅੱਗ ਦੇ ਰੱਥਾਂ ਤੇ.....
ਹੋਏ ਜ਼ੁਲਮਾਂ ਦੇ ਕਾਇਮ ਇੱਥੇ ਨਵੇਂ ਹੀ ਮਿਆਰ
ਜਦੋਂ ਕਾਤਲਾਂ ਦੇ ਨਾਲ ਰਲ੍ਹ ਬੈਠੀ ਸਰਕਾਰ
ਠੱਗ ਸੱਜਨਾਂ ਦਾ ਰੂਪ ਧਾਰੀ ਵਾਰ ਵਾਰ ਆਏ
ਬਹਿ ਕੇ ਅੱਗ ਦੇ ਰੱਥਾਂ ਤੇ....

'ਕਾਤਲਾਂ' ਅਤੇ 'ਰਾਜਨੀਤੀਵਾਨਾਂ' ਦੇ ਇਸ ਧਰਮੀ ਗੱਠਜੋੜਾਂ ਨੇ ਆਪਣੇ ਮੰਤਵ ਸਿੱਧ ਕਰਨ ਲਈ ਚਿਹਰਿਆਂ ਉੱਤੇ ਕਿਹੋ ਜਿਹੇ ਮੁਖੌਟੇ ਪਾਏ ਹੋਏ ਸਨ ਉਸ ਦੀ ਤਸਵੀਰ 'ਕਾਲਖ਼ ਦੇ ਕੌਤਕ' ਨਾਮ ਦੀ ਨਜ਼ਮ ਵਿੱਚ ਦਰਸ਼ਨ ਖਟਕੜ ਕੁਝ ਇਸ ਤਰ੍ਹਾਂ ਉਲੀਕਦਾ ਹੈ :

ਕਾਲਖ਼ ਦੇ ਕੌਤਕ ਲੈ ਆਏ, ਕੀ ਕੀ ਰੰਗ ਹਿਆਤ ਲਈ
ਬਾਹਾਂ ਵਿੱਚ ਨਿੱਤ ਡੁੱਬਦਾ ਸੂਰਜ, ਆਉਂਦੀ ਹੈ ਪ੍ਰਭਾਤ ਲਈ
ਇੱਕ ਸਿਆਸਤ ਬਣੀ ਵੇਸਵਾ, ਢਲ ਗਈ ਉਮਰ ਦੇ ਮੰਦੇ ਦਿਨ
ਮੰਦਰ, ਮਸਜਿਦ ਤੇ ਗੁਰਦੁਆਰੇ ਜਾ ਸੌਂਦੀ ਹੈ ਰਾਤ ਪਈ

ਸਿਰ ਦੀ ਥਾਂ ਖੰਡੇ ਉੱਗ ਆਏ ਜਾਂ ਉੱਗ ਆਏ ਹਨ ਤ੍ਰਿਸੂਲ
ਦਿਨਾਂ ਦਿਨਾਂ ਵਿੱਚ ਕਿਝ ਕਰੂਪੀ, ਦੇਖੋ ਮਾਨਵ ਜਾਤ ਗਈ
'ਡਾਕੂ, ਕਾਤਲ, ਬਦ-ਅਮਨੀ, ਹੁਣ ਖ਼ੈਰ ਨਹੀਂ ਹੈ ਰਾਹੀਆਂ ਦੀ'
ਚਿੱਟੇ ਠੱਗ ਇਉਂ ਹੋਕਾ ਦਿੰਦੇ, ਚੋਰਾਂ ਦੀ ਬਾਰਾਤ ਲਈ

ਦਰਸ਼ਨ ਖਟਕੜ ਦੀ ਸ਼ਾਇਰੀ ਨਕਸਲਬਾੜੀ ਲਹਿਰ ਦੇ ਉਭਾਰ ਨਾਲ ਉਭਰੇ ਹੋਰਨਾਂ ਮੁੱਖ ਸ਼ਾਇਰਾਂ ਪਾਸ਼, ਸੰਤ ਰਾਮ ਉਦਾਸੀ ਅਤੇ ਲਾਲ ਸਿੰਘ ਦਿਲ ਦੀ ਸ਼ਾਇਰੀ ਨਾਲ ਕਈ ਪਹਿਲੂਆਂ ਤੋਂ ਸਾਂਝ ਰੱਖਣ ਦੇ ਬਾਵਜੂਦ ਵੀ ਕਈ ਗੱਲਾਂ ਤੋਂ ਵੱਖਰੀ ਵੀ ਹੈ ਅਤੇ ਆਪਣੀ ਇੱਕ ਵੱਖਰੀ ਪਹਿਚਾਣ ਵੀ ਬਣਾਂਦੀ ਹੈ.

ਦਰਸ਼ਨ ਖਟਕੜ ਭਾਵੇਂ ਕਿ ਨਕਸਲਬਾੜੀ ਲਹਿਰ ਦੇ ਉਭਾਰ ਸਮੇਂ ਪੰਜਾਬੀ ਸ਼ਾਇਰੀ ਦੇ ਖੇਤਰ ਵਿੱਚ ਪ੍ਰਵੇਸ਼ ਕਰਨ ਵੇਲੇ ਆਪਣੀ ਸ਼ਾਇਰੀ ਵਿੱਚ 'ਜੈਕਾਰਾ ਧਰਮ-ਯੁੱਧ ਦਾ' ਲਗਾਉਂਦਾ ਹੈ - ਪਰ ਹੌਲੀ ਹੌਲੀ ਸਮਾਂ ਬੀਤਣ ਨਾਲ ਉਹ ਇਸ ਨਾਹਰੇ ਤੋਂ ਦੂਰ ਹੁੰਦਾ ਜਾਂਦਾ ਹੈ ਅਤੇ ਉਸ ਦੀ ਸ਼ਾਇਰੀ ਦਾ ਨਾਹਰਾ 'ਲੋਕ-ਯੁੱਧ' ਤੱਕ ਹੀ ਸੀਮਤ ਹੋ ਜਾਂਦਾ ਹੈ. 'ਧਰਮ' ਅਤੇ 'ਰਾਜਨੀਤੀ' ਦੇ ਗੰਦੇ ਗੱਠਜੋੜ ਵੱਲੋਂ ਕੀਤੀ ਜਾ ਰਹੀ ਤਬਾਹੀ ਨੇ ਵੀ ਹੋ ਸਕਦਾ ਹੈ ਕਿ ਉਸਦੀ ਸੋਚ ਵਿੱਚ ਅਜਿਹੀ ਤਬਦੀਲੀ ਲਿਆਉਣ ਵਿੱਚ ਯੋਗਦਾਨ ਪਾਇਆ ਹੋਵੇ.

ਨਿਰਸੰਦੇਹ, ਅਜੋਕੇ ਸਮਿਆਂ ਵਿੱਚ ਲਿਖੀ ਜਾ ਰਹੀ ਕਰਾਂਤੀਕਾਰੀ ਕਵਿਤਾ ਆਪਣਾ ਨਵਾਂ ਮੁਹਾਂਦਰਾ ਸਿਰਜ ਰਹੀ ਹੈ, ਨਵੀਂ ਭਾਸ਼ਾ ਸਿਰਜ ਰਹੀ ਹੈ ਅਤੇ ਨਵੀਂ ਚੇਤਨਾ ਦਾ ਪਾਸਾਰ ਕਰ ਰਹੀ ਹੈ. ਦਰਸ਼ਨ ਖਟਕੜ ਦੀ ਸ਼ਾਇਰੀ ਨੂੰ ਇਸੇ ਸੰਦਰਭ ਵਿੱਚ ਹੀ ਸਮਝਿਆ ਜਾ ਸਕਦਾ ਹੈ. ਉਸਦੀ ਸ਼ਾਇਰੀ ਨੂੰ ਪੜ੍ਹ ਕੇ ਜਿੱਥੇ ਕਿ ਸਾਨੂੰ ਇਹ ਪਤਾ ਲੱਗਦਾ ਹੈ ਕਿ ਨਕਸਲਬਾੜੀ ਲਹਿਰ ਦੇ ਉਭਾਰ ਸਮੇਂ ਪੰਜਾਬੀ ਸ਼ਾਇਰੀ ਕਿਹੋ ਜਿਹੇ ਸਮਾਜਿਕ/ਸਭਿਆਚਾਰਕ/ਰਾਜਨੀਤਕ ਮਸਲਿਆਂ ਨਾਲ ਜੂਝ ਰਹੀ ਸੀ; ਉੱਥੇ ਹੀ ਸਾਨੂੰ ਇਸ ਗੱਲ ਦੀ ਵੀ ਸਮਝ ਮਿਲਦੀ ਹੈ ਕਿ ਅਜੋਕੇ ਸਮਿਆਂ ਵਿੱਚ ਕਰਾਂਤੀਕਾਰੀ ਪੰਜਾਬੀ ਸ਼ਾਇਰੀ ਕਿਹੋ ਜਿਹੇ ਮਸਲਿਆਂ ਨਾਲ ਜੂਝ ਰਹੀ ਹੈ.

ਸਾਡੇ ਸਮਿਆਂ ਦੀ ਕਰਾਂਤੀਕਾਰੀ ਪੰਜਾਬੀ ਸ਼ਾਇਰੀ ਨੂੰ ਸਮਝਣ ਲਈ ਪੰਜਾਬੀ ਸ਼ਾਇਰੀ ਦੇ ਪਾਠਕਾਂ ਨੂੰ ਆਪਣੀ ਸੋਚ ਅਤੇ ਸਮਝ ਦੀਆਂ ਖਿੜਕੀਆਂ ਦੇ ਦਰਵਾਜ਼ੇ ਖੁੱਲ੍ਹੇ ਰੱਖਣੇ ਪੈਣਗੇ; ਤਾਂ ਕਿ ਉਨ੍ਹਾਂ ਦੀ ਚੇਤਨਾ ਵਿੱਚ ਨਵੇਂ ਗਿਆਨ-ਵਿਗਿਆਨ ਦੀ ਤਾਜ਼ੀ ਹਵਾ ਆਉਂਦੀ-ਜਾਂਦੀ ਰਹੇ ਅਤੇ ਉਨ੍ਹਾਂ ਨੂੰ ਸਮਿਆਂ ਦੇ ਹਾਣੀ ਬਣਾਈ ਰੱਖੇ.

ਦਰਸ਼ਨ ਖਟਕੜ ਨੇ 1973 ਵਿੱਚ ਆਪਣੀ ਕਵਿਤਾ ਦੀ ਪੁਸਤਕ 'ਸੰਗੀ ਸਾਥੀ' ਅਤੇ 2010 ਵਿੱਚ ਉੱਲਟੇ ਰੁਖ਼ ਪਰਵਾਜ਼' ਪ੍ਰਕਾਸ਼ਿਤ ਕੀਤੀ ਹੈ.

■

(ਮਾਲਟਨ, ਜੁਲਾਈ 25, 2016)

7.
ਸੁਰਜੀਤ ਪਾਤਰ :
ਕੁਝ ਕਿਹਾ ਤਾਂ ਹਨ੍ਹੇਰਾ ਜਰੇਗਾ ਕਿਵੇਂ

ਪੰਜਾਬ ਵਿੱਚ ਜਦੋਂ ਕਰਾਂਤੀਕਾਰੀ ਕਵਿਤਾ ਦਾ ਦੌਰ ਚੱਲ ਰਿਹਾ ਸੀ ਤਾਂ ਸੁਰਜੀਤ ਪਾਤਰ ਵੀ ਆਪਣੀ ਕਵਿਤਾ 'ਚੌਕ ਸ਼ਹੀਦਾਂ 'ਚ ਉਸ ਦਾ ਆਖਰੀ ਭਾਸ਼ਨ' ਦੇ ਇਨ੍ਹਾਂ ਬੋਲਾਂ ਨਾਲ ਕਵਿਤਾ ਦੀ ਯੁੱਧ-ਭੂਮੀਂ ਵਿੱਚ ਉਤਰਿਆ :

ਚਲੋ ਯਾਰੋ ਕਿ ਹੁਣ ਇਹ ਚੌਕ ਛੱਡੀਏ
ਕਿ ਹੁਣ ਇਹ ਚੌਕ ਚੌਰਸਤਾ ਨਹੀਂ ਹੈ

ਹੁੰਦਾ ਸੀ, ਜਦੋਂ ਸਰਬੰਸ ਜੀਂਦਾ ਸੀ
ਜਦੋਂ ਨੀਂਹਾਂ 'ਚ ਪੱਥਰ ਚਿਣੇ ਜਾਇਆ ਕਰਦੇ ਸਨ
ਪੁੱਤਰ ਨਹੀਂ
ਜਦੋਂ ਸੰਘਣਾ ਹਨ੍ਹੇਰਾ ਸੀ
ਤੇ ਕੋਈ ਸੁਰ ਪਤਾ ਲਗਦਾ ਨਹੀਂ ਸੀ
ਹਨ੍ਹੇਰੇ ਵਿੱਚ ਇਹ ਕਿਧਰੋਂ ਤੀਰ ਆਉਂਦਾ ਹੈ
ਤੇ ਕਿਸ ਦਾ ਤੀਰ ਆਉਂਦਾ ਹੈ
ਕਿ ਕੋਈ ਜੀਣ ਜੋਗਾ ਲੁੜਕ ਜਾਂਦਾ ਹੈ
ਹਰ ਇੱਕ ਤੀਰ 'ਤੇ ਕਿਸਮਤ ਹੀ ਲਿਖਿਆ ਸੀ

ਤੇ ਉਂਗਲਾਂ ਦੇ ਨਿਸ਼ਾਨਾਂ ਨੂੰ ਪੜ੍ਹਨ ਦੀ ਜਾਚ ਨਾ ਸੀ
ਉਦੋਂ ਇਹ ਚੌਕ ਚੌਰਸਤਾ ਹੀ ਹੁੰਦਾ ਸੀ

ਇਸੇ ਹੀ ਨਜ਼ਮ ਵਿੱਚ ਅੱਗੇ ਜਾ ਕੇ ਸੁਰਜੀਤ ਪਾਤਰ ਉਸ ਸਮੇਂ ਦੇ ਪੰਜਾਬ ਦੀ ਰਾਜਨੀਤਕ/ਸਭਿਆਚਾਰਕ/ਸਮਾਜਿਕ/ਵਿੱਦਿਅਕ ਤਸਵੀਰ ਪੇਸ਼ ਕਰਦਾ ਹੈ ਅਤੇ ਆਉਣ ਵਾਲੇ ਸਮੇਂ ਵਿੱਚ ਪੰਜਾਬ ਦੇ ਲੋਕਾਂ ਸਾਹਮਣੇ ਆਉਣ ਵਾਲੀਆਂ ਚੁਣੌਤੀਆਂ ਬਾਰੇ ਵੀ ਆਪਣੀ ਦੂਰ-ਅੰਦੇਸ਼ੀ ਪ੍ਰਗਟ ਕਰਦਾ ਹੈ :

ਤੁਹਾਨੂੰ ਮੈਂ ਕੀ ਦੱਸਾਂ ਮਹਿਗਿਓ ਯਾਰੋ !
ਤੁਸੀਂ ਤਾਂ ਜਾਣਦੇ ਹੋ
ਕਿ ਜਿਹੜੇ ਚੌਕ ਅੰਦਰ
ਆਪਣੇ ਹੱਸਾਸ ਹਸਮੁਖ ਹਾਣੀਆਂ ਦਾ ਲਹੂ ਡੁੱਲ੍ਹ ਜਾਵੇ
ਫਿਰ ਉਹ ਚੌਕ ਚੌਰਸਤਾ ਨਹੀਂ ਰਹਿੰਦਾ
ਜਿਨ੍ਹਾਂ ਚੌਕਾਂ 'ਚ ਹਾਲੇ ਹਾਣੀਆਂ ਦਾ ਲਹੂ ਡੁੱਲ੍ਹਣਾ ਹੈ
ਉਹ ਅੱਗੇ ਨੇ

ਪਾਤਰ ਨੂੰ ਜਦੋਂ ਮੈਂ ਪਹਿਲੀ ਵਾਰ ਮਿਲਿਆ ਤਾਂ ਉਸ ਦੀ ਕਵਿਤਾ ਦੀ ਅਜੇ ਕੋਈ ਕਿਤਾਬ ਨਹੀਂ ਛਪੀ ਸੀ. ਪਰ ਉਹ ਪੰਜਾਬੀ ਸ਼ਾਇਰੀ ਵਿੱਚ ਚਰਚਿਤ ਹੋਣਾ ਸ਼ੁਰੂ ਹੋ ਗਿਆ ਸੀ. ਉਹ ਜਦੋਂ ਵੀ ਮਿਲਦਾ ਮੈਂ ਉਸ ਉੱਤੇ ਜ਼ੋਰ ਪਾਉਂਦਾ ਕਿ 'ਪਾਤਰ ! ਕਵਿਤਾ ਦੀ ਕਿਤਾਬ ਹੁਣ ਛਾਪ ਦੇਣੀ ਚਾਹੀਦੀ ਹੈ'. ਇੱਕ ਵਾਰ ਪਾਤਰ ਨੇ ਕਵਿਤਾ ਦੀ ਆਪਣੀ ਪਹਿਲੀ ਕਿਤਾਬ ਦਾ ਨਾਮ 'ਐਨਕ ਦੇ ਅੱਥਰੂ' ਵੀ ਰੱਖ ਲਿਆ. ਪਰ ਕੁਝ ਦਿਨਾਂ ਬਾਹਦ ਹੀ ਪਾਤਰ ਨੇ ਕਿਤਾਬ ਛਾਪਣ ਦਾ ਮਨ ਬਦਲ ਲਿਆ. ਉਦੋਂ ਪਾਤਰ ਪੰਜਾਬੀ ਯੂਨੀਵਰਸਿਟੀ ਵਿੱਚ ਹੁੰਦਾ ਸੀ. ਇਹ 1972 ਦੇ ਆਸ ਪਾਸ ਦੇ ਦਿਨ ਸਨ. ਪੰਜਾਬ ਵਿੱਚ ਕਰਾਂਤੀਕਾਰੀ ਲਹਿਰ ਦੇ ਉਭਾਰ ਦੇ ਦਿਨ ਸਨ. ਫਿਰ ਪਾਤਰ ਲੁਧਿਆਣੇ ਚਲਾ ਗਿਆ. ਪਾਤਰ ਦੇ ਟਿਕਾਣੇ ਉੱਤੇ ਹਮੇਸ਼ਾ ਨਵੇਂ ਅਤੇ ਚਰਚਿਤ ਕਵੀਆਂ ਦਾ ਜੰਮਘਟਾ ਲੱਗਿਆ ਰਹਿੰਦਾ. ਉੱਥੇ ਹੀ ਮੈਂ ਪਹਿਲੀ ਵਾਰੀ ਪਾਤਰ ਕੋਲ ਕਰਾਂਤੀਕਾਰੀ ਸ਼ਾਇਰ ਅਮਰਜੀਤ ਚੰਦਨ ਨੂੰ ਮਿਲਿਆ ਸੀ. ਉਦੋਂ, ਸ਼ਾਇਦ, ਚੰਦਨ ਜੇਲ੍ਹ ਵਿੱਚੋਂ ਰਿਹਾ ਹੋ ਕੇ ਆਇਆ ਸੀ. ਜਿਸ ਤੋਂ ਸਪੱਸ਼ਟ ਸੀ ਕਿ ਸੁਰਜੀਤ ਪਾਤਰ ਆਪਣੀ ਚੜ੍ਹਤ ਦੇ ਦਿਨਾਂ ਵਿੱਚ ਨਾ ਤਾਂ ਕਰਾਂਤੀਕਾਰੀ ਲਹਿਰ ਤੋਂ ਹੀ ਦੂਰ ਸੀ ਅਤੇ ਨਾ ਹੀ ਕਰਾਂਤੀਕਾਰੀ ਪੰਜਾਬੀ ਸ਼ਾਇਰੀ ਤੋਂ ਹੀ.

ਇਸ ਦੌਰ ਦੀ ਕਵਿਤਾ ਦਾ ਮੁੱਖ ਮੁਹਾਵਰਾ ਸਥਾਪਤੀ ਅਤੇ ਨਜ਼ਾਮ ਨਾਲ ਟਕਰਾਓ ਵਾਲਾ ਸੀ. ਇਹ ਸਮਾਂ ਸਥਾਪਤੀ ਦਾ ਮੁਖੌਟਾ ਲੀਰ ਲੀਰ ਕਰਨ ਦਾ ਸਮਾਂ ਸੀ. ਪੰਜਾਬੀ ਸ਼ਾਇਰ ਬਿਨ੍ਹਾਂ ਕਿਸੀ ਭੈਅ ਦੇ ਆਪਣੇ ਮਨ ਦੀ ਗੱਲ ਆਪਣੀ ਸ਼ਾਇਰੀ ਵਿਚ ਕਹਿ ਰਹੇ ਸਨ. ਸਥਾਪਤੀ ਦੇ ਮੁਖੌਟੇ ਪਿੱਛੇ ਲੁਕੇ ਹੋਏ ਖੂੰਖਾਰ ਅਤੇ ਮਕਾਰੀ ਭਰੇ ਚਿਹਰੇ ਨੂੰ ਨੰਗਾ ਕਰ ਰਹੇ ਸਨ. ਇਨ੍ਹਾਂ ਹੀ ਦਿਨਾਂ ਵਿੱਚ ਇਸ ਵਿਸ਼ੇ ਉੱਤੇ ਲਿਖੀ ਸੁਰਜੀਤ ਪਾਤਰ ਦੀ ਨਜ਼ਮ 'ਬੁੱਢੀ ਜਾਦੂਗਰਨੀ ਆਖਦੀ ਹੈ' ਨੇ ਪਾਤਰ ਨੂੰ ਪੰਜਾਬੀ ਸ਼ਾਇਰੀ ਵਿੱਚ ਇੱਕ ਚਰਚਿਤ ਸ਼ਾਇਰ ਬਣਾ ਦਿੱਤਾ ਸੀ.

ਪੇਸ਼ ਹਨ ਇਸ ਨਜ਼ਮ ਦੀਆਂ ਕੁਝ ਚਰਚਿਤ ਸਤਰਾਂ :

ਤੇਰਾ ਵੀ ਨਾਮ ਰੱਖਾਂਗੇ
ਤੇਰੀ ਛਾਤੀ 'ਤੇ ਵੀ ਖੰਜਰ ਜਾਂ ਤਗ਼ਮਾ ਧਰ ਦਿਆਂਗੇ
ਜੀਣ ਜੋਗਾ ਤਾਂ ਹੋ
ਤੇਰੀ ਵੀ ਹੱਤਿਆ ਕਰ ਦਿਆਂਗੇ

ਮੈਂ ਬੁੱਢੀ ਜਾਦੂਗਰਨੀ ਬੜੇ ਮੰਤਰ ਜਾਣਦੀ ਹਾਂ

ਤੂੰ ਐਵੇਂ ਮਾਣ ਨਾ ਕਰ
ਤੂੰ ਐਵੇਂ ਕਾਹਲਾ ਨਾ ਪੈ
ਤੇਰੀ ਹਿੱਕ ਦੀ ਕਿਸਮ ਵੀ ਬੁੱਝ ਲਵਾਂਗੇ
ਤੇ ਤੇਰੇ ਹਾਣ ਦੀ ਤੈਨੂੰ ਵੀ ਹੋਣੀ ਵਰ ਦਿਆਂਗੇ
ਜੀਣ ਜੋਗਾ ਤਾਂ ਹੋ
ਤੇਰੀ ਵੀ ਹੱਤਿਆ ਕਰ ਦਿਆਂਗੇ

ਅਜਿਹੇ ਮਾਹੌਲ ਵਿੱਚ ਇੱਕ ਸ਼ਾਇਰ ਦੀ ਕੀ ਨੈਤਿਕ ਜ਼ਿੰਮੇਵਾਰੀ ਹੁੰਦੀ ਹੈ? ਪਾਤਰ ਨੂੰ ਉਸਦਾ ਵੀ ਪੂਰਾ ਅਹਿਸਾਸ ਹੈ. ਉਸ ਨੂੰ ਇਸ ਗੱਲ ਦਾ ਵੀ ਅਹਿਸਾਸ ਹੈ ਕਿ ਸਮਾਜ ਵਿੱਚ ਦੋ ਹੀ ਧਿਰਾਂ ਹੁੰਦੀਆਂ ਹਨ : ਸਥਾਪਤੀ ਅਤੇ ਆਮ ਲੋਕ. ਪਾਤਰ ਆਪਣੇ ਆਪ ਨੂੰ ਆਮ ਲੋਕਾਂ ਦੀ ਧਿਰ ਬਣਾਉਂਦਾ ਹੈ. ਉਹ ਆਪਣੀ ਆਵਾਜ਼ ਨੂੰ ਆਮ ਲੋਕਾਂ ਦੇ ਦੁੱਖਾਂ-ਦਰਦਾਂ, ਉਮੰਗਾਂ-ਇਛਾਵਾਂ, ਆਸ਼ਾਵਾਂ-ਨਿਰਾਸ਼ਾਵਾਂ ਦੀ ਆਵਾਜ਼ ਬਣਾਂਦਾ ਹੈ ਅਤੇ ਆਪਣੇ ਅਜਿਹੇ ਅੰਤਰੀਵ-ਵਿਸ਼ਵਾਸ ਨੂੰ ਉਹ ਕਿਸੇ ਡਰ-ਭੈਅ ਕਾਰਨ ਛੁਪਾ ਕੇ ਨਹੀਂ ਰੱਖਦਾ. ਬਲਕਿ, ਉਹ ਬਾਰ ਬਾਰ, ਇਸ ਗੱਲ ਦਾ ਆਪਣੀ ਸ਼ਾਇਰੀ ਵਿੱਚ ਇਜ਼ਹਾਰ ਕਰਦਾ ਹੈ :

1.
ਕੁਛ ਕਿਹਾ ਤਾਂ ਹਨ੍ਹੇਰਾ ਜਰੇਗਾ ਕਿਵੇਂ
ਚੁੱਪ ਰਿਹਾ ਤਾਂ ਸ਼ਮਾਦਾਨ ਕੀ ਕਹਿਣਗੇ
ਗੀਤ ਦੀ ਮੌਤ ਇਸ ਰਾਤ ਜੇ ਹੋ ਗਈ
ਮੇਰਾ ਜੀਣਾ ਮੇਰੇ ਯਾਰ ਕਿੰਝ ਸਹਿਣਗੇ

2.
ਕੀ ਇਹ ਇਨਸਾਫ਼ ਹਉਮੈਂ ਦੇ ਪੁਤ ਕਰਨਗੇ
ਕੀ ਇਹ ਖਾਮੋਸ਼ ਪੱਥਰ ਦੇ ਬੁੱਤ ਕਰਨਗੇ
ਜੋ ਸਲੀਬਾਂ ਤੇ ਟੰਗੇ ਨੇ ਲੱਥਣੇ ਨਹੀਂ
ਰਾਜ ਬਦਲਣਗੇ ਸੂਰਜ ਚੜ੍ਹਣ ਲਹਿਣਗੇ

3.
ਹੋਵੇ ਪੇਸ਼ ਸਵੇਰਾ ਸੂਰਜ ਦਾ ਜਾਇਆ

ਨ੍ਹੇਰੇ ਦੇ ਦਰਬਾਰ 'ਚ ਮੈਨੂੰ ਹਾਕ ਪਈ

4.

ਮੈਂ ਤਾਂ ਬਸ ਏਨਾ ਕਿਹਾ ਸੀ ਨਾ ਜਲਾਓ ਫੁੱਲ
ਅੱਗ ਮੈਨੂੰ ਫੜ ਕੇ ਲੈ ਗਈ ਕਹਿ ਕੇ ਚੋਰ ਚੋਰ

ਉਸ ਵਿਅਕਤੀ ਨੂੰ ਇੱਕ ਸ਼ਾਇਰ ਜਾਂ ਲੇਖਕ ਕਹਿਲਾਉਣ ਦਾ ਕੋਈ ਹੱਕ ਨਹੀਂ ਜੋ ਸਥਾਪਤੀ/ਹਕੂਮਤ ਦੀ ਦਹਿਸ਼ਤ ਤੋਂ ਡਰ ਕੇ ਚੁੱਪ ਕਰ ਜਾਵੇ ਜਾਂ ਆਪਣੀਆਂ ਲਿਖਤਾਂ / ਸ਼ਾਇਰੀ ਵਿੱਚ ਦੋਗਲੀ ਭਾਸ਼ਾ ਵਿੱਚ ਗੱਲ ਕਰਨੀ ਸ਼ੁਰੂ ਕਰ ਦੇਵੇ. ਜਿਉਂਦੀ ਜਾਗਦੀ ਜਮੀਰ ਵਾਲੇ ਲੇਖਕ ਨੂੰ ਚੁਣੌਤੀਆਂ ਭਰਿਆਂ ਸਮਿਆਂ ਵਿੱਚ ਵੀ ਹਨ੍ਹੇਰੀਆਂ ਰਾਤਾਂ ਨੂੰ ਰੁਸ਼ਨਾਉਣ ਲਈ ਹੱਥਾਂ ਵਿੱਚ ਮਿਸ਼ਾਲ ਫੜ ਕੇ ਆਉਣਾ ਪੈਂਦਾ ਹੈ. ਉਨ੍ਹਾਂ ਸਮਿਆਂ ਵਿੱਚ ਹੀ ਜਿਉਂਦੀ ਜਾਗਦੀ ਜਮੀਰ ਵਾਲੇ ਲੇਖਕਾਂ ਦੀ ਆਮ ਲੋਕਾਂ ਨੂੰ ਸਭ ਤੋਂ ਵੱਧ ਲੋੜ ਹੁੰਦੀ ਹੈ ਜਦੋਂ ਹਕੂਮਤ ਦੀ ਤਾਕਤ ਦੇ ਨਸ਼ੇ ਨਾਲ ਨਸ਼ਿਆਏ ਦਰਿੰਦੇ ਹਰ ਪਾਸੇ ਹਰਲ ਹਰਲ ਕਰ ਰਹੇ ਹੁੰਦੇ ਹਨ ਜਾਂ ਧਾਰਮਿਕ ਜਨੂੰਨੀ ਬਘਿਆੜ ਆਦਮ-ਬੋਅ, ਆਦਮ-ਬੋਅ ਕਰਦੇ ਸੜਕਾਂ, ਬਾਜ਼ਾਰਾਂ, ਚੌਰਸਤਿਆਂ ਵਿੱਚ ਗਸ਼ਤ ਲਗਾ ਰਹੇ ਹੋਣ. ਸੁਰਜੀਤ ਪਾਤਰ ਦੀ ਨਜ਼ਮ 'ਜਗਾ ਦੇ ਮੋਮਬੱਤੀਆਂ' ਦੀਆਂ ਇਹ ਸਤਰਾਂ ਮੇਰੀਆਂ ਉਪਰੋਕਤ ਗੱਲਾਂ ਦੀ ਪੁਸ਼ਟੀ ਕਰਦੀਆਂ ਹਨ :

ਜਗਾ ਦੇ ਮੋਮਬੱਤੀਆਂ
ਉਠ ਜਗਾ ਦੇ ਮੋਮਬੱਤੀਆਂ

ਇਹ ਤਾਂ ਏਥੇ ਵਗਦੀਆਂ ਹੀ ਰਹਿਣੀਆਂ
ਪੌਣਾਂ ਕੁਪੱਤੀਆਂ
ਤੂੰ ਜਗਾ ਦੇ ਮੋਮਬੱਤੀਆਂ

ਨ੍ਹੇਰ ਨਾ ਸਮਝੇ ਕਿ ਚਾਨਣ ਡਰ ਗਿਆ ਹੈ
ਰਾਤ ਨਾ ਸੋਚੇ ਕਿ ਸੂਰਜ ਮਰ ਗਿਆ ਹੈ
ਬਾਲ ਜੋਤਾਂ ਆਸ-ਭਰੀਆਂ ਮਾਣ-ਮੱਤੀਆਂ

ਉੱਠ ਜਗਾ ਦੇ ਮੋਮਬੱਤੀਆਂ

ਮੰਨਿਆ ਕਿ ਰਾਜ ਹਨ੍ਹੇਰੇ ਦਾ ਹਠੀਲਾ
ਪਰ ਅਜੇ ਜਿਉਂਦਾ ਹੈ ਕਿਰਨਾਂ ਦਾ ਕਬੀਲਾ
ਕਾਲਿਆਂ ਸਫ਼ਿਆਂ ਤੇ ਸਤਰਾਂ ਲਾਲ ਰੱਤੀਆਂ

ਉੱਠ ਜਗਾ ਦੇ ਮੋਮਬੱਤੀਆਂ

ਹਿੰਦੁਸਤਾਨ ਤਕਰੀਬਨ 350 ਸਾਲ ਅੰਗ੍ਰੇਜ਼ਾਂ ਦਾ ਗੁਲਾਮ ਰਿਹਾ. ਹਿੰਦੁਸਤਾਨ ਵਿੱਚ ਰਹਿਣ ਵਾਲੇ ਹਿੰਦੂਆਂ, ਸਿੱਖਾਂ, ਮੁਸਲਮਾਨਾਂ, ਈਸਾਈਆਂ,

ਬੋਧੀਆਂ, ਜੈਨੀਆਂ ਨੇ ਇਨ੍ਹਾਂ ਸਾਲਾਂ ਵਿਚ ਇੰਤਹਾ ਮੁਸੀਬਤਾਂ ਝੱਲੀਆਂ. ਹਿੰਦੂਆਂ, ਸਿੱਖਾਂ, ਮੁਸਲਮਾਨਾਂ, ਈਸਾਈਆਂ, ਜੈਨੀਆਂ, ਬੋਧੀਆਂ ਨੇ ਅੰਗ੍ਰੇਜ਼ਾਂ ਤੋਂ ਆਜ਼ਾਦੀ ਪ੍ਰਾਪਤ ਕਰਨ ਖਾਤਰ ਇੱਕ ਦੂਜੇ ਦੇ ਮੋਢੇ ਨਾਲ ਮੋਢਾ ਜੋੜ ਕੇ ਆਜ਼ਾਦੀ ਸੰਘਰਸ਼ ਵਿਚ ਹਿੱਸਾ ਲਿਆ. ਕਰਤਾਰ ਸਿੰਘ ਸਰਾਭਾ, ਸ਼ਹੀਦ ਭਗਤ ਸਿੰਘ, ਚੰਦਰ ਸ਼ੇਖਰ ਆਜ਼ਾਦ, ਰਾਜਗੁਰੂ, ਸੁਖਦੇਵ, ਮਦਨ ਲਾਲ ਢੀਂਗਰਾ, ਊਧਮ ਸਿੰਘ ਆਜ਼ਾਦ ਅਤੇ ਹਜ਼ਾਰਾਂ ਹੀ ਹੋਰ ਕਰਾਂਤੀਕਾਰੀਆਂ ਨੇ ਇਸ ਆਜ਼ਾਦੀ ਸੰਗ੍ਰਾਮ ਦੌਰਾਨ ਆਪਣੀਆਂ ਜਾਨਾਂ ਕੁਰਬਾਨ ਕਰ ਦਿੱਤੀਆਂ. ਪਰ ਅੰਗ੍ਰੇਜ਼ ਹਿੰਦੁਸਤਾਨ ਨੂੰ ਛੱਡ ਕੇ ਜਾਣ ਵੇਲੇ ਹਿੰਦੁਸਤਾਨ ਦੀ ਵਾਗਡੋਰ ਮਹਾਤਮਾ ਗਾਂਧੀ, ਜਵਾਹਰ ਲਾਲ ਨਹਿਰੂ ਅਤੇ ਇਨ੍ਹਾਂ ਵਰਗੇ ਅੰਗ੍ਰੇਜ਼ ਸਰਕਾਰ ਦੇ ਪਿੱਠੂਆਂ ਨੂੰ ਸੰਭਾਲ ਗਏ. ਹਿੰਦੁਸਤਾਨ ਦੀ ਹਕੂਮਤ ਦੀ ਗੱਦੀ ਉੱਤੇ ਬਹਿਣ ਦੀ ਕਾਹਲ ਦੇ ਭੁੱਖੇ ਮਹਾਤਮਾ ਗਾਂਧੀ ਦੇ ਚੇਲਿਆਂ ਅਤੇ ਵੱਡੇ ਵੱਡੇ ਸਰਮਾਇਦਾਰਾਂ ਦੇ ਟੁੱਕੜਬੋਚਾਂ ਨੇ ਹਿੰਦੁਸਤਾਨ ਦੇ ਟੁੱਕੜੇ, ਟੁੱਕੜੇ ਹੋਣੇ ਸਵੀਕਾਰ ਕਰ ਲਏ. ਅੰਗਰੇਜ਼ਾਂ ਨੇ ਹਿੰਦੁਸਤਾਨ ਨੂੰ ਧਰਮ ਦੇ ਨਾਮ ਉੱਤੇ ਹਿੰਦੁਸਤਾਨ ਅਤੇ ਪਾਕਿਸਤਾਨ ਨਾਮ ਦੇ ਦੋ ਟੁੱਕੜਿਆਂ ਵਿਚ ਵੰਡ ਦਿੱਤਾ. ਹਿੰਦੁਸਤਾਨ ਨੂੰ ਛੱਡ ਕੇ ਜਾਣ ਤੋਂ ਪਹਿਲਾਂ ਸ਼ੈਤਾਨ ਅੰਗਰੇਜ਼ ਨੇ ਇੱਕ ਹੋਰ ਘਿਨਾਉਣਾ ਕੰਮ ਵੀ ਕੀਤਾ. ਅੰਗ੍ਰੇਜ਼ਾਂ ਨੇ ਸਿੱਖਾਂ, ਹਿੰਦੂਆਂ, ਮੁਸਲਮਾਨਾਂ, ਈਸਾਈਆਂ ਦੇ ਦਿਮਾਗ਼ਾਂ ਵਿਚ ਅਜਿਹਾ ਧਾਰਮਿਕ ਜਨੂੰਨ ਭਰਿਆ ਕਿ ਉਹੀ ਲੋਕ ਜੋ ਸਦੀਆਂ ਤੋਂ ਚੰਗੇ ਗਵਾਂਢੀਆਂ, ਮਿੱਤਰਾਂ, ਭਰਾਵਾਂ ਵਾਂਗ ਰਹਿ ਰਹੇ ਸਨ - ਉਹ ਰਾਤੋ ਰਾਤ ਵਿਚ ਹੀ ਇੱਕ ਦੂਜੇ ਦੀ ਜਾਨ ਦੇ ਦੁਸ਼ਮਣ ਬਣ ਗਏ. ਹਿੰਦੁਸਤਾਨ ਦੀ ਆਜ਼ਾਦੀ ਦਾ ਐਲਾਨ ਹੁੰਦਿਆਂ ਹੀ ਉਹੀ ਸਿੱਖ, ਹਿੰਦੂ, ਮੁਸਲਮਾਨ, ਈਸਾਈ ਜੋ ਇੱਕ ਦੂਜੇ ਦੇ ਸਾਹ ਵਿਚ ਸਾਹ ਲੈਂਦੇ ਸਨ - ਜੋ ਇੱਕ ਦੂਜੇ ਦੀਆਂ ਧੀਆਂ, ਭੈਣਾਂ ਨੂੰ ਆਪਣੀਆਂ ਧੀਆਂ, ਭੈਣਾਂ ਸਮਝਦੇ ਸਨ - ਉਹੀ ਲੋਕ ਹੈਵਾਨ ਬਣ ਕੇ ਇੱਕ ਦੂਜੇ ਦੇ ਘਰਾਂ ਨੂੰ ਅੱਗਾਂ ਲਗਾਣ ਲੱਗੇ, ਇੱਕ ਦੂਜੇ ਦੀਆਂ ਮਾਵਾਂ, ਧੀਆਂ, ਭੈਣਾਂ, ਪਤਨੀਆਂ ਦੇ ਬਲਾਤਕਾਰ ਕਰਨ ਲੱਗੇ, ਇੱਕ ਦੂਜੇ ਦੇ ਪ੍ਰਵਾਰਾਂ ਦੇ ਲੋਕਾਂ ਦੀਆਂ ਲਾਸ਼ਾਂ ਦੇ ਢੇਰ ਲਗਾਣ ਲੱਗੇ. ਹਰ ਪਾਸੇ ਹਰਲ ਹਰਲ ਕਰਦੇ ਹਲਕੇ ਹੋਏ ਕੁੱਤਿਆਂ ਵਾਂਗ ਇਨ੍ਹਾਂ ਧਰਮੀ ਜਨੂੰਨੀਆਂ ਨੇ 10 ਲੱਖ ਤੋਂ ਵੀ ਵੱਧ ਲੋਕਾਂ ਦੇ ਖ਼ੂਨ ਦੀਆਂ ਨਦੀਆਂ ਵਹਾਈਆਂ. ਇਨ੍ਹਾਂ ਮੌਕਾਪ੍ਰਸਤ ਰਾਜਨੀਤੀਵਾਨਾਂ ਅਤੇ ਧਾਰਮਿਕ ਜਨੂੰਨੀ ਗੁੰਡਾ-ਗਰੋਹਾਂ ਨੇ ਮਿਲਕੇ ਹਿੰਦੁਸਤਾਨ ਵਿਚ ਆਈ ਆਜ਼ਾਦੀ ਦਾ ਜਿਸ ਸ਼ਰਮਨਾਕ ਢੰਗ ਨਾਲ ਸਵਾਗਤ ਕੀਤਾ ਉਸ ਨੂੰ ਦੇਖ ਕੇ ਹਰ ਹਿੰਦੁਸਤਾਨੀ ਸ਼ਰਮਸਾਰ ਹੋ ਗਿਆ. ਸੁਰਜੀਤ ਪਾਤਰ ਸ਼ਰਮਿੰਦਗੀ ਭਰੇ ਇਨ੍ਹਾਂ ਪਲਾਂ ਦੀ ਦਾਸਤਾਨ ਆਪਣੀ ਨਜ਼ਮ 'ਧਰਤੀ' ਵਿਚ ਕੁਝ ਇਸ ਤਰ੍ਹਾਂ ਪੇਸ਼ ਕਰਦਾ ਹੈ :

ਪਹਿਲੀ ਵਾਰੀ ਲਾਲ ਕਿਲੇ ਤੇ ਝੁੱਲਿਆ ਜਦੋਂ ਤਿਰੰਗਾ
ਰੁਮਕੀ ਪੌਣ, ਉਛਲੀਆਂ ਨਦੀਆਂ, ਕੀ ਜਮਨਾ ਕੀ ਗੰਗਾ
ਏਨੇ ਚਿਰ ਨੂੰ ਉਡਦੇ ਆਏ ਪੌਣਾਂ ਵਿਚ ਜੈਕਾਰੇ
ਅੱਲਾ ਹੂ ਅਕਬਰ ਤੇ ਹਰ ਹਰ ਮਹਾਂਦੇਵ ਦੇ ਨਾਅਰੇ

ਬੋਲੇ ਸੋ ਨਿਹਾਲ ਦਾ ਬੋਲਾ ਵੀ ਸਭਨਾਂ ਵਿਚ ਰਲਿਆ
ਧਰਮ ਦਇਆ ਨੂੰ ਭੁੱਲ ਕੇ ਹਰ ਕੋਈ ਕਾਮ ਕ੍ਰੋਧ ਵਿਚ ਜਲਿਆ
ਰੁਦਨ ਹਜ਼ਾਰਾਂ ਨਾਰਾਂ ਦੇ, ਤੇ ਮਰਦਾਂ ਦੇ ਲਲਕਾਰੇ
ਕੁੱਖਾਂ ਵਿਚ ਡੁਬੋ ਕੇ ਜਿਹਨਾਂ ਤਪਦੇ ਖ਼ੰਜਰ ਠਾਰੇ

ਇਸੇ ਨਜ਼ਮ ਵਿੱਚ ਅੱਗੇ ਜਾ ਕੇ ਪਾਤਰ ਉਨ੍ਹਾਂ ਲੋਕਾਂ ਦੀ ਮਾਨਸਿਕਤਾ ਬਾਰੇ ਸੁਆਲ ਕਰਦਾ ਹੋਇਆਂ ਪੁੱਛਦਾ ਹੈ ਕਿ ਜਿਹੜੇ ਲੋਕ ਇਹ ਕਹਿੰਦੇ ਨਹੀਂ ਥੱਕਦੇ ਕਿ ਹਿੰਦੁਸਤਾਨ ਵਿੱਚ ਤਾਂ ਸਿੱਖ, ਹਿੰਦੂ, ਮੁਸਲਮਾਨ, ਈਸਾਈ ਸਦੀਆਂ ਤੋਂ ਭਰਾਵਾਂ-ਭਰਾਵਾਂ ਵਾਂਗ ਰਹਿੰਦੇ ਸਨ ਉਹ ਇਹ ਦੱਸਣ ਕਿ ਜੇਕਰ ਇਹ ਸੱਚ ਹੈ ਤਾਂ ਹਿੰਦੁਸਤਾਨ ਨੂੰ ਆਜ਼ਾਦੀ ਮਿਲਣ ਦੇ ਮੌਕੇ ਉੱਤੇ ਉਹ ਜੋ ਵਹਿਸ਼ੀਅਤ ਦਾ ਨੰਗਾ ਨਾਚ ਹੋਇਆ ਸੀ ਉਹ ਵਹਿਸ਼ੀਅਤ ਭਰਿਆ ਨਾਚ ਕਰਨ ਵਾਲੇ ਲੋਕ ਕੌਣ ਸਨ ? :

ਤੁਸੀਂ ਤਾਂ ਕਹਿੰਦੇ ਹੋ ਰਹਿੰਦੇ ਸਾਂ ਆਪਾਂ ਵਾਂਗ ਭਰਾਵਾਂ
ਕੌਣ ਸੀ ਉਹ ਫਿਰ ਜਿਸ ਨੇ ਲਈਆਂ ਧੀਆਂ ਦੇ ਸੰਗ ਲਾਵਾਂ
ਕੌਣ ਸੀ ਉਹ ਜਿਸ ਅੱਗ ਵਿੱਚ ਸੁੱਟੀਆਂ ਕੇਸੋਂ ਫੜ ਫੜ ਮਾਂਵਾਂ
ਕੌਣ ਸੀ ਉਹ ਜੋ ਮਿੱਧ ਕੇ ਲੰਘਿਆ ਕੱਚ ਕੁਆਰੀਆਂ ਥਾਂਵਾਂ
ਕੌਣ ਸੀ ਉਹ ਜੋ ਅਜੇ ਕਿਤੇ ਹੈ ਅੰਦਰੀਂ ਛੁਪਿਆ ਹੋਇਆ
ਕੌਣ ਸੀ ਉਹ ਜਿਸ ਲੱਖਾਂ ਕੋਹੇ, ਉਹ ਸਾਥੋਂ ਨਾ ਮੋਇਆ
ਮਾਂਵਾਂ ਭੈਣਾਂ ਧੀਆਂ ਨਾਰਾਂ ਬਾਜ਼ਾਰਾਂ ਚੋਂ ਲੰਘੀਆਂ
ਉਹ ਤਾਂ ਦਰਦ ਹਯਾ ਵਿੱਚ ਕੱਜੀਆਂ ਉਹ ਤਾਂ ਕਦ ਸਨ ਨੰਗੀਆਂ
ਨੰਗੀ ਸੀ ਮਰਦਾਂ ਦੀ ਵਹਿਸ਼ਤ, ਮਜ਼ਬ ਉਨ੍ਹਾਂ ਦੇ ਨੰਗੇ
ਕੌਣ ਢਕੇ ਨੰਗੇਜ ਕਿ ਜਦ ਖ਼ੁਦ ਕੱਜਣ ਹੋ ਗਏ ਨੰਗੇ

ਪੰਜਾਬ ਵਿੱਚ 1978 ਤੋਂ ਲੈ ਕੇ 1993 ਤੱਕ, ਤਕਰੀਬਨ 15 ਸਾਲ, ਖਾਲਿਸਤਾਨੀ ਦਹਿਸ਼ਤਗਰਦੀ ਦੀ ਲਹਿਰ ਅਤੇ ਸਰਕਾਰੀ ਦਹਿਸ਼ਤਗਰਦੀ ਦੀ ਲਹਿਰ ਚੱਲੀ. ਜਿਸ ਨੇ ਪੰਜਾਬ ਦੇ ਲੋਕਾਂ ਦਾ ਨੱਕ ਵਿੱਚ ਦੰਮ ਕਰ ਦਿੱਤਾ. ਪੰਜਾਬ ਵਿੱਚ ਆਈ ਦਹਿਸ਼ਤਗਰਦੀ ਦੇ ਇਸ ਸਮੇਂ ਨੂੰ 'ਕਾਲੇ ਦਿਨਾਂ' ਦੇ ਨਾਮ ਨਾਲ ਯਾਦ ਕੀਤਾ ਜਾਂਦਾ ਹੈ. ਇਸ ਸਮੇਂ ਦੌਰਾਨ ਸਮੁੱਚੇ ਪੰਜਾਬ ਦੀ ਤਬਾਹੀ ਹੋਈ. ਇਹ ਉਹ ਦਿਨ ਸਨ ਜਦੋਂ ਇੱਕ ਪਾਸੇ ਧਾਰਮਿਕ ਜਨੂੰਨਵਾਦੀ ਦਹਿਸ਼ਤਗਰਦ ਹੱਥਾਂ ਵਿੱਚ ਏਕੇ-47 ਮਸ਼ੀਨ ਗੰਨਾਂ ਫੜੀ ਹਲਕੇ ਹੋਏ ਕੁੱਤਿਆਂ ਵਾਂਗ ਸੜਕਾਂ ਉੱਤੇ ਹਰਲ ਹਰਲ ਕਰਦੇ ਫਿਰਦੇ ਸਨ ਤਾਂ ਦੂਜੇ ਪਾਸੇ ਉਨ੍ਹਾਂ ਨੂੰ ਕਾਬੂ ਕਰਨ ਦੇ ਬਹਾਨੇ ਸਰਕਾਰੀ ਦਹਿਸ਼ਤਗਰਦ ਹੱਥਾਂ ਵਿੱਚ ਏਕੇ-47 ਮਸ਼ੀਨ ਗੰਨਾਂ ਫੜੀ ਹਰਲ ਹਰਲ ਕਰਦੇ ਫਿਰਦੇ ਸਨ. ਰਾਜਨੀਤੀਵਾਨਾਂ ਵੱਲੋਂ ਪੰਜਾਬ ਵਿੱਚ ਖੇਡੀ ਗਈ ਰਾਜਨੀਤੀ ਦੀ ਇਸ ਗੰਦੀ ਖੇਡ ਲਈ ਕੌਣ ਕੌਣ, ਕਿੰਨਾ ਕਿੰਨਾ ਜ਼ਿੰਮੇਵਾਰ ਸੀ? ਉਸ ਬਾਰੇ ਧੜਾ ਧੜਾ ਕਿਤਾਬਾਂ ਲਿਖੀਆਂ ਜਾ ਰਹੀਆਂ ਹਨ, ਟੀਵੀ ਡਰਾਮੇ ਫਿਲਮਾਏ ਜਾ ਰਹੇ ਹਨ. ਪਰ ਰਾਜਨੀਤੀਵਾਨਾਂ ਦੀ ਇਸ ਗੰਦੀ ਖੇਡ ਕਾਰਨ ਜਿਨ੍ਹਾਂ ਹਜ਼ਾਰਾਂ ਘਰਾਂ ਦੀ ਤਬਾਹੀ ਹੋਈ, ਜਿਹੜੇ ਹਜ਼ਾਰਾਂ ਲੋਕਾਂ ਦੀਆਂ ਜਾਨਾਂ ਭੰਗ ਦੇ ਭਾੜੇ ਗਈਆਂ, ਜੋ ਦਹਾਕੇ ਬੀਤ

ਜਾਣ ਬਾਹਦ ਵੀ ਜਿਹਲਾਂ ਵਿੱਚ ਸੜ ਰਹੇ ਹਨ – ਉਨ੍ਹਾਂ ਦੀ ਕੋਈ ਗੱਲ ਨਹੀਂ ਕਰ ਰਿਹਾ. ਜਿਹੜੀਆਂ ਹਜ਼ਾਰਾਂ ਔਰਤਾਂ ਵਿਧਵਾ ਹੋ ਗਈਆਂ ਅਤੇ ਜੋ ਅੱਜ ਵੀ ਅਤਿ ਦੀ ਗਰੀਬੀ ਵਿੱਚ ਜ਼ਿੰਦਗੀ ਬਿਤਾ ਰਹੀਆਂ ਹਨ, ਉਨ੍ਹਾਂ ਦੀ ਕੋਈ ਸਾਰ ਨਹੀਂ ਲੈ ਰਿਹਾ. ਪੰਜਾਬ ਵਿੱਚ ਵਾਪਰੇ ਇਸ ਦੁਖਾਂਤ ਬਾਰੇ ਪੰਜਾਬ ਦੇ ਅਨੇਕਾਂ ਹੋਰ ਪੰਜਾਬੀ ਸ਼ਾਇਰਾਂ ਵਾਂਗ ਸੁਰਜੀਤ ਪਾਤਰ ਨੇ ਵੀ ਨਜ਼ਮਾਂ/ਗ਼ਜ਼ਲਾਂ ਲਿਖੀਆਂ ਹਨ; ਪਰ ਉਸਨੇ ਵੀ ਮਹਿਜ਼ ਉਨ੍ਹਾਂ ਹਾਲਾਤਾਂ ਦਾ ਮਹਿਜ਼ ਬਿਆਨ ਹੀ ਕੀਤਾ ਹੈ. ਕਿਸੀ ਵੀ ਧਿਰ ਦੀ ਸਖਤ ਸ਼ਬਦਾਂ ਵਿੱਚ ਆਲੋਚਨਾ ਨਹੀਂ ਕੀਤੀ. ਜਿਵੇਂ ਕਿ ਉਸੇ ਹੀ ਸਮੇਂ ਸਰਗਰਮ ਕਰਾਂਤੀਕਾਰੀ ਸ਼ਾਇਰ ਪਾਸ਼ ਨੇ ਆਲੋਚਨਾ ਕੀਤੀ ਹੈ ਜਾਂ ਕੁਝ ਹੋਰ ਸ਼ਾਇਰ ਕਰ ਰਹੇ ਸਨ. ਪਾਸ਼ ਨੇ ਜਿੱਥੇ ਕਿ ਆਪਣੀ ਸ਼ਾਇਰੀ ਵਿੱਚ ਖਾਲਿਸਤਾਨੀ ਦਹਿਸ਼ਤਗਰਦਾਂ, ਸੰਤ ਜਰਨੈਲ ਸਿੰਘ ਭਿੰਡਰਾਂਵਾਲੇ ਅਤੇ ਉਸਦੇ ਦਹਿਸ਼ਤਗਰਦ ਚੇਲਿਆਂ ਦੀ ਸਖਤ ਆਲੋਚਨਾ ਕੀਤੀ ਹੈ ਉੱਥੇ ਹੀ ਉਸ ਨੇ ਹਿੰਦੁਸਤਾਨ ਦੇ ਪ੍ਰਧਾਨ ਮੰਤਰੀਆਂ ਇੰਦਰਾ ਗਾਂਧੀ, ਰਾਜੀਵ ਗਾਂਧੀ, ਅਤੇ ਉਨ੍ਹਾਂ ਦੀਆਂ ਸਰਕਾਰੀ ਦਹਿਸ਼ਤਗਰਦ ਏਜੰਸੀਆਂ ਦੇ ਗ਼ੈਰ-ਮਾਨਵੀ ਕੰਮਾਂ ਦੀ ਸਖਤ ਸਬਦਾਂ ਵਿੱਚ ਆਲੋਚਨਾ ਕੀਤੀ ਹੈ. ਪਰ ਸੁਰਜੀਤ ਪਾਤਰ ਦੀਆਂ ਰਚਨਾਵਾਂ ਵਿੱਚੋਂ ਸਾਨੂੰ ਇਹੋ ਜਿਹੀ ਕੋਈ ਗੱਲ ਨਹੀਂ ਮਿਲਦੀ. ਉਹ ਕਿਸੀ ਵੀ ਧਿਰ ਦੀ ਨਰਾਜ਼ਗੀ ਮੁੱਲ ਲੈਣ ਦੇ ਮੂਡ ਵਿੱਚ ਨਹੀਂ ਸੀ :

ਕੁਛ ਨਾ ਕਹਿ ਖ਼ਾਮੋਸ਼ ਰਹਿ ਓ ਸ਼ਾਇਰਾ
ਸਭ ਨੂੰ ਤੇਰੇ ਕਹਿਣ ਤੇ ਇਤਰਾਜ਼ ਹੈ
ਸੁਣ ਤੇਰੀ ਆਵਾਜ਼ ਉਹ ਆ ਜਾਣਗੇ
ਹੱਥ ਜਿਨ੍ਹਾਂ ਦੇ ਸੀਨੇ-ਵਿੰਨ੍ਹਵਾਂ ਸਾਜ਼ ਹੈ
ਗੀਤ ਤੇਰੇ ਮੁਖ਼ਬਰੀ ਕਰ ਦੇਣਗੇ
ਤੇਰੀ ਹਿਕ ਵਿੱਚ ਰੌਸ਼ਨੀ ਦਾ ਰਾਜ਼ ਹੈ
ਜੋ ਜਗੇ ਉਸ ਦਾ ਨਿਸ਼ਾਨਾ ਬੰਨ੍ਹਦਾ
ਰਾਤ ਦਾ ਹਾਕਮ ਨਿਸ਼ਾਨੇਬਾਜ਼ ਹੈ
ਉਹ ਕਿ ਜਿਸ ਦੀ ਜਾਨ ਹੀ ਨ੍ਹੇਰੇ 'ਚ ਹੈ
ਉਸ ਨੂੰ ਸਾਡੇ ਜਾਗਣ ਤੇ ਇਤਰਾਜ਼ ਹੈ
ਤਗ਼ਮਿਆਂ ਦੀ ਥਾਂ ਤੇ ਹਿਕ ਵਿਚ ਗੋਲੀਆਂ
ਇਹ ਵੀ ਇਕ ਸਨਮਾਨ ਦਾ ਅੰਦਾਜ਼ ਹੈ

(ਇਕ ਮੇਰੀ ਅਧਖੜ ਜਿਹੀ ਆਵਾਜ਼ ਹੈ)

ਪੰਜਾਬ ਵਿੱਚ ਚੱਲੀ ਖਾਲਿਸਤਾਨੀ ਦਹਿਸ਼ਤਗਰਦੀ ਦੀ ਲਹਿਰ ਅਤੇ ਸਰਕਾਰੀ ਦਹਿਸ਼ਤਗਰਦੀ ਦੀ ਲਹਿਰ ਬਾਰੇ ਸੁਰਜੀਤ ਪਾਤਰ ਆਪਣੇ ਵਿਚਾਰ ਕੁਝ ਇਸ ਤਰ੍ਹਾਂ ਪ੍ਰਗਟ ਕਰਦਾ ਹੈ :

1.
ਮਾਤਮ
ਹਿੰਸਾ

ਖ਼ੌਫ
ਬੇਬਸੀ ਤੇ ਅਨਿਆਂ
ਇਹ ਨੇ ਅੱਜਕਲ
ਮੇਰੇ ਪੰਜ ਦਰਿਆਵਾਂ ਦੇ ਨਾਂ
(ਇਹ ਨੇ ਅੱਜਕਲ)

2.

ਕਿਹੜਾ ਕਿਸੇ ਦੀ ਗੱਲ ਸੁਣਨ ਨੂੰ ਤਿਆਰ ਸੀ
ਉਤਰ ਹਰੇਕ ਪ੍ਰਸ਼ਨ ਦਾ ਓਥੇ ਕਟਾਰ ਸੀ
ਹਥਿਆਰ ਬੋਲਦੇ ਸੀ ਤੇ ਸ਼ਾਇਰ ਖ਼ਾਮੋਸ਼ ਸਨ
ਰਹਿਬਰ ਭਟਕ ਗਏ ਤੇ ਮਸੀਹਾ ਬਿਮਾਰ ਸੀ
ਕਬਰਾਂ 'ਚ ਚਹਿਲ ਪਹਿਲ ਸੀ, ਗਲੀਆਂ ਸੀ ਸੁੰਨੀਆਂ
ਸਿਵਿਆਂ 'ਚ ਲੋ ਸੀ ਹੋਰ ਹਰ ਥਾਂ ਅੰਧਕਾਰ ਸੀ
(ਕਿਹੜਾ ਕਿਸੇ ਥਾਂ...)

3.

ਤਲਵਾਰਾਂ ਦਾ ਆਪਣਾ ਅਰਥ ਨਹੀਂ ਹੈ ਕੋਈ
ਤਲਵਾਰਾਂ ਨੂੰ ਅਰਥ ਦਿੰਦੇ ਨੇ ਹੱਥ
ਤੇ ਹੱਥਾਂ ਨੂੰ ਮਸਤਕ
ਮਸਤਕ ਨੂੰ ਇਤਿਹਾਸ
ਉਲਝ ਗਏ ਨੇ ਸਾਡੇ ਅੱਜਕਲ
ਮਸਤਕ ਤੇ ਇਤਿਹਾਸ
ਆਪਸ ਦੇ ਵਿਚ ਝਗੜ ਪਏ ਨੇ
ਪਾਕ ਪਵਿੱਤਰ ਪੰਨੇ ਤੇ ਅਖ਼ਬਾਰਾਂ
ਸੂਰਜ ਦਾ ਸੰਦੇਸ਼
ਦੀਵਿਆਂ ਦਾ ਵਿਰਲਾਪ
ਰੂਹਾਂ ਦੇ ਸੰਤਾਪੇ ਕਤਰੇ
ਤੇ ਰੱਬੀ ਦਰਿਆ
ਘਰ ਦੀਆਂ ਕੰਧਾਂ ਤੇ ਦਿਸਹੱਦੇ
(ਹੁਣ ਇਹਨਾਂ ਦਰਿਆਵਾਂ ਤਾਈਂ...)

4.

ਬਣ ਰਹੇ ਹਾਂ ਬੰਦਿਆਂ ਤੋਂ ਫੇਰ ਪੱਥਰ
ਫੇਰ ਮਿੱਟੀ
ਫੇਰ ਪਾਣੀ
ਬਣ ਰਹੇ ਹਾਂ ਪੰਕਤੀਆਂ ਤੋਂ ਫੇਰ ਲਫਜ਼
ਅਤੇ ਲਫਜ਼ੋਂ

ਚਾਂਗਰਾਂ
ਚੀਕਾਂ
ਚਿੰਘਾੜਾਂ

ਧਰਤ ਪੁੱਠੀ ਗਿੜ ਰਹੀ ਹੈ
ਖ਼ੌਫ਼ ਨਾਲ
(ਖ਼ੌਫ)

5.
ਮੈਂ ਕਦ ਕਹਿਨਾ ਇਨਸਾਫ਼ ਨਾ ਮੰਗ
ਜਾਂ ਇਹ ਕਿ ਹੱਕ ਲਈ ਛੇੜ ਨਾ ਜੰਗ
ਪਰ ਦੁਸ਼ਮਣ ਦੀ ਪਹਿਚਾਣ ਤਾਂ ਕਰ
ਐਵੇਂ ਨ ਕੱਟ ਆਪਣੇ ਹੀ ਅੰਗ

ਹਰ ਕਵੀ ਦੀ ਆਪਣੀ ਇੱਕ ਵਿਚਾਰਧਾਰਾ ਹੁੰਦੀ ਹੈ. ਇਸ ਵਿਚਾਰਧਾਰਾ ਨੂੰ ਹੀ ਕਵਿਤਾ ਦੀ ਪਿੱਠਭੂਮੀ ਵਿੱਚ ਰੱਖ ਕੇ ਕਵੀ ਆਪਣੀ ਕਵਿਤਾ ਦੀ ਉਸਾਰੀ ਕਰਦਾ ਹੈ. ਸੁਰਜੀਤ ਪਾਤਰ ਦੀ ਵੀ ਆਪਣੀ ਇੱਕ ਵਿਚਾਰਧਾਰਾ ਹੈ. ਆਪਣੀ ਵਿਚਾਰਧਾਰਾ ਬਾਰੇ ਸੁਰਜੀਤ ਪਾਤਰ ਆਪਣੀ ਸ਼ਾਇਰੀ ਵਿੱਚ ਅਨੇਕਾਂ ਥਾਂਵਾਂ ਉੱਤੇ ਸਪੱਸ਼ਟ ਬਿਆਨ ਵੀ ਦਿੰਦਾ ਹੈ :

1.
ਮੇਰੇ 'ਚੋਂ ਨਹਿਰੂ ਵੀ ਬੋਲਦਾ ਹੈ, ਮਾਓ ਵੀ
ਕ੍ਰਿਸ਼ਨ ਵੀ ਬੋਲਦਾ ਹੈ, ਕਾਮੂ ਵੀ
ਵਾਇਸ ਆਫ਼ ਅਮੈਰਿਕਾ ਵੀ, ਬੀ.ਬੀ.ਸੀ. ਵੀ
ਮੇਰੇ 'ਚੋਂ ਬਹੁਤ ਕੁਝ ਬੋਲਦਾ ਹੈ
ਨਹੀਂ ਬੋਲਦਾ ਤਾਂ ਬੱਸ ਮੈਂ ਹੀ ਨਹੀਂ ਬੋਲਦਾ
(ਘਰਰ ਘਰਰ)

2.
ਗੋਬਿੰਦ ਸੀ ਤੇ ਰਸੂਲ ਸੀ, ਈਸਾ ਸੀ, ਬੁੱਧ ਸੀ
ਤਪਦੇ ਥਲਾਂ 'ਚ ਚਲ ਰਿਹਾ ਸੀ ਕੌਣ ਕੌਣ ਨਾਲ
(ਗ਼ਜ਼ਲ)

ਪੰਜਾਬੀ ਦੇ ਹੋਰ ਕਰਾਂਤੀਕਾਰੀ ਕਵੀਆਂ ਪਾਸ਼, ਡਾ. ਜਗਤਾਰ, ਸੰਤ ਰਾਮ ਉਦਾਸੀ, ਲਾਲ ਸਿੰਘ ਦਿਲ ਅਤੇ ਦਰਸ਼ਨ ਖਟਕੜ ਵਾਂਗ ਸੁਰਜੀਤ ਪਾਤਰ ਕਰਾਂਤੀ ਦਾ ਸਿੱਧਾ ਨਾਹਰਾ ਨਹੀਂ ਲਗਾਂਦਾ. ਉਹ, ਮਹਿਜ਼, ਜ਼ਿੰਦਗੀ ਨਾਲ ਸਬੰਧਤ ਅਨੇਕਾਂ ਖੇਤਰਾਂ ਵੱਲ ਸਾਡਾ ਧਿਆਨ ਦੁਆਂਦਾ ਹੈ ਅਤੇ ਸਾਡੇ ਮਨਾਂ ਵਿੱਚ ਅਹਿਸਾਸ ਜਗਾਂਦਾ ਹੈ ਕਿ ਇਨ੍ਹਾਂ ਖੇਤਰਾਂ ਵਿੱਚ ਸਭ ਅੱਛਾ ਨਹੀਂ ਹੈ. ਇਸ ਤਰ੍ਹਾਂ ਕਰਦਿਆਂ ਉਹ ਪਾਠਕ ਦੀ ਮਾਨਸਿਕਤਾ ਵਿੱਚ ਯਥਾਰਥਵਾਦੀ-ਚੇਤਨਾ ਦਾ ਪਾਸਾਰ ਕਰਦਾ ਹੈ.

ਵਿਤਕਰਿਆਂ ਭਰੇ ਭਾਰਤੀ ਸਮਾਜ ਨੂੰ ਬਦਲਣ ਲਈ ਨ ਤਾਂ ਉਹ ਕਿਤੇ ਹਥਿਆਰਬੰਦ ਇਨਕਲਾਬ ਦੀ ਗੱਲ ਕਰਦਾ ਹੈ, ਨ ਹੀ ਉਹ ਅਤਿਆਚਾਰੀ ਨਿਜ਼ਾਮ ਨਾਲ ਸਿੱਧੀ ਟੱਕਰ ਲੈਣ ਦੀ ਹੀ ਗੱਲ ਕਰਦਾ ਹੈ. ਹਾਂ, ਉਹ ਇਨਕਲਾਬ ਦਾ ਨਾਹਰਾ ਲਗਾਉਣ ਵਾਲੀਆਂ ਕਰਾਂਤੀਕਾਰੀ ਸ਼ਕਤੀਆਂ ਅਤੇ ਅਤਿਆਚਾਰੀ ਨਿਜ਼ਾਮ ਦਰਮਿਆਨ ਇੱਕ 'ਪੁਲ' ਬਣਕੇ ਆਪਣਾ ਕਿਰਦਾਰ ਨਿਭਾਉਣਾ ਪਸੰਦ ਕਰਦਾ ਹੈ. ਅਜਿਹੀ ਹਾਲਤ ਵਿੱਚ ਸ਼ਾਇਰ ਕਿਸੀ ਦੀ ਵੀ ਨਜ਼ਰ ਵਿੱਚ ਬੁਰਾ ਨਹੀਂ ਬਣਨਾ ਚਾਹੁੰਦਾ - ਨ ਹੀ ਕਰਾਂਤੀਕਾਰੀ ਸ਼ਕਤੀਆਂ ਦੀ ਨਜ਼ਰ ਵਿੱਚ ਅਤੇ ਨਾ ਹੀ ਸਥਾਪਤੀ ਦੀ ਨਜ਼ਰ ਵਿੱਚ ਹੀ. ਪੇਸ਼ ਹਨ ਅਜਿਹੇ ਵਿਚਾਰਾਂ ਨੂੰ ਸਪੱਸ਼ਟ ਕਰਦੀਆਂ ਸੁਰਜੀਤ ਪਾਤਰ ਦੀਆਂ ਆਪਣੀਆਂ ਕੁਝ ਚਰਚਿਤ ਕਾਵਿ ਸਤਰਾਂ :

ਮੈਂ ਜਿਨ੍ਹਾਂ ਲੋਕਾਂ ਲਈ ਪੁਲ ਬਣ ਗਿਆ ਸਾਂ
ਉਹ ਜਦੋਂ ਮੇਰੇ ਤੋਂ ਲੰਘ ਕੇ ਜਾ ਰਹੇ ਸਨ
ਮੈਂ ਸੁਣਿਆਂ ਮੇਰੇ ਬਾਰੇ ਕਹਿ ਰਹੇ ਸਨ :
ਉਹ ਕਿੱਥੇ ਰਹਿ ਗਿਆ ਹੈ ਚੁੱਪ ਜਿਹਾ ਬੰਦਾ
ਸ਼ਾਇਦ ਪਿੱਛੇ ਮੁੜ ਗਿਆ ਹੈ
ਸਾਨੂੰ ਪਹਿਲਾਂ ਪਤਾ ਸੀ ਕਿ ਉਸ ਵਿਚ ਦਮ ਨਹੀਂ ਹੈ

(ਪੁਲ)

ਆਪਣੀ ਇਸ ਮਜਬੂਰੀ ਪ੍ਰਤੀ ਉਹ ਆਪਣੀ ਸ਼ਾਇਰੀ ਵਿੱਚ ਥਾਂ ਥਾਂ ਝੂਰਦਾ ਵੀ ਹੈ ਅਤੇ ਇਸ ਸਥਿਤੀ ਵਿੱਚੋਂ ਬਾਹਰ ਆਉਣ ਲਈ ਕੁਝ ਵੀ ਨਾ ਕਰ ਸਕਣ ਲਈ ਵੀ ਆਪਣੇ ਆਪ ਨੂੰ ਬਾਰ ਬਾਰ ਕੋਸਦਾ ਵੀ ਹੈ :

1.
ਰਾਹ ਵਿੱਚ ਰੂਪੋਸ਼ ਯਾਰ ਮਿਲੇ
ਉਨ੍ਹਾਂ ਪੁੱਛਿਆ :
ਸਾਡੇ ਨਾਲ ਸਲੀਬ ਤੱਕ ਚੱਲੇਂਗਾ ?
ਕਾਤਲਾਂ ਦੇ ਕਤਲ ਨੂੰ ਅਹਿੰਸਾ ਸਮਝੇਂਗਾ ?
ਗੁਮਨਾਮ ਬਿਰਖ ਨਾਲ ਪੁੱਠਾ ਲਟਕ ਕੇ
ਮਸੀਹੀ ਅੰਦਾਜ਼ ਵਿਚ
ਸਰਕੜੇ ਨੂੰ ਭਾਸ਼ਨ ਦਵੇਂਗਾ ?

ਉੱਤਰ ਵਜੋਂ ਮੇਰੇ ਅੰਦਰ
ਅਨੇਕਾਂ ਤਸਵੀਰਾਂ ਉਲਝ ਗਈਆਂ
ਮੈਂ ਕਈ ਫ਼ਲਸਫਿਆਂ ਦਾ ਕੋਲਾਜ ਜਿਹਾ ਬਣ ਗਿਆ
ਤੇ ਅਜਕਲ ਕਹਿੰਦਾ ਫਿਰਦਾ ਹਾਂ :
ਸਹੀ ਦੁਸ਼ਮਣ ਦੀ ਤਲਾਸ਼ ਕਰੋ
ਹਰੇਕ ਆਲਮਗੀਰ ਔਰੰਗਜ਼ੇਬ ਨਹੀਂ ਹੁੰਦਾ

ਜੰਗਲ ਸੁੱਕ ਰਹੇ ਨੇ
ਬੰਸਰੀ 'ਤੇ ਮਲਹਾਰ ਵਜਾਓ
ਪ੍ਰੇਤ ਬੰਦੂਕਾਂ ਨਾਲ ਨਹੀਂ ਮਰਦੇ
ਮੇਰੀ ਹਰ ਕਵਿਤਾ ਪ੍ਰੇਤਾਂ ਨੂੰ ਮਾਰਨ ਦਾ ਮੰਤਰ ਹੈ
(ਘਰਰ ਘਰਰ)

2.
ਮੈਂ ਸਾਗਰ ਦੇ ਕੰਢੇ ਬੈਠਾਂ ਕੋਰੇ ਕਾਗਜ਼ ਲੈ ਕੇ
ਓਧਰ ਮਾਰੂਥਲ ਵਿੱਚ ਮੈਨੂੰ ਟੋਲਦੀਆਂ ਕਵਿਤਾਵਾਂ
3.
ਜਾਂ ਤਾਂ ਤੂੰ ਵੀ ਧੁੱਪੇ ਆ ਜਾ ਛੱਡ ਕੇ ਸ਼ਾਹੀ ਛਤਰੀ
ਜਾਂ ਫਿਰ ਰਹਿਣ ਦੇ ਮੇਰੇ ਸਿਰ ਤੇ ਇਹ ਸ਼ਬਦਾਂ ਦੀਆਂ ਛਾਵਾਂ
4.
ਦਫ਼ਤਰ ਦੇ ਦਰਵਾਜ਼ਿਓਂ ਬਾਹਰ
ਮੇਰੀ ਨਜ਼ਮ ਉਡੀਕਦੀ ਮੈਨੂੰ ਬੁੱਢੀ ਹੋ ਗਈ
ਓਸ ਵਿਚਾਰੀ ਦੇ ਤਾਂ ਲੰਮੇ ਵਾਲ ਸੁਹਾਣੇ
ਬਿਨਾਂ ਪਲੋਸਣ ਚਿੱਟੇ ਹੋ ਗਏ

ਮੈਂ ਕੁਰਸੀ ਵਿਚ ਚਿਣ ਹੋਇਆ ਹਾਂ
ਕੁਰਸੀ ਵਿਚ ਚਿਣਿਆਂ ਪੁੱਤਰਾਂ ਨੂੰ ਸਾਹਿਬਜ਼ਾਦੇ ਕੌਣ ਕਹੇਗਾ ?
(ਮੇਰੀ ਧੁੱਪ)

ਭਾਰਤੀ ਸਮਾਜ ਵਿੱਚ ਔਰਤ ਦੀ ਹਾਲਤ ਅਨੇਕਾਂ ਪਹਿਲੂਆਂ ਤੋਂ ਬਹੁਤ ਤਰਾਸਦਿਕ ਹੈ. ਇਸ ਮਰਦ-ਪ੍ਰਧਾਨ ਸਮਾਜ ਵਿੱਚ ਔਰਤ ਨੂੰ ਇੱਕ ਪਾਸੇ 'ਦੇਵੀ' ਮੰਨ ਕੇ ਧਾਰਮਿਕ ਅਸਥਾਨਾਂ ਵਿੱਚ ਉਸ ਦੀ ਪੂਜਾ ਕੀਤੀ ਜਾਂਦੀ ਹੈ; ਦੂਜੇ ਪਾਸੇ, ਹਰ ਦਿਨ, ਔਰਤ ਦੇ ਸਮੂਹਕ ਬਲਾਤਕਾਰ ਕੀਤੇ ਜਾ ਰਹੇ ਹਨ, ਦਾਜ ਦੇ ਭੁੱਖੇ ਪਤੀ ਆਪਣੀਆਂ ਪਤਨੀਆਂ ਨੂੰ ਜਿਉਂਦਿਆਂ ਹੀ ਅੱਗ ਦੀ ਭੇਟ ਕਰਕੇ ਸਵਾਹ ਦੇ ਢੇਰ ਬਣਾ ਰਹੇ ਹਨ, ਧਾਰਮਿਕ ਅਸਥਾਨਾਂ ਵਿੱਚ ਬੈਠੇ ਕਾਮ ਦੇ ਭੁੱਖੇ ਸੰਤ-ਬਾਬੇ ਅਤੇ ਵਿੱਦਿਅਕ ਅਦਾਰਿਆਂ ਵਿੱਚ ਬੈਠੇ ਕਾਮ ਦੇ ਭੁੱਖੇ ਅਧਿਆਪਕ ਔਰਤ ਦੀਆਂ ਮਜਬੂਰੀਆਂ ਦਾ ਲਾਭ ਉਠਾ ਕੇ ਉਸ ਨੂੰ ਆਪਣੀ ਕਾਮ-ਭੁੱਖ ਦਾ ਸ਼ਿਕਾਰ ਬਣਾ ਰਹੇ ਹਨ. ਇਸ ਤੋਂ ਵੀ ਵੱਧ, ਉਹ ਲੋਕ ਔਰਤ ਉੱਤੇ ਜ਼ੁਲਮ ਕਰ ਰਹੇ ਹਨ, ਜੋ ਔਰਤ ਨੂੰ ਜਨਮ ਲੈਣ ਤੋਂ ਪਹਿਲਾਂ ਹੀ ਮਾਂ ਦੀ ਕੁੱਖ ਵਿੱਚ ਹੀ ਮਾਰ ਦਿੰਦੇ ਹਨ. ਔਰਤ ਨੂੰ ਮਾਂ ਦੀ ਕੁੱਖ ਵਿੱਚ ਹੀ ਕਤਲ ਕਰਨ ਦੇ ਰੁਝਾਣ ਲਈ ਪੰਜਾਬ ਦੇ ਲੋਕ ਇਸ ਵੇਲੇ ਸਭ ਤੋਂ ਵੱਧ ਬਦਨਾਮ ਹਨ.

ਔਰਤ ਦੀ ਤਰਾਸਦੀ ਨਾਲ ਸਬੰਧਤ ਅਜਿਹੇ ਮੁੱਦਿਆਂ ਨੂੰ ਵੀ ਸੁਰਜੀਤ

ਪਾਤਰ ਆਪਣੀ ਸ਼ਾਇਰੀ ਦਾ ਵਿਸ਼ਾ ਬਣਾਉਂਦਾ ਹੈ :

1.
ਇਕ ਨਦੀ ਆਈ
ਰਿਸ਼ੀ ਦੇ ਕੋਲ
ਮੰਗਣ ਨੂੰ ਦਿਸ਼ਾ
ਉਸ ਨਦੀ ਨੂੰ ਰਿਸ਼ੀ ਦੇ
ਤਰਸੇਵਿਆਂ ਨੇ ਪੀ ਲਿਆ
(ਇਕ ਨਦੀ...)

2.
ਕੀ ਦੱਸੀਏ ਹਾਲ ਪੰਜਾਬ ਦਾ
ਉਸ ਸ਼ਰਫ ਦੇ ਸੁਰਖ਼ ਗੁਲਾਬ ਦਾ
ਉਸ ਅੱਧ 'ਚੋਂ ਟੁੱਟੇ ਗੀਤ ਦਾ
ਉਸ ਵਿਛੜੀ ਹੋਈ ਰਬਾਬ ਦਾ

ਓਥੇ ਕੁੱਖਾਂ ਹੋਈਆਂ ਕੱਚ ਦੀਆਂ
ਓਥੇ ਖੱਚੀਆਂ ਮੁਸ਼ਕਿਲ ਬਚਦੀਆਂ
ਜੋ ਬਚਣ ਉਹ ਅੱਗ ਵਿਚ ਮਚਦੀਆਂ
ਜਿਉਂ ਟੁਕੜਾ ਹੋਏ ਕਬਾਬ ਦਾ
(ਕੀ ਦੱਸੀਏ ਹਾਲ ਪੰਜਾਬ ਦਾ)

3.
ਢੋ ਲਓ ਬੂਹੇ
ਮੋੜ ਦੇਵੋ ਇਹਨਾਂ ਮਰਜਾਣੀਆਂ ਨੂੰ
ਆਖ ਦੇਵੋ ਹੈ ਨੀ ਏਥੇ ਕੋਈ

ਹੈ ਨੀ ਏਥੇ ਕੋਈ
ਜਿਹੜਾ ਬਾਬਲ ਜਾਂ ਵੀਰ ਬਣੇ
ਹੋਰ ਜਾ ਕੇ ਦਰ ਦੇਖੋ ਕੋਈ

ਹੋਣ ਤਾਂ ਕਰੋੜਾਂ ਨਾਰਾਂ ਘੱਟ ਨੇ ਜਹਾਨ ਉੱਤੇ
ਬੱਸ ਧੀਆਂ ਭੈਣਾਂ ਹੀ ਨਾ ਹੋਣ
ਨਾਰਾਂ ਦੇ ਸ਼ੁਕੀਨ ਨੇ ਇਹ ਦਰ ਦਰ ਘੁੰਮਦੇ ਨੇ
ਆਪਣੇ ਜੇ ਜੰਮ ਪਏ ਤਾਂ ਰੋਣ

ਛਾਪਾ ਮਾਰ ਕੁੱਖਾਂ ਤੇ

ਗੁਨਾਹਾਂ ਵਾਂਗੂੰ ਲੱਭਦੇ ਨੇ
ਧੀ ਤਾਂ ਨੀ ਕਿਤੇ ਲੁਕੀ ਹੋਈ

ਹੈ ਨੀ ਸਾਡੇ ਕੋਲ ਕੋਈ ਤੇਰੇ ਜੋਗਾ ਨਾਮ
ਹੈ ਨੀ ਚੂੜੀਆਂ ਪਜੇਬਾਂ ਜਿਹੀ ਚੀਜ਼ ਨੀ
ਹੈ ਨੀ ਸਾਡੇ ਕੋਲ ਨਿੱਕੇ ਨਿੱਕੇ ਨੀ ਫਰਾਕ
ਹੈ ਨੀ ਚੁੰਨੀ ਸਲਵਾਰ ਨਾ ਕਮੀਜ਼ ਨੀ

ਮੁੜ ਜਾ ਨੀ ਏਨ੍ਹੀ ਪੈਰੀਂ
ਨੰਗੀ ਤੇ ਮਨੰਗੀ
ਐਵੇਂ ਦਾਗ਼ ਨਾ ਲਗਾ ਜਈਂ ਸਾਡੀ ਲੋਈ

ਹਿੰਦੁਸਤਾਨ ਵਿੱਚ ਚਾਹੇ ਕੋਈ ਵੀ ਰਾਜਨੀਤਕ ਪਾਰਟੀ ਤਾਕਤ ਵਿੱਚ ਆਵੇ, ਉਸਦਾ ਇੱਕ ਹੀ ਮੁੱਖ ਉਦੇਸ਼ ਹੁੰਦਾ ਹੈ ਕਿ ਆਮ ਲੋਕਾਂ ਨੂੰ ਧਰਮ ਦੇ ਨਾਮ ਉੱਤੇ ਜਾਂ ਜ਼ਾਤ-ਪਾਤ ਦੇ ਨਾਮ ਉੱਤੇ ਕਿਵੇਂ ਲੜਾਣਾ ਹੈ ਅਤੇ ਹਕੂਮਤ ਦੀ ਕੁਰਸੀ ਉੱਤੇ ਮਾਰਿਆ ਜੱਫਾ ਕਿਵੇਂ ਪੱਕਾ ਕਰਨਾ ਹੈ. ਹਿੰਦੁਸਤਾਨ ਜਦੋਂ ਅੰਗਰੇਜ਼ਾਂ ਦਾ ਗੁਲਾਮ ਸੀ ਤਾਂ ਅੰਗ੍ਰੇਜ਼ਾਂ ਨੇ ਹਿੰਦੂਆਂ ਅਤੇ ਮੁਸਲਮਾਨਾਂ ਦਰਮਿਆਨ ਨਫ਼ਰਤ ਇਸ ਹੱਦ ਤੱਕ ਪੈਦਾ ਕਰ ਦਿੱਤੀ ਸੀ ਕਿ ਉਹ ਇੱਕ ਸਾਂਝੇ ਘੜੇ ਵਿੱਚੋਂ ਪਾਣੀ ਵੀ ਨਹੀਂ ਪੀਂਦੇ ਸਨ. ਰੇਲਵੇ ਸਟੇਸ਼ਨਾਂ ਉੱਤੇ ਮੁਸਾਫਰਾਂ ਲਈ ਪਾਣੀ ਪੀਣ ਵਾਸਤੇ ਜੋ ਘੜੇ ਰੱਖੇ ਹੁੰਦੇ ਸਨ ਉਨ੍ਹਾਂ ਵਿੱਚੋਂ ਇੱਕ ਘੜੇ ਉੱਤੇ ਲਿਖਿਆ ਹੁੰਦਾ ਸੀ 'ਹਿੰਦੂ ਪਾਣੀ' ਅਤੇ ਦੂਜੇ ਘੜੇ ਉੱਤੇ ਲਿਖਿਆ ਹੁੰਦਾ ਸੀ 'ਮੁਸਲਿਮ ਪਾਣੀ'.

ਆਜ਼ਾਦੀ ਮਿਲਣ ਤੋਂ ਬਾਹਦ, ਹਿੰਦੁਸਤਾਨ ਵਿੱਚ ਜਿਸ ਵੀ ਰਾਜਨੀਤਕ ਪਾਰਟੀ ਨੇ ਹਿੰਦੁਸਤਾਨ ਦੀ ਗੱਦੀ ਸੰਭਾਲੀ ਉਸਨੇ ਹੀ ਹਿੰਦੁਸਤਾਨ ਦੇ ਲੋਕਾਂ ਨੂੰ ਧਰਮ ਦੇ ਨਾਮ ਉੱਤੇ ਇੱਕ ਦੂਜੇ ਨਾਲ ਲੜਾਇਆ. ਇਹ ਸਿਲਸਿਲਾ ਅੱਜ ਵੀ ਬਿਨ੍ਹਾਂ ਕਿਸੀ ਰੋਕ-ਟੋਕ ਦੇ ਚੱਲ ਰਿਹਾ ਹੈ. ਹਿੰਦੁਸਤਾਨ ਵਿੱਚ ਹਕੂਮਤ ਕਰ ਰਹੀ ਬੀਜੇਪੀ ਦੀਆਂ ਸਹਿਯੋਗੀ ਰਾਜਨੀਤਕ ਪਾਰਟੀਆਂ ਸ਼ਿਵ ਸੈਨਾ / ਆਰਐਸਐਸ ਭਾਰਤੀ ਭਾਈਚਾਰੇ ਨੂੰ ਤਾਰ ਤਾਰ ਕਰ ਰਹੀਆਂ ਹਨ. ਭਾਰਤੀ ਸਮਾਜ ਵਿੱਚ ਭਾਈਚਾਰੇ ਦੇ ਟੁੱਟ ਰਹੇ ਸੰਕਲਪ ਬਾਰੇ ਸੁਰਜੀਤ ਪਾਤਰ ਆਪਣੀ ਨਜ਼ਮ 'ਉਦਾਸ ਦਿਨ' ਵਿੱਚ ਆਪਣੇ ਵਿਚਾਰ ਕੁਝ ਇੰਝ ਪੇਸ਼ ਕਰਦਾ ਹੈ :

ਮਰ ਰਿਹਾ ਹੈ ਚੁਪ ਚਾਪ
ਇਕ ਦੂਜੇ ਦਾ ਆਸਰਾ
ਸਹੀ ਗੱਲ ਲਈ ਖੜ੍ਹੇ ਹੋਣ ਦਾ ਹੌਂਸਲਾ
ਜੀਣ ਦਾ ਅਰਥ ਤਾਂ ਦੂਰ ਦੀ ਗੱਲ ਹੈ
ਜੀਣ ਦਾ ਚਾਅ ਵੀ ਮਰ ਰਿਹਾ ਹੈ
ਧਰਮ ਦੇ ਨਾਮ ਉੱਤੇ ਵੱਖੋ ਵੱਖ ਧਰਮਾਂ ਵਿੱਚ ਫੈਲਾਈ ਜਾ ਰਹੀ ਨਫ਼ਰਤ

ਨੂੰ ਚੁਣੌਤੀ ਦੇਂਦਿਆਂ ਹੋਇਆਂ ਸੁਰਜੀਤ ਪਾਤਰ ਆਪਣੇ ਗੀਤ 'ਅਗਲੀ ਸਵੇਰ ਦਾ ਗੀਤ' ਵਿੱਚ ਇਹ ਨੁਕਤਾ ਉਭਾਰਦਾ ਹੈ ਕਿ ਜਦੋਂ ਸਭ ਧਰਮ ਉਸੇ ਹੀ ਇੱਕੋ ਸ਼ਕਤੀ ਨੂੰ ਹੀ ਮੰਨਦੇ ਹਨ ਜਿਸਨੇ ਮਨੁੱਖ ਨੂੰ ਧਰਤੀ ਉੱਤੇ ਲਿਆਂਦਾ ਹੈ ਤਾਂ ਵੱਖੋ ਵੱਖ ਧਰਮਾਂ ਨੂੰ ਮੰਨਣ ਵਾਲੇ ਲੋਕ ਇੱਕ ਦੂਜੇ ਦੇ ਧਰਮ ਦੀ ਫਿਰ ਨਿੰਦਿਆ ਕਿਉਂ ਕਰਦੇ ਹਨ? ਵੇਖੋ, ਇਸ ਤੱਥ ਨੂੰ ਆਪਣੀ ਸ਼ਾਇਰੀ ਵਿੱਚ ਪੇਸ਼ ਕਰਨ ਦਾ ਸੁਰਜੀਤ ਪਾਤਰ ਦਾ ਅੰਦਾਜ਼ :

ਤੂੰ ਨ ਦੇਖ ਦਿਸਦਾ ਜੇ ਰੱਬ ਨਹੀਂ
ਸਾਨੂੰ ਦਿਸਣ ਸੰਗ ਮਤਲਬ ਨਹੀਂ
ਉਹ ਕਿ ਜਿਸ 'ਚ ਸ਼ਾਮਿਲ ਸਭ ਨਹੀਂ
ਨਹੀਂ ਅਪਣਾ ਉਹ ਮਜ਼ਹਬ ਨਹੀਂ

ਇਸੀ ਵਿਚਾਰ ਨੂੰ ਸੁਰਜੀਤ ਪਾਤਰ ਆਪਣੀਆਂ ਗਜ਼ਲਾਂ 'ਮੈਂ ਬਣਾਵਾਂਗਾ ਹਜ਼ਾਰਾਂ ਵੰਝਲੀਆਂ' ਅਤੇ 'ਹੁੰਦਾ ਸੀ ਏਥੇ ਸ਼ਖਸ ਇੱਕ' ਵਿੱਚ ਵੀ ਪੇਸ਼ ਕਰਦਾ ਹੈ :

1.
ਲੋਕ ਕਿੱਥੇ ਜਾ ਰਹੇ ਸਨ ਲੋਕਤਾ ਨੂੰ ਮਿੱਧ ਕੇ
ਮਸਲ ਕੇ ਇਨਸਾਨੀਅਤ ਇਨਸਾਨ ਕਿੱਧਰ ਜਾ ਰਿਹਾ ਸੀ

2.
ਸਿੱਖਾਂ, ਮੁਸਲਮਾਨਾਂ ਅਤੇ ਹਿੰਦੂਆਂ ਦੀ ਭੀੜ ਵਿਚ
ਰੱਬ ਢੂੰਡਦਾ ਫਿਰਦਾ ਮੇਰਾ ਬੰਦਾ ਕਿਧਰ ਗਿਆ

ਪੰਜਾਬ ਵਿੱਚ ਜਦੋਂ ਖਾਲਿਸਤਾਨੀ ਦਹਿਸ਼ਤਗਰਦੀ ਦੀ ਲਹਿਰ ਚੱਲੀ ਤਾਂ ਪੰਜਾਬੀਆਂ ਨੂੰ ਇੱਕ ਵਾਰੀ ਫਿਰ ਫਿਰਕੂ ਲੀਹਾਂ ਉੱਤੇ ਵੰਡਣ ਦੀ ਕੋਸ਼ਿਸ਼ ਕੀਤੀ ਗਈ ਅਤੇ ਇੱਕ ਵਾਰ ਫਿਰ ਫਿਰਕੂ ਲੀਹਾਂ ਉੱਤੇ ਪੰਜਾਬ ਦੇ ਟੁਕੜੇ ਕਰਨ ਦੀ ਸਾਜ਼ਿਸ਼ ਰਚੀ ਗਈ. ਉਦੋਂ ਸੁਰਜੀਤ ਪਾਤਰ ਨੇ, ਵਿਸ਼ੇਸ਼ ਕਰਕੇ, ਪੰਜਾਬੀ ਭਾਈਚਾਰੇ ਦੇ ਸੰਦਰਭ ਵਿੱਚ, ਇਹ ਕਿਹਾ ਸੀ :

ਓਦੋਂ ਵਾਰਿਸ ਸ਼ਾਹ ਨੂੰ ਵੰਡਿਆ ਸੀ ਹੁਣ ਸ਼ਿਵ ਕੁਮਾਰ ਦੀ ਵਾਰੀ ਏ
ਉਹ ਜ਼ਖਮ ਤੁਹਾਨੂੰ ਭੁੱਲ ਵੀ ਗਏ ਨਵਿਆਂ ਦੀ ਜੋ ਫੇਰ ਤਿਆਰੀ ਏ

ਵਾਰਿਸ ਸ਼ਾਹ ਤੇ ਸ਼ਿਵ ਕੁਮਾਰ ਤਾਂ ਪੰਜਾਬੀਆਂ ਦੀ ਚੇਤਨਾ ਵਿੱਚ ਵਸਦੇ ਹੀ ਰਹਿਣਗੇ; ਪਰ ਪੰਜਾਬੀਆਂ ਦੀ ਚੇਤਨਾ ਦੇ ਪਾਣੀਆਂ ਨੂੰ ਗੰਧਲਾ ਕਰਨ ਦੇ ਘਿਨਾਉਣੇ ਕੰਮ ਕਰਨ ਵਿੱਚ ਘਟੀਆ ਰਾਜਨੀਤੀਵਾਨ ਰੁੱਝੇ ਹੀ ਰਹਿਣਗੇ.

ਭਾਵੇਂ ਕਿ ਇਹ ਵੀ ਇੱਕ ਸਚਾਈ ਹੈ ਕਿ ਹਿੰਦੁਸਤਾਨ ਦੀ ਵੰਡ ਕਰਨ ਵੇਲੇ ਜਦੋਂ ਕਿ ਪੰਜਾਬ ਨੂੰ ਵੀ ਦੋ ਟੁਕੜਿਆਂ ਵਿੱਚ ਵੰਡ ਦਿੱਤਾ ਗਿਆ ਅਤੇ ਪੰਜਾਬੀ ਭਾਈਚਾਰੇ ਨੂੰ ਵੀ ਟੁਕੜੇ ਟੁਕੜੇ ਕਰ ਦਿੱਤਾ ਗਿਆ ਤਾਂ ਉਸ ਫੈਸਲੇ ਵਿੱਚ ਪੰਜਾਬੀਆਂ ਦੀ ਕੋਈ ਸ਼ਮੂਲੀਅਤ ਨਹੀਂ ਸੀ. ਇਹੀ ਕਾਰਨ ਹੈ ਕਿ ਦੋਹਾਂ ਪੰਜਾਬਾਂ ਦੇ ਲੋਕ ਅੱਜ ਵੀ ਇੱਕ ਦੂਜੇ ਨੂੰ ਮੁਹੱਬਤ ਕਰਦੇ ਹਨ ਅਤੇ ਇੱਕ ਦੂਜੇ ਦੇ ਗਲੇ ਲੱਗ ਕੇ ਮਨ ਨੂੰ ਤਸੱਲੀ ਦਿੰਦੇ ਹਨ. ਕਿਉਂਜੁ, ਦੋਹਾਂ ਪੰਜਾਬਾਂ ਦੇ ਲੋਕਾਂ ਦੀਆਂ ਉਮੰਗਾਂ-ਇਛਾਵਾਂ,

ਖੁਸ਼ੀਆਂ-ਗਮੀਆਂ, ਆਸ਼ਾਵਾਂ-ਨਿਰਾਸ਼ਾਵਾਂ, ਉਨ੍ਹਾਂ ਦੀ ਸਾਂਝੀ ਮਾਂ ਬੋਲੀ ਪੰਜਾਬੀ ਦੇ ਲੋਕ ਗੀਤਾਂ ਵਿੱਚ ਦਰਜ ਹਨ ਅਤੇ ਸਾਂਝੇ ਪੰਜਾਬੀ ਸਭਿਆਚਾਰਕ ਵਿਰਸੇ ਵਿੱਚ ਸ਼ਾਮਿਲ ਹਨ. ਇਹੀ ਕਾਰਨ ਹੈ ਕਿ ਅੱਜ ਵੀ ਦੋਹਾਂ ਪੰਜਾਬਾਂ ਦੇ ਲੋਕਾਂ ਨੂੰ ਹੀਰ-ਰਾਂਝਾ, ਮਿਰਜ਼ਾ-ਸਾਹਿਬਾਂ, ਸੱਸੀ-ਪੁਨੂੰ, ਕੀਮਾ-ਮਲਕੀ, ਵਰਗੀਆਂ ਲੋਕ ਕਥਾਵਾਂ ਇੱਕੋ ਜਿੰਨੀ ਹੀ ਖਿੱਚ ਪਾਂਦੀਆਂ ਹਨ.

ਇਸ ਵਿੱਚ ਕੋਈ ਸ਼ੱਕ ਨਹੀਂ ਕਿ ਹਿੰਦੁਸਤਾਨ ਵਿੱਚ ਦੋ ਤਰ੍ਹਾਂ ਦੀਆਂ ਨਿਆਂ ਪ੍ਰਣਾਲੀਆਂ ਹਨ : ਇੱਕ ਨਿਆਂ ਪ੍ਰਣਾਲੀ ਅਮੀਰ ਲੋਕਾਂ ਲਈ ਅਤੇ ਦੂਜੀ ਨਿਆਂ ਪ੍ਰਣਾਲੀ ਗਰੀਬਾਂ ਲਈ. ਅਮੀਰ ਲੋਕ ਵੱਡੇ ਤੋਂ ਵੱਡੇ ਜੁਰਮ ਵੀ ਕਰ ਲੈਣ, ਉਹ ਆਪਣੇ ਪੈਸੇ ਦੀ ਸ਼ਕਤੀ ਨਾਲ ਦੇਸ ਦੇ ਮਹਿੰਗੇ ਤੋਂ ਮਹਿੰਗੇ ਵਕੀਲਾਂ ਦੀਆਂ ਕਾਨੂੰਨੀ ਸੇਵਾਵਾਂ ਲੈ ਕੇ ਅਤੇ ਜੱਜਾਂ ਨੂੰ ਵੱਡੀਆਂ ਵੱਡੀਆਂ ਰਿਸ਼ਵਤਾਂ ਦੇ ਕੇ ਸਜ਼ਾ ਤੋਂ ਛੁੱਟ ਜਾਂਦੇ ਹਨ; ਜਦੋਂ ਕਿ ਭੁੱਖ ਦਾ ਮਾਰਿਆ ਇੱਕ ਗਰੀਬ ਆਦਮੀ 10 ਰੁਪਏ ਦੀ ਬਰੈੱਡ ਵੀ ਚੁਰਾ ਲਏ ਤਾਂ ਹਿੰਦੁਸਤਾਨ ਦੀਆਂ ਅਦਾਲਤਾਂ ਉਸ ਗਰੀਬ ਆਦਮੀ ਨੂੰ 10 ਸਾਲ ਲਈ ਜੇਲ੍ਹ ਦੀ ਸਜ਼ਾ ਦੇ ਦੇਣਗੀਆਂ. ਏਨਾਂ ਹੀ ਕਾਫੀ ਨਹੀਂ, ਕਦੀ ਗਰੀਬ ਲੋਕ ਆਪਣੇ ਨਾਲ ਹੋਈ ਕਿਸੀ ਜ਼ਿਆਦਤੀ ਨੂੰ ਚੁਣੌਤੀ ਦੇਣ ਲਈ ਅਤੇ ਆਪਣੇ ਹੱਕਾਂ ਦੀ ਰਾਖੀ ਲਈ ਅਦਾਲਤਾਂ ਵਿੱਚ ਜਾਂਦੇ ਹਨ ਤਾਂ ਅਦਾਲਤਾਂ ਦਹਾਕਿਆਂ ਤੱਕ ਉਨ੍ਹਾਂ ਦੇ ਮੁਕੱਦਮਿਆਂ ਦੇ ਫੈਸਲੇ ਨਹੀਂ ਕਰਦੀਆਂ. ਸੁਰਜੀਤ ਪਾਤਰ ਇਸ ਮੁੱਦੇ ਨੂੰ ਵੀ ਆਪਣੀਆਂ ਨਜ਼ਮਾਂ ਵਿੱਚ ਵਿਸ਼ੇ ਵਾਂਗੂੰ ਪੇਸ਼ ਕਰਦਾ ਹੈ :

1.
ਇਸ ਅਦਾਲਤ 'ਚ ਬੰਦੇ ਬਿਰਖ ਹੋ ਗਏ
ਫ਼ੈਸਲੇ ਸੁਣਦਿਆਂ ਸੁਣਦਿਆਂ ਸੁਕ ਗਏ
ਆਖੋ ਏਨ੍ਹਾਂ ਨੂੰ ਉਜੜੇ ਘਰੀਂ ਜਾਣ ਹੁਣ
ਇਹ ਕਦੋਂ ਤੀਕ ਏਥੇ ਖੜੇ ਰਹਿਣਗੇ

2.
ਕੀ ਇਹ ਇਨਸਾਫ਼ ਹਉਮੈ ਦੇ ਪੁਤ ਕਰਨਗੇ
ਕੀ ਇਹ ਖ਼ਾਮੋਸ਼ ਪੱਥਰ ਦੇ ਬੁੱਤ ਕਰਨਗੇ
ਜੋ ਸਲੀਬਾਂ ਤੇ ਟੰਗੇ ਨੇ ਲੱਥਣੇ ਨਹੀਂ
ਰਾਜ ਬਦਲਣਗੇ ਸੂਰਜ ਚੜ੍ਹਨ ਲਹਿਣਗੇ

3.
ਕੀ ਵਕਾਲਤ ਹੈ ਕਿ ਅਦਾਲਤ ਹੈ
ਸੱਚ ਕਿੱਥੇ ਤੇ ਫ਼ੈਸਲਾ ਕਿੱਥੇ

ਮਹਿਜ਼, ਨਿਆਂ-ਪ੍ਰਣਾਲੀ ਹੀ ਵਿਤਕਰੇ ਭਰੀ ਨਹੀਂ, ਗੱਲ ਤਾਂ ਇਸ ਤੋਂ ਵੀ ਅੱਗੇ ਦੀ ਹੈ. ਲੋਕ ਆਪਣੇ ਹੱਕਾਂ ਦੀ ਮੰਗ ਲੈ ਕੇ ਸੜਕਾਂ ਉੱਤੇ ਅਮਨ ਭਰੇ ਮਾਹੌਲ ਵਿੱਚ ਜਲਸੇ-ਜਲੂਸ ਕੱਢਦੇ ਹਨ ਤਾਂ ਹਕੂਮਤ ਉਸਨੂੰ ਵੀ ਬਰਦਾਸ਼ਤ ਨਹੀਂ ਕਰਦੀ ਅਤੇ ਲੋਕਾਂ ਵਿੱਚ ਦਹਿਸ਼ਤ ਫੈਲਾਉਣ ਲਈ ਲੋਕਾਂ ਉੱਤੇ ਅੰਨ੍ਹੇ-ਵਾਹ ਗੋਲੀਆਂ ਦੀ

ਬੁਛਾੜ ਕਰਕੇ ਲਾਸ਼ਾਂ ਦੇ ਅੰਬਾਰ ਲਗਾ ਦਿੰਦੀ ਹੈ. ਉਦੋਂ ਕਵੀ ਮਨ ਵੀ ਲੋਕਾਂ ਨਾਲ ਖੜ੍ਹਦਾ ਹੈ ਅਤੇ ਮਹਿਸੂਸ ਕਰਦਾ ਹੈ ਕਿ ਇਹੋ ਜਿਹੀ ਅਤਿਆਚਾਰੀ ਹਕੂਮਤ ਨੂੰ ਜੇਕਰ ਆਮ ਲੋਕਾਂ ਵੱਲੋਂ ਗੋਲੀ ਦਾ ਜੁਆਬ ਗੋਲੀ ਵਿੱਚ ਵੀ ਦਿੱਤਾ ਜਾਂਦਾ ਹੈ ਤਾਂ ਇਹ ਸਹੀ ਪ੍ਰਕ੍ਰਿਆ ਹੋਵੇਗੀ :

ਪਰ ਜਦ ਕਦੀ ਅਚਾਨਕ
ਬੰਦੂਕ ਦੀ ਨਾਲੀ 'ਚੋਂ ਨਿਕਲਦੀ ਅੱਗ ਨਾਲ
ਪੜ੍ਹਨ ਗਿਆਂ ਦੀ ਛਾਤੀ 'ਤੇ
ਉਨ੍ਹਾਂ ਦਾ ਭਵਿੱਖ ਲਿਖਿਆ ਜਾਂਦਾ ਹੈ
ਜਾਂ ਡੂੰਘੇ ਬੀਜੇ ਜਾਂਦੇ ਹਨ ਗਿਆਨ ਦੇ ਸ਼ੱਰੇ
ਜਾਂ ਸਿਖਾਇਆ ਜਾਂਦਾ ਹੈ ਐਸਾ ਸਬਕ
ਕਿ ਘਰ ਜਾ ਕੇ ਮਾਂ ਨੂੰ ਸੁਣਾ ਵੀ ਨਾ ਸਕਣ
ਤਾਂ ਮੇਰਾ ਜੀਆ ਕਰਦਾ ਹੈ
ਜੰਗਲ 'ਚ ਛੁਪੇ ਗੁਰੀਲੇ ਨੂੰ ਕਹਾਂ :

ਅਹਿ ਲੈ ਮੇਰੀਆਂ ਕਵਿਤਾਵਾਂ
ਬਾਲ ਕੇ ਅੱਗ ਸੇਕ ਲੈ

ਉਸ ਪਲ ਉਸਦੀ ਬੰਦੂਕ ਦੀ ਨਾਲੀ 'ਚੋਂ
ਨਿਕਲਦੀ ਆਵਾਜ਼ ਨੂੰ
ਖੂਬਸੂਰਤ ਸ਼ਿਅਰ ਵਾਂਗ ਮੁੜ ਮੁੜ ਸੁਣਨ ਨੂੰ ਜੀਅ ਕਰਦਾ ਏ

ਹਿੰਸਾ ਵੀ ਏਨੀ ਕਾਵਿਕ ਹੋ ਸਕਦੀ ਹੈ
ਮੈਂ ਕਦੀ ਨਹੀਂ ਸੀ ਸੋਚਿਆ

ਹਿੰਦੁਸਤਾਨ ਦੀ ਵਿੱਦਿਅਕ ਪ੍ਰਣਾਲੀ ਬਾਰੇ ਗੱਲ ਕਰਦਿਆਂ ਸੁਰਜੀਤ ਪਾਤਰ ਕਹਿੰਦਾ ਹੈ ਕਿ ਹਿੰਦੁਸਤਾਨ ਵਿੱਚ ਵਿੱਦਿਅਕ ਮਾਹੌਲ ਹੀ ਐਸਾ ਹੋ ਗਿਆ ਹੈ ਕਿ ਹਰ ਕਿਸੇ ਦੀ ਇਹੀ ਇੱਛਾ ਹੁੰਦੀ ਹੈ ਕਿ ਉਨ੍ਹਾਂ ਦਾ ਬੱਚਾ, ਪੜ੍ਹ ਲਿਖ ਕੇ, ਮਹਿਜ਼, ਨੋਟਾਂ ਦੇ ਢੇਰ ਲਗਾਉਣ ਵਾਲਾ ਇੱਕ ਵਿਅਕਤੀ ਬਣੇ. ਵਿੱਦਿਅਕ ਅਦਾਰੇ ਵੀ ਅਜਿਹੇ ਪੜ੍ਹਾਕੂ ਹੀ ਤਿਆਰ ਕਰ ਕਰ ਕੇ ਮੰਡੀ ਵਿੱਚ ਭੇਜ ਰਹੇ ਹਨ- ਜਿਨ੍ਹਾਂ ਅੰਦਰ ਮਨੁੱਖੀ ਭਾਵਨਾਵਾਂ ਦਾ ਸੋਕਾ ਹੁੰਦਾ ਹੈ; ਪਰ ਉਹ ਨੋਟਾਂ ਦੇ ਅੰਬਾਰ ਲਗਾਉਣ ਲਈ ਮਸ਼ੀਨਾਂ ਦੇ ਪੁਰਜਿਆਂ ਵਾਂਗ ਕੰਮ ਕਰ ਸਕਦੇ ਹਨ :

ਡੇਰੇ ਦੇ ਮੁਰਸ਼ਦ ਕੋਲ ਸਾਡੇ ਘਰ ਦੇ
ਸਾਨੂੰ ਛੱਡ ਕੇ ਵੀ ਏਸੇ ਲਈ ਗਏ ਸਨ :
ਇਨ੍ਹਾਂ ਨੂੰ ਚੰਡ ਦੇ ਚੰਗੀ ਤਰ੍ਹਾਂ ਮੁਣਸ਼ੀ ਜੀ
ਕੁਝ ਬਣਾ ਦੇ

ਨੋਟਾਂ ਦੇ ਬੂਟੇ ਗੋਡਣ ਵਾਲੀ ਰੰਬੀ
ਜਾਂ ਡਿਗਦੇ ਘਰ ਦੀ ਥੰਮੀ
ਬੁਢਾਪੇ ਦੀ ਡੰਗੋਰੀ
ਇਸ ਤਰ੍ਹਾਂ ਚਮਕਾ ਦਿਓ ਮੇਰੇ ਲਾਲ ਨੂੰ ਚੋਰੀ ਚੋਰੀ
ਕਿ ਸ਼ਰੀਕਾਂ ਦੀ ਅੱਖ ਚੁੰਧਿਆ ਜਾਵੇ
ਮਾਸਟਰ ਜੀ ਦੀ ਵੀ ਏਹੋ ਸਿੱਖਿਆ ਸੀ
ਤੇ ਸਾਡੇ ਲਹੂ ਵਿੱਚ
ਮਾਂ ਦੀਆਂ ਦੁੱਧੀਆਂ ਦੀ ਚੁਪ ਚੁਪ ਲੋਰੀ ਨੇ ਵੀ
ਸ਼ਾਇਦ ਏਹੋ ਕੁਝ ਲਿਖਿਆ ਸੀ
(ਉਦਾਸ ਦਿਨ)

ਇਸ ਵਿਚਾਰ ਨੂੰ ਇੱਕ ਹੋਰ ਪੱਖ ਤੋਂ ਸੁਰਜੀਤ ਪਾਤਰ ਆਪਣੀ ਨਜ਼ਮ 'ਆਇਆ ਨੰਦ ਕਿਸ਼ੋਰ' ਵਿੱਚ ਵੀ ਪੇਸ਼ ਕਰਦਾ ਹੈ ਕਿ ਵਿੱਦਿਆ-ਰਿਜ਼ਕ ਨਾਲ ਕਿਵੇਂ ਜੁੜੀ ਹੋਈ ਹੈ. ਇੱਥੋਂ ਤੱਕ ਕਿ ਲੋਕ ਆਪਣੀ ਮਾਂ-ਬੋਲੀ ਨੂੰ ਵੀ ਤਿਲਾਂਜਲੀ ਦੇ ਦਿੰਦੇ ਹਨ ਜੇਕਰ ਕਿਸੀ ਹੋਰ ਜ਼ੁਬਾਨ ਨੂੰ ਅਪਨਾਉਣ ਨਾਲ ਚੰਗਾ ਭਵਿਖ ਬਨਣ ਦੀਆਂ ਉਮੀਦਾਂ ਹੋਣ :

ਕੱਲ੍ਹ ਮੈਂ ਦੇਖੀ ਮਾਧੁਰੀ
ਓਸੇ ਪਿੰਡ ਸਕੂਲ ਵਿਚ
ਗੁੱਤਾਂ ਬੰਨ੍ਹ ਕੇ ਰਿਬਨ ਵਿਚ
ਸੁਹਣੀ ਪੱਟੀ ਪੋਚ ਕੇ

ਊੜਾ ਐੜਾ ਲਿਖ ਰਹੀ
ਬੇਟੀ ਨੰਦ ਕਿਸ਼ੋਰ ਦੀ

ਕਿੰਨਾ ਗੂੜ੍ਹਾ ਸਾਕ ਹੈ
ਅੱਖਰਾਂ ਤੇ ਰਿਜ਼ਕ ਦਾ

ਏਸੇ ਪਿੰਡ ਦੇ ਲਾਡਲੇ
ਪੋਤੇ ਅੱਛਰ ਸਿੰਘ ਦੇ
ਆਪਣੇ ਪਿਉ ਦੀ ਕਾਰ ਵਿਚ
ਬਹਿ ਲੁਧਿਆਣੇ ਆਂਵਦੇ
ਕੌਨਵੈਂਟ ਵਿੱਚ ਪੜ੍ਹ ਰਹੇ
ਏ.ਬੀ.ਸੀ.ਡੀ. ਸਿੱਖਦੇ

ਏ.ਬੀ.ਸੀ.ਡੀ. ਸਿੱਖਦੇ

ਪੋਤੇ ਅੱਛਰ ਸਿੰਘ ਦੇ

ਕਿੰਨਾ ਗੂੜਾ ਸਾਕ ਹੈ
ਅੱਖਰ ਅਤੇ ਅਕਾਂਖਿਆ

ਪ੍ਰੰਪਰਾ ਮਨੁੱਖ ਦੇ ਨਾਲ ਨਾਲ ਤੁਰਦੀ ਹੈ; ਇੱਕ ਪ੍ਰੰਪਰਾ ਉਹ ਹੈ ਜੋ ਹਰ ਪਲ ਮਨੁੱਖ ਦੇ ਰਾਹਾਂ ਵਿੱਚ ਕੰਡੇ ਬੀਜਦੀ ਹੈ - ਦੂਜੀ ਪ੍ਰੰਪਰਾ ਉਹ ਹੈ ਜੋ ਮਨੁੱਖ ਨੂੰ ਹਾਸੇ ਅਤੇ ਖੇੜੇ ਵੰਡਦੀ ਹੈ.

ਭਾਰਤੀ ਸਭਿਅਤਾ ਵਿੱਚ ਮਨੂੰਵਾਦ ਨਾਲ ਜੁੜੀਆਂ ਅਜਿਹੀਆਂ ਰਾਜਨੀਤਕ, ਸਭਿਆਚਾਰਕ, ਸਮਾਜਿਕ, ਧਾਰਮਿਕ, ਵਿੱਦਿਅਕ ਪ੍ਰੰਪਰਾਵਾਂ ਹਨ ਜੋ ਭਾਰਤੀ ਸਮਾਜ ਦੇ ਇੱਕ ਵੱਡੇ ਹਿੱਸੇ ਨੂੰ ਸਦੀਆਂ ਤੋਂ ਪੈਰਾਂ ਹੇਠਾਂ ਰੋਲ ਰਹੀਆਂ ਹਨ. ਦੂਜੀ ਕਿਸਮ ਦੀਆਂ ਪ੍ਰੰਪਰਾਵਾਂ ਸਾਡੇ ਤਿਉਹਾਰਾਂ, ਲੋਕ-ਗੀਤਾਂ, ਰਸਮੋਂ-ਰਿਵਾਜਾਂ ਨਾਲ ਜੁੜੀਆਂ ਹੁੰਦੀਆਂ ਹਨ ਜਾਂ ਸਾਡੇ ਕੌਮੀ ਇਤਿਹਾਸ ਨਾਲ ਜੁੜੀਆਂ ਹੁੰਦੀਆਂ ਹਨ. ਜਿਨ੍ਹਾਂ ਨੂੰ ਯਾਦ ਕਰਕੇ ਸਾਡੇ ਮਨ ਚਾਅ ਅਤੇ ਉਤਸਾਹ ਨਾਲ ਭਰ ਜਾਂਦੇ ਹਨ. ਸੁਰਜੀਤ ਪਾਤਰ ਆਪਣੀ ਨਜ਼ਮ 'ਹੇ ਪਿਤਰੋ ਪੁਰਖਿਓ' ਵਿੱਚ ਅਜਿਹੀ ਪ੍ਰੰਪਰਾ ਦਾ ਜ਼ਿਕਰ ਕਰਦਾ ਹੈ ਜੋ ਮਨੁੱਖ ਦਾ ਹਮੇਸ਼ਾ ਖ਼ੂਨ ਪੀਂਦੀ ਰਹਿੰਦੀ ਹੈ :

1.
ਹੇ ਪਿਤਰੋ ਪੁਰਖਿਓ
ਮਰ ਮਰ ਕੇ ਜੀਂਦਿਓ
ਕਿਉਂ ਜ਼ਰੂਰੀ ਹੈ ਭਲਾ
ਸਾਨੂੰ ਉਸ ਛਾਨਣੀ 'ਚੋਂ ਛਾਨਣਾ
ਕਿ ਸਾਡੇ ਹਾਸੇ ਤਾਂ ਦੋਜ਼ਖ ਦੀ ਅੱਗ ਵਿਚ ਕਿਰ ਜਾਣ
ਤੇ ਉੱਪਰ ਸਿਰਫ਼ ਹੰਝੂ ਰਹਿ ਜਾਣ

ਹੇ ਪੁੱਤਰੋ ਗਭਰੂਓ
ਤਪਦਿਓ ਖਪਦਿਓ
ਜ਼ਰੂਰੀ ਹੈ ਦਰਖ਼ਤਾਂ ਦਾ ਉਸ ਬੂਹੇ 'ਚੋਂ ਲੰਘਣਾ
ਜਿਥੋਂ ਦੀ ਲੰਘਦਿਆਂ
ਉਹ ਰਹਿਣ ਨਾ ਦਰਖ਼ਤ
ਬਣ ਜਾਣ ਤਾਬੂਤ ਮੇਜ਼
ਤੇ ਕੁਰਸੀਆਂ ਬਣ ਜਾਣ ਬੂਹੇ

ਹੇ ਪਿਤਰੋ ਪੁਰਖਿਓ
ਮਰ ਮਰ ਕੇ ਜੀਂਦਿਓ
ਕਿਉਂ ਜ਼ਰੂਰੀ ਹੈ ਭਲਾ

ਤੁਹਾਡਾ ਮਰ ਮਰ ਕੇ ਜੀਵਣਾ
ਦਿਲਾਂ ਵਿਚ ਵਸ ਕੇ ਸਾਡਾ ਲਹੂ ਪੀਵਣਾ
2.
ਤਮਾਮ ਮਰ ਗਏ ਪਿਤਰਾਂ ਦੇ ਨਹੁੰ
ਮੇਰੀ ਛਾਤੀ ਦੇ ਵਿਚ ਖੁੱਭੇ ਪਏ ਨੇ
ਜ਼ਰਾ ਦੇਖੋ ਤਾਂ ਸਹੀ
ਮਰ ਗਿਆਂ ਨੂੰ ਵੀ ਜਿਉਂਦੇ ਰਹਿਣ ਦੀ ਕਿੰਨੀ ਲਾਲਸਾ ਹੈ
(ਮੈਂ ਰਾਤ ਦਾ ਆਖਰੀ ਜਜ਼ੀਰਾ)

ਇਸੀ ਤਰ੍ਹਾਂ ਹੀ ਸੁਰਜੀਤ ਪਾਤਰ ਆਪਣੀ ਨਜ਼ਮ 'ਇਤਿਹਾਸ' ਵਿੱਚ ਇਤਿਹਾਸਕ ਪ੍ਰੰਪਰਾ ਦਾ ਵੀ ਜ਼ਿਕਰ ਕਰਦਾ ਹੈ. ਇਤਿਹਾਸਕ ਪ੍ਰੰਪਰਾ ਦੇ ਅਰਥ ਕਦੀ ਵੀ ਸਥਾਈ ਨਹੀਂ ਹੁੰਦੇ. ਜਿਸ ਤਰ੍ਹਾਂ ਦੀ ਵਿਚਾਰਧਾਰਾ ਨੂੰ ਮੰਨਣ ਵਾਲੀ ਰਾਜਨੀਤਕ ਸ਼ਕਤੀ ਤਾਕਤ ਵਿੱਚ ਹੋਵੇਗੀ - ਉਸ ਤਰ੍ਹਾਂ ਦੀਆਂ ਹੀ ਇਤਿਹਾਸਕ ਸ਼ਖਸੀਅਤਾਂ ਨੂੰ ਮਾਨ-ਸਨਮਾਣ ਮਿਲੇਗਾ. ਇਸ ਹਕੀਕਤ ਨੂੰ ਸੁਰਜੀਤ ਪਾਤਰ ਇੰਜ ਬਿਆਨ ਕਰਦਾ ਹੈ:

ਇਤਿਹਾਸ ਤਾਂ ਹਰ ਪੁਸ਼ਤ ਲਿਖੇਗੀ

ਵਾਰ ਵਾਰ ਪੇਸ਼ ਹੋਣਗੇ
ਮਰੇ ਹੋਏ
ਜਿਉਂਦਿਆਂ ਦੀ ਅਦਾਲਤ ਵਿਚ

ਵਾਰ ਵਾਰ ਉਠਾਏ ਜਾਣਗੇ ਕਬਰਾਂ 'ਚੋਂ ਪਿੰਜਰ
ਹਾਰ ਪਹਿਨਣ ਲਈ
ਕਦੀ ਫੁੱਲਾਂ ਦੇ
ਕਦੀ ਕੰਡਿਆਂ ਦੇ

ਸਮੇਂ ਦੀ ਕੋਈ ਅੰਤਿਮ ਅਦਾਲਤ ਨਹੀਂ
ਤੇ ਇਤਿਹਾਸ ਆਖਰੀ ਵਾਰ ਕਦੇ ਨਹੀਂ ਲਿਖਿਆ ਜਾਂਦਾ

ਕੁਝ ਪ੍ਰੰਪਰਾਵਾਂ ਸਾਡੇ ਤਿਓਹਾਰਾਂ ਨਾਲ ਜੁੜੀਆਂ ਹੁੰਦੀਆਂ ਹਨ. ਭਾਰਤੀ ਸਕਿਆਚਾਰ ਵਿੱਚ 'ਦੀਵਾਲੀ' ਵੀ ਇੱਕ ਅਜਿਹਾ ਹੀ ਤਿਓਹਾਰ ਹੈ. ਜਿਸ ਨੂੰ ਰੌਸ਼ਨੀਆਂ ਦਾ ਤਿਓਹਾਰ ਕਹਿੰਦੇ ਹਨ. ਦੁਨੀਆਂ ਦੇ ਤਕਰੀਬਨ ਹਰ ਦੇਸ ਵਿਚ ਹੀ ਰੌਸ਼ਨੀਆਂ ਦਾ ਤਿਓਹਾਰ ਹੁੰਦਾ ਹੈ. ਜਿਵੇਂ ਕਿ ਪੱਛਮੀ ਦੇਸ਼ਾਂ ਵਿੱਚ 'ਕ੍ਰਿਸਮਿਸ' ਦਾ ਤਿਓਹਾਰ ਹੁੰਦਾ ਹੈ. ਪਰ ਪੰਜਾਬ ਵਿੱਚ ਚੱਲੀ ਖਾਲਿਸਤਾਨੀ ਦਹਿਸ਼ਤਗਰਦੀ ਦੀ ਲਹਿਰ ਨੇ 'ਦੀਵਾਲੀ' ਵਰਗੇ ਤਿਓਹਾਰ ਦੀਆਂ ਰੌਸ਼ਨੀਆਂ ਨੂੰ ਵੀ ਪ੍ਰਭਾਵਤ ਕੀਤਾ. ਅਜਿਹੇ ਉਦਾਸੀ ਭਰੇ ਮਾਹੌਲ ਦਾ ਅਹਿਸਾਸ ਸੁਰਜੀਤ ਪਾਤਰ ਆਪਣੀ

ਨਜ਼ਮ 'ਦੀਵੇ' ਵਿੱਚ ਕੁਝ ਇੰਝ ਪੇਸ਼ ਕਰਦਾ ਹੈ :

ਹਾਏ ਉਹ ਕਿੱਧਰ ਉਡ ਗਏ ਦੀਵੇ
ਦੀਵਾਲੀ ਦੀ ਰਾਤ ਨੂੰ ਜਿਹੜੇ
ਨਿੱਕੇ ਨਿੱਕੇ ਪੰਛੀਆਂ ਵਾਂਗੂੰ
ਲੰਮੀਆਂ ਲੰਮੀਆਂ ਡਾਰਾਂ ਦੇ ਵਿਚ
ਹਰ ਇਕ ਘਰ ਦੇ ਕੰਧ ਬਨ੍ਹੇਰੇ
ਸੋਨ-ਸੁਨਹਿਰੀ ਜੋੜ ਕੇ ਚੁੰਝਾਂ
ਕੇਸਰ-ਰੰਗੀ ਬੋਲੀ ਦੇ ਵਿਚ
ਇਕ ਦੂਜੇ ਸੰਗ ਨਿੰਘੀਆਂ ਨਿੰਘੀਆਂ ਗੱਲਾਂ ਕਰਦੇ ਹੁੰਦੇ

ਪਰਵਾਸ ਮਨੁੱਖੀ ਚੇਤਨਾ ਲਈ ਕੋਈ ਨਵਾਂ ਸ਼ਬਦ ਨਹੀਂ. ਹਮੇਸ਼ਾਂ ਹੀ ਲੋਕ ਧਰਤੀ ਦੇ ਕਿਸੇ ਇੱਕ ਹਿੱਸੇ ਵਿੱਚ ਰੁਜ਼ਗਾਰ, ਖੁਰਾਕ, ਜਾਂ ਰਹਿਣ-ਸਹਿਣ ਦੀਆਂ ਹਾਲਤਾਂ ਚੰਗੀਆਂ ਨ ਹੋਣ ਕਾਰਨ ਧਰਤੀ ਦੇ ਕਿਸੇ ਹੋਰ ਖਿੱਤੇ ਵੱਲ ਪਰਵਾਸ ਕਰ ਜਾਂਦੇ ਰਹੇ ਹਨ ਜਿੱਥੇ ਉਨ੍ਹਾਂ ਨੂੰ ਚੰਗੇ ਭਵਿੱਖ ਦੀ ਸੰਭਾਵਨਾ ਜਾਪਦੀ ਹੋਵੇ. ਹਜ਼ਾਰਾਂ ਸਾਲ ਪਹਿਲਾਂ ਆਰੀਆ ਜਾਤੀ ਦੇ ਲੋਕ ਵੀ ਹਿੰਦੁਸਤਾਨ ਵੱਲ ਇਨ੍ਹਾਂ ਕਾਰਨਾਂ ਕਰਕੇ ਹੀ ਆਏ ਸਨ. ਉਸ ਤੋਂ ਬਾਹਦ ਦੇ ਸਮਿਆਂ ਵਿੱਚ ਹਿੰਦੁਸਤਾਨ ਦੇ ਲੋਕ ਬਰਮਾ, ਚੀਨ, ਸਿੰਘਾਪੁਰ, ਹਾਂਗਕਾਂਗ ਅਤੇ ਅਫਰੀਕਾ ਵਰਗੇ ਇਲਾਕਿਆਂ ਵਿੱਚ ਰੁਜ਼ਗਾਰ ਦੀ ਭਾਲ ਵਿੱਚ ਅਕਸਰ ਜਾਂਦੇ ਹੀ ਰਹੇ ਹਨ. ਪਿਛਲੇ 50 ਸਾਲਾਂ ਵਿੱਚ ਲੱਖਾਂ ਹੀ ਹਿੰਦੁਸਤਾਨੀਆਂ ਨੇ ਚੰਗੀ ਜ਼ਿੰਦਗੀ ਦੀ ਭਾਲ ਵਿੱਚ ਅਮਰੀਕਾ, ਕੈਨੇਡਾ, ਯੂ.ਕੇ., ਅਸਟਰੇਲੀਆ, ਇਟਲੀ, ਜਰਮਨੀ, ਹਾਲੈਂਡ, ਵੈਸਟ ਇੰਡੀਜ਼ ਅਤੇ ਅਨੇਕਾਂ ਹੋਰ ਦੇਸ਼ਾਂ ਵਿੱਚ ਪਰਵਾਸ ਕੀਤਾ ਹੈ ਅਤੇ ਇਨ੍ਹਾਂ ਦੇਸ਼ਾਂ ਨੂੰ ਆਪਣੇ ਪੱਕੇ ਘਰ ਬਣਾਇਆ ਹੈ.

ਪਰਵਾਸ ਦੇ ਮੁੱਢਲੇ ਸਾਲਾਂ ਵਿੱਚ ਜ਼ਿੰਦਗੀ ਕਿਸੀ ਵੀ ਪੱਖ ਤੋਂ ਸੌਖੀ ਨਹੀਂ ਹੁੰਦੀ. ਨਵਾਂ ਦੇਸ਼, ਨਵਾਂ ਸਭਿਆਚਾਰ, ਨਵਾਂ ਮੌਸਮ, ਨਵਾਂ ਰਹਿਣ-ਸਹਿਣ, ਨਵਾਂ ਰੁਜ਼ਗਾਰ. ਇਸ ਤੋਂ ਵੀ ਵੱਧ, ਨਵੇਂ ਅਪਣਾਏ ਦੇਸ਼ ਦੇ ਪੁਰਾਣੇ ਵਸਨੀਕਾਂ ਵੱਲੋਂ ਨਵੇਂ ਆਏ ਬੰਦਿਆਂ ਦੇ ਅਜਨਬੀ ਸਭਿਆਚਾਰ ਨੂੰ ਬੁਰੀਆਂ ਨਜ਼ਰਾਂ ਨਾਲ ਦੇਖਣਾ ਅਤੇ ਉਸਦਾ ਵਿਰੋਧ ਕਰਨਾ. ਕੈਨੇਡਾ, ਅਮਰੀਕਾ ਅਤੇ ਇੰਗਲੈਂਡ ਵਰਗੇ ਦੇਸ਼ਾਂ ਵਿੱਚ ਤਾਂ ਨ ਸਿਰਫ ਸਰਕਾਰੀ ਪੱਧਰ ਉੱਤੇ ਹੀ ਵਿਤਕਰਾ ਕੀਤਾ ਜਾਂਦਾ ਸੀ; ਬਲਕਿ ਸਥਾਨਕ ਲੋਕਾਂ ਵੱਲੋਂ ਹਿੰਦੁਸਤਾਨੀ / ਪਾਕਿਸਤਾਨੀ ਲੋਕਾਂ ਉੱਤੇ ਹਿੰਸਾਤਮਕ ਹਮਲੇ ਵੀ ਕੀਤੇ ਜਾਂਦੇ ਸਨ ਤਾਂ ਕਿ ਉਹ ਤੰਗ ਆ ਕੇ ਆਪਣੇ ਮੁੱਢਲੇ ਦੇਸ਼ਾਂ ਨੂੰ ਮੁੜ ਜਾਣ. ਅਜਿਹੀਆਂ ਔਖੀਆਂ ਹਾਲਤਾਂ ਵਿੱਚ ਰਹਿੰਦਿਆਂ ਕਈ ਵਿਅਕਤੀ ਤਾਂ 10-10 ਸਾਲ ਤੱਕ ਆਪਣੇ ਪਿੱਛੇ ਰਹਿ ਗਏ ਦੇਸ਼ ਵੱਲ ਫੇਰੀ ਨਹੀਂ ਪਾ ਸਕਦੇ ਸਨ. ਜਦੋਂ ਉਹ ਏਨਾਂ ਸਮਾਂ ਬੀਤ ਜਾਣ ਬਾਹਦ ਮੁੜ ਦੇਸ਼ ਪਰਤਦੇ ਸਨ, ਤਾਂ ਪਿੱਛੇ ਦੇਸ਼ ਵਿੱਚ ਬਹੁਤ ਕੁਝ ਬਦਲ ਚੁੱਕਾ ਹੁੰਦਾ ਸੀ. ਸੁਰਜੀਤ ਪਾਤਰ ਪਰਵਾਸੀਆਂ ਦੀ ਜ਼ਿੰਦਗੀ ਦੇ ਅਜਿਹੇ ਪਲਾਂ ਦੀ ਦਾਸਤਾਨ ਨਾਲ ਜੁੜੇ ਅਹਿਸਾਸਾਂ ਨੂੰ ਕੁਝ ਇਸ

ਤਰ੍ਹਾਂ ਪੇਸ਼ ਕਰਦਾ ਹੈ

ਜੋ ਬਦੇਸਾਂ 'ਚ ਰੁਲਦੇ ਨੇ ਰੋਜ਼ੀ ਲਈ
ਉਹ ਜਦੋਂ ਦੇਸ ਪਰਤਣਗੇ ਅਪਣੇ ਕਦੀ
ਕੁਝ ਤਾਂ ਸੇਕਣਗੇ ਮਾਂ ਦੇ ਸਿਵੇ ਦੀ ਅਗਨ
ਬਾਕੀ ਕਬਰਾਂ ਦੇ ਰੁਖ ਹੇਠ ਜਾ ਬਹਿਣਗੇ

ਹਿੰਦੁਸਤਾਨ / ਪਾਕਿਸਤਾਨ ਵਿੱਚ ਰਹਿਣ ਵਾਲੇ ਲੋਕ ਸਮਝਦੇ ਹਨ ਕਿ ਬਦੇਸ਼ਾਂ ਵਿੱਚ ਰਹਿਣ ਵਾਲੇ ਲੋਕ ਡਾਲਰ / ਪਾਊਂਡ ਦਰਖਤਾਂ ਨਾਲੋਂ ਤੋੜ ਕੇ ਲੈ ਆਉਂਦੇ ਹਨ; ਉਨ੍ਹਾਂ ਨੂੰ ਇਸ ਗੱਲ ਦਾ ਅਹਿਸਾਸ ਤੱਕ ਵੀ ਨਹੀਂ ਹੁੰਦਾ ਕਿ ਬਾਹਰਲੇ ਦੇਸ਼ਾਂ ਵਿੱਚ ਇਹ ਡਾਲਰ/ਪਾਊਂਡ ਕਮਾਉਣ ਲਈ ਲੋਕਾਂ ਨੂੰ ਕਿੰਨੀ ਸਖਤ ਮਿਹਨਤ ਕਰਨੀ ਪੈਂਦੀ ਹੈ. ਕਈ ਘਰਾਂ ਵਿੱਚ ਤਾਂ ਮਹੀਨਾ-ਮਹੀਨਾ ਭਰ ਪਤੀ-ਪਤਨੀ ਨੂੰ ਇੱਕ ਦੂਜੇ ਨਾਲ ਗੱਲ ਕਰਨ ਦਾ ਵੀ ਮੌਕਾ ਨਹੀਂ ਮਿਲਦਾ. ਪਤੀ ਕੰਮ ਤੋਂ ਘਰ ਪਰਤਦਾ ਹੈ ਤਾਂ ਪਤਨੀ ਦਾ ਕੰਮ ਉੱਤੇ ਜਾਣ ਦਾ ਵੇਲਾ ਹੋ ਜਾਂਦਾ ਹੈ. ਕਈ ਹਾਲਤਾਂ ਵਿੱਚ ਤਾਂ ਬੱਚੇ ਵੀ ਆਪਣੇ ਮਾਪਿਆਂ ਦੀ ਪਹਿਚਾਣ ਤੱਕ ਭੁੱਲ ਜਾਂਦੇ ਹਨ. ਕਿਉਂਕਿ ਜਦੋਂ ਮਾਪੇ ਕੰਮ ਤੋਂ ਆਉਂਦੇ ਹਨ ਤਾਂ ਬੱਚੇ ਸੁੱਤੇ ਹੁੰਦੇ ਹਨ ਅਤੇ ਜਦੋਂ ਉਹ ਕੰਮ ਉੱਤੇ ਜਾਂਦੇ ਹਨ ਤਾਂ ਵੀ ਬੱਚੇ ਅਜੇ ਸੁੱਤੇ ਹੁੰਦੇ ਹਨ. ਪਰਵਾਸੀਆਂ ਦੀ ਜ਼ਿੰਦਗੀ ਦੇ ਹਾਲਾਤਾਂ ਨੂੰ ਸੁਰਜੀਤ ਪਾਤਰ ਆਪਣੇ ਇਸ ਸ਼ੇਅਰ ਵਿੱਚ ਬਿਆਨ ਕਰ ਰਿਹਾ ਹੈ :

ਬੇਰਹਿਮਾਂ ਦੀ ਚਾਕਰੀ, ਮੁੜ੍ਹਕੇ ਭਿੱਜਿਆ ਟੁੱਕ
ਜੇ ਕੋਈ ਸਾਡਾ ਮਿਲ ਪਿਆ, ਦੱਸ ਨਾ ਦੇਣਾ ਹਾਲ

ਨਵੇਂ ਦੇਸ਼ ਵਿੱਚ ਕੁਝ ਸਾਲ ਰਹਿਣ ਤੋਂ ਬਾਹਦ ਭਾਵੇਂ ਕਿ ਪਰਵਾਸੀ ਕੋਲ ਘਰ, ਕਾਰ, ਕੰਮ ਅਤੇ ਹੋਰ ਹਰ ਤਰ੍ਹਾਂ ਦੀਆਂ ਸਹੂਲਤਾਂ ਹੁੰਦੀਆਂ ਹਨ, ਪਰ ਫਿਰ ਵੀ ਉਸ ਅੰਦਰ ਇਨ੍ਹਾਂ ਚੀਜ਼ਾਂ ਪ੍ਰਤੀ ਆਪਣੇਪਨ ਦਾ ਅਹਿਸਾਸ ਨਹੀਂ ਜਾਗਦਾ. ਉਹ ਪਿੱਛੇ ਰਹਿ ਗਏ ਘਰ, ਖੇਤ ਅਤੇ ਜ਼ਿੰਦਗੀ ਦੀਆਂ ਹੋਰ ਸਹੂਲਤਾਂ ਬਾਰੇ ਹੀ ਝੂਰਦਾ ਰਹਿੰਦਾ ਹੈ. ਉਸਨੂੰ ਬਸ ਇਹੀ ਜਾਪਦਾ ਰਹਿੰਦਾ ਹੈ ਕਿ ਉਸਦੀ ਜੋ ਠਾਠ-ਬਾਠ ਪਿੱਛੇ ਰਹਿ ਗਏ ਦੇਸ਼ ਵਿੱਚ ਸੀ, ਉਹ ਨਵੇਂ ਅਪਣਾਏ ਦੇਸ਼ ਵਿੱਚ ਨਹੀਂ ਹੈ :

ਪਿੰਡ ਜਿਨ੍ਹਾਂ ਦੇ ਗੱਡੇ ਚੱਲਣ, ਹੁਕਮ ਅਤੇ ਸਰਦਾਰੀ
ਸ਼ਹਿਰ 'ਚ ਆਕੇ ਬਣ ਜਾਂਦੇ ਨੇ ਬੱਸ ਦੀ ਇੱਕ ਅਸਵਾਰੀ

ਜ਼ਿੰਦਗੀ ਦੇ ਯਥਾਰਥ ਦੀਆਂ ਪਰਸਪਰ ਵਿਰੋਧੀ ਸਥਿਤੀਆਂ ਨੂੰ ਨਾਟਕੀ ਢੰਗ ਨਾਲ ਵਿਰੋਧੀ-ਬਿੰਬਾਂ ਰਾਹੀਂ ਪੇਸ਼ ਕਰਕੇ ਸੁਰਜੀਤ ਪਾਤਰ ਆਪਣੀ ਰਚਨਾ ਦੀ ਉਸਾਰੀ ਕਰਦਾ ਹੈ ਅਤੇ ਇਸ ਦਵੰਦ ਵਿੱਚੋਂ ਹੀ ਉਹ ਆਪਣੀ ਕਾਵਿ-ਦ੍ਰਿਸ਼ਟੀ ਰੂਪਮਾਨ ਕਰਦਾ ਹੈ. ਉਸ ਦੀ ਸ਼ਾਇਰੀ ਦੀ ਕਾਵਿ-ਵਿਧੀ ਦੀ ਇਹੀ ਮੂਲ ਪਛਾਣ ਹੈ. ਜ਼ਿੰਦਗੀ ਨਾਲ ਸਬੰਧਤ ਯਥਾਰਥ ਦੀ ਕਿਸੀ ਤਰ੍ਹਾਂ ਦੀ ਵੀ ਪ੍ਰਕ੍ਰਿਆ ਨੂੰ ਪਾਤਰ ਆਪਣੀ ਇਛਾ ਅਨੁਸਾਰ ਇੱਕ ਜੀਵੰਤ ਬਿੰਬ ਵਾਂਗ ਵਰਤ ਸਕਦਾ ਹੈ. ਵਿਰੋਧ-ਬਿੰਬਾਂ ਦੀ ਉਦਾਹਰਣ ਦੇਖਣ ਲਈ ਅਤੇ ਪਾਤਰ ਦੀ ਕਾਵਿ-ਵਿਧੀ ਨੂੰ ਸਮਝਣ ਲਈ ਉਸਦੀ ਇੱਕ ਬਹੁਤ ਹੀ ਚਰਚਿਤ ਗ਼ਜ਼ਲ ਦੇ ਇਹ ਸ਼ੇਅਰ ਦੇਖੇ ਜਾ ਸਕਦੇ ਹਨ :

ਉਜਲੇ ਸ਼ੀਸ਼ੇ ਸਨਮੁਖ ਮੈਨੂੰ ਚਿਰ ਤੱਕ ਨਾ ਖਲ੍ਹਿਆਰ
ਮੈਲੇ ਮਨ ਵਾਲੇ ਮੁਜਰਿਮ ਨੂੰ ਇਸ ਮੌਤੇ ਨਾ ਮਾਰ
ਚੰਨ ਏਕਮ ਦਾ, ਫੁੱਲ ਗੁਲਾਬ ਦਾ, ਸਾਜ਼ ਦੇ ਕੰਬਦੇ ਤਾਰ
ਕਿੰਨੇ ਖ਼ੰਜਰ ਅੱਖਾਂ ਸਾਹਵੇਂ ਲਿਸ਼ਕਣ ਵਾਰੋ-ਵਾਰ
ਦਿਲ ਨੂੰ ਬੋਝਲ ਜਿਹੀਆਂ ਲੱਗਣ ਤੇਰੀਆਂ ਕੋਮਲ ਯਾਦਾਂ
ਪੱਥਰਾਂ ਕੋਲੋਂ ਚੁੱਕ ਨਾ ਹੁੰਦਾ ਹੁਣ ਫੁੱਲਾਂ ਦਾ ਭਾਰ
ਲੱਖਾਂ ਗੀਤਾਂ ਦੇ ਲਈ ਖੁੱਲ੍ਹੇ ਮੁਕਤੀ ਦਾ ਦਰਵਾਜ਼ਾ
ਦਿਲ ਵਿਚ ਕੋਈ ਐਸੀ ਖੁੱਭੇ, ਚਾਨਣ ਦੀ ਤਲਵਾਰ
ਪੱਥਰ ਹੇਠਾਂ ਅੰਕੁਰ ਤੜਪੇ, ਹਰ ਅੰਕੁਰ ਵਿਚ ਫੁੱਲ
ਪੱਥਰ ਵਿਚ ਤਰੇੜਾਂ ਪਾ ਗਈ ਹਿੰਸਕ ਰੁੱਤ ਬਹਾਰ

ਪਹਿਲੇ ਸ਼ੇਅਰ ਵਿੱਚ ਉੱਜਲੇ ਸ਼ੀਸ਼ੇ ਦਾ ਬਿੰਬ ਹੈ, ਪਰ ਮੈਲਾ ਮਨ ਉਸਦਾ ਵਿਰੋਧੀ ਬਿੰਬ ਹੈ; ਦੂਜੇ ਸ਼ੇਅਰ ਵਿੱਚ ਏਕਮ ਦਾ ਚੰਨ ਹੈ, ਗੁਲਾਬ ਦਾ ਫੁੱਲ ਹੈ, ਸਾਜ਼ ਹੈ - ਪਰ ਇਨ੍ਹਾਂ ਬਿੰਬਾਂ ਦੇ ਵਿਰੋਧ ਵਿੱਚ ਖੰਜਰ ਬਿੰਬ ਹੈ. ਇਸੇ ਤਰ੍ਹਾਂ ਤੀਜੇ ਸ਼ੇਅਰ ਵਿੱਚ ਦਿਲ ਹੈ, ਕੋਮਲ ਯਾਦਾਂ ਹਨ ਅਤੇ ਇਨ੍ਹਾਂ ਦੇ ਵਿਰੋਧ ਵਿੱਚ ਪੱਥਰ ਹੈ ਜਿਸ ਕੋਲੋਂ ਫੁੱਲਾਂ ਦਾ ਭਾਰ ਵੀ ਚੁੱਕਿਆ ਨਹੀਂ ਜਾਂਦਾ.

ਪਾਤਰ ਦੀਆਂ ਗ਼ਜ਼ਲਾਂ ਵਿੱਚ ਵਿਰੋਧੀ-ਬਿੰਬਾਂ ਦੀ ਕੀਤੀ ਗਈ ਵਰਤੋਂ ਨੂੰ ਸਮਝਣ ਲਈ ਉਸ ਦੇ ਕੁਝ ਹੋਰ ਸ਼ੇਅਰ ਵੀ ਵੇਖੇ ਜਾ ਸਕਦੇ ਹਨ :

1.
ਇਸ ਸ਼ਾਮ ਜਹਾਜ਼ਾਂ ਵਾਂਗੂੰ ਡੁੱਬ ਰਹੇ ਹਾਂ
ਫਿਰ ਸੂਰਜ ਵਾਂਗ ਉਦੈ ਹੋਵਾਂਗੇ ਭਲਕੇ

2.
ਪੈਸਾ ਧੇਲਾ, ਜੱਗ ਝਮੇਲਾ, ਰੌਣਕ ਮੇਲਾ, ਮੈਂ ਮੇਰੀ
ਸਿਵਿਆਂ ਕੋਲੋਂ ਕਾਹਲੀ ਕਾਹਲੀ ਲੰਘੇ ਗੱਲਾਂ ਕਰਦੇ ਲੋਕ

3.
ਇਹ ਉਡਦੇ ਨੇ ਜੋ ਅੱਜ ਹੰਸਾਂ ਦੇ ਜੋੜੇ
ਯਾਰੋ ਏਨ੍ਹਾਂ ਦੀ ਰਾਖ ਉਡੇਗੀ ਭਲਕੇ

ਨਵੇਂ ਬਿੰਬਾਂ ਤੇ ਚਿੰਨ੍ਹਾਂ ਦੀ ਸਿਰਜਣਾ ਕਰਨ ਪੱਖੋਂ ਪਾਤਰ ਬਹੁਤ ਅਮੀਰ ਕਵੀ ਹੈ. ਕਾਵਿ-ਬਿੰਬ ਦੀ ਉਸਾਰੀ ਕਰਨ ਸਮੇਂ ਉਹ ਸੂਚਨਾ ਜਾਂ ਖਿਆਲ ਉੱਤੇ ਆਪਣਾ ਧਿਆਨ ਨਹੀਂ ਲਗਾਂਦਾ; ਬਲਕਿ ਉਸਦਾ ਧਿਆਨ ਤਿੱਖੇ ਸੰਕਟੀ ਪਲਾਂ ਦੇ ਸ਼ਬਦ-ਚਿੱਤਰ ਉਸਾਰਨ ਵੱਲ ਹੀ ਰਹਿੰਦਾ ਹੈ. ਇਸ ਤਰ੍ਹਾਂ ਪਾਤਰ ਬਿੰਬਾਂ ਦੀ ਭਾਸ਼ਾ ਵਿੱਚ ਹੀ ਗੱਲ ਕਰਦਾ ਹੈ. ਉਸਨੇ ਪੌਣ, ਰੁੱਖ, ਜੰਗਲ, ਸਾਜ਼ਾਂ ਨਾਲ ਸਬੰਧਤ ਮੌਲਿਕ ਕਾਵਿ-ਬਿੰਬ ਉਸਾਰੇ ਹਨ. ਰੀਝਾਂ ਦਾ ਬਾਗ਼, ਸੁੱਕੇ ਪੀਲੇ ਰੁੱਖ, ਮੈਲੀ ਛਾਂ, ਰੁੱਖਾਂ ਦਾ ਰਾਗ, ਬਿਰਖਾਂ ਦੀ ਪੀੜ, ਰਾਤ ਦਾ ਜੰਗਲ, ਮੌਤ ਦਾ ਜੰਗਲ, ਜਿਸਮਾਂ ਦਾ ਜੰਗਲ, ਰੋਂਦੀ ਪੌਣ, ਧੁੱਖਦਾ ਰੁੱਖ, ਫੁੱਲਾਂ ਦੀ ਸਤਰ, ਅੱਗ ਦਾ ਸਫ਼ਾ, ਬਲਦਾ

ਬਿਰਖ, ਚੁੱਪ ਦੀ ਕੁੱਖ, ਕਾਲਾ ਸੂਰਜ, ਤਿੜਕਿਆ ਅੰਬਰ, ਧੁਖਦਾ ਚੰਦ, ਲੂਣਾ ਅਗਨ, ਸੁੰਦਰਾਂ ਨਦੀ ਅਤੇ ਧਰਤੀ ਇੱਛਰਾਂ ਉਸਦੇ ਨਿਆਰੇ ਕਾਵਿ-ਚਿੰਨ੍ਹ ਅਤੇ ਬਿੰਬ ਉਸਦੀ ਕਵਿਤਾ ਦੀ ਸੰਚਾਰ ਸਮਰੱਥਾ ਦੇ ਥੰਮ੍ਹ ਹਨ.

ਸੁਰਜੀਤ ਪਾਤਰ ਜਿਨ੍ਹਾਂ ਸਮਿਆਂ ਵਿੱਚ ਪੰਜਾਬੀ ਕਵਿਤਾ ਲਿਖਣ ਵੱਲ ਰੁਚਿਤ ਹੋਇਆ ਉਦੋਂ ਰੋਮਾਂਸਵਾਦੀ-ਪ੍ਰਗਤੀਵਾਦੀ ਕਵਿਤਾ ਦਾ ਦੌਰ ਖਤਮ ਹੋ ਚੁੱਕਾ ਸੀ. ਪ੍ਰਯੋਗਸ਼ੀਲ ਲਹਿਰ ਨਾਲ ਜੁੜੀ ਪੰਜਾਬੀ ਸ਼ਾਇਰੀ ਵਿੱਚ ਵੀ ਖੜੋਤ ਪੈਦਾ ਹੋਣੀ ਸ਼ੁਰੂ ਹੋ ਚੁੱਕੀ ਸੀ. ਜੁਝਾਰੂ ਕਵਿਤਾ ਵਿੱਚ ਵੀ ਇਸ ਗੱਲ ਉੱਤੇ ਚਰਚਾ ਸ਼ੁਰੂ ਹੋ ਚੁੱਕੀ ਸੀ ਕਿ ਵਿਚਾਰਧਾਰਕ ਕਵਿਤਾ ਨੂੰ ਹੋਰ ਵਧੇਰੇ ਕਾਵਿ-ਯੋਗਤਾ ਨਾਲ ਕਿਵੇਂ ਪੇਸ਼ ਕੀਤਾ ਜਾਏ. ਕਰਾਂਤੀਕਾਰੀ ਕਵੀਆਂ ਵਿੱਚੋਂ ਆਪਣੀ ਕਾਵਿ-ਯੋਗਤਾ ਕਾਰਨ ਪਾਸ਼ ਨੂੰ ਹੀ ਸਭ ਤੋਂ ਵੱਧ ਸਵੀਕਾਰਿਆ ਜਾ ਰਿਹਾ ਸੀ. ਇਸ ਲਹਿਰ ਨਾਲ ਜੁੜੇ ਵਧੇਰੇ ਕਰਾਂਤੀਕਾਰੀ ਕਵੀ ਪਾਸ਼ ਦੀ ਕਵਿਤਾ ਵਾਂਗ ਹੀ ਕਵਿਤਾ ਲਿਖਣ ਦੀ ਕੋਸ਼ਿਸ਼ ਕਰ ਰਹੇ ਸਨ; ਜਿਸ ਕਾਰਨ ਉਹ ਕਵੀ ਆਪਣੀ ਕਵਿਤਾ ਦੀ ਕੋਈ ਵੱਖਰੀ ਪਹਿਚਾਣ ਸਥਾਪਤ ਨਾ ਕਰ ਸਕੇ. ਸੰਤ ਰਾਮ ਉਦਾਸੀ ਨੇ ਕਰਾਂਤੀਕਾਰੀ ਗੀਤ ਲਿਖ ਕੇ ਆਪਣੀ ਵੱਖਰੀ ਪਹਿਚਾਣ ਸਥਾਪਤ ਕੀਤੀ. ਸੁਰਜੀਤ ਪਾਤਰ ਨੇ ਇਨ੍ਹਾਂ ਸਾਰੀਆਂ ਗੱਲਾਂ ਨੂੰ ਧਿਆਨ ਵਿੱਚ ਰੱਖਕੇ ਵੱਖਰੀ ਪਹਿਚਾਣ ਵਾਲੀ ਕਵਿਤਾ ਰਚਣੀ ਸ਼ੁਰੂ ਕੀਤੀ. ਉਸਨੇ ਆਪਣੀ ਗੱਲ ਕਹਿਣ ਲਈ ਇੱਕ ਨਵੀਂ ਕਾਵਿ-ਵਿਧੀ ਦੀ ਤਲਾਸ਼ ਕਰਨੀ ਸ਼ੁਰੂ ਕੀਤੀ.

ਸੁਰਜੀਤ ਪਾਤਰ ਨੇ ਜਿਸ ਕਾਵਿ-ਵਿਧੀ ਦੀ ਵਰਤੋਂ ਕਰਕੇ ਆਪਣੀ ਸ਼ਾਇਰੀ ਦੀ ਰਚਨਾ ਕੀਤੀ ਉਸ ਅਨੁਸਾਰ ਪਾਤਰ ਲਈ ਕਵਿਤਾ ਨਾ ਸੁਪਨਾ ਹੈ, ਨਾ ਕਰਾਂਤੀ, ਨਾ ਰਾਜਨੀਤੀ, ਨਾ ਵਿਚਾਰਧਾਰਾ, ਨਾ ਜੀਵਨ, ਨਾ ਜੀਵਨ ਤੋਂ ਭਾਂਜ - ਸਗੋਂ ਇਨ੍ਹਾਂ ਸਾਰੀਆਂ ਗੱਲਾਂ ਦਾ ਸੰਵੇਦਨਸ਼ੀਲ ਸੰਤੁਲਨ ਪੇਸ਼ ਕੀਤਾ ਗਿਆ ਹੈ. ਇਸੇ ਕਾਰਨ ਹੀ ਪਾਤਰ ਨ ਤਾਂ ਪਾਸ਼ ਵਾਂਗ ਇੱਕ ਕਰਾਂਤੀਕਾਰੀ ਕਵੀ ਸੀ, ਪਰ ਉਹ ਕਰਾਂਤੀ ਵਿਰੋਧੀ ਵੀ ਨਹੀਂ ਸੀ. ਉਹ ਕਰਾਂਤੀ ਦਾ ਸਮਰਥਕ ਸ਼ਾਇਰ ਸੀ. ਉਹ ਕਰਾਂਤੀ ਦੇ ਸੁਪਣੇ ਦੀ ਹਿਮਾਇਤ ਕਰਦਾ ਹੈ. ਉਹ ਕਰਾਂਤੀ ਲਈ ਜੂਝ ਰਹੇ ਲੋਕਾਂ ਨੂੰ ਮਾਣ ਦਿੰਦਾ ਹੈ. ਇਸੇ ਲਈ ਹੀ ਉਹ ਸਪੱਸ਼ਟ ਰੂਪ ਵਿੱਚ ਕਹਿੰਦਾ ਹੈ :

ਕਾਲੀ ਰਾਤ ਦੀਆਂ ਫੌਜਾਂ ਨਾ ਲੜਨ ਲਈ
ਮੈਂ ਵੀ ਆ ਪਹੁੰਚਾ ਹਾਂ ਆਪਣਾ ਸਾਜ਼ ਲਈ

ਪਾਤਰ ਤੋਂ ਪਹਿਲਾਂ ਲਿਖੀ ਗਈ ਆਧੁਨਿਕ ਪੰਜਾਬੀ ਕਵਿਤਾ ਨੇ ਦੋ ਤਰ੍ਹਾਂ ਦੇ ਸੰਕਟ ਪੈਦਾ ਕਰ ਦਿੱਤੇ ਸਨ : ਜਾਂ ਤਾਂ ਡਾ. ਹਰਿਭਜਨ ਸਿੰਘ ਵਰਗੇ ਕਵੀ ਆਪਣੀ ਸ਼ਾਇਰੀ ਵਿੱਚ, ਮਹਿਜ਼, ਸੁਹਜ ਨੂੰ ਹੀ ਮਹੱਤਵ ਦੇ ਰਹੇ ਸਨ ਅਤੇ ਵਿਚਾਰਧਾਰਾ ਨੂੰ ਕੋਈ ਮਹੱਤਵ ਨਹੀਂ ਦੇ ਰਹੇ ਸਨ ਜਾਂ ਅਜਿਹੀ ਕਵਿਤਾ ਰਚੀ ਜਾ ਰਹੀ ਸੀ ਜੋ ਵਿਚਾਰਧਾਰਕ ਪਰ ਖੁਸ਼ਕ ਕਵਿਤਾ ਸੀ. ਜੋ ਪਾਠਕ / ਸਰੋਤੇ ਨੂੰ ਪੰਜਾਬੀ ਕਵਿਤਾ ਤੋਂ ਦੂਰ ਕਰ ਰਹੀ ਸੀ. ਜੋ ਕਵਿਤਾ ਪੰਜਾਬੀ ਸਭਿਆਚਾਰਕ ਵਿਰਸੇ ਤੋਂ ਵੀ ਦੂਰ ਜਾ ਰਹੀ ਸੀ. ਭਾਵੇਂ ਕਿ ਇਸ ਪੱਖ ਤੋਂ ਸ਼ਿਵ ਕੁਮਾਰ ਬਟਾਲਵੀ

ਨੇ ਪੰਜਾਬੀ ਪਾਠਕ / ਸਰੋਤੇ ਨੂੰ ਪੰਜਾਬੀ ਸਭਿਆਚਾਰਕ ਵਿਰਸੇ ਨਾਲ ਜੋੜਨ ਲਈ ਅਨੇਕਾਂ ਖੂਬਸੂਰਤ ਗੀਤਾਂ ਦੀ ਰਚਨਾ ਕੀਤੀ ਸੀ. ਸੁਰਜੀਤ ਪਾਤਰ ਨੇ ਸੁਚੇਤ ਰੂਪ ਵਿੱਚ ਅਜਿਹੀ ਸ਼ਾਇਰੀ ਦੀ ਰਚਨਾ ਕਰਨੀ ਸ਼ੁਰੂ ਕੀਤੀ ਜਿਸ ਵਿੱਚ ਸਥਿਤੀਆਂ / ਸੰਕਟਾਂ / ਘਟਨਾਵਾਂ ਬਾਰੇ ਯਥਾਰਥਵਾਦੀ-ਚੇਤਨਾ ਵੀ ਪੈਦਾ ਕੀਤੀ ਜਾਵੇ ਅਤੇ ਉਹ ਸ਼ਾਇਰੀ ਗੀਤ / ਗ਼ਜ਼ਲ ਦੇ ਵੀ ਨੇੜੇ ਹੋਵੇ. ਜੋ ਸ਼ਾਇਰੀ ਗੁਣਗੁਣਾਈ ਵੀ ਜਾ ਸਕੇ ਅਤੇ ਜਿਸ ਸ਼ਾਇਰੀ ਨੂੰ ਲੋਕ ਆਸਾਨੀ ਨਾਲ ਆਪਣੀ ਚੇਤਨਾ ਵਿੱਚ ਵੀ ਵਸਾ ਸਕਣ. ਇਸੇ ਕਾਰਨ ਹੀ ਸੁਰਜੀਤ ਪਾਤਰ ਨੇ ਆਪਣੇ ਸਮੇਂ ਦੇ ਪ੍ਰਸਿੱਧ ਗ਼ਜ਼ਲਗੋ ਡਾ. ਸਾਧੂ ਸਿੰਘ ਹਮਦਰਦ ਅਤੇ ਉਸਦੇ ਸਾਥੀ ਗ਼ਜ਼ਲਗੋਆਂ ਨਾਲ ਵੀ ਸੰਵਾਦ ਰਚਾਇਆ ਜੋ ਆਪਣੀ ਗ਼ਜ਼ਲ ਵਿੱਚ ਵਿਚਾਰਧਾਰਾ ਨੂੰ ਕੋਈ ਮਹੱਤਵ ਨਹੀਂ ਦਿੰਦੇ ਸਨ; ਬਲਕਿ ਮਹਿਜ਼ ਗ਼ਜ਼ਲ ਲਿਖਣ ਦੀ ਤਕਨੀਕ ਨੂੰ ਹੀ ਮਹੱਤਵ ਦਿੰਦੇ ਸਨ. ਅਜਿਹੇ ਗ਼ਜ਼ਲਗੋਆਂ ਨਾਲ ਹੀ ਸੰਵਾਦ ਰਚਾਉਂਦਿਆਂ ਪਾਤਰ ਨੇ ਆਪਣਾ ਇਹ ਬਹੁ-ਚਰਚਿਤ ਸ਼ੇਅਰ ਕਿਹਾ ਸੀ :

ਅਸਾਂ ਤਾਂ ਡੁੱਬ ਕੇ ਖ਼ੂਨ 'ਚ ਲਿਖੀ ਏ ਗ਼ਜ਼ਲ
ਉਹ ਹੋਰ ਨੇ ਜੋ ਲਿਖਦੇ ਨੇ ਬਹਿਰ ਅੰਦਰ

ਸੁਰਜੀਤ ਪਾਤਰ ਨੂੰ ਪੰਜਾਬੀ ਸ਼ਾਇਰੀ ਦੇ ਇਤਿਹਾਸ ਵਿੱਚ ਕਿਹੋ ਜਿਹਾ ਸ਼ਾਇਰ ਸਵੀਕਾਰ ਕੀਤਾ ਜਾਵੇ ? ਇਸ ਬਾਰੇ ਪਾਤਰ ਆਪ ਹੀ ਆਪਣੀ ਸ਼ਾਇਰੀ ਵਿੱਚ ਹਲਫੀਆ ਬਿਆਨ ਦਿੰਦਾ ਹੈ :

ਮੇਰੀ ਕਵਿਤਾ ਮੇਰੇ ਹਰ
ਮੌਸਮ ਦੀ ਵਿਥਿਆ ਹੈ
ਬਹੁਤ ਮੇਰਾ, ਥੋੜ੍ਹਾ-ਥੋੜ੍ਹਾ
ਸਮਿਆਂ ਦਾ ਇਤਿਹਾਸ ਵੀ ਹੈ
ਪਾਜ਼ੇਬਾਂ ਤੋਂ ਬੇੜੀਆਂ ਤਕ
ਹਰ ਸਾਜ਼ ਤੋਂ ਕਵਿਤਾ ਵਾਕਿਫ਼ ਹੈ
ਬੂਹੇ-ਬੂਹੇ 'ਤੇ ਛਣਕਾ ਕੇ
ਲੰਘਣ ਦਾ ਅਭਿਆਸ ਵੀ ਹੈ

ਕਰਾਂਤੀਕਾਰੀ ਜਾਂ ਨਕਸਲਵਾਦੀ ਸ਼ਾਇਰੀ ਵਿੱਚ ਅਕਸਰ ਆਪਣੇ ਸਮੇਂ ਤੋਂ ਪਹਿਲਾਂ ਦੀ ਸ਼ਾਇਰੀ ਦੇ ਵਿਰੋਧ ਵਿੱਚ ਪ੍ਰਤਿਕਿਰਿਆ ਪ੍ਰਗਟ ਕੀਤੀ ਜਾਂਦੀ ਸੀ ਅਤੇ ਇੱਕ ਨਵੇਂ ਆਦਰਸ਼ਵਾਦ ਦਾ ਸੁਨੇਹਾ ਦਿੱਤਾ ਜਾਂਦਾ ਸੀ. ਪਰ ਪਾਤਰ ਆਦਰਸ਼ਵਾਦੀ-ਚੇਤਨਾ ਦਾ ਕੋਈ ਸੁਨੇਹਾ ਦੇਣ ਦੀ ਥਾਂ ਯਥਾਰਥਵਾਦੀ-ਚੇਤਨਾ ਦਾ ਸੁਨੇਹਾ ਦਿੰਦਾ ਹੈ. ਪਾਤਰ ਇਸ ਯਥਾਰਥ-ਚੇਤਨਾ ਦਾ ਪਾਸਾਰ ਕਰਨ ਲਈ ਕਟਾਖਸ਼ ਦਾ ਵੀ ਸਹਾਰਾ ਲੈਂਦਾ ਹੈ. ਇਉਂ ਉਹ ਵਿਚਾਰਧਾਰਕ-ਚੇਤਨਾ ਵਾਲੀ ਕਵਿਤਾ ਦੀ ਇੱਕ ਨਵੀਂ ਭਾਸ਼ਾ ਤੇ ਸ਼ੈਲੀ ਵੀ ਤਿਆਰ ਕਰਦਾ ਹੈ. ਜਿਸ ਕਵਿਤਾ ਵਿੱਚ ਸੰਗੀਤ ਵੀ ਸੀ, ਸੁਰ ਵੀ ਸੀ, ਵਿਚਾਰਧਾਰਾ ਵੀ ਸੀ, ਸੰਵਾਦ ਵੀ ਸੀ, ਬੌਧਿਕਤਾ ਵੀ ਸੀ, ਸਭਿਆਚਾਰਕ ਸਰੋਕਾਰਾਂ ਬਾਰੇ ਵੀ ਚਰਚਾ ਸੀ ਅਤੇ ਪਾਠਕ / ਸਰੋਤੇ ਦੇ ਮਨ

ਵਿੱਚ ਸਥਿਤੀਆਂ / ਘਟਨਾਵਾਂ / ਹਾਲਾਤਾਂ ਨਾਲ ਖਹਿੰਦਿਆਂ ਪੈਦਾ ਹੋਈ ਉਦਾਸੀ, ਬੇਗਾਨਗੀ, ਅਣਹੋਂਦ, ਜ਼ਖਮੀ ਹੋਂਦ ਦੀ ਸੋਗੀ ਸੁਰ ਦਾ ਅਹਿਸਾਸ ਵੀ ਸੀ.

ਸੁਰਜੀਤ ਪਾਤਰ ਦੀ ਸ਼ਾਇਰੀ ਵਿੱਚ ਵਿਅੰਗ ਨੂੰ ਹੀ ਮੁੱਖ ਕਾਵਿ-ਵਿਧੀ ਵਜੋਂ ਅਪਣਾਇਆ ਗਿਆ ਹੈ. ਇਹ ਵਿਅੰਗ ਉਹ ਵਿਰੋਧੀ ਕਾਵਿ-ਬਿੰਬਾਂ, ਵਿਰੋਧੀ-ਚਿੰਨ੍ਹਾਂ, ਵਿਰੋਧੀ-ਵਿਸ਼ਵਾਸਾਂ, ਵਿਰੋਧੀ-ਦ੍ਰਿਸ਼ਾਂ, ਵਿਰੋਧੀ-ਸੁਰਾਂ, ਵਿਰੋਧੀ-ਵਿਚਾਰਾਂ, ਵਿਰੋਧੀ ਆਵਾਜ਼ਾਂ ਅਤੇ ਵਿਰੋਧੀ ਸੰਕਲਪਾਂ ਨੂੰ ਪੇਸ਼ ਕਰਕੇ ਪੈਦਾ ਕਰਦਾ ਹੈ :

1.
ਉਪਦੇਸ਼ ਆਪਣੀ ਥਾਂ ਤੇ ਦਲੀਲ ਵੀ ਸਹੀ ਹੈ
ਪਰ ਬਿਰਖ ਕੋਈ ਹਰਿਆ ਪਾਣੀ ਬਿਨਾ ਨਾ ਹੋਵੇ

2.
ਅੱਗ ਦਾ ਸਫ਼ਾ ਹੈ 'ਤੇ ਮੈਂ ਫੁੱਲਾਂ ਦੀ ਸਤਰ ਹਾਂ
ਉਹ ਬਹਿਸ ਕਰ ਰਹੇ ਨੇ ਗਲਤ ਹਾਂ ਕਿ ਠੀਕ ਹਾਂ

3.
ਡੂੰਘੇ ਵੈਣਾਂ ਦਾ ਕੀ ਮਿਣਨਾ
ਤਖਤ ਦੇ ਪਾਵੇ ਮਿਣੀਏ
ਜਦ ਤਕ ਉਹ ਲਾਸ਼ਾਂ ਗਿਣਦੇ ਨੇ
ਆਪਾਂ ਵੋਟਾਂ ਗਿਣੀਏ

4.
ਸਾਡੀ ਤਾਂ ਹਿੱਕ ਵਿੱਚ ਪੁੱਤਰੋ
ਸੋਚਾਂ ਨੇ ਮੈਲੀਆਂ
ਖੰਜਰ ਤੁਹਾਡੇ ਲਿਸ਼ਕਦੇ
ਉਜਲੇ ਸ਼ਫਾਫ ਨੇ

ਵਿਅੰਗ ਪਾਤਰ ਲਈ, ਮਹਿਜ਼, ਕਾਵਿ-ਜੁਗਤ ਨਹੀਂ ਹੈ, ਸਗੋਂ ਇਹ ਉਸਦੀ ਕਾਵਿ-ਦ੍ਰਿਸ਼ਟੀ ਹੈ, ਜਿਸ ਅਨੁਸਾਰ ਉਹ ਸਮਕਾਲੀ ਰਾਜਸੀ ਸਰੋਕਾਰਾਂ, ਸਭਿਆਚਾਰਕ ਵਰਤਾਰਿਆਂ, ਬੇਜੋੜਤਾ, ਅਮਾਨਵੀਪਣ, ਦੋਗਲੇਪਨ ਆਦਿ ਬਾਰੇ ਚੇਤੰਨ ਤੇ ਚਿੰਤਤ ਹੈ. ਇਸ ਕਰਕੇ ਇਨ੍ਹਾਂ ਨੂੰ ਨਿਕਾਰਣ, ਛੁਟਿਆਣ, ਉਲਟਾਉਣ ਦੀ ਕਾਰਗਰ ਵਿਧੀ ਵਜੋਂ ਉਹ ਤਿੱਖੇ ਵਿਅੰਗ ਨੂੰ ਕਾਵਿ-ਉਚਾਰ ਦਾ ਅੰਗ ਬਣਾਉਂਦਾ ਹੈ. ਪ੍ਰਤਿਕੂਲ ਯਥਾਰਥ ਉੱਤੇ ਉਸਦਾ ਇਹ ਸ਼ਕਤੀਸ਼ਾਲੀ ਹਮਲਾ ਵੀ ਹੈ :

1.
ਇੱਕ ਕੈਦ 'ਚੋਂ ਦੂਜੀ ਕੈਦ 'ਚ ਪਹੁੰਚ ਗਈ ਏਂ
ਕੀ ਖੱਟਿਆ ਮਹਿੰਦੀ ਲਾ ਕੇ ਵਟਣਾ ਮਲ ਕੇ

2.
ਜੋ ਸੌਂ ਗਿਆ ਏ ਪਿਆਸਾ ਉਹਨੂੰ ਚੁੰਮ ਕੇ ਜਗਾ ਲੈ
ਸੁਪਨੇ ਵਿਚ ਭਟਕਦਾ ਕਿਤੇ ਥਾਂ ਕੁਥਾਂ ਨਾ ਹੋਵੇ

3.

ਰਾਹਾਂ 'ਚ ਕੋਈ ਹੋਰ ਹੈ, ਸਾਹਾਂ 'ਚ ਕੋਈ ਹੋਰ
ਬਾਹਾਂ 'ਚ ਕਿਸੇ ਹੋਰ ਦੀਆਂ ਬਿਖਰੇ ਪਏ ਨੇ

4.

ਕਾਲਾ ਸੂਰਜ, ਤਿੜਕਿਆ ਅੰਬਰ, ਧੁਖਦਾ ਚੰਦ ਸਿਆਹ
ਬੜੇ ਵਧਾਈ ਪੱਤਰ ਮੈਨੂੰ ਆਏ ਨੇ ਇਸ ਸਾਲ

ਸੁਰਜੀਤ ਪਾਤਰ ਨੇ ਹੁਣ ਤੱਕ 'ਹਵਾ ਵਿੱਚ ਲਿਖੇ ਹਰਫ਼' (ਕਾਵਿ-ਸੰਗ੍ਰਹਿ) 1978, 'ਬਿਰਖ ਅਰਜ਼ ਕਰੇ' (ਕਾਵਿ-ਸੰਗ੍ਰਹਿ) 1992, 'ਹਨ੍ਹੇਰੇ ਵਿੱਚ ਸੁਲਗਦੀ ਵਰਣਮਾਲਾ' (ਕਾਵਿ-ਸੰਗ੍ਰਹਿ) 2008, 'ਲਫ਼ਜਾਂ ਦੀ ਦਰਗਾਹ' (ਕਾਵਿ-ਸੰਗ੍ਰਹਿ) 2010, 'ਸੁਰਜ਼ਮੀਨ'(ਕਾਵਿ-ਸੰਗ੍ਰਹਿ) 2008 ਅਤੇ 'ਚੰਨ ਸੂਰਜ ਦੀ ਵਹਿੰਗੀ' (ਕਾਵਿ-ਸੰਗ੍ਰਹਿ) 2013 ਕਵਿਤਾ ਦੀਆਂ ਪੁਸਤਕਾਂ ਪ੍ਰਕਾਸ਼ਿਤ ਕੀਤੀਆਂ ਹਨ.

ਸੁਰਜੀਤ ਪਾਤਰ ਦਾ ਉਭਾਰ ਇੱਕ ਵਿਦਰੋਹੀ ਸ਼ਾਇਰ ਵਜੋਂ ਹੋਇਆ. ਮੁੱਢਲੇ ਦਿਨਾਂ ਵਿੱਚ ਉਸਨੇ ਬਹੁਤ ਸ਼ਿੱਦਤ ਨਾਲ ਸਥਾਪਤੀ ਵਿਰੋਧੀ ਨਜ਼ਮਾਂ ਦੀ ਰਚਨਾ ਕੀਤੀ. ਉਸਦੀ ਕਵਿਤਾ ਵਿਚਲੀ ਅਜਿਹੀ ਸੁਰ ਨੇ ਹੀ ਉਸਨੂੰ ਪ੍ਰਗਤੀਸ਼ੀਲ ਪੰਜਾਬੀ ਕਾਵਿ-ਮੰਚ ਉੱਤੇ ਇੱਕ ਵੱਖਰੀ ਪਹਿਚਾਣ ਦਿੱਤੀ. ਪਰ ਸਹਿਜੇ, ਸਹਿਜੇ, ਉਸ ਦੀ ਕਵਿਤਾ ਵਿੱਚ ਇੱਕ ਵੱਡੀ ਤਬਦੀਲੀ ਵਾਪਰਨ ਲੱਗੀ. ਉਸ ਦੀ ਕਵਿਤਾ ਵਿੱਚੋਂ ਉੱਭਰਦੀ ਸਥਾਪਤੀ ਵਿਰੋਧੀ ਤੀਖਣ ਵਿਦਰੋਹੀ ਸੁਰ ਗਾਇਬ ਹੋਣ ਲੱਗੀ ਅਤੇ ਇਸ ਦੀ ਥਾਂ ਸੁਰਜੀਤ ਪਾਤਰ ਦੀ ਸ਼ਾਇਰੀ ਰਾਜਨੀਤਕ, ਸਮਾਜਿਕ, ਸਭਿਆਚਾਰਕ, ਧਾਰਮਿਕ, ਵਿੱਦਿਅਕ, ਨੈਤਿਕ ਜ਼ਿਆਦਤੀਆਂ ਅਤੇ ਬੇਇਨਸਾਫੀਆਂ ਦਾ, ਮਹਿਜ਼, ਅਹਿਸਾਸ ਕਰਵਾਉਣ ਤੱਕ ਹੀ ਸੀਮਤ ਹੋ ਕੇ ਰਹਿ ਗਈ. ਪਾਤਰ ਦੀ ਕਵਿਤਾ ਦਾ ਪਾਠਕ/ਸਰੋਤਾ ਵੀ ਪਾਤਰ ਦੀ ਕਵਿਤਾ ਪੜ੍ਹਣ/ਸੁਨਣ ਤੋਂ ਬਾਹਦ, ਮਹਿਜ਼, ਵਾਹ ! ਵਾਹ ! ਕਰਨ ਤੱਕ ਸੀਮਤ ਹੋ ਕੇ ਹੀ ਰਹਿ ਗਿਆ. ਸੁਰਜੀਤ ਪਾਤਰ ਦੀ ਕਵਿਤਾ ਪਾਠਕ / ਸਰੋਤੇ ਨੂੰ ਕਰਾਂਤੀ ਲਈ 'ਉੱਠਣ ਦਾ ਵੇਲਾ' ਦਾ ਸੁਨੇਹਾ ਦੇਣ ਤੋਂ ਕਤਰਾਂਦੀ ਰਹੀ. ਜਦੋਂ ਕਿ ਉਸਦੇ ਹੋਰ ਸਮਕਾਲੀ ਕਰਾਂਤੀਕਾਰੀ ਪੰਜਾਬੀ ਕਵੀ ਪਾਸ਼, ਸੰਤ ਰਾਮ ਉਦਾਸੀ, ਲਾਲ ਸਿੰਘ ਦਿਲ ਆਦਿ ਬੇਝਿਜਕ ਹੋ ਕੇ ਪੰਜਾਬੀ ਕਾਵਿ-ਮੰਚ ਉੱਤੇ ਕਰਾਂਤੀ ਦਾ ਬਿਗਲ ਵਜਾ ਰਹੇ ਸਨ. ਆਪਣੀ ਕਵਿਤਾ ਵਿੱਚ ਵਾਪਰੀ ਇਸ ਤਬਦੀਲੀ ਬਾਰੇ ਸੁਰਜੀਤ ਪਾਤਰ ਨੂੰ ਵੀ ਅਹਿਸਾਸ ਸੀ; ਪਰ ਉਹ ਇਸ ਸਥਿਤੀ ਨੂੰ ਬਦਲਣ ਲਈ ਕੁਝ ਵੀ ਕਰ ਸਕਣ ਤੋਂ ਅਸਮਰੱਥ ਸੀ :

ਸੀਨੇ ਉਤਲੇ ਤਗਮਿਆਂ ਨੂੰ ਕੀ ਕਰਾਂ
ਸੀਨੇ ਵਿਚਲੇ ਨਗਮਿਆਂ ਤੋਂ ਦੂਰ ਹਾਂ

ਇਹ ਗੱਲ ਪਾਤਰ ਦੀ ਕਵਿਤਾ ਲਈ 'ਵਰ' ਵੀ ਹੈ ਅਤੇ 'ਸਰਾਪ' ਵੀ.

■

(ਮਾਲਟਨ, ਅਕਤੂਬਰ 9, 2016)

8.

ਸੁਖਿੰਦਰ : ਆਮ ਆਦਮੀ ਦਾ ਇਨਕਲਾਬ

ਮੈਂ ਆਪਣੇ ਆਪ ਨੂੰ ਆਮ ਲੋਕਾਂ ਦਾ ਸ਼ਾਇਰ ਮੰਨਦਾ ਹਾਂ; ਕਿਉਂਕਿ ਮੈਂ ਆਪਣੇ ਨਿੱਜੀ ਦੁੱਖਾਂ-ਸੁੱਖਾਂ ਨੂੰ ਆਪਣੀ ਸ਼ਾਇਰੀ ਦਾ ਵਿਸ਼ਾ ਨਹੀਂ ਬਣਾਉਂਦਾ. ਮੇਰਾ ਯਤਨ ਹੁੰਦਾ ਹੈ ਕਿ ਮੇਰੀ ਕਵਿਤਾ ਵੱਧ ਤੋਂ ਵੱਧ ਲੋਕਾਂ ਨੂੰ ਸਮਝ ਆ ਸਕੇ. ਮੈਂ ਕਵਿਤਾ ਵਿੱਚ, ਮਹਿਜ਼, ਸ਼ਿਲਪਕਾਰੀ ਕਰਨ ਦੀ ਥਾਂ ਕਵਿਤਾ ਦੇ ਵਿਸ਼ੇ ਨੂੰ ਅਹਿਮੀਅਤ ਦਿੰਦਾ ਹਾਂ. ਕਿਉਂਕਿ ਮੇਰਾ ਯਕੀਨ ਹੈ ਕਿ ਕਵਿਤਾ ਦਾ ਵਿਸ਼ਾ ਆਪਣਾ ਢੁੱਕਵਾਂ ਰੂਪ ਆਪੇ ਹੀ ਲੱਭ ਲੈਂਦਾ ਹੈ. ਮੈਂ ਕਿਸੇ ਵੀ ਵਾਦ ਨੂੰ ਜਾਂ ਦਰਸ਼ਨ ਨੂੰ ਅੰਧਵਿਸ਼ਵਾਸੀਆਂ ਵਾਂਗ ਨਹੀਂ ਮੰਨਦਾ, ਭਾਵੇਂ ਉਹ ਮਾਰਕਸਵਾਦ ਹੋਵੇ ਜਾਂ ਅਜਿਹਾ ਕੋਈ ਹੋਰ ਵਾਦ. ਕੋਈ ਵੀ ਸਰਕਾਰ ਜਾਂ ਅਦਾਰਾ ਜੋ ਸਾਧਾਰਨ ਲੋਕਾਂ ਦੇ ਭਲੇ ਲਈ ਕੰਮ ਕਰਨ ਦੀ ਥਾਂ, ਮਹਿਜ਼, ਮੁਨਾਫ਼ੇ ਲਈ ਹੀ ਕੰਮ ਕਰਦਾ ਹੈ ਉਸ ਵਿੱਚ ਮੈਂ ਯਕੀਨ ਨਹੀਂ ਰੱਖਦਾ. ਸਮਾਜਿਕ ਹਕੀਕਤਾਂ ਨਾਲੋਂ ਟੁੱਟੀ ਹੋਈ ਕਵਿਤਾ ਲਿਖਣ ਦੀ ਥਾਂ ਮੈਂ ਸਥਾਨਕ, ਪਰਾਂਤਕ, ਕੌਮੀ ਜਾਂ ਅੰਤਰ-ਰਾਸ਼ਟਰੀ ਸਮੱਸਿਆਵਾਂ ਬਾਰੇ ਕਵਿਤਾ ਲਿਖਣ ਨੂੰ ਪਹਿਲ ਦਿੰਦਾ ਹਾਂ. ਮੇਰੇ ਵਿਚਾਰ ਅਨੁਸਾਰ ਸ਼ਬਦਾਂ ਨੂੰ ਸਿਰਫ ਸੰਗੀਤ ਪੈਦਾ ਕਰਨ ਲਈ ਹੀ ਜੋੜੀ ਜਾਣਾ ਕਦੀ ਵੀ ਕਵਿਤਾ ਨਹੀਂ ਹੋ ਸਕਦੀ. ਗਿਆਨ ਤੋਂ ਹੀਣੇ ਕਵੀਆਂ ਦੀ ਕਵਿਤਾ ਵਿੱਚ, ਮਹਿਜ਼, ਸੰਗੀਤ ਪੈਦਾ ਕਰਨ ਲਈ

ਸ਼ਬਦ ਹੀ ਇਕੱਠੇ ਕੀਤੇ ਗਏ ਹੁੰਦੇ ਹਨ; ਅਜਿਹੇ ਲੇਖਕਾਂ ਦੀਆਂ ਲਿਖਤਾਂ ਨੂੰ ਖੂਬਸੂਰਤ ਖਾਲੀ ਭਾਂਡੇ ਹੀ ਕਿਹਾ ਜਾ ਸਕਦਾ ਹੈ. ਜਿਹੜੇ ਕਵੀ 'ਰੂਪਕ' ਪੱਖ ਨੂੰ ਹੀ ਅਹਿਮੀਅਤ ਦਿੰਦੇ ਹਨ ਉਨ੍ਹਾਂ ਵਿੱਚ ਸਮੱਸਿਆਵਾਂ ਨੂੰ ਆਪਣੀਆਂ ਕਾਵਿ ਕ੍ਰਿਤਾਂ ਦਾ ਵਿਸ਼ਾ ਬਨਾਉਣ ਦੀ ਜੁਰੱਅਤ ਹੀ ਨਹੀਂ ਹੁੰਦੀ; ਕਿਉਂਕਿ ਜੇਕਰ ਸਮੱਸਿਆਵਾਂ ਬਾਰੇ ਗੱਲ ਕੀਤੀ ਜਾਵੇਗੀ ਤਾਂ ਉਸ ਬਾਰੇ ਕਵੀ ਨੂੰ ਆਪਣਾ ਬਿਆਨ ਵੀ ਦੇਣਾ ਪਵੇਗਾ ਕਿ ਉਹ ਮਨੁੱਖਵਾਦੀ ਹੈ ਜਾਂ ਕਿ ਗ਼ੈਰ-ਮਨੁੱਖਵਾਦੀ? ਉਹ ਲੋਕ-ਪੱਖੀ ਹੈ ਜਾਂ ਕਿ ਲੋਕ-ਵਿਰੋਧੀ? ਪਰ ਵਧੇਰੇ ਕਵੀ ਆਪਣੀ ਅਸਲੀਅਤ ਦੱਸਣ ਤੋਂ ਡਰਦੇ ਰਹਿੰਦੇ ਹਨ ਅਤੇ ਮੁਖੌਟਿਆਂ ਪਿਛੇ ਲੁਕਕੇ ਕਵਿਤਾ ਲਿਖਣੀ ਚਾਹੁੰਦੇ ਹਨ. ਕਿਉਂਕਿ ਉਨ੍ਹਾਂ ਨੂੰ ਦੋਗਲੀ ਜ਼ਿੰਦਗੀ ਹੀ ਜਿਉਣੀ ਚੰਗੀ ਲੱਗਦੀ ਹੈ. ਆਪਣੀ ਕਾਵਿ-ਪ੍ਰਕ੍ਰਿਆ ਦੇ ਇਸ ਪੱਖ ਨੂੰ ਮੈਂ ਆਪਣੀ ਨਜ਼ਮ 'ਮੁਹਾਂਦਰਾ' ਅਤੇ 'ਸ਼ਕਿਜ਼ੋਫਰੇਨੀਆ-6' ਵਿੱਚ ਕੁਝ ਇਸ ਤਰ੍ਹਾਂ ਸਪੱਸ਼ਟ ਕੀਤਾ ਹੈ :

1.
ਕਵਿਤਾ ਦਾ ਮੁਹਾਂਦਰਾ ਸਿਰਜਾਂਗੇ, ਅਸੀਂ
ਆਪਣੀਆਂ ਹੱਡ-ਬੀਤੀਆਂ ਗੱਲਾਂ ਦੇ ਨਾਲ

ਇਸ ਵਿੱਚ, ਉਹ ਸਾਰੀਆਂ ਗੱਲਾਂ ਦੱਸਾਂਗੇ
ਜੋ ਬੀਤ ਰਹੀਆਂ ਨੇ
ਸਾਡੇ, ਆਂਢੀਆਂ-ਗੁਆਂਢੀਆਂ
ਅਤੇ ਹੋਰ ਸਾਰੇ ਹੀ
ਨਗਰਵਾਸੀਆਂ ਨਾਲ

ਕਵਿਤਾ ਵਿਚ, ਅਸੀਂ ਦੱਸਾਂਗੇ
ਕਿ ਕਿਵੇਂ ਸ਼ਹਿਰ ਦੇ ਪਾਦਰੀ
ਆਪਣੀ ਹਵਸ ਪੂਰੀ ਕਰਨ ਖਾਤਰ
ਗਿਰਜੇ 'ਚ ਆਏ ਹੋਏ
ਨਿੱਕੇ ਨਿੱਕੇ ਬੱਚਿਆਂ ਨਾਲ
ਬਲਾਤਕਾਰ ਕਰਦੇ ਨੇ
ਪੁਲਿਸ ਵਿਭਾਗ ਦੇ, ਉਨ੍ਹਾਂ ਭ੍ਰਿਸ਼ਟ
ਅਫਸਰਾਂ ਬਾਰੇ ਵੀ ਜ਼ਿਕਰ ਹੋਵੇਗਾ
ਜੋ ਸੈਕਸ ਟਰੇਡ ਕਰਨ ਵਾਲੇ ਮਾਫੀਆ ਨੂੰ
ਪੁਲਿਸ ਵਿਭਾਗ ਦਾ ਛਾਪਾ ਪੈਣ ਤੋਂ ਪਹਿਲਾਂ ਹੀ
ਪੂਰੀ ਤਰ੍ਹਾਂ ਸੁਚੇਤ ਕਰ ਦਿੰਦੇ ਨੇ

2.
ਤੇਜ਼ ਧਾਰ ਵਾਲੇ ਮੇਰੇ ਸ਼ਬਦ
ਮਨੁੱਖੀ ਜ਼ਿਹਨ ਨੂੰ ਚੀਰਦੇ ਹਨ !

ਸ਼ਬਦਾਂ ਨੂੰ ਮੈਂ ਇੰਜ ਹੀ ਵਰਤਨਾ ਚਾਹੁੰਦਾ ਹਾਂ !

ਮੈ, ਮੈਂ ਕਰਦੀਆਂ
ਭੇਡਾਂ ਦੀਆਂ ਖੱਲਾਂ ਹੇਠ ਲੁਕੇ ਭੇੜੀਏ
ਜਦੋਂ ਆਖਦੇ ਹਨ :
ਸ਼ਬਦਾਂ ਦੀ ਵਰਤੋਂ ਕਰਨ ਤੋਂ ਪਹਿਲਾਂ
ਜ਼ਰੂਰ ਸੋਚੋ, ਕਿ
ਅੱਜ ਤੋਂ ਦਸ ਵਰ੍ਹੇ ਬਾਅਦ
ਇਨ੍ਹਾਂ ਸ਼ਬਦਾਂ ਦੀ ਕੀਤੀ ਗਈ ਵਰਤੋਂ
ਗ਼ੈਰ-ਉਚਿਤ ਨਾ ਜਾਪੇ

ਤਾਂ, ਮੈਂ ਸੋਚਦਾ ਹਾਂ -
ਸ਼ਬਦ ਤਾਂ ਅਮੋੜ ਹੁੰਦੇ ਹਨ
ਆਪਣੀ ਧਾਰ ਅਤੇ ਦਿਸ਼ਾ
ਇਹ ਖ਼ੁਦ, ਆਪ ਹੀ ਸਿਰਜਦੇ ਹਨ !

ਮੇਰੀ ਕਵਿਤਾ ਦੇ ਮੁਹਾਂਦਰੇ ਨੂੰ ਸਮਝਣ ਲਈ ਉਦਾਹਰਣ ਵਜੋਂ ਮੇਰੀਆਂ ੜ੍ਹ ਹੋਰ ਵੀ ਨਜ਼ਮਾਂ ਵੇਖੀਆਂ ਜਾ ਸਕਦੀਆਂ ਹਨ :

1.
ਮੈਨੂੰ, ਤਲਖ ਹਕੀਕਤਾਂ ਬਾਰੇ
ਕਵਿਤਾ ਲਿਖਣੀ ਚੰਗੀ ਲਗਦੀ ਹੈ -

ਹਕੀਕਤਾਂ ਮੰਗ ਕਰਦੀਆਂ ਨੇ
ਕਿ ਅਸੀਂ, ਉਨ੍ਹਾਂ ਨੂੰ
ਬਿਨ੍ਹਾਂ ਕਿਸੀ ਲਿਹਾਜ਼ ਜਾਂ
ਪੱਖਪਾਤ ਦੇ ਬਿਆਨ ਕਰੀਏ
ਸ਼ਬਦਾਂ ਨੂੰ ਖੰਡ ਦੀ
ਚਾਸ਼ਨੀ ਵਿੱਚ ਡੋਬਨ ਤੋਂ ਬਿਨ੍ਹਾਂ
ਰੁੱਖੇ, ਕੌੜੇ ਅਤੇ ਕੁਸੈਲੇ ਸ਼ਬਦਾਂ ਵਿੱਚ

(ਤਲਖ ਹਕੀਕਤਾਂ)

2.

ਬਹੁਤ ਕੁਝ, ਊਲ-ਜਲੂਲ
ਦਸਦੀਆਂ ਰਹਿੰਦੀਆਂ ਹਨ
ਮੇਰੀਆਂ ਕਵਿਤਾਵਾਂ -

ਮਸਲਨ : ਧਾਰਮਿਕ ਸਥਾਨਾਂ ਉੱਤੇ ਕਾਬਜ਼
ਗੋਲਕ ਚੋਰਾਂ ਦੇ ਕਿੱਸੇ
ਭਰਿਸ਼ਟ ਰਾਜਨੀਤੀਵਾਨਾਂ ਦੀਆਂ
ਸਮਗਲਰਾਂ ਨਾਲ ਯਾਰੀਆਂ ਦੀਆਂ ਕਹਾਣੀਆਂ
ਦੋਗਲੇ ਪੱਤਰਕਾਰਾਂ ਦੇ ਬੈਂਕ ਅਕਾਊਂਟਾਂ ਵਿੱਚ
ਠੱਗ ਬਾਬਿਆਂ ਦੇ ਚੈਕਾਂ ਦਾ ਹਿਸਾਬ-ਕਿਤਾਬ
ਉਂਗਲੀ ਨੂੰ ਲਹੂ ਲਗਾ ਕੇ ਬਣੇ
ਮਹਾਂ-ਕਰਾਂਤੀਕਾਰੀਆਂ ਦੀਆਂ ਅੰਤਰੀਵ-ਇਛਾਵਾਂ
ਪਤਨੀਆਂ ਨੂੰ ਕੁੱਟਣ ਵਾਲੇ ਲੇਖਕਾਂ ਵੱਲੋਂ
ਔਰਤ ਕਲਿਆਣ ਮੰਚ ਬਨਾਉਣ ਦਾ ਭੇਤ
ਅਫੀਮ, ਚਰਸ, ਕਰੈਕ, ਕੁਕੇਨ ਦੇ ਸਮਗਲਰਾਂ ਦਾ
ਕਬੱਡੀ ਟੂਰਨਾਮੈਂਟਾਂ ਦੇ ਪਲਾਟੀਨਮ ਸਪਾਂਸਰ ਬਨਣਾ

(ਸੈਂਸਰ ਬੋਰਡ)

3.

ਮੈਂ ਹੁਣ, ਇੱਕ ਐਸੀ
ਕਵਿਤਾ ਲਿਖਾਂਗਾ-
ਜੋ ਮੂੰਹੋਂ ਚੁੱਪ ਰਹੇਗੀ
ਪਰ, ਫਿਰ ਵੀ
ਸਭ ਕੁਝ ਕਹੇਗੀ

ਜਿਵੇਂ, ਰਾਤ ਭਰ ਜਾਗੀ ਪਤਨੀ ਦੀਆਂ
ਸੁੱਜੀਆਂ ਅੱਖਾਂ ਸਾਰੀ ਕਹਾਣੀ ਦੱਸ ਦਿੰਦੀਆਂ
ਜਿਵੇਂ, ਪਤੀ ਨੂੰ ਹੱਥਕੜੀ ਲਗਾ ਕੇ
ਲਿਜਾਂਦੀ ਪੁਲਿਸ ਦੀ ਜੀਪ ਸਭ ਕੁਝ ਦੱਸ ਦਿੰਦੀ
ਜਿਵੇਂ, ਗੰਦੇ ਨਾਲੇ 'ਚ ਮੂਧੇ ਮੂੰਹ ਡਿੱਗੇ ਪਏ
ਕਿਸੇ ਲੇਖਕ ਦਾ ਲਿਬੜਿਆ ਮੂੰਹ ਸਭ ਕੁਝ ਦੱਸ ਦਿੰਦਾ

ਜਿਵੇਂ, ਗਾਰਬੇਜ ਕੈਨ 'ਚੋਂ ਮਿਲੀ
ਨਵ-ਜਨਮੇ ਬੱਚੇ ਦੀ ਲਾਸ਼ ਸਭ ਕੁਝ ਦੱਸ ਦਿੰਦੀ
ਜਿਵੇਂ, ਆਪਣੀ ਹੀ ਪਤਨੀ ਨੂੰ ਵੇਸਵਾ ਬਣਾ
ਵੇਚਣ ਵਾਲੇ ਪਤੀ ਦੀ ਮਾਨਸਿਕਤਾ ਸਭ ਕੁਝ ਦੱਸ ਦਿੰਦੀ
ਜਿਵੇਂ, ਧਰਮ ਦੇ ਨਾਮ ਉੱਤੇ ਹੋਈ ਕਤਲੋ-ਗਾਰਤ
ਰਾਜਨੀਤੀਵਾਨਾਂ ਦੀਆਂ ਅੰਤਰੀਵ ਇਛਾਵਾਂ ਬਾਰੇ
ਸਭ ਕੁਝ ਦੱਸ ਦਿੰਦੀ
ਜਿਵੇਂ, ਬੈਂਕ ਦੇ ਕਰਜ਼ੇ ਦਾ ਨਾਮ ਸੁਣ ਕੇ
ਖੁਦਕਸ਼ੀ ਕਰ ਗਏ ਕਿਸਾਨ ਦੀ ਲਾਸ਼ ਸਭ ਕੁਝ ਦੱਸ ਦਿੰਦੀ
ਜਿਵੇਂ, ਪਿੰਡ ਦੇ ਬਾਹਰਵਾਰ ਟਾਹਲੀ ਦੇ ਰੁੱਖ ਉੱਤੇ ਲਟਕਦੀ
ਅਲਫ਼ ਨੰਗੀ ਜਵਾਨ ਔਰਤ ਦੀ ਲਾਸ਼ ਸਭ ਕੁਝ ਦੱਸ ਦਿੰਦੀ

(ਨਵੇਂ ਯੁੱਗ ਦੀ ਕਵਿਤਾ)

ਅਖਬਾਰਾਂ, ਮੈਗਜ਼ੀਨਾਂ, ਰੇਡੀਓ, ਟੀਵੀ, ਕਾਲਿਜਾਂ, ਯੂਨੀਵਰਸਿਟੀਆਂ, ਸੈਮੀਨਾਰਾ ਅਤੇ ਕਾਨਫਰੰਸਾਂ ਵਿੱਚ ਆਮ ਹੀ ਇਸ ਗੱਲ ਨੂੰ ਲੈ ਕੇ ਚਰਚਾ ਹੁੰਦੀ ਰਹਿੰਦੀ ਹੈ ਕਿ ਕਵਿਤਾ ਵਿੱਚ ਲੋਕਾਂ ਦੀ ਦਿਲਚਸਪੀ ਖਤਮ ਹੋ ਰਹੀ ਹੈ ਅਤੇ ਆਮ ਲੋਕਾਂ ਵਿੱਚ ਇਸ ਨੂੰ ਮੁੜ ਕਿਵੇਂ ਦਿਲਚਸਪੀ ਦਾ ਵਿਸ਼ਾ ਬਣਾਇਆ ਜਾ ਸਕਦਾ ਹੈ. ਮੇਰੇ ਵਿਚਾਰ ਅਨੁਸਾਰ ਇਹ ਗੱਲ ਵੀ ਕਵਿਤਾ ਦੇ ਮੁਹਾਂਦਰੇ ਨਾਲ ਹੀ ਜੁੜੀ ਹੋਈ ਹੈ. ਇਸ ਸਵਾਲ ਦਾ ਜਵਾਬ ਮੇਰੀ ਨਜ਼ਮ 'ਕਵਿਤਾ ਦੀ ਵਾਪਸੀ' ਦੀਆਂ ਇਨ੍ਹਾਂ ਸਤਰਾਂ ਰਾਹੀਂ ਦਿੱਤਾ ਗਿਆ ਹੈ :

ਕਿੱਥੇ ਚਲੀ ਗਈ ਸੀ ਕਵਿਤਾ
ਲੋਕ ਅਕਸਰ ਪੁੱਛਦੇ ਨੇ -
ਕਾਫੀਘਰਾਂ, ਢਾਬਿਆਂ, ਸ਼ਰਾਬਖਾਨਿਆਂ ਦੀਆਂ
ਮਹਿਫ਼ਲਾਂ 'ਚ

ਲੋਕ ਅਕਸਰ ਪੁੱਛਦੇ ਨੇ -
ਯਵਤੂਸ਼ੈਂਕੂ ਦੀ ਸ਼ਾਇਰੀ ਨੂੰ ਸੁਨਣ
ਹਜ਼ਾਰਾਂ ਲੋਕਾਂ ਦੀ ਕਿਉਂ ਭੀੜ ਜੁੜਦੀ ਸੀ
ਪਾਸ਼ ਦੀ ਸ਼ਾਇਰੀ ਅਜੇ ਵੀ
ਬੁਝ ਰਹੇ ਜਿਗਰਾਂ ਦੀ ਰੌਸ਼ਨੀ ਨੂੰ
ਕਿਉਂ ਤੇਜ਼ ਕਰ ਦਿੰਦੀ
ਐਲਨ ਗਿਨਜ਼ਬਰਗ ਨੂੰ ਪੜ੍ਹਕੇ
ਕਿਉਂ ਮੱਥਿਆਂ 'ਚੋਂ

ਚਿੰਗਾਰੇ ਨਿਕਲਦੇ ਹਨ
ਪਾਬਲੋ ਨੈਰੂਦਾ ਕਿਉਂ
ਆਪਣਿਆਂ ਜਿਹਾ ਲੱਗਦਾ
ਅਲ ਪਰਡੀ ਨੂੰ ਪੜ੍ਹਕੇ
ਕਿਉਂ ਆਖਣਾ ਪੈਂਦਾ
ਕਿ ਹਰ ਸ਼ਾਇਰ
ਅਲ ਪਰਡੀ ਵਾਂਗੂੰ ਹੀ
ਕਿਉਂ ਨਹੀਂ ਲਿਖਦਾ

ਕਵਿਤਾ ਆਏਗੀ ਵਾਪਸ ਜ਼ਰੂਰ
ਜਦੋਂ ਬਣ ਜਾਏਗੀ ਇਹ
ਰੋਟੀ ਦੇ ਗੋਲ ਟੁੱਕੜੇ ਲਈ
ਰੋਂਦੇ ਬਾਲ ਦੀ ਵਿਲਕਣ
ਜਦੋਂ ਬਣ ਜਾਏਗੀ ਇਹ
ਨਵ-ਜੰਮੇ ਬਾਲ ਲਈ
ਮਾਂ ਦੇ ਹੋਠਾਂ ਦਾ
ਪਹਿਲਾ ਚੁੰਮਣ

ਜਦੋਂ ਬਣ ਜਾਏਗੀ ਇਹ
ਹਤਿਆਰਿਆਂ ਦੇ ਸਿਰਾਂ 'ਚ
ਵੱਜਣ ਲਈ ਬੰਦੂਕ ਦੀ ਗੋਲੀ

ਜਦੋਂ ਬਣ ਜਾਏਗੀ ਇਹ :
ਫੌਲਾਦੀ ਮੁੱਕਾ
ਗੁਲਾਬਾਂ ਦੀ ਖੁਸ਼ਬੋ
ਆਜ਼ਾਦੀ ਦਾ ਪਰਚਮ

ਨਿਰਸੰਦੇਹ, ਕਵਿਤਾ ਵੱਲ ਲੋਕ ਇੱਕ ਵਾਰ ਫਿਰ ਖਿੱਚੇ ਜਾਣਗੇ ਜਦੋਂ ਕਵਿਤਾ ਮਨੁੱਖੀ ਜ਼ਿੰਦਗੀ ਨਾਲ ਜੁੜੇ ਮਹੱਤਵ-ਪੂਰਨ ਪ੍ਰਸ਼ਨਾਂ ਬਾਰੇ ਗੱਲ ਕਰਨੀ ਸ਼ੁਰੂ ਕਰੇਗੀ. ਮੇਰੀ ਨਜ਼ਮ 'ਗਲੋਬਲੀਕਰਨ-32' ਵਿੱਚ ਅਜਿਹੇ ਹੀ ਕੁਝ ਮਹੱਤਵ-ਪੂਰਨ ਪ੍ਰਸ਼ਨਾਂ ਵੱਲ ਸੰਕੇਤ ਕੀਤਾ ਗਿਆ ਹੈ :

ਚਲੋ, ਕਵਿਤਾ ਵਿੱਚ ਪੁੱਛੀਏ :
ਹਿੰਦੂ ਜਾਂ ਮੁਸਲਮਾਨ ਮਾਵਾਂ ਵਿੱਚ ਕੀ ਫਰਕ ਹੁੰਦਾ

ਮੰਦਿਰਾਂ, ਮਸਜਿਦਾਂ ਦੇ ਨਾਮ ਉੱਤੇ
ਘਰਾਂ, ਬਾਜ਼ਾਰਾਂ, ਚੌਰਸਤਿਆਂ ਵਿੱਚ
ਇੱਕ ਦੂਜੇ ਦੇ ਖ਼ੂਨ ਦੀਆਂ
ਨਦੀਆਂ ਵਹਾਉਣ ਦੀਆਂ ਗੱਲਾਂ ਕਰਨ ਵਾਲੇ
ਰਾਜਨੀਤਕ ਨੇਤਾਵਾਂ ਨੂੰ ਜੇਕਰ ਅਜੇ ਤੱਕ
ਧਰਤੀ ਦੇ ਇਸ ਮੁੱਢਲੇ ਸੁਆਲ ਦਾ
ਉੱਤਰ ਨਹੀਂ ਲੱਭਾ, ਤਾਂ ਜ਼ਰੂਰ ਕਿਤੇ
ਕੋਈ ਗੜਬੜ ਹੈ

ਚਲੋ, ਕਵਿਤਾ ਵਿੱਚ ਪੁੱਛੀਏ :
ਤੇਨ ਜ਼ਿੰਗ, ਨੀਲ ਆਰਮਸਟਰਾਂਗ, ਯੂਰੀ ਗਗਾਰਨ
ਜਾਂ ਕਲਪਨਾ ਚਾਵਲਾ, ਸੈਕਸ਼ਪੀਅਰ, ਆਈਨਸਟਾਈਨ
ਜਾਂ ਨੈਲਸਨ ਮੰਡੇਲਾ, ਮਾਓ-ਜ਼ੇ-ਤੁੰਗ, ਵੈਨ ਗੋ ਨੂੰ
ਜੰਮਣ ਵਾਲੀਆਂ ਮਾਵਾਂ ਵਿੱਚ ਕੀ ਫਰਕ ਹੁੰਦਾ
ਵਿਸ਼ਵ-ਨੇਤਾਵਾਂ ਨੂੰ ਜੇਕਰ ਅਜੇ ਤੱਕ
ਧਰਤੀ ਦੇ ਇਸ ਮੁੱਢਲੇ ਸੁਆਲ ਦਾ
ਉੱਤਰ ਨਹੀਂ ਲੱਭਾ, ਤਾਂ ਧਰਤੀ ਨੂੰ
ਜੀਣ ਜੋਗਾ ਬਨਾਉਣ ਲਈ
ਇਕ ਦਿਨ, ਇਸਦਾ ਉੱਤਰ
ਲੱਭਣਾ ਹੀ ਪਵੇਗਾ !
ਲੱਭਣਾ ਹੀ ਪਵੇਗਾ !!
ਲੱਭਣਾ ਹੀ ਪਵੇਗਾ !!!

ਜਾਂ ਜਦੋਂ ਕਵਿਤਾ ਆਮ ਲੋਕਾਂ ਦੀ ਜ਼ਿੰਦਗੀ ਨਾਲ ਜੁੜੇ ਅਜਿਹੇ ਮਸਲਿਆਂ ਬਾਰੇ ਗੱਲ ਕਰਨੀ ਸ਼ੁਰੂ ਕਰੇਗੀ :

-ਭਾਰਤੀ ਲੋਕ ਨੀਚ ਕਿਵੇਂ ਬਣੇ ?
-ਅੰਗਰੇਜ਼ਾਂ ਨੇ ਭਾਰਤੀ ਲੋਕਾਂ ਨੂੰ ਸੈਂਕੜੇ ਸਾਲ
ਗੁਲਾਮ ਕਿਵੇਂ ਬਣਾਇਆ ?
-ਮਹਾਤਮਾ ਗਾਂਧੀ ਨਾਬਾਲਗ ਕੁੜੀਆਂ ਨਾਲ
ਅਲਫ਼ ਨੰਗਾ ਕਿਉਂ ਸੌਂਦਾ ਸੀ ?
-ਭਗਤ ਸਿੰਘ ਨੂੰ ਪਾਰਲੀਮੈਂਟ ਵਿੱਚ ਬੰਬ ਧਮਾਕਾ
ਕਰਨ ਦੀ ਕਿਉਂ ਲੋੜ ਪਈ ?
-ਗਦਰੀ ਕ੍ਰਾਂਤੀਕਾਰੀਆਂ ਨੇ ਹਥਿਆਰਬੰਦ

ਯੁੱਧ ਕਿਉਂ ਲੜਿਆ ?
-ਧਾਰਮਿਕ ਮਦਾਰੀ ਪਟਾਰੀ 'ਚੋਂ ਫਨੀਅਰ ਸੱਪ
ਸੜਕਾਂ ਉੱਤੇ ਕਿਉਂ ਛੱਡ ਜਾਂਦੇ ਹਨ ?
-ਪੰਜਾਬ ਦੇ ਕਿਸਾਨ ਖ਼ੁਦਕਸ਼ੀਆਂ
ਕਿਉਂ ਕਰ ਰਹੇ ਹਨ ?
-ਦਰਿਆਵਾਂ ਦਾ ਪਾਣੀ ਜ਼ਹਿਰੀ
ਕਿਉਂ ਹੋ ਰਿਹਾ ਹੈ ?
-ਧੀਆਂ ਦਾ ਕਤਲੇਆਮ ਕਿਉਂ
ਵਧਦਾ ਜਾਂਦਾ ਹੈ ?
-ਮਾਲਵਾ ਕੈਂਸਰ ਦਾ ਘਰ
ਕਿਉਂ ਬਣ ਗਿਆ ਹੈ ?

(ਪੰਜਾਬ ਦੀ ਬੌਧਿਕ ਪਰੰਪਰਾ)

ਕਵੀ ਅਤੇ ਕਵਿਤਾ ਦੀ ਇੱਕ ਹੋਰ ਵੀ ਜ਼ਿੰਮੇਵਾਰੀ ਹੈ. ਕਵਿਤਾ ਦੇ ਕਾਤਲਾਂ ਖਿਲਾਫ਼ ਲੋਕਾਂ ਵਿੱਚ ਚੇਤਨਾ ਪੈਦਾ ਕਰਨੀ. ਇਹ ਗੱਲ ਵੀ ਕਵਿਤਾ ਦੇ ਮੁਹਾਂਦਰੇ ਨਾਲ ਹੀ ਜੁੜੀ ਹੋਈ ਹੈ. ਸਾਡੇ ਸਮਿਆਂ ਵਿੱਚ ਇਹ ਗੱਲ ਹੋਰ ਵੀ ਮਹੱਤਵ-ਪੂਰਨ ਬਣਦੀ ਜਾ ਰਹੀ ਹੈ. ਪੂੰਜੀਵਾਦ ਦੇ ਵੱਧ ਰਹੇ ਪਾਸਾਰ ਕਾਰਨ ਜਿਸ ਤਰ੍ਹਾਂ ਜ਼ਿੰਦਗੀ ਨਾਲ ਸਬੰਧਤ ਕਦਰਾਂ-ਕੀਮਤਾਂ ਵਿੱਚ ਤੇਜ਼ੀ ਨਾਲ ਨਿਘਾਰ ਆ ਰਿਹਾ ਹੈ ਉਸ ਕਾਰਨ ਕਵਿਤਾ ਦੀਆਂ ਜ਼ਿੰਮੇਵਾਰੀਆਂ ਹੋਰ ਵੀ ਵੱਧ ਜਾਂਦੀਆਂ ਹਨ. ਮੇਰੀ ਨਜ਼ਮ 'ਕਾਤਲਾਂ ਖਿਲਾਫ਼' ਕਵਿਤਾ ਦੀਆਂ ਅਜਿਹੀਆਂ ਹੀ ਜ਼ਿੰਮੇਵਾਰੀਆਂ ਵੱਲ ਧਿਆਨ ਦੁਆਂਦੀ ਹੈ :

ਕਵਿਤਾ ਨੂੰ ਦੁਨਾਲੀ ਬੰਦੂਕ ਬਨਣਾ ਹੀ ਪਵੇਗਾ
ਉਨ੍ਹਾਂ ਹਤਿਆਰਿਆਂ ਦੀਆਂ ਖੋਪੜੀਆਂ ਭੰਨਣ ਲਈ
ਜੋ ਮਹਿਜ਼, ਆਪਣੀ ਕਾਮ-ਸੰਤੁਸ਼ਟੀ ਖਾਤਰ
ਭੂਸਰੇ ਹੋਏ ਸਾਨ੍ਹਾਂ ਵਾਂਗ, ਫੁੱਲਾਂ ਜਿਹੇ
ਬੱਚਿਆਂ ਨੂੰ, ਆਪਣੇ ਪੈਰਾਂ ਹੇਠ ਰੋਂਦ ਰਹੇ ਹਨ

ਕਵਿਤਾ ਨੂੰ ਬੇਪਰਵਾਹ ਹੋਣਾ ਹੀ ਪਵੇਗਾ
ਕਵਿਤਾ ਦੇ ਆਖੌਤੀ ਉਨ੍ਹਾਂ ਆਲੋਚਕਾਂ ਤੋਂ
ਜੋ ਮਹਿਜ਼, ਆਪਣੀ ਮਾਨਸਿਕ ਸੰਕੀਰਨਤਾ ਸਦਕਾ
ਕਵਿਤਾ ਦੇ ਦਰਿਆਵਾਂ ਦੇ ਰੁਖ
ਗੰਦਗੀ ਭਰੇ ਸਰੋਵਰਾਂ ਵੱਲ ਮੋੜ ਰਹੇ ਹਨ

ਕਵਿਤਾ ਨੂੰ ਜਾਗਣਾ ਹੀ ਪਵੇਗਾ -

ਉਨ੍ਹਾਂ ਚੋਰਾਂ ਨੂੰ ਫੜਨ ਲਈ
ਜੋ ਕਵਿਤਾ ਦੇ ਪਾਰਖੂ ਬਣੇ
ਨਿਤ, ਕਵਿਤਾ ਦਾ ਕਤਲ ਕਰ ਰਹੇ ਹਨ

ਜਿਸ ਸਮੇਂ ਮੈਂ ਕਵਿਤਾ ਦੇ ਖੇਤਰ ਵਿੱਚ ਦਾਖਲ ਹੋਇਆ ਉਸ ਸਮੇਂ ਡਾ. ਹਰਿਭਜਨ ਸਿੰਘ ਦੀ ਰੂਪਵਾਦੀ ਕਵਿਤਾ ਅਤੇ ਕਰਾਂਤੀਕਾਰੀ ਸ਼ਾਇਰੀ ਦਰਮਿਆਨ ਤਿੱਖੀ ਬਹਿਸ ਛਿੜ ਚੁੱਕੀ ਸੀ. ਆਧੁਨਿਕ ਪੰਜਾਬੀ ਕਵਿਤਾ ਆਧੁਨਿਕ ਤਕਨਾਲੋਜੀ 'ਚੋਂ ਪੈਦਾ ਹੋ ਰਹੀਆਂ ਸਮੱਸਿਆਵਾਂ ਦੀ ਪੇਸ਼ਕਾਰੀ ਕਰਨ ਤੀਕ ਸੀਮਤ ਸੀ; ਪਰ ਕਰਾਂਤੀਕਾਰੀ ਸ਼ਾਇਰੀ ਦਾ ਮੂਲ ਸਰੋਕਾਰ ਜ਼ਿੰਦਗੀ ਦੇ ਹਰ ਖੇਤਰ ਵਿੱਚ ਆਮ ਆਦਮੀ ਨਾਲ ਹੋ ਰਹੀਆਂ ਵਧੀਕੀਆਂ ਅਤੇ ਆਰਥਿਕ ਨਾ-ਬਰਾਬਰੀ ਨਾਲ ਸੀ ਅਤੇ ਇਹ ਸ਼ਾਇਰੀ ਇਨ੍ਹਾਂ ਹਾਲਤਾਂ ਨੂੰ ਬਦਲਣ ਲਈ 'ਇਨਕਲਾਬੀ ਤਬਦੀਲੀਆਂ' ਦੀ ਗੱਲ ਕਰ ਰਹੀ ਸੀ. ਇਹੀ ਕਾਰਨ ਸੀ ਕਿ ਨੌਜੁਆਨ ਪੰਜਾਬੀ ਪਾਠਕਾਂ ਵੱਲੋਂ ਕਰਾਂਤੀਕਾਰੀ ਕਵਿਤਾ ਬਹੁਤ ਤੇਜ਼ੀ ਨਾਲ ਸਵੀਕਾਰੀ ਜਾ ਰਹੀ ਸੀ.

ਇਸ ਸਮੇਂ ਡਾ. ਹਰਿਭਜਨ ਸਿੰਘ, ਅੰਮ੍ਰਿਤਾ ਪ੍ਰੀਤਮ, ਪ੍ਰੋ. ਮੋਹਨ ਸਿੰਘ, ਸ.ਸ. ਮੀਸ਼ਾ, ਸ਼ਿਵ ਕੁਮਾਰ ਬਟਾਲਵੀ, ਡਾ. ਜਸਵੰਤ ਸਿੰਘ ਨੇਕੀ, ਡਾ. ਜਗਤਾਰ, ਸੰਤੋਖ ਸਿੰਘ ਧੀਰ, ਪ੍ਰਭਜੋਤ ਕੌਰ, ਹਰਿਨਾਮ, ਸਤੀ ਕੁਮਾਰ, ਡਾ. ਜਸਬੀਰ ਸਿੰਘ ਆਹਲੂਵਾਲੀਆ, ਰਵਿੰਦਰ ਰਵੀ, ਆਦਿ ਕਵੀਆਂ ਦਾ ਚਰਚਾ ਸੀ. ਪ੍ਰਗਤੀਵਾਦੀ ਕ੍ਰਾਂਤੀਕਾਰੀ ਲਹਿਰ ਨਾਲ ਜੁੜੀ ਉੱਚੀ ਸੁਰ ਵਾਲੀ ਕਵਿਤਾ ਨੂੰ ਪਰਨਾਏ ਕਵੀ ਪਾਸ਼, ਸੰਤ ਰਾਮ ਉਦਾਸੀ, ਲਾਲ ਸਿੰਘ ਦਿਲ, ਹਰਭਜਨ ਹਲਵਾਰਵੀ, ਦਰਸ਼ਨ ਖਟਕੜ, ਲੋਕ ਨਾਥ ਅਤੇ ਅਮਰਜੀਤ ਚੰਦਨ ਵੀ ਚਰਚਾ ਵਿੱਚ ਆਉਣੇ ਸ਼ੁਰੂ ਹੋ ਚੁੱਕੇ ਸਨ. ਸੁਰਜੀਤ ਪਾਤਰ, ਸੁਤਿੰਦਰ ਨੂਰ, ਰਵਿੰਦਰ ਭੱਠਲ, ਕੁਲਵੰਤ ਗਰੇਵਾਲ, ਨਵਤੇਜ ਭਾਰਤੀ, ਹਰਿੰਦਰ ਮਹਿਬੂਬ, ਮਨਜੀਤ ਟਿਵਾਣਾ, ਪ੍ਰਮਿੰਦਰਜੀਤ, ਕੁਲਦੀਪ ਕਲਪਣਾ, ਸਰੋਦ ਸੁਦੀਪ, ਮੋਹਨਜੀਤ, ਸ਼ਹਿਰਯਾਰ, ਸਵਰਾਜਬੀਰ, ਅਮਿਤੋਜ, ਤ੍ਰੈਲੋਚਨ, ਫਤਹਿਜੀਤ ਅਤੇ ਦੇਵ ਵੀ ਪੱਤਰਕਾਵਾਂ ਵਿੱਚ ਛਪਣੇ ਸ਼ੁਰੂ ਹੋ ਚੁੱਕੇ ਸਨ. ਅਜਿਹੇ ਸਮਾਜਿਕ, ਸਭਿਆਚਾਰਕ, ਰਾਜਨੀਤਕ, ਸਾਹਿਤਕ ਮਾਹੌਲ ਵਿੱਚ ਹੀ ਮੈਂ ਵੀ ਆਪਣੀ ਕਵਿਤਾ 'ਵਿਸਫੋਟ' ਦੀਆਂ ਇਨ੍ਹਾਂ ਸਤਰਾਂ ਨਾਲ ਪ੍ਰਵੇਸ਼ ਕਰਦਾ ਹਾਂ :

-ਪਿੱਠ ਤੇ ਚੁੱਕੀ ਸੜੀ ਹੋਈ ਲਾਸ਼ ਵਿੱਚ
ਹੁਣ ਤਾਂ ਕੀੜੇ ਰੇਂਗਦੇ ਨੇ
ਤੇ ਜ਼ਿਹਨ ਵਿੱਚ ਵੱਜਦੇ ਨੇ ਖੁਰ
ਬਸਤਰਾਂ ਵਿੱਚ ਭਰ ਕੇ ਜ਼ਹਿਰੀਲੀ ਗੈਸ
ਧੁਆਂਖੀ ਪੌਣ 'ਚੋਂ ਗੁਜ਼ਰ ਜਾਈਏ.....

ਇਸ ਤਰ੍ਹਾਂ ਮੇਰੀ ਕਵਿਤਾ ਦਾ ਆਗਾਜ਼ ਆਧੁਨਿਕ ਭਾਵ-ਬੋਧ ਵਾਲੀ ਬੌਧਿਕ ਕਵਿਤਾ ਨਾਲ ਹੁੰਦਾ ਹੈ. ਇਹ ਉਹ ਸਮਾਂ ਸੀ ਜਦੋਂ ਕਿ ਜ਼ਿੰਦਗੀ ਨਾਲ

ਸਬੰਧਤ ਹਰ ਖੇਤਰ ਵਿੱਚ ਹੀ ਨੈਤਿਕ ਕਦਰਾਂ-ਕੀਮਤਾਂ ਬਹੁਤ ਹੀ ਤੇਜ਼ੀ ਨਾਲ ਡਿੱਗਣੀਆਂ ਸ਼ੁਰੂ ਹੋ ਚੁੱਕੀਆਂ ਸਨ. ਮਨੁੱਖ ਦੀ ਹੋਂਦ ਹੀ ਖਤਰੇ ਵਿੱਚ ਪੈ ਚੁੱਕੀ ਸੀ. ਇਹ ਉਹ ਸਮੇਂ ਸਨ ਜਦੋਂ ਅੰਤਰ-ਰਾਸ਼ਟਰੀ ਮੰਚ ਉੱਤੇ ਕਾਮੂੰ, ਕਾਫ਼ਕਾ, ਸਾਰਤਰ, ਜੋਰਜ ਓਰਵਿਲ, ਐਲਡਸ ਹੱਕਸਲੇ, ਹੈਮਿੰਗਵੇ, ਦੋਸਤੋਵਸਕੀ, ਗੋਰਕੀ, ਸੋਲਜ਼ਨਿਤਸਨ, ਹਰਮਨ ਹੈੱਸ, ਟਾਲਸਟਾਏ ਅਤੇ ਇਰਵਿੰਗ ਸਟੋਨ ਦੀਆਂ ਲਿਖਤਾਂ ਮਨੁੱਖ ਦੇ ਅਸਤਿਤਵ ਬਾਰੇ ਚਰਚਾ ਛੇੜ ਰਹੀਆਂ ਸਨ. ਦੁਨੀਆਂ ਵਿਸ਼ਵ ਯੁੱਧ-1 ਅਤੇ ਵਿੱਸ਼ਵ ਯੁੱਧ-2 ਦੌਰਾਨ ਮਨੁੱਖ ਵੱਲੋਂ ਮਨੁੱਖ ਦੀ ਕੀਤੀ ਗਈ ਤਬਾਹੀ ਦੇਖ ਚੁੱਕੀ ਸੀ. ਅਮਰੀਕਾ ਵੱਲੋਂ ਜਪਾਨ ਦੇ ਸ਼ਹਿਰਾਂ ਹੀਰੋਸ਼ੀਮਾ ਅਤੇ ਨਾਗਾਸਾਕੀ ਉੱਤੇ ਸੁੱਟੇ ਗਏ ਐਟਮ ਬੰਬਾਂ ਨਾਲ ਹੋਈ ਮਨੁੱਖਤਾ ਦੀ ਭਿਆਨਕ ਤਬਾਹੀ ਅਤੇ ਹਿਟਲਰ ਦੀਆਂ ਨਾਜ਼ੀ ਫੌਜਾਂ ਵੱਲੋਂ ਗੈਸ ਚੈਂਬਰਾਂ ਵਿਚ ਲੱਖਾਂ ਯਹੂਦੀਆਂ ਨੂੰ ਸੁੱਟ ਕੇ ਉਨ੍ਹਾਂ ਦੇ ਕੀਤੇ ਗਏ ਕਤਲ ਨੂੰ ਦੇਖ ਕੇ ਮਨੁੱਖ ਨੂੰ ਇਸ ਗੱਲ ਦਾ ਅਹਿਸਾਸ ਹੋ ਚੁੱਕਾ ਸੀ ਕਿ ਵਿਗਿਆਨ ਦੀ ਕੁਵਰਤੋਂ ਕਰਦਿਆਂ ਮਨੁੱਖ ਕਿਸ ਹੱਦ ਤੱਕ ਨੀਂਵਾਂ ਡਿੱਗ ਸਕਦਾ ਹੈ. ਇਸ ਸਥਿਤੀ 'ਤੇ ਆ ਕੇ ਆਧੁਨਿਕ ਮਨੁੱਖ ਨੂੰ ਆਪਣੀ ਹੋਂਦ ਦਾ ਗਿਆਨ ਹੁੰਦਾ ਹੈ. ਉਹ ਆਪਣੀ ਹੋਂਦ ਨੂੰ ਸਮਾਜ ਵਿੱਚ ਵਿਚਰਦਿਆਂ ਦਰੜੀ ਜਾਂਦੀ ਮਹਿਸੂਸ ਕਰਦਾ ਹੈ ਤਾਂ ਉਸ ਅੰਦਰ ਇੱਕ ਗਿਲਾ, ਇੱਕ ਵਿਦਰੋਹ, ਇੱਕ ਅੱਗ ਪੈਦਾ ਹੁੰਦੀ ਹੈ. ਇਸ ਗੱਲ ਨੂੰ ਮੈਂ ਆਪਣੀ ਨਜ਼ਮ 'ਗਿਲਾ' ਵਿੱਚ ਕੁਝ ਇਸ ਅੰਦਾਜ਼ ਨਾਲ ਪੇਸ਼ ਕਰਦਾ ਹਾਂ :

-ਤੁਹਾਡੀ ਹੋਂਦ ਜਦ
ਮੇਰੀ ਹੋਂਦ ਨੂੰ ਨਿਗਲਣ ਦਾ ਯਤਨ ਕਰਦੀ ਹੈ
ਮੈਂ ਦਹਾੜਦਾ ਹਾਂ -
ਰਾਤ ਭਰ ਮੇਰੀਆਂ ਨੀਂਦਰਾਈਆਂ ਅੱਖਾਂ 'ਚ
ਜੋ ਪਰਬਤ ਉੱਗਦਾ ਹੈ
ਮੈਂ ਭਸਮ ਕਰਦਾ ਹਾਂ.....

ਵਿਚਾਰਧਾਰਕ ਤੌਰ ਉੱਤੇ, ਆਪਣੀ ਸ਼ਾਇਰੀ ਦੀ ਰਚਨਾ-ਪ੍ਰਕ੍ਰਿਆ ਦੌਰਾਨ ਮੈਂ ਕਵੀਆਂ ਦੇ ਨਾਲ ਨਾਲ ਅਨੇਕਾਂ ਬੁੱਧੀਜੀਵੀਆਂ, ਚਿੰਤਕਾਂ ਅਤੇ ਰਾਜਨੀਤੀਵਾਨਾਂ ਦਾ ਪ੍ਰਭਾਵ ਵੀ ਕਬੂਲਿਆ. ਜਿਨ੍ਹਾਂ ਵਿਚ ਮੈਂ ਮੁੱਖ ਤੌਰ ਉੱਤੇ ਸ਼ਹੀਦ ਭਗਤ ਸਿੰਘ, ਕਾਰਲ ਮਾਰਕਸ, ਨੈਲਸਨ ਮੰਡੇਲਾ, ਮਾਓ-ਜ਼ੇ-ਤੁੰਗ ਤੇ ਮਾਰਟਿਨ ਲੂਥਰ ਕਿੰਗ ਨੂੰ ਅਹਿਮ ਮੰਨਦਾ ਹਾਂ. ਮੇਰੀ ਵਿਚਾਰਧਾਰਾ ਦੇ ਅਨੇਕਾਂ ਪੱਖ ਹਨ. ਮੇਰੀ ਵਿਚਾਰਧਾਰਾ ਸਾਂਝੀਵਾਲਤਾ, ਮਨੁੱਖੀ ਬਰਾਬਰੀ, ਅਮਨ, ਦੋਸਤੀ ਅਤੇ ਜ਼ਿੰਦਗੀ ਵਿੱਚ ਹਰ ਕਿਸੇ ਲਈ ਇੱਕੋ ਜਿੰਨੇ ਹੱਕਾਂ ਦੇ ਸੰਕਲਪਾਂ ਉੱਤੇ ਟਿਕੀ ਹੋਈ ਹੈ. ਮੇਰੇ ਇਨ੍ਹਾਂ ਬਹੁ-ਦਿਸ਼ਾਵੀ ਵਿਸ਼ਵਾਸਾਂ ਨਾਲ ਮੇਰੀ ਪ੍ਰਤੀਬੱਧਤਾ ਦੀ ਪਰੋੜਤਾ ਮੇਰੀ ਨਜ਼ਮ 'ਦਿਸ਼ਾਵਾਂ' ਦੀਆਂ ਇਹ ਸਤਰਾਂ ਵੀ ਕਰਦੀਆਂ ਹਨ :

ਸਭ ਦਿਸ਼ਾਵਾਂ 'ਚ
ਮੈਂ ਸੂਰਜ ਜਗਾਉਣੇ
ਚੰਗੇਜ਼ ਖਾਂ, ਵਲੀ ਕੰਧਾਰੀ, ਹਿਟਲਰ, ਮੁਸੋਲੀਨੀ ਜਿਹੇ
ਸੀਮਾਵਾਂ 'ਚ ਬੱਝੇ, ਤੰਗ ਮਨਾਂ, ਅਤਿਆਚਾਰੀ ਦਿਮਾਗ਼ਾਂ
ਚਿੜੀਆਂ ਦੇ ਕਾਤਲਾਂ ਦੀ ਪੂਛ ਬਣ
ਦਿਸ਼ਾਵਾਂ ਦੀਆਂ ਹੱਦਬੰਦੀਆਂ 'ਚ
ਮੈਂ ਕਿਉਂ ਘਿਰਾਂ?

ਹਰ ਦਿਸ਼ਾ 'ਚੋਂ ਮੈਨੂੰ
ਰੌਸ਼ਨੀ ਆਉਂਦੀ ਦਿਸੇ
ਦਿਲਾਂ ਵਾਲੇ ਬੂਹੇ ਫਿਰ ਭਲਾ
ਕਿਉਂ ਭੀੜਾਂਗਾ ਮੈਂ

ਚਹੁੰ-ਦਿਸ਼ਾਵਾਂ 'ਚ ਖੁੱਲ੍ਹਦੇ
ਮਨਾਂ ਦੇ ਦਰਵਾਜ਼ਿਆਂ 'ਚ
ਬਿਨਾਂ ਝਿਜਕ
ਬਿਨ੍ਹਾਂ ਡਰ
ਬਿਨ੍ਹਾਂ ਉਚੇਚ
ਆਵਾਂਗਾ-ਜਾਵਾਂਗਾ ਮੈਂ

ਮੇਰੀ ਵਿਚਾਰਧਾਰਾ ਅਨੁਸਾਰ - ਸਮਾਜ ਵਿੱਚ ਅਮੀਰ ਅਤੇ ਗਰੀਬ ਵਿਅਕਤੀ ਵਿੱਚ ਆਰਥਿਕ ਪੱਧਰ ਉੱਤੇ ਬਹੁਤ ਜ਼ਿਆਦਾ ਅੰਤਰ ਨਹੀਂ ਹੋਣਾ ਚਾਹੀਦਾ. ਇੱਕ ਵਿਅਕਤੀ ਕੋਲ ਇੰਨਾ ਜ਼ਿਆਦਾ ਧੰਨ ਵੀ ਨਾ ਹੋਵੇ ਕਿ ਉਸ ਨੂੰ ਪਤਾ ਹੀ ਨਾ ਹੋਵੇ ਕਿ ਉਸ ਕੋਲ ਕਿੰਨ੍ਹੇ ਮਿਲੀਅਨ ਡਾਲਰ ਹੈ ਅਤੇ ਦੂਜੇ ਵਿਅਕਤੀ ਕੋਲ ਦੋ ਵੇਲੇ ਦੀ ਰੋਟੀ ਖਾਣ ਲਈ ਵੀ ਪੈਸੇ ਨਾ ਹੋਣ. ਅਜਿਹੇ ਵਿਤਕਰੇ ਵਾਲਾ ਸਮਾਜ ਸਵੀਕਾਰ ਕਰਨ ਲਈ ਮੈਂ ਕਦੀ ਵੀ ਤਿਆਰ ਨਹੀਂ ਹੋ ਸਕਦਾ. ਅਜਿਹੇ ਸਮਾਜ ਨੂੰ ਬਦਲ ਦੇਣ ਵਿੱਚ ਹੀ ਮੈਂ ਯਕੀਨ ਰੱਖਦਾ ਹਾਂ. ਅਜਿਹੀ ਸਮਾਜਿਕ, ਸਭਿਆਚਾਰਕ, ਰਾਜਨੀਤਕ ਅਤੇ ਆਰਥਿਕ ਤਬਦੀਲੀ ਲਿਆਉਣ ਲਈ ਲੋਕਾਂ ਨੂੰ ਭਾਵੇਂ ਕੁਝ ਵੀ ਕਰਨਾ ਪਵੇ, ਮੇਰੀ ਹਿਮਾਇਤ ਉਨ੍ਹਾਂ ਦੱਬੇ-ਕੁਚਲੇ ਲੋਕਾਂ ਦੇ ਨਾਲ ਹੀ ਹੋਵੇਗੀ ਜਿਨ੍ਹਾਂ ਕੋਲੋਂ ਜ਼ਿੰਦਗੀ ਜਿਉਣ ਦੇ ਹੱਕ ਖੋਹ ਲਏ ਗਏ ਹਨ. ਅਜਿਹੀ ਸਮਾਜਿਕ, ਸਭਿਆਚਾਰਕ, ਰਾਜਨੀਤਕ, ਆਰਥਿਕ ਤਬਦੀਲੀ ਨੂੰ 'ਸਭਿਆਚਾਰਕ ਕਰਾਂਤੀ' ਕਹੋ ਚਾਹੇ 'ਰਾਜਨੀਤਿਕ ਇਨਕਲਾਬ' ਇਸ ਨਾਲ ਮੈਨੂੰ ਕੋਈ ਫਰਕ ਨਹੀਂ ਪੈਂਦਾ; ਪਰ ਇਹ ਕਰਾਂਤੀ, ਇਹ ਇਨਕਲਾਬ, ਕੋਈ ਮਦਾਰੀ ਦਾ ਖੇਲ੍ਹ ਨਹੀਂ - ਵਿਰੋਧੀ

ਵਿਚਾਰਧਾਰਾਵਾਂ ਨਾਲ ਜੁੜੀਆਂ ਸ਼ਕਤੀਆਂ ਨਾਲ ਗੁੱਥਮ-ਗੁੱਥਾ ਹੋ ਕੇ ਯੁੱਧ ਲੜਣਾ ਹੈ. ਮੇਰੀ ਨਜ਼ਮ 'ਕਰਾਂਤੀ' ਦੀਆਂ ਇਹ ਸਤਰਾਂ ਵੀ ਇਹੀ ਕਹਿ ਰਹੀਆਂ ਹਨ :

ਕਰਾਂਤੀ, ਕੋਈ ਮਦਾਰੀ ਦਾ ਖੇਲ੍ਹ ਨਹੀਂ
ਕਿ ਹੱਥ ਦੀ ਸਫਾਈ ਦਿਖਾ ਕੇ
ਲੋਕਾਂ ਨੂੰ ਭਰਮਾਇਆ ਜਾ ਸਕੇ

ਕਰਾਂਤੀ, ਤਾਂ ਵਿਰੋਧੀ ਵਿਚਾਰਧਾਰਾਵਾਂ ਦਾ
ਆਪਸ ਵਿੱਚ ਗੁੱਥਮ-ਗੁੱਥਾ ਹੋ ਕੇ
ਮਹਾਂ-ਯੁੱਧ ਛਿੜ ਜਾਣਾ ਹੈ

ਕਰਾਂਤੀ, ਹਵਾ ਵਿੱਚੋਂ ਹੀ ਨਹੀਂ ਉੱਗ ਆਉਂਦੀ
ਸਮਾਂ ਵਿਹਾ ਚੁੱਕੀਆਂ ਸਮਾਜਿਕ, ਸਭਿਆਚਾਰਕ, ਰਾਜਸੀ
ਕਦਰਾਂ-ਕੀਮਤਾਂ ਦੇ ਮੀਨਾਰਾਂ ਦਾ ਜ਼ਮੀਨ ਉੱਤੇ ਡਿੱਗਣਾ ਹੈ

ਕਰਾਂਤੀ, ਸਥਾਪਤ ਕਦਰਾਂ-ਕੀਮਤਾਂ ਦੇ ਪਹਿਰੇਦਾਰਾਂ ਦੇ
ਕਦਮਾਂ ਵਿੱਚ ਝੁਕ ਝੁਕ ਕੇ ਸਲਾਮ ਕਰਨਾ ਨਹੀਂ
ਉਨ੍ਹਾਂ ਪਹਿਰੇਦਾਰਾਂ ਦੀਆਂ ਕਲਗੀਆਂ ਨੂੰ ਹੱਥ ਪਾਉਣਾ ਹੈ

ਮੇਰੀ ਵਿਚਾਰਧਾਰਾ ਅਜਿਹੀ ਰਾਜਨੀਤੀ ਦਾ ਵੀ ਵਿਰੋਧ ਕਰਦੀ ਹੈ ਜੋ ਧਰਮ, ਜ਼ਾਤ-ਪਾਤ, ਨਸਲ ਦੇ ਨਾਮ ਉੱਤੇ ਨਫ਼ਰਤ ਫੈਲਾ ਕੇ ਰਾਜਨੀਤਿਕ ਸ਼ਕਤੀ ਪ੍ਰਾਪਤ ਕਰਦੀ ਹੈ ਜਾਂ ਇਸ ਰਾਜਨੀਤਿਕ ਸ਼ਕਤੀ ਨੂੰ ਕਾਇਮ ਰੱਖਣ ਲਈ ਵੱਖੋ ਵੱਖ ਧਰਮਾਂ ਨੂੰ ਮੰਨਣ ਵਾਲਿਆਂ ਲੋਕਾਂ ਦਰਮਿਆਨ ਧਾਰਮਿਕ ਕੱਟੜਵਾਦੀ ਦਹਿਸ਼ਤਗਰਦੀ ਦਾ ਖ਼ੌਫ਼ ਪੈਦਾ ਕਰਦੀ ਹੈ ਅਤੇ ਆਮ ਲੋਕਾਂ ਦਾ ਜਿਉਣਾ ਮੁਸ਼ਕਿਲ ਕਰ ਦਿੰਦੀ ਹੈ :

1.
ਰਾਜਗੱਦੀ ਨੂੰ ਜੱਫਾ ਮਾਰਕੇ
ਬੈਠਣ ਵਾਲੀ, ਚਾਣਕੀਆ ਦੀ ਔਲਾਦ
ਮਨੁੱਖੀ ਚੇਤਨਤਾ ਵਿੱਚੋਂ
ਬੌਧਿਕ ਪਰੰਪਰਾ ਦੇ ਬੀਜ ਨਾਸ ਕਰਨ ਲਈ
ਭੋਲੇ ਭਾਲੇ ਲੋਕਾਂ ਨੂੰ
ਤ੍ਰਿਸੂਲਾਂ, ਕ੍ਰਿਪਾਨਾਂ, ਖੰਡਿਆਂ 'ਚ ਵਟਾ ਕੇ
ਖ਼ੁਦ ਕਤਲ ਹੋਣ, ਹੋਰਨਾਂ ਨੂੰ
ਕਤਲ ਕਰਨ ਦਾ ਸਬਕ ਪੜ੍ਹਾ

ਮਕਤਲ ਵਿੱਚ ਉਤਾਰਦੀ ਹੈ
2.
ਤ੍ਰਿਸੂਲਾਂ, ਕ੍ਰਿਪਾਨਾਂ, ਖੰਡਿਆਂ ਦੀ
ਸਹਿਮੀ ਹੋਈ, ਪੰਜਾਬ ਦੀ ਬੌਧਿਕ ਪ੍ਰੰਪਰਾ
ਬਰਫ਼ ਦੀ ਸਿਲ ਬਣਕੇ
ਰਹਿ ਗਈ ਹੈ -
3.
ਧਰਮ ਧਰਮ ਕੂਕਦੇ, ਉਹ
ਨਿੱਕੀਆਂ, ਨਿੱਕੀਆਂ ਬੱਚੀਆਂ ਦੇ ਢਿੱਡਾਂ ਵਿੱਚ
ਛੁਰੇ ਘੋਪ ਦਿੰਦੇ ਹਨ
ਧਰਮ ਦੇ ਨਾਮ ਉੱਤੇ, ਉਹ
ਆਪਣੀ ਮਾਂ ਜਿਹੀ ਔਰਤ ਦਾ
ਬਲਾਤਕਾਰ ਕਰ ਦਿੰਦੇ ਹਨ
ਧਰਮ ਦੇ ਨਾਮ ਉੱਤੇ, ਉਹ
ਆਪਣੀਆਂ ਹੀ ਮਾਸੂਮ ਧੀਆਂ ਦੇ
ਜਿਸਮਾਂ ਦੇ ਟੁੱਕੜੇ ਟੁੱਕੜੇ ਕਰਕੇ
ਤੰਦੂਰ ਵਿੱਚ ਬਾਲਣ ਬਣਾ ਬਾਲ ਦਿੰਦੇ ਹਨ

ਵਿਚਾਰਧਾਰਕ ਤੌਰ ਉੱਤੇ ਔਰਤ-ਮਰਦ ਦੀ ਸਮਾਨਤਾ ਦਾ ਵਿਚਾਰ ਮੇਰੀਆਂ ਲਿਖਤਾਂ ਵਿੱਚ ਕੇਂਦਰੀ ਧੁਰੇ ਵਾਂਗ ਕੰਮ ਕਰਦਾ ਹੈ. ਮਰਦ-ਪ੍ਰਧਾਨ ਸਮਾਜ ਵਿੱਚ ਕਿਸੀ ਵੀ ਤਰ੍ਹਾਂ ਔਰਤ ਦੀ ਹਾਲਤ ਸੰਤੋਖਜਨਕ ਨਹੀਂ. ਅਨੇਕਾਂ ਘਰਾਂ ਵਿੱਚ ਔਰਤ ਦੀ ਹਾਲਤ ਇੱਕ ਗੁਲਾਮ ਦੀ ਹਾਲਤ ਤੋਂ ਕਿਸੀ ਵੀ ਤਰ੍ਹਾਂ ਚੰਗੀ ਨਹੀਂ. ਮਹਿਜ਼, ਕਿਸੀ ਵੀ ਨਿੱਕੀ ਨਿੱਕੀ ਜਿਹੀ ਗਲਤੀ ਕਰਨ ਸਦਕਾ ਉਸ ਉੱਤੇ ਦੁੱਖਾਂ ਦੇ ਪਹਾੜ ਟੁੱਟ ਸਕਦੇ ਹਨ ਅਤੇ ਉਸਦੀ ਜ਼ਿੰਦਗੀ ਮੰਗਤਿਆਂ ਵਾਲੀ ਬਣ ਸਕਦੀ ਹੈ. ਕਈ ਘਰਾਂ ਵਿੱਚ ਤਾਂ ਔਰਤ ਨੂੰ ਇੱਥੋਂ ਤੱਕ ਵੀ ਫੈਸਲਾ ਕਰ ਸਕਣ ਦੀ ਵੀ ਇਜਾਜ਼ਤ ਨਹੀਂ ਹੁੰਦੀ ਕਿ ਘਰ ਵਿੱਚ ਚੂਹੇ ਦੌੜਦੇ ਰਹਿਣ ਜਾਂ ਨ? ਮੇਰੀ ਨਜ਼ਮ 'ਘਰ' ਦੀਆਂ ਇਹ ਸਤਰਾਂ ਇਸ ਸਬੰਧ ਵਿੱਚ ਧਿਆਨ ਦੀ ਮੰਗ ਕਰਦੀਆਂ ਹਨ :

ਉਹ, ਮੈਨੂੰ ਖਾਣ ਲਈ ਭੋਜਨ ਦਿੰਦਾ ਹੈ
ਅਤੇ ਸਿਰ ਛੁਪਾਉਣ ਲਈ ਛੱਤ ਵੀ
ਇਸ ਕਰਕੇ ਮੈਨੂੰ, ਪਤੀ ਦੀ
ਹਰ ਗੱਲ ਮੰਨਣੀ ਪੈਂਦੀ ਹੈ
ਘਰ ਦੀ ਪ੍ਰੀਭਾਸ਼ਾ ਦਿੰਦਿਆਂ
ਇੱਕ ਔਰਤ ਬੋਲਦੀ ਹੈ

ਘਰ ਵਿੱਚ ਚੂਹੇ ਦੌੜਦੇ ਰਹਿਣ
ਜਾਂ ਕਿ ਕਾਕਰੋਚਾਂ ਦਾ ਰਾਜ ਹੋਵੇ
ਇਸ ਦਾ ਫੈਸਲਾ, ਸਿਰਫ
ਮੇਰਾ ਪਤੀ ਹੀ ਕਰ ਸਕਦਾ ਹੈ
ਘਰ ਦੀ ਪ੍ਰੀਭਾਸ਼ਾ ਦਿੰਦਿਆਂ
ਦੂਜੀ ਔਰਤ ਬੋਲਦੀ ਹੈ

ਅਸੀਂ, ਨਿੱਤ ਕੁੱਟ ਖਾਣੀ ਹੈ
ਜਾਂ ਕਿ ਤਲਾਕ ਲੈਣਾ ਹੈ
ਇਹ ਪਤੀ ਦੀ, ਮਾਨਸਿਕ
ਸੰਤੁਸ਼ਟੀ ਉੱਤੇ ਹੀ ਨਿਰਭਰ ਕਰਦਾ ਹੈ
ਘਰ ਦੀ ਪ੍ਰੀਭਾਸ਼ਾ ਦਿੰਦਿਆਂ
ਤੀਜੀ ਔਰਤ ਬੋਲਦੀ ਹੈ

ਵਿਚਾਰਧਾਰਕ ਤੌਰ ਉੱਤੇ ਜ਼ਾਤ-ਪਾਤ ਦੇ ਨਾਮ ਉੱਤੇ ਸਮਾਜ ਨੂੰ ਵੰਡਣ ਵਾਲੇ ਲੋਕਾਂ ਨੂੰ ਮੈਂ ਮਨੁੱਖ-ਵਿਰੋਧੀ ਸਮਝਦਾ ਹਾਂ. ਭਾਰਤੀ ਸਮਾਜ ਵਿਚ ਕੋਹੜ ਦੀ ਇਹ ਬੀਮਾਰੀ ਮਨੂੰਵਾਦ ਦੀ ਪਾਈ ਹੋਈ ਹੈ. ਭਾਰਤੀ ਸਮਾਜ ਦੇ ਇੱਕ ਵੱਡੇ ਹਿੱਸੇ ਨੂੰ ਬ੍ਰਾਹਮਣਵਾਦੀਆਂ ਵੱਲੋਂ ਜ਼ਾਤ-ਪਾਤ ਦੇ ਆਧਾਰ ਉੱਤੇ ਹਜ਼ਾਰਾਂ ਸਾਲਾਂ ਤੋਂ ਆਪਣੇ ਪੈਰਾਂ ਥੱਲੇ ਲਿਤਾੜਿਆ ਜਾ ਰਿਹਾ ਹੈ. ਇੱਥੋਂ ਤੱਕ ਕਿ ਮਹਾਤਮਾ ਗਾਂਧੀ ਵਰਗੇ ਲੋਕ ਵੀ ਭਾਰਤੀ ਸਮਾਜ ਵਿੱਚ ਜ਼ਾਤ-ਪਾਤ ਦੇ ਹਿਮਾਇਤੀ ਸਨ. ਮਹਾਤਮਾ ਗਾਂਧੀ ਦਾ ਤਾਂ ਇੱਥੋਂ ਤੱਕ ਕਹਿਣਾ ਸੀ ਕਿ ਜ਼ਾਤ-ਪਾਤ ਉੱਤੇ ਅਧਾਰਤ ਸਮਾਜ ਦੀ ਵੰਡ ਕੀਤੇ ਬਿਨ੍ਹਾਂ ਹਿੰਦੂ ਧਰਮ ਦੀ ਹੋਂਦ ਹੀ ਖਤਮ ਹੋ ਜਾਵੇਗੀ :

ਸਾਡੇ ਸਮਿਆਂ ਵਿਚ
ਸਾਹਿਤ ਅਤੇ ਕਲਾ ਲਈ :
-ਮਾਨ-ਸਨਮਾਨਾਂ ਦੀ ਵੰਡ
-ਪੁਸਤਕਾਂ ਬਾਰੇ ਚਰਚਾ
-ਕਲਾ-ਨੁਮਾਇਸ਼ਾਂ ਦਾ ਆਯੋਜਨ
-ਸੰਗੀਤ ਮਹਿਫ਼ਲਾਂ ਲਈ ਚੋਣ
-ਕਾਵਿ-ਦਰਬਾਰਾਂ ਵਿਚ ਸ਼ਮੂਲੀਅਤ
-ਪਦਵੀਆਂ ਲਈ ਨਾਮਜ਼ਦਗੀ
ਇਹ ਦੇਖ ਕੇ ਕੀਤੀ ਜਾਂਦੀ ਹੈ
ਕਿ ਲੇਖਕ ਜਾਂ ਕਲਾਕਾਰ

'ਜੱਟਵਾਦ', 'ਤਖਾਣਵਾਦ'
'ਭਾਪਾਵਾਦ', 'ਬ੍ਰਾਹਮਣਵਾਦ' ਜਿਹੇ
ਸ਼ਬਦਾਂ ਦੇ ਕਿਸ ਚੌਖਟੇ ਵਿੱਚ
ਪੂਰੀ ਤਰ੍ਹਾਂ ਅਤੇ ਸਹਿਜ ਨਾਲ
ਬੰਦ ਹੋ ਸਕਦਾ ਹੈ
ਵਕਤ ਆਉਣ ਉੱਤੇ
ਇਨ੍ਹਾਂ ਸ਼ਬਦਾਂ ਦਾ
ਗੁਣ ਗਾਇਣ ਕਰ ਸਕਦਾ ਹੈ

ਵਿਚਾਰਧਾਰਕ ਪੱਖੋਂ ਮੈਨੂੰ ਅਜਿਹੀ ਕਵਿਤਾ ਲਿਖਣ ਵਿੱਚ ਕੋਈ ਦਿਲਚਸਪੀ ਨਹੀਂ ਜੋ, ਮਹਿਜ਼, ਸਰਕਾਰੇ/ਦਰਬਾਰੇ ਮਾਨਤਾ ਪ੍ਰਾਪਤ ਕਰਨ ਲਈ, ਕੋਈ ਮਾਨ/ਸਨਮਾਨ ਪ੍ਰਾਪਤ ਕਰਨ ਲਈ, ਲਿਖੀ ਗਈ ਹੋਵੇ. ਮੈਂ ਅਜਿਹੇ 'ਮੌਸਮੀ' ਲੇਖਕਾਂ ਨਾਲ ਵੀ ਸਹਿਮਤ ਨਹੀਂ ਜੋ ਮੌਸਮ ਦੇਖ ਕੇ ਆਪਣੀ ਰਚਨਾ ਦੀ ਰਚਨਾ ਕਰਦੇ ਹਨ. ਮੇਰੀਆਂ ਨਜ਼ਮ 'ਲੇਖਕ, ਕਲਾਕਾਰ ਮੈਨੀਫੈਸਟੋ-1985' ਅਜਿਹੇ ਮਸਲਿਆਂ ਬਾਰੇ ਮੇਰੇ ਵਿਚਾਰਾਂ ਦੀ ਪੇਸ਼ਕਾਰੀ ਕਰਦੀਆਂ ਹਨ :

ਕਲਾ-ਕਿਰਤਾਂ ਨੂੰ ਉੱਗਣ ਦਿਓ
ਕੁੱਤਿਆਂ ਦੀਆਂ ਪੂਛਾਂ ਵਾਂਗੂੰ
ਗਧਿਆਂ ਦੇ ਸਿਰ
ਸੰਸਥਾਵਾਂ ਦੀਆਂ ਦਾਸੀਆਂ
ਕੁਰਸੀ ਦੀਆਂ ਲੱਤਾਂ
ਪੈਰਾਂ ਦੀਆਂ ਝਾਂਜਰਾਂ
ਇਹਨ੍ਹਾਂ ਨੂੰ ਬਣਾਓ

ਅਖਬਾਰਾਂ 'ਚ ਕੁੱਕੜਾਂ ਵਾਂਗ
ਨਿਤ ਦੇਣ ਇਹ ਬਾਂਗਾਂ
ਗੰਗਾ ਰਾਮ ਵਾਂਗੂੰ
ਮੈਗਜ਼ੀਨਾਂ ਦੇ ਸਫਿਆਂ ਦੀ
ਇਹਨਾਂ ਨੂੰ ਚੂਰੀ ਖਿਲਾਓ
ਕਲਾ ਦੇ ਨਾਮ 'ਤੇ ਵੇਚੋ
ਲੋਕਾਂ ਨੂੰ ਮਸਾਲੇਦਾਰ ਚੀਜ਼ਾਂ
ਜਲਸੇ, ਜਲੂਸਾਂ, ਮਜਲਸਾਂ
ਰੇਡੀਓ, ਟੀਵੀ 'ਤੇ ਜਾ
ਨਿਤ ਛੈਣੇ ਵਜਾਓ

ਵਿਚਾਰਧਾਰਾ ਬਾਰੇ ਗੱਲ ਕਰਨ ਤੋਂ ਬਾਹਦ, ਮੈਂ ਸਮਝਦਾ ਹਾਂ ਕਿ ਆਪਣੀ ਸ਼ਾਇਰੀ ਵਿੱਚ ਵਰਤੀਆਂ ਗਈਆਂ ਕਾਵਿ-ਵਿਧੀਆਂ ਬਾਰੇ ਵੀ ਗੱਲ ਕਰਦਾ ਜਾਵਾਂ. ਆਪਣੀ ਸ਼ਾਇਰੀ ਵਿੱਚ ਮੈਂ 'ਵਿਅੰਗ' ਨੂੰ ਮੁੱਖ ਕਾਵਿ-ਵਿਧੀ ਵਜੋਂ ਵਰਤਿਆ ਹੈ. ਇਸ ਖੇਤਰ ਵਿੱਚ ਮੈਂ ਨਾਟਕਕਾਰਾਂ ਜੋਰਜ ਬਰਨਾਰਡ ਸ਼ਾਹ, ਸੈਕਸ਼ਪੀਅਰ, ਸੈਮੂਅਲ ਬੈਕਟ, ਨਾਵਲਕਾਰਾਂ ਕਾਫ਼ਕਾ, ਕਾਮੂੰ, ਜੋਰਜ ਓਰਵਿਲ, ਸ਼ਾਇਰ ਟੀਐਸ ਐਲੀਅਟ, ਐਲਨ ਗਿਨਜ਼ਬਰਗ, ਗਾਇਕਾਂ ਬਾਬ ਡਿਲਨ, ਗੋਰਡਨ ਲਾਈਟਫੁੱਟ, ਬਰੂਸ ਸਪਰਿੰਗਸਟੀਨ ਅਤੇ ਚਿਤਰਕਾਰਾਂ ਪਿਕਾਸੋ ਦਾ ਪ੍ਰਭਾਵ ਕਬੂਲਿਆ ਹੈ. ਵਿਅੰਗ ਲਈ ਮੈਂ ਜ਼ਿੰਦਗੀ ਨਾਲ ਸਬੰਧਤ ਕੋਈ ਵੀ ਵਿਸ਼ਾ ਚੁਣ ਸਕਦਾ ਹਾਂ. ਮੈਂ ਇੱਕੋ ਹੀ ਨਜ਼ਮ ਵਿੱਚ ਵਿਅੰਗ ਲਈ ਅਨੇਕਾਂ ਵਿਸ਼ੇ ਛੋਹ ਸਕਦਾ ਹਾਂ. ਮੇਰੀਆਂ ਕਵਿਤਾ ਦੀਆਂ ਦੋ ਪੁਸਤਕਾਂ 'ਸ਼ਕਿਜ਼ੋਫਰੇਨੀਆ' ਅਤੇ 'ਕੁੱਤਿਆਂ ਬਾਰੇ ਕਵਿਤਾਵਾਂ' ਤਾਂ ਪੂਰੀਆਂ ਦੀਆਂ ਪੂਰੀਆਂ ਹੀ ਵਿਅੰਗਾਤਮਕ ਕਵਿਤਾਵਾਂ ਨਾਲ ਭਰੀਆਂ ਹੋਈਆਂ ਹਨ. ਪੇਸ਼ ਹਨ ਮੇਰੀ ਵਿਅੰਗ-ਵਿਧੀ ਦੀਆਂ ਕੁਝ ਕਾਵਿ ਉਦਾਹਰਣਾਂ :

1.
ਅਜੋਕੇ ਸਮਿਆਂ ਦੇ ਆਜੜੀ
ਹੱਥਾਂ ਵਿੱਚ ਛੜੀ ਨਹੀਂ ਰੱਖਦੇ
ਉਹ ਤਾਂ ਭੇਡਾਂ ਨੂੰ ਇਸ਼ਾਰਾ ਕਰਨ ਲਈ
ਹੱਥਾਂ ਵਿੱਚ ਫੜੇ ਰੁਮਾਲ ਵਾਂਗ ਹਿਲਾਂਦੇ ਹਨ :
ਡਾਲਰਾਂ ਦੇ ਨੋਟ
          ਬਲੈਕ ਲੇਬਲ ਵਿਸਕੀ ਦੀਆਂ ਬੋਤਲਾਂ
ਅਤੇ ਤੰਦੂਰੀ ਮੁਰਗੇ ਦਾ ਭਰਿਆ ਥੈਲਾ
                    (ਭੇਡਾਂ)

2.
ਰਾਜਨੀਤੀ ਨੂੰ ਅਸੀਂ
ਅਖੰਡ ਪਾਠਾਂ, ਸਮੋਸਿਆਂ ਅਤੇ ਔਰਿੰਜ ਜੂਸ ਤੱਕ
ਸੀਮਿਤ ਕਰਕੇ ਰੱਖ ਦਿੱਤਾ ਹੈ -

ਸੰਸਦ ਦਾ ਮੈਂਬਰ ਚੁਣੇ ਜਾਣ ਉੱਤੇ
ਅਸੀਂ, ਮਹਿਜ਼, ਇਸ ਕਰਕੇ ਹੀ
ਸੰਸਦ ਭਵਨ ਦੇ ਅੰਦਰ ਜਾਣ ਤੋਂ
ਇਨਕਾਰ ਕਰੀ ਜਾਂਦੇ ਹਾਂ
ਸਾਡੀ ਤਿੰਨ ਫੁੱਟੀ ਤਲਵਾਰ
ਸਾਡੇ ਨਾਲ, ਅੰਦਰ ਜਾਣ ਦੀ

ਇਜਾਜ਼ਤ ਕਿਉਂ ਨਹੀਂ

-ਇਹ ਸਮਝਣ ਤੋਂ ਅਸਮਰੱਥ ਕਿ
ਸੰਸਦ ਵਿੱਚ ਬੋਲਣ ਲਈ
ਜ਼ੁਬਾਨ ਦੀ ਲੋੜ ਪਵੇਗੀ
ਤਲਵਾਰ ਦੀ ਨਹੀਂ
(ਸਮੋਸਾ ਪਾਲਿਟਿਕਸ)

ਭਾਵੇਂ ਮੇਰੀ ਸ਼ਾਇਰੀ ਵਿੱਚ ਵਿਅੰਗ ਮੇਰੀ ਮੁੱਖ ਕਾਵਿ-ਵਿਧੀ ਹੈ; ਪਰ ਵੱਖੋ-ਵੱਖ ਸਮਿਆਂ ਵਿੱਚ ਅਤੇ ਆਪਣੇ ਵੱਖੋ-ਵੱਖ ਕਾਵਿ-ਸੰਗ੍ਰਹਿਾਂ ਵਿੱਚ ਮੈਂ ਵਿਚਾਰਧਾਰਕ ਪੈਗ਼ਾਮ ਦਾ ਸੰਚਾਰ ਕਰਨ ਲਈ ਅਨੇਕਾਂ ਹੋਰ ਕਾਵਿ-ਵਿਧੀਆਂ ਦੀ ਵੀ ਵਰਤੋਂ ਕੀਤੀ ਹੈ. ਜਿਨ੍ਹਾਂ ਵਿੱਚ ਮੁੱਖ ਤੌਰ ਉੱਤੇ 'ਸੰਵਾਦ ਦੀ ਜੁਗਤ', 'ਪ੍ਰਸ਼ਨ-ਵਿਧੀ', 'ਵਿਰੋਧਾਭਾਸ ਦੀ ਵਿਧੀ', 'ਸੰਬੋਧਨ ਵਿਧੀ' ਅਤੇ 'ਵਿਰੋਧ ਜੁੱਟ' ਆਦਿ ਕਾਵਿ ਵਿਧੀਆਂ ਨੂੰ ਗਿਣਿਆ ਜਾ ਸਕਦਾ ਹੈ. ਪੇਸ਼ ਹਨ ਇਨ੍ਹਾਂ ਕਾਵਿ-ਵਿਧੀਆਂ ਦੀਆਂ ਮੇਰੀ ਸ਼ਾਇਰੀ ਵਿੱਚੋਂ ਕੁਝ ਉਦਾਹਰਣਾਂ :

(ੳ) ਸੰਵਾਦ ਦੀ ਜੁਗਤ :

ਜ਼ਰਾ ਧੀਮੀ ਜਿਹੀ ਸੁਰ ਵਿੱਚ ਦੱਸਣਾ
ਤੁਸੀਂ ਮੌਸਮੀ ਸ਼ਬਦਾਂ ਦੇ
ਸੁਹਜਵਾਦੀ, ਪਰਯੋਗੀਓ, ਸ਼ਿਲਪਕਾਰੋ, ਕਲਾਕਾਰੋ

....

ਸਤਰੰਗੀ ਪੀਂਘ ਵਾਂਗੂੰ ਕਿਉਂ
ਤੁਸੀਂ ਅੰਬਰ 'ਚ ਫੈਲ ਨਹੀਂ ਜਾਂਦੇ
ਸ਼ਬਦ ਤਾਂ ਸਿਮਟੇ ਹੋਏ ਅਰਥਾਂ ਦੇ
ਕਦੀ ਮੁਹਤਾਜ ਨਹੀਂ ਹੁੰਦੇ
(ਸ਼ਬਦਾਂ ਦੇ ਵਪਾਰੀ)

(ਅ) ਪ੍ਰਸ਼ਨ-ਵਿਧੀ :

ਕੰਧਾਂ -
ਸਾਡੇ ਦਿਲਾਂ 'ਚ ਭਰੇ ਅਹਿਸਾਸਾਂ ਤੋਂ ਖਾਲੀ ਹੁੰਦੀਆਂ ਹਨ
ਕੰਧਾਂ -
ਸਾਡੇ ਅੰਦਰ ਭੈਅ ਜਗਾਂਦੀਆਂ ਹਨ
ਕੰਧਾਂ -
ਸਾਡੇ ਚੌਗਿਰਦੇ ਨੂੰ ਵੰਡਦੀਆਂ ਹਨ
ਕੰਧਾਂ -

ਰਿਸ਼ਤਿਆਂ ਨੂੰ ਸੀਮਾਵਾਂ ਵਿੱਚ ਬੰਨ੍ਹਦੀਆਂ ਹਨ
ਕੰਧਾਂ -
ਸਾਡੀ ਸੋਚ ਦੀ ਕਿਲੇਬੰਦੀ ਕਰਦੀਆਂ ਹਨ
ਕੰਧਾਂ -
ਸਾਡੇ ਮਨ-ਮਸਤਕ 'ਚ ਪੰਛੀ ਦੀ ਉਡਾਣ ਨੂੰ ਰੋਕਦੀਆਂ ਹਨ
(ਕੰਧਾਂ)
(ੲ) ਵਿਰੋਧਾਭਾਸ ਦੀ ਵਿਧੀ :
ਕੁੱਤੇ, ਉਹ ਸਭ ਕੁਝ ਹਨ
ਜੋ ਆਦਮੀ ਹੋ ਸਕਦਾ ਹੈ

ਪਰ ਕੀ ਕੁੱਤੇ
ਕਦੀ ਇਸ ਗੱਲ ਦਾ
ਭੇਦ ਪਾ ਸਕਣਗੇ
ਕਿ ਉਹ ਕੁੱਤੇ ਕਿਉਂ ਹਨ ?
ਅਤੇ ਆਦਮੀ
ਆਦਮੀ ਕਿਉਂ ਹੈ ?
          (ਕੁੱਤੇ)
(ਸ) ਸੰਬੋਧਨ ਵਿਧੀ :
ਆਓ ਇੱਕ ਵਾਰ ਫੇਰ
ਜੁਗਨੂੰ ਬਣੀਏ -

ਮੋਮ ਬੱਤੀਆਂ
ਦੀਵੇ
ਜਾਂ ਮਿਸ਼ਾਲਾਂ

ਘਰਾਂ, ਬਾਜ਼ਾਰਾਂ, ਚੌਰੱਸਤਿਆਂ ਵਿੱਚ
ਚਾਨਣ ਦੀ ਲੀਕ ਬਣ ਕੇ
ਫੈਲ ਜਾਈਏ
          (ਆਓ, ਫਿਰ ਜੁਗਨੂੰ ਬਣੀਏ)
(ਹ) ਵਿਰੋਧ ਜੁੱਟ :
ਨਵੇਂ ਯੁਗ ਦੇ ਵਰਕਾਂ ਵਿਚ ਲਿਪਟੀ
ਪਰਾ-ਆਧੁਨਿਕ ਸ਼ਬਦਾਵਲੀ ਦੇ ਖੱਚਰੇਪਣ ਨੇ

ਗੰਧਲੇ ਕਰ ਦਿੱਤੇ ਨੇ
ਸਾਡੀ ਚੇਤਨਾ ਵਿੱਚ ਵਗ ਰਹੇ
ਨਿਰਮਲ ਪਾਣੀਆਂ ਦੇ ਝਰਨੇ
(ਗਲੋਬਲੀਕਰਨ-2)

ਮੇਰੀ ਸ਼ਾਇਰੀ ਦੀ ਇੱਕ ਵੱਡੀ ਪਹਿਚਾਣ ਇਹ ਵੀ ਬਣੀ ਕਿ ਮੈਂ ਗ਼ੈਰ-ਮਾਨਵੀ ਕੰਮ ਕਰਨ ਵਾਲੇ, ਅਤਿਆਚਾਰੀ, ਭ੍ਰਿਸ਼ਟ, ਘੁਮੰਡ ਦੇ ਭਰੇ ਹੋਏ, ਈਰਖਾਲੂ ਲੋਕਾਂ ਨੂੰ ਕੁੱਤੇ, ਸੱਪ, ਬਘਿਆੜ, ਬਾਂਦਰ, ਭੂਸਰੇ ਹੋਏ ਸਾਨ੍ਹ, ਮਗਰਮੱਛ ਅਤੇ ਗਿੱਦੜ ਕਿਹਾ. ਇਹ ਸ਼ਬਦ ਮੇਰੀ ਸ਼ਾਇਰੀ ਵਿੱਚ ਬਾਰ ਬਾਰ ਵਰਤੇ ਗਏ ਅਤੇ ਮੇਰੇ ਹਰ ਕਾਵਿ-ਸੰਗ੍ਰਹਿ ਵਿੱਚ ਹੀ ਤੁਹਾਨੂੰ ਅਜਿਹੀਆਂ ਨਜ਼ਮਾਂ ਮਿਲ ਜਾਣਗੀਆਂ. ਮੇਰੇ ਬਹੁ-ਚਰਚਿਤ ਕਾਵਿ-ਸੰਗ੍ਰਹਿਾਂ 'ਤੂਫ਼ਾਨ ਦੀਆਂ ਜੜ੍ਹਾਂ ਵਿੱਚ', 'ਸ਼ਕਿਜ਼ੋਫਰੇਨੀਆਂ', 'ਕੁੱਤਿਆਂ ਬਾਰੇ ਕਵਿਤਾਵਾਂ' ਅਤੇ 'ਗਲੋਬਲੀਕਰਨ' ਵਿੱਚ ਸ਼ਾਮਿਲ ਤਕਰੀਬਨ ਹਰ ਨਜ਼ਮ ਵਿੱਚ ਹੀ ਅਜਿਹੇ ਸ਼ਬਦ ਮਿਲ ਜਾਣਗੇ.

ਤਿੱਖੇ ਅਹਿਸਾਸ ਪੈਦਾ ਕਰਨ ਵਾਲੇ, ਮਨੁੱਖੀ ਚੇਤਨਾ ਵਿੱਚ ਵਿਸਫੋਟ ਕਰਨ ਵਾਲੇ ਅਤੇ ਰੀੜ੍ਹ ਦੀ ਹੱਡੀ ਵਿੱਚ ਝੁਨਝੁਨੀ ਪੈਦਾ ਕਰ ਦੇਣ ਵਾਲੇ ਸ਼ਬਦਾਂ ਦੀ ਵਰਤੋਂ ਕਰਨ ਦੇ ਨਾਲ ਨਾਲ ਸਥਿਤੀ ਅਤੇ ਹਾਲਾਤ ਬਾਰੇ ਵਿਅੰਗ ਪੈਦਾ ਕਰਨ ਲਈ ਵਰਤੇ ਗਏ ਵਾਕਾਂ ਦੀ ਬਣਤਰ ਵੀ ਮੇਰੀ ਸ਼ਾਇਰੀ ਦੀ ਵਿਸ਼ੇਸ਼ ਪਹਿਚਾਣ ਬਣੀ. ਉਦਾਹਰਣ ਵਜੋਂ ਪੇਸ਼ ਹਨ ਅਜਿਹੇ ਹੀ ਕੁਝ ਵਾਕ :

- 'ਜਿਸ ਨੇ ਧਰਮ ਦਾ ਔਰੰਗਜ਼ੇਬੀ ਮੁਖੌਟਾ ਪਹਿਣ'
- 'ਮੰਦਿਰਾਂ, ਮਸਜਿਦਾਂ, ਗਿਰਜਿਆਂ, ਗੁਰਦੁਆਰਿਆਂ 'ਚ ਕੋਬਰਾ ਸੱਪ ਛੱਡ ਦੇਣੇ'
- 'ਪੱਗਾਂ ਲਹੂ ਦੇ ਛਿੱਟਿਆਂ ਨਾਲ ਦਾਗ਼ੋ-ਦਾਗ਼ ਹੋ ਗਈਆਂ'
- 'ਜ਼ਾਤ-ਪਾਤ, ਰੰਗ-ਨਸਲ, ਧਰਮ ਦੇ ਨਾਮ ਉੱਤੇ ਸੀਨਿਆਂ 'ਚ ਖੰਜਰ ਖੁੱਭ ਗਏ'
- 'ਮਾਵਾਂ ਦੇ ਪੇਟਾਂ 'ਚ ਪਲ ਰਹੇ ਬੱਚੇ ਤਲਵਾਰਾਂ ਦੀ ਨੋਕ ਉੱਤੇ ਟੰਗ ਦਿੱਤੇ ਗਏ'
- 'ਤ੍ਰਿਸ਼ੂਲਾਂ, ਕ੍ਰਿਪਾਨਾਂ, ਖੰਡਿਆਂ ਦੀ ਸਹਿਮੀ ਹੋਈ ਪੰਜਾਬ ਦੀ ਬੌਧਿਕ ਪ੍ਰੰਪਰਾ'
- 'ਰਾਜਗੱਦੀ ਨੂੰ ਜੱਫਾ ਮਾਰਕੇ ਬੈਠਣ ਵਾਲੀ ਜਾਨਕੀਆ ਦੀ ਔਲਾਦ'
- 'ਮਹਾਤਮਾ ਗਾਂਧੀ ਨਾਬਾਲਗ ਕੁੜੀਆਂ ਨਾਲ ਅਲਫ਼ ਨੰਗਾ ਕਿਉਂ ਸੌਂਦਾ ਸੀ'
- 'ਭਗਤ ਸਿੰਘ ਨੂੰ ਪਾਰਲੀਮੈਂਟ ਵਿੱਚ ਬੰਬ ਧਮਾਕਾ ਕਰਨ ਦੀ ਕਿਉਂ ਲੋੜ ਪਈ'

- 'ਧਾਰਮਿਕ ਮਦਾਰੀ ਪਟਾਰੀ 'ਚੋਂ ਫਨੀਅਰ ਸੱਪ ਸੜਕਾਂ ਉੱਤੇ ਕਿਉਂ ਛੱਡ ਜਾਂਦੇ ਹਨ'
- 'ਕੁੱਤਿਓ ! ਲਹੂ-ਲੁਹਾਨ ਹੋਏ ਮੇਰੇ ਨਾਜ਼ੁਕ ਅੰਗਾਂ ਵੱਲ ਦੇਖੋ'
- 'ਬੁੱਲੀ ਕੁੱਤਾ ਪਿੰਡ ਦੇ ਵੈਲੀ ਵਾਂਗ ਬੇਖ਼ੌਫ਼ ਸੜਕਾਂ ਉੱਤੇ ਘੁੰਮਦਾ ਹੈ'
- 'ਪਾਰਲੀਮੈਂਟ ਹਾਲਾਂ 'ਚ ਇੱਕ ਦੂਜੇ ਪਿੱਛੇ ਲੰਗੂਰਾਂ ਵਾਂਗ ਭੱਜਦਿਆਂ'
- 'ਗੁਰਦੁਆਰਿਆਂ 'ਚ ਪ੍ਰਸ਼ਾਦਿ ਦੀਆਂ ਭਰੀਆਂ ਪਰਾਤਾਂ ਨੂੰ ਠੁੱਢੇ ਮਾਰਦਿਆਂ'
- 'ਧਾਰਮਿਕ ਜਨੂੰਨ 'ਚ ਅੰਨ੍ਹੇ ਹੋਏ ਗਰਭਵਤੀਆਂ ਦੇ ਢਿਡਾਂ 'ਚ ਛੁਰੇ ਖੋਭਦਿਆਂ'

ਵੱਖੋ, ਵੱਖ ਸਾਲਾਂ ਵਿੱਚ, ਵੱਖੋ, ਵੱਖ ਵਿਸ਼ਿਆਂ/ਸਥਿਤੀਆਂ ਬਾਰੇ, ਵੱਖੋ ਵੱਖ ਕਾਵਿ-ਵਿਧੀਆਂ ਦੀ ਵਰਤੋਂ ਕਰਦੇ ਹੋਏ, 1974 ਤੋਂ ਲੈ ਕੇ 2016 ਤੱਕ ਮੈਂ ਆਪਣੀ ਸ਼ਾਇਰੀ ਦੀਆਂ 14 ਪੁਸਤਕਾਂ ਪ੍ਰਕਾਸ਼ਿਤ ਕੀਤੀਆਂ : 'ਸ਼ਹਿਰ, ਧੁੰਦ ਤੇ ਰੌਸ਼ਨੀਆਂ' (1974), 'ਲੱਕੜ ਦੀਆਂ ਮੱਛੀਆਂ' (1979), 'ਤੂਫ਼ਾਨ ਦੀਆਂ ਜੜ੍ਹਾਂ ਵਿੱਚ' (1985), 'ਬੁੱਢੇ ਘੋੜਿਆਂ ਦੀ ਆਤਮ-ਕਥਾ' (1991), 'ਸ਼ਕਿਜ਼ੋਫਰੇਨੀਆ' (1993), 'ਇਹ ਖ਼ਤ ਕਿਸਨੂੰ ਲਿਖਾਂ' (1998), 'ਕੁੱਤਿਆਂ ਬਾਰੇ ਕਵਿਤਾਵਾਂ' (2006), 'ਪ੍ਰਦੂਸ਼ਿਤ ਹਵਾ ਨਾਲ ਸੰਵਾਦ' (2006), 'ਗਲੋਬਲੀਕਰਨ' (2008), 'ਸਮੋਸਾ ਪਾਲਿਟਿਕਸ' (2012), 'ਕਵਿਤਾ ਦੀ ਤਲਾਸ਼ ਵਿੱਚ' (2013), 'ਕਵਿਤਾ ਦੀ ਵਾਪਸੀ' (ਸ਼ਾਹਮੁਖੀ ਲਿਪੀ) (2013), 'ਆਮ ਆਦਮੀ ਦਾ ਇਨਕਲਾਬ' (2015) ਅਤੇ 'ਡਾਇਰੀ ਦੇ ਪੰਨੇ' (2016).

ਅੱਜ ਅਸੀਂ ਪਰਾ-ਆਧੁਨਿਕ ਸਮਿਆਂ ਵਿੱਚ ਜੀਅ ਰਹੇ ਹਾਂ. ਪਰਾ-ਆਧੁਨਿਕ ਸਮਿਆਂ ਵਿੱਚ ਨਵ-ਪੂੰਜੀਵਾਦ ਆਪਣੇ ਨਾਲ ਲਿਆਇਆ ਹੈ ਗਲੋਬਲੀਕਰਨ ਦੀ ਦਹਿਸ਼ਤਗਰਦੀ. ਇਸ ਦਹਿਸ਼ਤਗਰਦੀ ਦਾ ਮੁੱਖ ਉਦੇਸ਼ ਹੈ ਜ਼ਿੰਦਗੀ ਨਾਲ ਸਬੰਧਤ ਹਰ ਖੇਤਰ ਦੀਆਂ ਕਦਰਾਂ-ਕੀਮਤਾਂ ਨੂੰ ਤਹਿਸ-ਨਹਿਸ ਕਰ ਦੇਣਾ - ਸਾਹਿਤ, ਕਲਾ, ਗੀਤ-ਸੰਗੀਤ, ਇਤਿਹਾਸ, ਸਭਿਆਚਾਰ, ਮੀਡੀਆ ਨੂੰ ਪ੍ਰਦੂਸ਼ਿਤ ਕਰ ਦੇਣਾ. ਅਜੋਕੇ ਸਮਿਆਂ ਵਿੱਚ ਕਿਸੀ ਵੀ ਦੇਸ ਦੇ ਲੋਕਾਂ ਨੂੰ ਗੁਲਾਮ ਬਨਾਉਣ ਦਾ ਇਹੀ ਢੰਗ ਹੈ. ਅੱਜ ਅਮਰੀਕਾ ਵਰਗੀ ਪੂੰਜੀਵਾਦੀ ਸੁਪਰਪਾਵਰ ਹਿਟਲਰ, ਮੂਸੋਲੀਨੀ ਜਾਂ ਸਿਕੰਦਰ ਵਾਂਗ ਹਥਿਆਰਬੰਦ ਹੋ ਕੇ ਦੁਨੀਆਂ ਉੱਤੇ ਕਬਜ਼ਾ ਕਰਨ ਲਈ ਨਹੀਂ ਨਿਕਲਦੀ; ਉਹ ਜਿਸ ਕਿਸੇ ਦੇਸ ਦੇ ਲੋਕਾਂ ਨੂੰ ਵੀ ਗੁਲਾਮ ਬਨਾਉਣਾ ਚਾਹੁੰਦੀ ਹੈ - ਉਸ ਦੇਸ ਦੇ ਲੋਕਾਂ ਦੀ ਮਾਨਸਿਕਤਾ ਨੂੰ ਆਪਣਾ ਗੁਲਾਮ ਬਣਾਉਂਦੀ ਹੈ. ਜਿਸ ਦੇਸ਼ ਦੇ ਲੋਕਾਂ ਦੀ ਮਾਨਸਿਕਤਾ ਗੁਲਾਮ ਹੋ ਗਈ - ਉਸ ਦੇਸ ਦਾ ਸਾਹਿਤ, ਕਲਾ, ਗੀਤ-ਸੰਗੀਤ, ਇਤਿਹਾਸ, ਸਭਿਆਚਾਰ, ਮੀਡੀਆ

ਉਹੀ ਬੋਲੀ ਬੋਲੇਗਾ ਜੋ ਉਸਦਾ ਮਾਲਕ ਬੋਲਣ ਲਈ ਕਹੇਗਾ. ਪਰਾ-ਆਧੁਨਿਕ ਸਮਿਆਂ ਵਿੱਚ ਗਲੋਬਲੀਕਰਨ ਕਿਸ ਤਰ੍ਹਾਂ ਹਰ ਚੀਜ਼ ਨੂੰ ਪ੍ਰਦੂਸ਼ਿਤ ਕਰਦਾ ਹੈ, ਉਸ ਪ੍ਰਕ੍ਰਿਆ ਵੱਲ ਮੇਰੀਆਂ ਨਜ਼ਮਾਂ 'ਗਲੋਬਲੀਕਰਨ-9', ਅਤੇ 'ਬੰਦਿਆਂ ਵਰਗੀ ਗੱਲ' ਸੰਕੇਤ ਦਿੰਦੀਆਂ ਹਨ :

1.
ਮੈਂ ਪਰਾ-ਆਧੁਨਿਕ ਸਮਿਆਂ ਵਿੱਚ
ਸ਼ਬਦਾਂ ਦਾ ਬਲਾਤਕਾਰ ਹੁੰਦਾ ਦੇਖਿਆ
ਹੁਣ 'ਇੰਟਰਨੈੱਟ ਪਰਾਸਟੀਚੀਊਸ਼ਨ' ਨੂੰ
'ਇੰਟਰਨੈੱਟ ਡੇਟਿੰਗ' ਦਾ ਵਰਕ ਲਗਾ ਕੇ
ਇਜ਼ਤਦਾਰ ਘਰਾਂ ਦੇ ਡਰਾਇੰਗ ਰੂਮਾਂ ਵਿੱਚ ਵੀ
ਬੜੀ ਹੀ ਚਲਾਕੀ ਨਾਲ ਵਾੜ ਦਿੱਤਾ ਗਿਆ
ਨਾਜ਼ੁਕ ਬਦਨ ਵਾਲੀਆਂ ਵੱਡੇ ਘਰਾਂ ਦੀਆਂ ਇਜ਼ਤਾਂ ਦੇ
ਸੂਹਲ ਅੰਗਾਂ ਨਾਲ, ਆਪਣੇ ਬਿਸਤਰੇ ਗਰਮ ਕਰਨ ਦਾ
ਸੂਟਿਡ-ਬੂਟਿਡ, ਖਰਾਂਟ ਅਤੇ ਖਚਰੇ ਦਲਾਲਾਂ ਨੇ
ਇਹ ਇੱਕ ਨਵਾਂ ਢੰਗ ਈਜਾਦ ਕਰ ਲਿਆ

2.
ਠੱਗ ਬਾਬੇ ਤਾਂ ਬੈਠੇ ਹਨ
ਇਮੀਗਰੇਸ਼ਨ ਦੀਆਂ ਭੁਲੇਖਾ ਪਾਊ
ਕੰਪਨੀਆਂ ਦੇ ਸਜੇ-ਧਜੇ ਦਫਤਰਾਂ ਵਿੱਚ
ਜਿਨ੍ਹਾਂ ਦੇ ਇਸ਼ਾਰਿਆਂ ਉੱਤੇ
ਉਨ੍ਹਾਂ ਦੇ ਕਰਿੰਦੇ, ਅੱਲ੍ਹੜ ਮੁਟਿਆਰਾਂ ਨੂੰ
ਬਦੇਸ਼ਾਂ ਵਿੱਚ ਚੰਗੀਆਂ ਨੌਕਰੀਆਂ ਦੇਣ ਦੇ ਬਹਾਨੇ
ਲੰਡਨ, ਪੈਰਿਸ, ਨਿਊਯਾਰਕ, ਟੋਰਾਂਟੋ, ਦਿੱਲੀ ਅਤੇ ਲਾਹੌਰ ਦੇ
ਆਲੀਸ਼ਾਨ ਰੰਡੀ ਬਾਜ਼ਾਰਾਂ ਵਿੱਚ ਜਾ ਬਿਠਾਲਦੇ ਹਨ
ਮਾਲਿਸ਼ ਕਰਨ ਦੇ ਬਹਾਨੇ ਜਿਸਮਾਂ ਦਾ ਧੰਦਾ ਕਰਨ ਲਈ

ਗਲੋਬਲੀ ਕਲਚਰ ਦਾ ਇੱਕੋ ਇੱਕ ਨਾਹਰਾ ਹੈ : 'ਖਾਓ, ਪੀਓ, ਕਰੋ ਆਨੰਦ'. ਇਹ ਨਾਹਰਾ ਜਿਸ ਤਰ੍ਹਾਂ ਦੀ ਮਾਨਸਿਕਤਾ ਨੂੰ ਜਨਮ ਦੇ ਰਿਹਾ ਹੈ, ਉਸ ਅਧੀਨ ਸਾਹਿਤਕਾਰ ਦੇਹਵਾਦੀ ਸਾਹਿਤ ਪੈਦਾ ਕਰ ਰਹੇ ਹਨ, ਗੀਤਕਾਰ ਲੱਚਰਵਾਦੀ ਗੀਤ ਲਿਖ ਰਹੇ ਹਨ ਅਤੇ ਨੌਜਵਾਨ ਹਰ ਤਰ੍ਹਾਂ ਦੇ ਨਸ਼ੇ ਵਿੱਚ ਗਲਤਾਨ ਹੋ ਰਿਹਾ ਹੈ. ਇੱਥੋਂ ਤੱਕ ਕਿ ਕਬੱਡੀ ਵਰਗੀ ਖੇਡ ਵੀ ਨਸ਼ਿਆਂ ਦੇ ਮਾਫੀਆ ਦੇ ਹੱਥਾਂ ਵਿੱਚ ਚਲੀ ਗਈ ਹੈ. ਲੋਕ ਰਾਤੋ ਰਾਤ ਅਮੀਰ ਬਣ ਕੇ ਆਪਣਾ ਘਰ ਮਹਿੰਗੀਆਂ, ਮਹਿੰਗੀਆਂ ਵਸਤਾਂ ਨਾਲ ਭਰਨ ਲਈ ਨਸ਼ਿਆਂ ਦੀ ਸਮਗਲਿੰਗ ਕਰਨ ਦੇ ਧੰਦੇ

ਵਿੱਚ ਸ਼ਾਮਿਲ ਹੋ ਰਹੇ ਹਨ. ਕੈਨੇਡਾ/ਅਮਰੀਕਾ ਵਿੱਚ ਪੰਜਾਬੀ ਵੱਡੀ ਗਿਣਤੀ ਵਿੱਚ ਡਰੱਗ ਸਮਗਲਿੰਗ ਕਰ ਰਹੇ ਹਨ. ਕੋਈ ਹਫਤਾ ਹੀ ਖਾਲੀ ਜਾਂਦਾ ਹੈ ਜਦੋਂ ਕੋਈ ਪੰਜਾਬੀ ਟਰੱਕ ਡਰਾਈਵਰ ਅਮਰੀਕਾ-ਕੈਨੇਡਾ ਦੇ ਬਾਰਡਰ ਉੱਤੇ ਡਰੱਗ ਸਮੱਗਲ ਕਰਨ ਦੀ ਕੋਸ਼ਿਸ਼ ਕਰਦਾ ਫੜਿਆ ਨ ਗਿਆ ਹੋਵੇ. ਡਰੱਗ ਸਮਗਲਿੰਗ ਦੇ ਧੰਦੇ ਵਿੱਚ ਸਿਰਫ ਪੰਜਾਬੀ ਮਰਦ ਹੀ ਨਹੀਂ, ਪੰਜਾਬੀ ਔਰਤਾਂ ਵੀ ਵੱਡੀ ਗਿਣਤੀ ਵਿੱਚ ਸ਼ਾਮਿਲ ਹੋ ਰਹੀਆਂ ਹਨ. ਇੱਕ ਅੰਦਾਜ਼ੇ ਮੁਤਾਬਿਕ ਅਮਰੀਕਾ ਦੀਆਂ ਜੇਲ੍ਹਾਂ ਵਿੱਚ 200 ਤੋਂ ਵੱਧ ਪੰਜਾਬੀ ਔਰਤਾਂ ਡਰੱਗ ਸਮਗਲਿੰਗ ਕਰਨ ਦੇ ਦੋਸ਼ ਵਜੋਂ ਜੇਲ੍ਹ ਦੀ ਸਜ਼ਾ ਭੁਗਤ ਰਹੀਆਂ ਹਨ. ਪੰਜਾਬੀਆਂ ਵਿੱਚ ਨਸ਼ੇ ਕਰਨ ਅਤੇ ਨਸ਼ਿਆਂ ਦੀ ਸਮਗਲਿੰਗ ਕਰਨ ਦੀ ਵੱਧ ਰਹੀ ਆਦਤ ਵੱਲ ਮੇਰੀਆਂ ਨਜ਼ਮਾਂ 'ਪੰਜਾਬ ਦੀ ਬੌਧਿਕ ਪ੍ਰੰਪਰਾ' ਅਤੇ'ਚੌਖਟਿਆਂ ਵਿੱਚ ਬੱਝੀ ਮਾਨਸਿਕਤਾ' ਧਿਆਨ ਦੁਆਂਦੀਆਂ ਹਨ :

1.
ਸ਼ਾਮ ਢਲਣ ਤੋਂ ਬਾਹਦ
ਕਿਸੇ ਵੀ ਸ਼ਹਿਰ, ਕਿਸੇ ਵੀ ਕਸਬੇ, ਕਿਸੇ ਵੀ ਪਿੰਡ
ਚਲੇ ਜਾਓ, ਕਿਤੇ ਨਹੀਂ ਲੱਭਣਗੇ
ਤੁਹਾਨੂੰ ਲੋਕ, ਕਾਮੂੰ, ਕਾਫ਼ਕਾ, ਸਾਰਤਰ, ਗੋਰਕੀ
ਦੀ ਗੱਲ ਕਰਦੇ, ਹਰ ਪਾਸੇ ਹੀ
ਵਿਸਕੀ ਨਾਲ ਭਰੇ ਗਲਾਸਾਂ ਦੇ
ਟਕਰਾਉਣ ਦੀਆਂ ਆਵਾਜ਼ਾਂ
ਸੁਣਾਈ ਦੇਣਗੀਆਂ, ਕਰੈਕ, ਕੁਕੇਨ, ਸਪੀਡ
ਦੇ ਨਸ਼ੇ ਨਾਲ ਭੰਨੇ ਹੋਏ
ਚਿਹਰੇ ਮਿਲਣਗੇ, ਕੋਈ ਨਹੀਂ ਕਰੇਗਾ
ਤੁਹਾਡੇ ਨਾਲ, ਪਾਬਲੋ ਨਾਰੂਦਾ, ਪਿਕਾਸੋ, ਹੁਸੈਨ
ਯਵਤੂਸੈਂਕੂ, ਵੈਨ ਗੋ, ਬਾਬ ਡਿਲਨ ਦੀ ਗੱਲ

2.
ਹੁਣ ਤਾਂ, ਭਾਈ, ਪੰਡਤ, ਪਾਦਰੀ, ਮੁੱਲਾਂ
ਦਿਨ-ਦਿਹਾੜੇ, ਜਨਮ ਦਿਨ, ਪਾਰਟੀਆਂ 'ਤੇ
ਬੱਕਰਾ, ਮੁਰਗਾ, ਮੱਛੀ ਥਾਲੀ ਵਿੱਚ ਪੁਆ ਕੇ
ਮਨ ਚਾਹੀ, ਵਿਸਕੀ ਦੇ ਹਾੜੇ ਲਾਂਦੇ ਵੇਖੇ

ਦੁਨੀਆਂ ਭਰ ਵਿੱਚ ਪੂੰਜੀਵਾਦ ਦੇ ਵੱਧ ਰਹੇ ਪਾਸਾਰ ਕਾਰਨ ਹਰ ਪਾਸੇ ਵਸਤਸਭਿਆਚਾਰ ਦਾ ਬੋਲਬਾਲਾ ਹੋ ਰਿਹਾ ਹੈ. ਵਸਤਸਭਿਆਚਾਰ ਜ਼ਿੰਦਗੀ ਨਾਲ ਸਬੰਧਤ ਹਰ ਖੇਤਰ ਨੂੰ ਹੀ ਪ੍ਰਭਾਵਿਤ ਕਰ ਰਿਹਾ ਹੈ. ਵਸਤਸਭਿਆਚਾਰ ਦੇ ਵੱਧ ਰਹੇ ਪ੍ਰਭਾਵ ਕਾਰਨ ਸਾਹਿਤ, ਸਭਿਆਚਾਰ, ਸਮਾਜਿਕ ਕਦਰਾਂ-ਕੀਮਤਾਂ, ਗੀਤ-

ਸੰਗੀਤ ਵਿੱਚ ਬਹੁਤ ਨਿਘਾਰ ਆਇਆ ਹੈ. ਮਨੁੱਖ ਦੀ ਜ਼ਿੰਦਗੀ ਦਾ ਉਦੇਸ਼, ਮਹਿਜ਼, ਵਸਤਾਂ ਦੀ ਪ੍ਰਾਪਤੀ ਕਰਨ ਤੱਕ ਸੀਮਤ ਹੋ ਕੇ ਰਹਿ ਗਿਆ ਹੈ :

ਸੁੰਮਾਂ ਹੇਠਾਂ, ਸਭ ਨੂੰ
ਰੌਂਦ ਦੇਣ ਦੀ ਕਾਹਲ 'ਚ
ਸਰਪਟ ਦੌੜ ਰਹੇ ਨੇ
ਅੰਨ੍ਹੇ ਘੋੜੇ-

ਅੱਖਾਂ ਉੱਤੇ
ਡਾਲਰ ਦੇ ਖੋਪੇ ਬੱਝੇ
ਮਸਤਕ ਵਿੱਚ ਡੀਲਕਸ ਕਾਰਾਂ
ਮਹਿਲ-ਨੁਮਾ ਘਰਾਂ ਦੇ ਸੁਪਨੇ
ਨਾਈਟ ਕਲੱਬਾਂ ਵਿਚਲੀਆਂ
ਰੰਗਲੀਆ ਰਾਤਾ, ਮਹਿਕਾਂ ਛੌਂਡਦੇ
ਜਿਸਮਾਂ ਦੀ ਗਲਵੱਕੜੀ
ਸੁਰਖ ਗੁਲਾਬੀ, ਹੋਠਾਂ ਦੇ ਚੁੰਮਣ
ਦੇਹ ਤੋਂ ਦੇਹ ਤੱਕ ਦਾ
ਸਫ਼ਰ ਮਤਾਬੀ

ਵਸਤ-ਸਭਿਆਚਾਰ ਨੇ ਸਾਹਿਤ, ਕਲਾ, ਸੰਗੀਤ, ਸਭਿਆਚਾਰ ਹਰ ਖੇਤਰ ਨੂੰ ਹੀ ਭ੍ਰਿਸ਼ਟ ਕੀਤਾ ਹੈ. ਹਰ ਖੇਤਰ ਵਿੱਚ ਹੀ ਮਨੁੱਖੀ ਕਦਰਾਂ-ਕੀਮਤਾਂ ਨੂੰ ਆਪਣੇ ਪੈਰਾਂ ਹੇਠ ਰੋਲ ਮਨੁੱਖ ਦਾ ਜ਼ਿੰਦਗੀ ਵਿੱਚ ਇੱਕੋ ਇੱਕ ਉਦੇਸ਼ ਰਹਿ ਗਿਆ ਹੈ : ਆਪਣੇ ਘਰ ਨੂੰ ਮਹਿੰਗੀਆਂ ਤੋਂ ਮਹਿੰਗੀਆਂ ਵਸਤਾਂ ਨਾਲ ਕਿਵੇਂ ਭਰਨਾ ਹੈ. ਇੱਥੋਂ ਤੱਕ ਕਿ ਵਸਤਾਂ ਦੀ ਪ੍ਰਾਪਤੀ ਖਾਤਰ ਲੋਕ ਆਪਣੇ ਸਭ ਤੋਂ ਨਜ਼ਦੀਕੀ ਰਿਸ਼ਤਿਆਂ ਦੀ ਕੁਰਬਾਨੀ ਦੇਣ ਲਈ ਵੀ ਤਿਆਰ ਹੋ ਜਾਂਦੇ ਹਨ. ਇਸ ਮਸਲੇ ਨੂੰ ਮੈਂ ਅਨੇਕਾਂ ਨਜ਼ਮਾਂ ਦਾ ਵਿਸ਼ਾ ਬਣਾਇਆ ਹੈ. ਪੇਸ਼ ਹਨ ਮੇਰੀਆਂ ਕੁਝ ਚਰਚਿਤ ਨਜ਼ਮਾਂ ਦੀਆਂ ਕੁਝ ਚਰਚਿਤ ਸਤਰਾਂ ਇਸ ਵਿਸ਼ੇ ਨੂੰ ਕਾਵਿਕਤਾ ਸੰਗ ਪੇਸ਼ ਕਰਦੀਆਂ :

ਵਿਸ਼ਵ-ਸੁੰਦਰਤਾ ਮੁਕਾਬਲਿਆਂ ਦੇ ਨਾਮ ਉੱਤੇ
ਪਰਾ-ਆਧੁਨਿਕ ਅਰਥਾਂ ਵਾਲੇ, ਰੰਡੀ ਬਾਜ਼ਾਰ
ਵਿਕਸਤ ਕੀਤੇ ਜਾ ਰਹੇ ਹਨ
ਇੰਟਰਨੈੱਟ ਡੇਟਿੰਗ ਸਰਵਿਸਿਸ ਦੇ ਨਾਮ ਉੱਤੇ
ਦੱਲੇ, ਦੇਸ-ਵਿਦੇਸ ਦੀਆਂ
ਅੱਲ੍ਹੜ ਮੁਟਿਆਰਾਂ ਨੂੰ, ਫਾਈਵ ਸਟਾਰ ਹੋਟਲਾਂ
ਵਿੱਚ, ਜ਼ਾਇਕੇਦਾਰ ਤੰਦੂਰੀ ਚਿਕਨ ਵਾਂਗ

ਤਸ਼ਤਰੀਆਂ ਵਿੱਚ ਸਜਾ ਕੇ
ਗ੍ਰਾਹਕਾਂ ਅੱਗੇ ਪਰੋਸ ਰਹੇ ਹਨ
(ਕੁੱਤਿਆਂ ਦੀ ਭੀੜ)

ਅਜੋਕੇ ਸਮਿਆਂ ਵਿੱਚ ਧਰਮ ਨ ਸਿਰਫ ਇੱਕ ਪਾਖੰਡ ਬਣ ਕੇ ਰਹਿ ਗਿਆ ਹੈ; ਬਲਕਿ ਧਰਮ ਦੇ ਨਾਮ ਉੱਤੇ ਧਾਰਮਿਕ ਕੱਟੜਵਾਦੀ ਦਹਿਸ਼ਤਗਰਦਾਂ ਵੱਲੋਂ ਮਨੁੱਖੀ ਖ਼ੂਨ ਦੀਆਂ ਨਦੀਆਂ ਵਹਾਈਆਂ ਜਾ ਰਹੀਆਂ ਹਨ. ਸਕੂਲ, ਕਾਲਿਜ, ਯੂਨੀਵਰਸਿਟੀਆਂ, ਗੁਰਦੁਆਰੇ, ਮੰਦਿਰ, ਮਸਜਿਦਾਂ, ਗਿਰਜੇ, ਹਸਪਤਾਲ, ਸ਼ਾਪਿੰਗ ਪਲਾਜ਼ੇ, ਬੱਚਿਆਂ ਦੇ ਡੇਅ ਕੇਅਰ ਸੈਂਟਰ - ਕੋਈ ਵੀ ਥਾਂ ਇਸ ਧਾਰਮਿਕ ਕੱਟੜਵਾਦੀ ਦਹਿਸ਼ਤਗਰਦੀ ਦੀ ਮਾਰ ਤੋਂ ਬਚੀ ਨਹੀਂ ਰਹਿ ਸਕੀ. ਇੱਥੋਂ ਤੱਕ ਕਿ ਹਵਾਈ ਜਹਾਜ਼ਾਂ ਦੇ ਅੱਡੇ, ਬੱਸ ਟਰਮੀਨਲ ਜਾਂ ਰੇਲਵੇ ਸਟੇਸ਼ਨ ਵੀ ਸੁਰੱਖਿਅਤ ਨਹੀਂ :

ਸ਼ਹਿਰ ਵਿੱਚ ਜੰਗਲ ਉਤਰ ਆਇਆ ਹੈ
ਹਾਥੀ ਚਿੰਘਾੜਦੇ ਹਨ ਦਿਨ ਦਿਹਾੜੇ
ਪੂਛਾਂ ਨੂੰ ਅੱਗ ਲਾਈ ਫਿਰਦੇ ਹਨ ਲੰਗੂਰ
ਕੁੱਤਿਆਂ ਦੀਆਂ ਜੀਭਾਂ ਲਮਕ ਆਈਆਂ ਹਨ
ਗਿੱਦੜ ਨੀਲੂ ਰਾਜੇ ਬਣ ਗਏ ਹਨ
ਸੜਕਾਂ 'ਤੇ ਰੀਂਗਦੇ ਫਿਰਦੇ ਹਨ ਜ਼ਹਿਰੀਲੇ ਸੱਪ
ਕੰਨਾਂ 'ਚ ਫਿਰ ਢਲ ਰਿਹਾ ਹੈ ਸਿੱਕਾ
ਦਗਦੀਆਂ ਸੀਖਾਂ ਸੰਗ ਸੜ ਰਹੇ ਨੇ ਵਿਚਾਰੇ ਨੈਣ
ਸੁਨਹਿਰੀ ਗੁੰਬਦਾਂ, ਮੀਨਾਰਾਂ, ਖਿੜਕੀਆਂ, ਦਰਵਾਜ਼ਿਆਂ 'ਚੋਂ ਉੱਠਦੀਆਂ
ਤਲਵਾਰਾਂ, ਬਰਛੀਆਂ, ਤੀਰਾਂ ਦੀਆਂ ਨੋਕਾਂ 'ਤੇ ਟੰਗੇ ਝੂਲਦੇ ਹਨ
ਮਾਸੂਮ ਬਾਲਾਂ ਦੇ ਜਿਸਮ, ਅੱਖਾਂ, ਹੱਥ, ਪੈਰ
ਪਵਿੱਤਰ ਕਿਤਾਬੀ ਢੇਰ ਤੋਂ ਉੱਠਦੀਆਂ ਗਿਰਝਾਂ
ਮੰਡਰਾਉਂਦੀਆਂ ਹਨ ਨੀਲੇ ਅਸਮਾਨ ਵਿੱਚ
ਧਰਤੀ ਉੱਤੇ ਤੁਰ ਰਹੇ ਮਨੁੱਖੀ ਆਕਾਰਾਂ ਦੇ ਅੰਗਾਂ 'ਤੇ ਨਜ਼ਰਾਂ ਟਿਕਾਈ

ਅਜੋਕੇ ਸਮਿਆਂ ਵਿੱਚ ਧਾਰਮਿਕ ਕੱਟੜਵਾਦੀ ਦਹਿਸ਼ਤਗਰਦੀ ਇੱਕ ਅੰਤਰਰਾਸ਼ਟਰੀ ਸਮੱਸਿਆ ਬਣ ਚੁੱਕੀ ਹੈ. ਧਰਤੀ ਦਾ ਕੋਈ ਵੀ ਹਿੱਸਾ ਇਸ ਦੀ ਮਾਰ ਤੋਂ ਬਚ ਨਹੀਂ ਸਕਿਆ. ਇੱਥੇ ਇਹ ਗੱਲ ਕਹਿਣੀ ਬਣਦੀ ਹੈ ਕਿ ਵਿਸ਼ਵ-ਪੱਧਰ ਉੱਤੇ ਅਮੀਰ ਅਤੇ ਗਰੀਬ ਦੇਸ਼ਾਂ ਵਿੱਚ ਵੱਧ ਰਹੀ ਦੂਰੀ ਧਾਰਮਿਕ ਕੱਟੜਵਾਦੀ ਦਹਿਸ਼ਤਗਰਦੀ ਲਈ ਕਾਫੀ ਹੱਦ ਤੱਕ ਜ਼ਿੰਮੇਵਾਰ ਹੋ ਸਕਦੀ ਹੈ. ਵਿਸ਼ਵ-ਪੱਧਰ ਉੱਤੇ ਵੱਧ ਰਹੀ ਦਹਿਸ਼ਤਗਰਦੀ ਨੂੰ ਘਟਾਉਣ ਅਤੇ ਇਸ ਉੱਤੇ ਕਾਬੂ ਪਾਉਣ ਲਈ, ਨ ਸਿਰਫ ਇਸ ਦਹਿਸ਼ਤਗਰਦੀ ਨੂੰ ਪੈਦਾ ਕਰਨ ਵਾਲੀਆਂ

ਹਾਲਤਾਂ ਅਤੇ ਕਾਰਨਾਂ ਨੂੰ ਹੀ ਸਮਝਣਾ ਜ਼ਰੂਰੀ ਹੈ; ਬਲਕਿ, ਵਿਸ਼ਵ-ਮੰਚ ਉੱਤੇ ਸਰਗਰਮ ਵੱਡੀਆਂ ਤਾਕਤਾਂ ਅਮਰੀਕਾ, ਰੂਸ, ਚੀਨ, ਇੰਡੀਆ, ਬ੍ਰਿਟਿਨ, ਜਰਮਨੀ, ਫਰਾਂਸ, ਜਾਪਾਨ ਅਤੇ ਇੰਡੀਆ ਆਦਿ ਨੂੰ ਵੀ ਪੂਰੀ ਸ਼ਿੱਦਤ ਨਾਲ ਅਜਿਹੇ ਯਤਨ ਕਰਨੇ ਚਾਹੀਦੇ ਹਨ ਜਿਨ੍ਹਾਂ ਨਾਲ ਵਿਸ਼ਵ ਦੇ ਵੱਖੋ, ਵੱਖ ਸਭਿਆਚਾਰਾਂ ਦੇ ਲੋਕਾਂ ਦਰਮਿਆਨ ਪੈਦਾ ਹੋਈਆਂ ਗਲਤ ਫਹਿਮੀਆਂ ਨੂੰ ਦੂਰ ਕਰਕੇ ਆਪਸੀ ਦੋਸਤੀ, ਮਿਲਵਰਤਣ ਅਤੇ ਵਿਸ਼ਵ-ਅਮਨ ਪੈਦਾ ਕਰਨ ਵਾਲੇ ਹਾਲਾਤ ਪੈਦਾ ਕੀਤੇ ਜਾ ਸਕਣ.

ਪਰ ਇੱਕ ਗੱਲ ਬਿਲਕੁਲ ਸਾਫ਼ ਅਤੇ ਸਪੱਸ਼ਟ ਹੈ ਕਿ ਦੁਨੀਆਂ ਦੇ ਕਿਸੇ ਵੀ ਹਿੱਸੇ ਵਿੱਚ ਜਦੋਂ ਧਾਰਮਿਕ ਕੱਟੜਵਾਦੀ ਦਹਿਸ਼ਤਗਰਦੀ ਦਾ ਤੂਫ਼ਾਨ ਆਉਂਦਾ ਹੈ ਤਾਂ ਇਹ ਅੱਖਾਂ ਤੋਂ ਅੰਨ੍ਹਾ, ਕੰਨਾਂ ਤੋਂ ਬੋਲਾ ਅਤੇ ਮੂੰਹ ਤੋਂ ਗੂੰਗਾ ਹੁੰਦਾ ਹੈ. ਇਹ ਜਿਸ ਇਲਾਕੇ ਵਿੱਚ ਵੀ ਜੰਗਲ ਦੀ ਅੱਗ ਵਾਂਗ ਫੈਲਦਾ ਹੈ - ਇਸ ਦੀ ਅੱਗ ਦੀਆਂ ਲਪਟਾਂ ਉਸ ਸਭ ਕੁਛ ਨੂੰ ਝੁਲਸ ਸੁੱਟਦੀਆਂ ਹਨ ਜੋ ਵੀ ਇਸ ਦੇ ਆਸ ਪਾਸ ਇਸਦੇ ਰਸਤੇ ਵਿੱਚ ਆਉਂਦਾ ਹੈ. ਮੇਰੀ ਨਜ਼ਮ 'ਤੂਫ਼ਾਨ ਦੀਆਂ ਜੜ੍ਹਾਂ ਵਿੱਚ' ਅਜਿਹੇ ਤੂਫ਼ਾਨ ਦੇ ਸੁਭਾਅ ਬਾਰੇ ਕੁਝ ਇਸ ਤਰ੍ਹਾਂ ਦੀ ਜਾਣਕਾਰੀ ਦਿੰਦੀ ਹੈ :

ਤੂਫ਼ਾਨ ਜਦ ਵੀ ਆਉਂਦਾ ਹੈ
ਇਹ ਅੱਖਾਂ ਤੋਂ ਅੰਨ੍ਹਾ, ਕੰਨਾਂ ਤੋਂ ਬੋਲਾ
ਅਤੇ ਮੂੰਹ ਤੋਂ ਗੂੰਗਾ ਹੁੰਦਾ ਹੈ
ਤੂਫ਼ਾਨ ਹਵਾ ਵਿੱਚ ਜੰਗਲ ਦੀ ਅੱਗ ਵਾਂਗ ਫੈਲਦਾ ਹੈ
ਅਤੇ ਸੱਪ ਦੀ ਜ਼ਹਿਰ ਵਾਂਗ ਚੜ੍ਹਦਾ ਹੈ
ਤੂਫ਼ਾਨ ਸੁਨਹਿਰੀ ਗੁੰਬਦਾਂ, ਮੀਨਾਰਾਂ, ਖਿੜਕੀਆਂ
ਅਤੇ ਦਰਵਾਜ਼ਿਆਂ ਵਿੱਚੋਂ ਉੱਠਦਾ ਹੈ
ਅਤੇ ਪਵਿੱਤਰ ਦਰਿਆਵਾਂ ਅਤੇ ਸਰੋਵਰਾਂ ਵਿੱਚ ਡੁੱਬ ਜਾਂਦਾ ਹੈ
ਤੂਫ਼ਾਨ ਦੇ ਵਾ ਵਰੋਲੇ
ਮਨੁੱਖੀ ਦਿਮਾਗ਼ਾਂ ਵਿਚ ਪਲ ਰਹੇ ਸੱਪਾਂ ਦੇ ਫੁੰਕਾਰੇ ਹੁੰਦੇ ਹਨ
ਤੂਫ਼ਾਨ ਸਾਡੇ ਨੱਕਾਂ 'ਚੋਂ ਡਿੱਗ ਰਹੇ ਠੂੰਹੇਂ ਹੁੰਦੇ ਹਨ
ਤੂਫ਼ਾਨ ਸਾਡੇ ਹੱਥਾਂ 'ਚੋਂ ਤਿਲਕ ਗਏ
ਸ਼ਬਦਾਂ ਦੇ ਅਰਥ ਹੁੰਦੇ ਹਨ

ਅੰਤਰ-ਰਾਸ਼ਟਰੀ ਪੱਧਰ ਉੱਤੇ ਵੱਧ ਰਹੀ ਧਾਰਮਿਕ ਕੱਟੜਵਾਦੀ ਦਹਿਸ਼ਤਗਰਦੀ ਨੂੰ ਸਮਝਣ ਦੀ ਕੋਸ਼ਿਸ਼ ਕਰੀਏ ਤਾਂ ਇਸਦੇ ਅਨੇਕਾਂ ਕਾਰਨਾਂ ਦਾ ਪਤਾ ਚੱਲਦਾ ਹੈ. ਜਿਨ੍ਹਾਂ ਵਿੱਚੋਂ ਇੱਕ ਮੂਲ ਕਾਰਨ ਤਾਂ ਸਮਾਜਵਾਦੀ ਦੇਸ਼ਾਂ ਅਤੇ ਪੂੰਜੀਵਾਦੀ ਦੇਸ਼ਾਂ ਦਰਮਿਆਨ ਪੈਦਾ ਹੁੰਦੀ ਰਹੀ ਖਿੱਚੋਤਾਣ ਅਤੇ ਤਨਾਓ ਹੀ ਰਿਹਾ ਹੈ. ਜਿਸ ਦਾ ਸਭ ਤੋਂ ਵੱਡਾ ਵਿਖਾਵਾ ਅਮਰੀਕਾ ਅਤੇ ਪਾਕਿਸਤਾਨ ਵੱਲੋਂ

ਅਫਗਾਨਿਸਤਾਨ ਵਿੱਚ ਆਈਆਂ ਸੋਵੀਅਤ ਯੂਨੀਅਨ ਦੀਆਂ ਫੌਜਾਂ ਦਾ ਮੁਕਾਬਲਾ ਕਰਨ ਲਈ ਤਿਆਰ ਕੀਤੇ ਗਏ ਮੁਸਲਿਮ ਧਾਰਮਿਕ ਕੱਟੜਵਾਦੀ ਦਹਿਸ਼ਤਗਰਦ ਸਨ. ਜਿਨ੍ਹਾਂ ਨੂੰ ਤਾਲਿਬਾਨ ਜਾਂ ਮੁਜਾਹਦੀਨ ਕਿਹਾ ਗਿਆ. ਅਲ-ਕਾਇਦਾ ਜੱਥੇਬੰਦੀ ਰੂਪ ਵਿਚ ਉੱਭਰੀ ਦਹਿਸ਼ਤਗਰਦ ਜੱਥੇਬੰਦੀ ਅਤੇ ਜਿਸਦਾ ਵੱਡਾ ਲੀਡਰ ਓਸਾਮਾ-ਬਿਨ-ਲਾਦੇਨ ਸੀ ਜਿਸਨੂੰ ਅਮਰੀਕਾ ਨੇ ਹੀ ਪੈਦਾ ਕੀਤਾ ਸੀ. ਪਰ ਅੰਤਰ-ਰਾਸ਼ਟਰੀ ਰਾਜਨੀਤੀ ਵਿਚ ਕੁਝ ਫੇਰ ਬਦਲ ਹੋ ਜਾਣ ਕਾਰਨ ਅਮਰੀਕਾ ਅਤੇ ਪਾਕਿਸਤਾਨ ਵੱਲੋਂ ਪੈਦਾ ਕੀਤੇ ਹੋਏ ਧਾਰਮਿਕ ਕੱਟੜਵਾਦੀ ਦਹਿਸ਼ਤਗਰਦ ਅੱਜ ਅਮਰੀਕਾ ਅਤੇ ਪਾਕਿਸਤਾਨ ਦੇ ਹੀ ਜਾਨੀ ਦੁਸ਼ਮਨ ਬਣੇ ਬੈਠੇ ਹਨ. ਇਨ੍ਹਾਂ ਦਹਿਸ਼ਤਗਰਦਾਂ ਨੇ ਜਿੱਥੇ ਕਿ 2011 ਵਿੱਚ ਅਮਰੀਕਾ ਦੇ ਵਰਲਡ ਟਰੇਡ ਸੈਂਟਰ ਉੱਤੇ ਵੱਡਾ ਦਹਿਸ਼ਤਗਰਦੀ ਹਮਲਾ ਕਰਕੇ ਵੱਡੀ ਤਬਾਹੀ ਮਚਾਈ ਉੱਥੇ ਹੀ ਇਹ ਦਹਿਸ਼ਤਗਰਦ ਪਾਕਿਸਤਾਨ ਵਿੱਚ ਦਹਿਸ਼ਤਗਰਦੀ ਦਾ ਮੁਜਾਹਰਾ ਕਰਕੇ ਅਣਗਿਣਤ ਲਾਸ਼ਾਂ ਦੇ ਅੰਬਾਰ ਲਗਾਂਦੇ ਰਹਿੰਦੇ ਹਨ. ਇਹ ਧਾਰਮਿਕ ਕੱਟੜਵਾਦੀ ਦਹਿਸ਼ਤਗਰਦ ਏਨੇ ਬੇਕਿਰਕ ਅਤੇ ਬੇਦਰਦ ਹਨ ਕਿ ਇਹ ਸਕੂਲਾਂ ਵਿੱਚ ਪੜ੍ਹਦੇ ਨਿੱਕੇ ਨਿੱਕੇ ਬੱਚਿਆਂ ਉੱਤੇ ਕਾਤਲਾਨਾ ਹਮਲੇ ਕਰਨ ਤੋਂ ਵੀ ਗੁਰੇਜ ਨਹੀਂ ਕਰਦੇ. ਪਾਕਿਸਤਾਨ ਦੇ ਇਲਾਕੇ ਪਿਸ਼ਾਵਰ ਦੇ ਇੱਕ ਸਕੂਲ ਵਿੱਚ ਜਾ ਕੇ ਇਨ੍ਹਾਂ ਤਾਲਿਬਾਨਾਂ ਨੇ ਜੋ ਕਤਲੇਆਮ ਮਚਾਇਆ ਅਤੇ ਆਪਣੀ ਪੱਥਰ ਦਿਲੀ ਵਿਖਾਈ ਉਸਦਾ ਜ਼ਿਕਰ ਮੇਰੀ ਨਜ਼ਮ 'ਕਾਤਲ' ਵਿੱਚ ਕੁਝ ਇਸ ਤਰ੍ਹਾਂ ਕੀਤਾ ਗਿਆ ਹੈ :

ਕਾਤਲਾਂ ਨੇ
ਫੁੱਲਾਂ ਜਿਹੇ ਬੱਚਿਆਂ ਨੂੰ
ਕਤਾਰਾਂ 'ਚ ਖੜ੍ਹਾ ਕੀਤਾ -

ਨਮਾਜ਼ ਪੜ੍ਹੀ
ਅਤੇ ਮਸ਼ੀਨ ਗੰਨ ਦੀਆਂ
ਗੋਲੀਆਂ ਨਾਲ, ਇੱਕ ਇੱਕ ਕਰਕੇ
ਸਭ ਨੂੰ, ਕੀੜਿਆਂ, ਮਕੌੜਿਆਂ ਵਾਂਗ
ਭੁੰਨ ਸੁੱਟਿਆ -

ਖੂਨ ਨਾਲ ਲੱਥ-ਪੱਥ ਹੋਏ
ਬੱਚੇ, ਇੱਕ-ਇੱਕ ਕਰਕੇ
ਮੂਧੇ ਮੂੰਹ, ਧਰਤੀ ਉੱਤੇ
ਡਿੱਗਣ ਲੱਗੇ -

ਮਰਨ ਤੋਂ ਪਹਿਲਾਂ
ਆਪਣੇ ਆਖਰੀ ਸਾਹਾਂ ਦੀ ਤਾਕਤ
ਸਮੇਟਦਿਆਂ, ਬੱਚੇ
ਇੱਕ ਆਵਾਜ਼ ਹੋ ਕੇ ਬੋਲੇ :
'ਅੰਕਲ ! ਤੁਸੀਂ, ਸਾਨੂੰ ਨਾ ਮਾਰੋ -
ਅਸੀਂ, ਤੁਹਾਨੂੰ, 'ਅੱਲਾ, ਸਾਡੇ ਉੱਤੇ ਰਹਿਮ ਕਰ'
ਵਾਲੀ, ਉਹ ਨਾਤ ਸੁਣਾਵਾਂਗੇ -
ਜੋ, ਮੌਲਵੀ ਨੇ, ਅੱਜ ਹੀ, ਸਾਨੂੰ
ਮਸਜਿਦ ਵਿੱਚ ਸਿਖਾਈ ਸੀ'

ਦੁਨੀਆਂ ਦੇ ਅਨੇਕਾਂ ਹੋਰ ਦੇਸ਼ਾਂ ਵਾਂਗ ਇੰਡੀਆ ਵਿੱਚ ਵੀ ਸਮੇਂ ਸਮੇਂ ਧਾਰਮਿਕ ਕੱਟੜਵਾਦੀ ਦਹਿਸ਼ਤਗਰਦੀ ਆਪਣੀ ਹੋਂਦ ਦਿਖਾਂਦੀ ਰਹਿੰਦੀ ਹੈ. ਇਤਿਹਾਸ ਨੂੰ ਪੁੱਠਾ ਗੇੜ ਦੇਣ ਵਾਲੀਆਂ ਤਾਕਤਾਂ ਮੁੜ, ਮੁੜ ਪ੍ਰਗਟ ਹੁੰਦੀਆਂ ਰਹਿੰਦੀਆਂ ਹਨ. ਮੇਰੀ ਨਜ਼ਮ 'ਪੁੱਠਾ ਗੇੜ' ਅਜਿਹੇ ਲੋਕਾਂ ਦੇ ਕਿਰਦਾਰ ਨੂੰ ਕੁਝ ਇਸ ਤਰ੍ਹਾਂ ਰੂਪਮਾਨ ਕਰਦੀ ਹੈ :

ਇਤਿਹਾਸ ਨੂੰ ਪੁੱਠਾ ਗੇੜ ਦੇਣ ਵਾਲੇ ਕਿਰਦਾਰ
ਮੁੜ, ਮੁੜ ਆਉਂਦੇ ਹਨ -

ਹਰ ਵਾਰ, ਉਨ੍ਹਾਂ ਦੇ ਚਿਹਰੇ ਉੱਤੇ
ਕੋਈ ਨਵਾਂ ਮੁਖੌਟਾ ਸਜਿਆ ਹੁੰਦਾ ਹੈ

ਪਰ, ਉਨ੍ਹਾਂ ਦੇ ਨਾਹਰੇ ਨਹੀਂ ਬਦਲੇ :
ਸਿਰਫ ਹਿੰਦੂਆਂ ਲਈ
ਸਿਰਫ ਸਿੱਖਾਂ ਲਈ
ਸਿਰਫ ਮੁਸਲਮਾਨਾਂ ਲਈ
ਸਿਰਫ ਈਸਾਈਆਂ ਲਈ

ਸਦੀਆਂ ਬੀਤ ਜਾਣ ਬਾਹਦ ਵੀ
ਉਨ੍ਹਾਂ ਦੇ ਬੰਦ ਦਿਮਾਗ਼ਾਂ ਦੇ ਬੂਹੇ ਨਹੀਂ ਖੁੱਲ੍ਹੇ
ਉਹ, ਅਜੇ ਵੀ, ਇਨਸਾਨ ਨਹੀਂ ਬਣ ਸਕੇ

ਪਰ ਇਨ੍ਹਾਂ ਧਾਰਮਿਕ ਕੱਟੜਵਾਦੀ ਲੋਕਾਂ ਦੀ ਤਰਾਸਦੀ ਇਹ ਹੈ ਕਿ ਇਹ, ਮਹਿਜ਼, ਇੱਕ ਸ਼ਬਦ ਪਿਛੇ ਲੜ ਲੜ ਮਰੀ ਜਾਂਦੇ ਹਨ - ਇੱਕ ਸ਼ਬਦ ਜੋ ਮਨੁੱਖ ਦਾ ਹੀ ਪੈਦਾ ਕੀਤਾ ਹੋਇਆ ਹੈ. ਮੇਰੀ ਨਜ਼ਮ 'ਧਰਤੀ ਦਾ ਮਸਲਾ' ਇਸ

ਤਰਾਸਦੀ ਦੀਆਂ ਪਰਤਾਂ ਕੁਝ ਇਸ ਤਰ੍ਹਾਂ ਖੋਲ੍ਹਦੀ ਹੈ :

ਕਿਸੀ ਨੇ –
ਨਾ ਅੱਲਾ ਤੱਕਿਆ
ਨਾ ਭਗਵਾਨ ਤੱਕਿਆ
ਨਾ ਵਾਹਿਗੁਰੂ ਤੱਕਿਆ

ਪਰ, ਫਿਰ ਵੀ –
ਅੱਲਾ, ਭਗਵਾਨ, ਵਾਹਿਗੁਰੂ ਦੇ ਨਾਂ 'ਤੇ
ਮੰਦਿਰਾਂ, ਮਸਜਿਦਾਂ, ਗੁਰਦੁਆਰਿਆਂ, ਗਿਰਜਿਆਂ 'ਚ
ਬੰਬ ਧਮਾਕੇ ਹੁੰਦੇ
ਮਾਸੂਮਾਂ ਦੀਆਂ ਲਾਸ਼ਾਂ ਦੇ ਅੰਬਾਰ ਲੱਗਦੇ
ਗਲਾਂ 'ਚ ਬਲਦੇ ਟਾਇਰ ਪਾਏ ਜਾਂਦੇ
ਉਬਲਦੀਆਂ ਦੇਗ਼ਾਂ 'ਚ ਉਬਾਲੇ ਜਾਂਦੇ
ਪੱਥਰ ਮਾਰ ਮਾਰ ਕੇ ਚੀਥੜਾ, ਚੀਥੜਾ ਕੀਤੇ ਜਾਂਦੇ
ਮਾਵਾਂ ਦੇ ਪੇਟ ਵਿੱਚ ਹੀ ਖੰਜਰਾਂ ਦੀ ਭੇਟ ਚੜ੍ਹਾ ਦਿੱਤੇ ਜਾਂਦੇ

ਆਦਮੀ ਨੇ ਹੀ
ਅੱਲਾ, ਭਗਵਾਨ, ਵਾਹਿਗੁਰੂ ਸ਼ਬਦ ਦੀ ਘਾੜਤ ਕੀਤੀ

ਆਦਮੀ ਦਾ ਹੀ ਪੈਦਾ ਕੀਤਾ ਹੋਇਆ
ਇਹ ਸ਼ਾਬਦਿਕ ਜਿੰਨ, ਹੁਣ ਮੁੜ
ਚੇਤਨਾ ਦੀ ਬੋਤਲ ਵਿੱਚ, ਬੰਦ ਕਰਨਾ
ਮੁਸ਼ਕਿਲ ਹੋ ਗਿਆ

ਕਿੰਨੀ ਅਜੀਬ ਗੱਲ ਹੈ –
ਆਦਮੀ ਦਾ ਹੀ ਪੈਦਾ ਕੀਤਾ ਹੋਇਆ
ਇੱਕ ਸ਼ਬਦ, ਉਸ ਦੀ ਹੀ
ਮੌਤ ਦਾ, ਸਭ ਤੋਂ ਵੱਡਾ
ਦੁਸ਼ਮਣ ਬਣ ਬੈਠਾ ਹੈ

ਪੰਜਾਬ ਨੇ ਵੀ 1978 ਤੋਂ ਲੈ ਕੇ 1993 ਤੱਕ ਖਾਲਿਸਤਾਨੀ ਧਾਰਮਿਕ ਕੱਟੜਵਾਦੀ ਦਹਿਸ਼ਤਗਰਦੀ ਦਾ ਕਹਿਰ ਹੰਢਾਇਆ ਹੈ. ਜਿਸ ਵਿੱਚ 50,000 ਤੋਂ ਵੀ ਵੱਧ ਲੋਕ ਮਾਰੇ ਗਏ ਸਨ. ਇਸ ਕਹਿਰ ਨੂੰ ਮੈਂ ਆਪਣੀ ਨਜ਼ਮ 'ਸੱਪ'

ਵਿੱਚ ਇਸ ਤਰ੍ਹਾਂ ਰੂਪਮਾਨ ਕੀਤਾ ਹੈ :

ਮਕਾਰ ਸਪੇਰਿਆਂ ਨੇ, ਸੱਪਾਂ ਦੇ ਮਨਾਂ ਵਿੱਚ
ਸੁਚੇਤ ਅਤੇ ਜ਼ਿੰਦਗੀ ਵਿਚ
ਖੂਬਸੂਰਤੀ ਪੈਦਾ ਕਰਨ ਵਾਲੇ, ਉਨ੍ਹਾਂ ਸਭਨਾਂ
ਲੇਖਕਾਂ, ਕਲਾਕਾਰਾਂ, ਚਿੰਤਕਾਂ ਅਤੇ ਪੱਤਰਕਾਰਾਂ ਲਈ
ਨਫ਼ਰਤ ਦੇ ਬੀਅ ਬੀਜ ਦਿੱਤੇ
ਜੋ ਸੱਪਾਂ ਦੀਆਂ ਹਰਕਤਾਂ ਦੇ ਭੇਦ
ਅਤੇ ਸਪੇਰਿਆਂ ਦੀਆਂ ਅੰਤਰੀਵ ਇਛਾਵਾਂ ਬਾਰੇ
ਲੋਕਾਂ ਨੂੰ ਦੱਸਦੇ
ਤੇ ਫਿਰ
ਸਾਡੇ ਦੇਖਦਿਆਂ ਹੀ ਦੇਖਦਿਆਂ
ਕੁਝ ਐਸੀ ਹਵਾ ਚੱਲਣ ਲੱਗੀ
ਮੌਤ ਦੇ ਪਰਛਾਵੇਂ
ਸਾਡੇ ਘਰਾਂ ਦੀਆਂ ਸਰਦਲਾਂ ਉੱਤੇ ਆਣ ਲੱਥੇ
ਪਿੰਡ, ਸ਼ਹਿਰ, ਖੇਤ, ਘਰ, ਸੜਕਾਂ, ਦਫ਼ਤਰ, ਵਿਦਿਆਲੇ
ਹਰ ਥਾਂ, ਸੱਪ ਹਰਲ, ਹਰਲ ਕਰਨ ਲੱਗਦੇ
ਡਰ ਅਤੇ ਸਹਿਮ ਦੇ ਮਾਰੇ ਲੋਕ, ਮੱਖੀਆਂ ਬਣ
ਘਰ ਦੀਆਂ ਕੰਧਾਂ ਨਾਲ ਚਿਪਕ ਗਏ
ਜੋ ਵੀ ਆਦਮੀ ਵਾਂਗ ਬੋਲਦਾ
ਸੱਪ ਉਸਦਾ ਸਾਹ ਖਿੱਚ ਲੈਂਦੇ
ਸੱਪਾਂ ਨੇ ਦੁੱਧ ਚੁੰਘਦੇ ਬੱਚਿਆਂ ਦੇ
ਨਿੱਪਲ ਚੁਰਾ ਲਏ
ਅਤੇ ਚੁੱਲਿਆਂ ਅੱਗੇ ਬੈਠੀਆਂ
ਸਾਡੀਆਂ ਮਾਵਾਂ ਦੇ ਸਿਰਾਂ ਦੇ ਦੁਪੱਟੇ

ਇੰਡੀਆ ਵਿੱਚ ਰਹਿੰਦੇ ਲੋਕਾਂ ਦੀ ਮਾਨਸਿਕਤਾ ਦਾ ਹੀ ਕੁਝ ਅਜਿਹਾ ਮੰਦਾ ਹਾਲ ਹੈ ਕਿ ਉਨ੍ਹਾਂ ਨੂੰ ਕੋਈ ਵੀ ਬੰਦਾ ਧਰਮ ਦੇ ਨਾਮ ਉੱਤੇ ਭੜਕਾ ਕੇ ਇੱਕ ਦੂਜੇ ਦੇ ਸਿਰ ਪੜਵਾ ਸਕਦਾ ਹੈ. ਲੋਕ ਕਦੀ ਇੱਕ ਦੂਜੇ ਦੇ ਸਿਰ ਬਾਬਰੀ ਮਸਜਿਦ ਦੇ ਨਾਮ ਉੱਤੇ ਪਾੜ ਰਹੇ ਹਨ ਅਤੇ ਕਦੀ ਰਾਮ ਮੰਦਿਰ ਦੇ ਨਾਮ ਉੱਤੇ ਅਤੇ ਕਦੀ ਗੁਰਦੁਆਰੇ, ਮਸਜਿਦ ਜਾਂ ਗਿਰਜੇ ਦੀ ਹੋਈ ਤੌਹੀਨ ਦੇ ਨਾਮ ਉੱਤੇ. ਹਿੰਦੁਸਤਾਨੀਆਂ ਦੀ ਅਜਿਹੀ ਮਾਨਸਿਕਤਾ ਮੇਰੀ ਨਜ਼ਮ 'ਭਾਰਤ' ਵਿੱਚ ਪੇਸ਼ ਕੀਤੀ ਗਈ ਹੈ :

ਅਜੇ ਵੀ ਲੋਕ
ਹਿੰਦੂ-ਪਾਣੀ, ਮੁਸਲਿਮ-ਪਾਣੀ ਕਰਦੇ ਹੋਏ

ਇੱਕ ਦੂਜੇ ਦੇ ਸਿਰ ਪਾੜਦੇ ਹਨ;
ਅਜੇ ਵੀ ਤੇਰੇ ਲੋਕ
ਮੰਦਿਰਾਂ, ਮਸਜਿਦਾਂ, ਗਿਰਜਿਆਂ
ਅਤੇ ਗੁਰਦੁਆਰਿਆਂ ਦੀਆਂ ਇੱਟਾਂ ਦੀ
ਮਨੁੱਖਾਂ ਤੋਂ ਵੱਧ ਕਦਰ ਕਰਦੇ ਨੇ;
ਅਜੇ ਵੀ ਤੇਰੇ ਲੋਕ
ਗਾਵਾਂ, ਸੂਰਾਂ, ਬੱਕਰੀਆਂ ਦੇ ਪਿੱਛੇ
ਮਨੁੱਖਾਂ ਦੇ ਕਤਲ ਕਰਦੇ ਨੇ

'ਦੇਸ਼ ਭਗਤੀ' ਅਤੇ 'ਆਖੌਤੀ ਦੇਸ਼ ਭਗਤੀ' ਵਿੱਚ ਫਰਕ ਸਮਝਣਾ ਬਹੁਤ ਜ਼ਰੂਰੀ ਹੈ. ਇੱਕ ਪਾਸੇ ਊਧਮ ਸਿੰਘ, ਸ਼ਹੀਦ ਭਗਤ ਸਿੰਘ, ਕਰਤਾਰ ਸਿੰਘ ਸਰਾਭਾ, ਚੰਦਰ ਸ਼ੇਖਰ ਆਜ਼ਾਦ ਵਰਗੇ ਸੱਚੇ ਦੇਸ਼ ਭਗਤ ਸਨ ਜੋ ਦੇਸ਼ ਦੀ ਆਜ਼ਾਦੀ ਖਾਤਰ ਆਪਣੀਆਂ ਜਾਨਾਂ ਕੁਰਬਾਨ ਕਰ ਗਏ; ਦੂਜੇ ਪਾਸੇ ਆਖੌਤੀ ਦੇਸ਼ ਭਗਤ ਹਨ ਜੋ ਕਿ ਗਊ ਮਾਤਾ ਦੇ ਰੱਖਿਅਕ ਬਣ ਕੇ ਦੇਸ਼ ਭਰ ਵਿੱਚ ਮਜ਼ਲੂਮਾਂ ਦੇ ਕਤਲ ਕਰ ਰਹੇ ਹਨ ਅਤੇ ਦੇਸ਼ ਦੇ ਟੈਲੀਵੀਜ਼ਨ ਸਕਰੀਨਾਂ ਉੱਤੇ ਦੇਸ਼ ਭਗਤੀ ਦੇ ਦਮਗੱਜੇ ਮਾਰ ਰਹੇ ਹਨ. ਇਹੀ ਕਾਰਨ ਹੈ ਕਿ ਸੱਚੇ ਦੇਸ਼ ਭਗਤਾਂ ਨੂੰ ਦੁਨੀਆਂ ਦੇ ਕੋਨੇ ਕੋਨੇ ਵਿੱਚ ਲੋਕ ਪਿਆਰ ਅਤੇ ਸਤਿਕਾਰ ਨਾਲ ਯਾਦ ਕਰਦੇ ਹਨ; ਜਦੋਂ ਕਿ ਆਖੌਤੀ ਦੇਸ਼ ਭਗਤਾਂ ਨੂੰ ਦੁਨੀਆਂ ਭਰ ਵਿੱਚ ਲੋਕ 'ਦੁਰ ਫਿਟੇ ਮੂੰਹ' ਕਹਿ ਰਹੇ ਹਨ. ਅਜਿਹੇ ਆਖੌਤੀ ਦੇਸ਼ ਭਗਤਾਂ ਬਾਰੇ ਮੇਰੀ ਨਜ਼ਮ 'ਦੇਸ ਭਗਤੀ' ਚਰਚਾ ਛੇੜਦੀ ਹੈ :

ਗਾਵਾਂ ਦੀ ਪੂਜਾ ਕਰਨੀ
ਜਦੋਂ, ਦੇਸ ਭਗਤੀ ਦਾ
ਸਭ ਤੋਂ ਵੱਡਾ ਅਤੇ ਪੁਖਤਾ
ਮਿਆਰ ਬਣ ਗਿਆ
ਤਾਂ, ਮਨੁੱਖਾਂ ਦੇ ਸਿਰ
ਪੈਰਾਂ ਵਿੱਚ ਰੁਲਣ ਲੱਗੇ

ਜਿਸ ਨੇ ਵੀ ਗਾਂ ਨੂੰ
ਆਪਣੀ ਮਾਂ ਮੰਨਣ ਤੋਂ
ਇਨਕਾਰ ਕੀਤਾ, ਉਸ ਨੂੰ ਹੀ
ਦੇਸ-ਧ੍ਰੋਹੀ ਹੋਣ ਦਾ
ਫਤਵਾ ਸੁਨਣਾ ਪਿਆ

ਅਤੇ ਫਿਰ
ਗਾਂ-ਮਾਫੀਆ ਕੋਲੋਂ
ਤੁਹਾਨੂੰ, ਕੋਈ ਵੀ
ਨਹੀਂ ਸੀ ਬਚਾ ਸਕਦਾ

....

ਗਾਂ-ਮਾਫੀਆ ਦੇ ਗੁੰਡੇ
ਪੁਲਿਸ ਦੀ ਪੂਰੀ ਧਾੜ ਦੀ
ਹਾਜ਼ਰੀ ਵਿੱਚ ਵੀ
ਮਾਸੂਮ ਅਤੇ ਬੇਗੁਨਾਹ ਲੋਕਾਂ ਨੂੰ
ਛੱਲੀਆਂ ਵਾਂਗ ਕੁੱਟ ਸੁੱਟਦੇ
(ਦੇਸ ਭਗਤੀ)

ਸਰਕਾਰਾਂ ਅਕਸਰ ਹੀ ਦੇਸਵਾਸੀਆਂ ਦਾ ਧਿਆਨ ਦੇਸ ਦੀਆਂ ਸਮੱਸਿਆਵਾਂ ਤੋਂ ਪਾਸੇ ਕਰਨ ਲਈ ਆਪਣੇ ਗਵਾਂਢੀ ਦੇਸ਼ਾਂ ਨਾਲ ਜੰਗ ਛੇੜ ਲੈਂਦੀਆਂ ਹਨ ਅਤੇ ਇਸ ਤਰ੍ਹਾਂ ਦੇਸਵਾਸੀਆਂ ਦੇ ਮਨਾਂ ਅੰਦਰ ਆਖੌਤੀ ਦੇਸ ਭਗਤੀ ਦਾ ਜਜ਼ਬਾ ਜਗਾ ਕੇ ਉਨ੍ਹਾਂ ਨੂੰ ਜੰਗ ਦੀ ਭੱਠੀ ਵਿੱਚ ਝੋਕ ਦਿੰਦੀਆਂ ਹਨ. ਇਸ ਕੰਮ ਲਈ ਹਿੰਦੁਸਤਾਨ ਅਤੇ ਪਾਕਿਸਤਾਨ - ਦੋਹਾਂ ਦੇਸ਼ਾਂ ਦੇ ਰਾਜਨੀਤੀਵਾਨ ਤਾਂ ਇਤਨੇ ਗ਼ੈਰ-ਜ਼ਿਮੇਵਾਰ ਹਨ ਕਿ ਗਾਹੇ-ਬਗਾਹੇ ਇੱਕ ਦੂਜੇ ਉੱਤੇ ਐਟਮ ਬੰਬ ਸੁੱਟਣ ਦੀਆਂ ਧਮਕੀਆਂ ਦੇਣ ਲੱਗ ਜਾਂਦੇ ਹਨ; ਜਿਵੇਂ ਕਿਤੇ ਐਟਮੀ ਜੰਗ ਬੱਚਿਆਂ ਦੀ ਖੇਡ ਹੋਵੇ. ਇਨ੍ਹਾਂ ਨੂੰ ਇਸ ਗੱਲ ਦੀ ਜਾਣਕਾਰੀ ਨਹੀਂ ਕਿ ਜੇਕਰ ਇੱਕ ਵਾਰ ਹਿੰਦੁਸਤਾਨ ਅਤੇ ਪਾਕਿਸਤਾਨ ਦਰਮਿਆਨ ਐਟਮੀ ਜੰਗ ਛਿੜ ਗਈ ਤਾਂ ਫਿਰ ਨ ਤਾਂ ਹਿੰਦੁਸਤਾਨ ਹੀ ਬਚੇਗਾ ਅਤੇ ਨ ਹੀ ਪਾਕਿਸਤਾਨ ਦਾ ਹੀ ਕੋਈ ਨਾਮ ਨਿਸ਼ਾਨ ਬਾਕੀ ਰਹੇਗਾ. ਦੋਵੇਂ ਦੇਸ਼ ਹੀ ਖੰਡਰ ਬਣ ਕੇ ਰਹਿ ਜਾਣਗੇ. ਅਜਿਹੇ ਆਖੌਤੀ ਦੇਸ਼ ਭਗਤ ਜੰਗਬਾਜ਼ਾਂ ਬਾਰੇ ਵੀ ਮੇਰੀ ਨਜ਼ਮ 'ਬਰਸ ਰਹੇ ਬੰਬਾਂ ਦੀ ਰੁੱਤ' ਚਰਚਾ ਛੇੜਦੀ ਹੈ :

ਕੰਧ ਦੇ ਦੋਹੇਂ ਪਾਸੇ ਹੀ ਜਦ
ਆਦਮ-ਬੋਅ, ਆਦਮ-ਬੋਅ ਕਰਦੇ ਹਤਿਆਰੇ
ਮੋਢਿਆਂ ਉੱਤੇ ਏ.ਕੇ.-47 ਬੰਦੂਕਾਂ ਚੁੱਕੀ
ਫੂਕ ਦਿਆਂਗੇ, ਫੂਕ ਦਿਆਂਗੇ
ਧਰਤ ਕੰਬਾਊ ਨਾਹਰੇ ਲਾ ਕੇ
ਆਪਣਾ ਜੀਅ ਭਰਮਾਉਂਦੇ ਹੋਵਣ
ਤਾਂ ਕਿਸ ਨੂੰ ਵਿਹਲ ਪਈ ਹੈ
ਉਨ੍ਹਾਂ ਨੂੰ ਇਹ ਦੱਸਣ ਦੀ :
ਭਲਿਓ ਲੋਕੋ ! ਤੁਸੀਂ ਤਾਂ ਪਲ, ਛਿਣ ਦੇ

ਹਾਸੇ, ਠੱਠੇ ਲਈ ਇੰਜ ਕਰਕੇ
ਆਪਣਾ ਮਨ ਬਹਿਲਾ ਲੈਣਾ ਹੈ
ਪਰ ਜਿਨ੍ਹਾਂ ਅਣਗਿਣਤ ਘਰਾਂ 'ਚ
ਸੱਥਰ ਵਿਛ ਜਾਣੇ ਨੇ
ਜਿਨ੍ਹਾਂ ਘਰਾਂ ਦੇ ਬਲਦੇ ਚੁੱਲ੍ਹੇ ਬੁਝ ਜਾਣੇ ਨੇ
ਜਿਨ੍ਹਾਂ ਬਾਲਾਂ ਦੇ ਸਿਰਾਂ ਤੋਂ
ਪਿਓਆਂ ਦਾ ਸਾਇਆ ਉੱਠ ਜਾਣਾ ਹੈ
ਜਿਨ੍ਹਾਂ ਨਵ ਵਿਆਹੀਆਂ ਨਾਰਾਂ ਦੇ ਪਤੀਆਂ ਨੇ
ਮੁੜ ਕਦੀ ਵੀ ਘਰ ਨਹੀਂ ਮੁੜਨਾ
ਜਿਨ੍ਹਾਂ ਮਾਵਾਂ ਦੇ ਪੁੱਤਾਂ ਨੇ
ਬਲੀ ਦੇ ਬੱਕਰੇ ਬਣ ਜਾਣਾ ਹੈ
ਜਿਨ੍ਹਾਂ ਭੈਣਾਂ ਦਾ ਦੁੱਖ-ਸੁੱਖ ਵਿੱਚ ਯਾਦ ਕਰਨ ਲਈ
ਕੋਈ ਭਰਾ ਬਾਕੀ ਨਹੀਂ ਰਹਿਣਾ
ਉਨ੍ਹਾਂ ਦੇ ਡੁੱਬ ਰਹੇ ਮਨਾਂ ਨੂੰ
ਧਰਵਾਸ ਕਿਵੇਂ ਆਵੇਗਾ ?

(ਬਰਸ ਰਹੇ ਬੰਬਾਂ ਦੀ ਰੁੱਤ)

ਆਖੌਤੀ ਦੇਸ਼ ਭਗਤਾਂ ਦੀ ਇੱਕ ਹੋਰ ਵੀ ਕਿਸਮ ਹੁੰਦੀ ਹੈ. ਜਿਨ੍ਹਾਂ ਦਾ ਉਦੇਸ਼ ਮਹਿਜ਼ ਆਖੌਤੀ ਦੇਸ਼ ਭਗਤ ਬਣਕੇ ਕਾਊਂਸਲੇਟ ਦਫਤਰਾਂ / ਡਿਪਲੋਮੈਟ ਦਫਤਰਾਂ ਵਿੱਚ ਜਾ ਕੇ ਚਮਚਾਗੀਰੀ ਕਰਨੀ ਅਤੇ ਕਿਸੀ ਨ ਕਿਸੀ ਢੰਗ ਰਾਹੀਂ ਪੂਛ ਹਿਲਾਣੀ ਤਾਂ ਕਿ ਸਰਕਾਰੀ ਦਫ਼ਤਰ ਉਨ੍ਹਾਂ ਲੋਕਾਂ ਦੀਆਂ ਝੋਲੀਆਂ ਬਖਸ਼ੀਸ਼ਾਂ ਨਾਲ ਭਰ ਦੇਣ. ਜਿਵੇਂ ਕਿ ਇੰਡੀਆ ਵਿੱਚ ਕਿਸੇ ਦੇ ਘਰ ਬੱਚਾ ਜੰਮਣ ਉੱਤੇ ਖੁਸਰੇ ਨੱਚਣ ਆਉਂਦੇ ਹਨ ਅਤੇ ਬਖਸ਼ੀਸ਼ਾਂ ਲੈ ਕੇ ਜਾਂਦੇ ਹਨ. ਅਜਿਹੇ ਵਿਅਕਤੀਆਂ ਦੀ ਤਸਵੀਰ ਮੇਰੀ ਨਜ਼ਮ 'ਸ਼ਕਿਜ਼ੋਫਰੇਨੀਆ-2' ਵਿੱਚ ਉਤਾਰੀ ਗਈ ਹੈ :

ਡਿਪਲੋਮੈਟ - ਵਧੀਆ ਕਾਰਾਂ ਦਾ ਸ਼ੌਕ ਰੱਖਦੇ ਹਨ
ਵਧੀਆ ਔਰਤਾਂ, ਵਧੀਆ ਘਰਾਂ ਅਤੇ ਵਧੀਆ ਸ਼ਰਾਬ ਦਾ ਵੀ
ਡਿਪਲੋਮੈਟ - ਵਧੀਆ ਕੁੱਤੇ ਪਾਲਣ ਦੇ ਵੀ ਸ਼ੌਕੀਨ ਹੁੰਦੇ ਹਨ
ਕੁੱਤੇ - ਜੋ ਉਨ੍ਹਾਂ ਦੀ ਰਾਖੀ ਲਈ
ਉਨ੍ਹਾਂ ਦੇ ਘਰਾਂ ਮੂਹਰੇ ਪਹਿਰਾ ਦਿੰਦੇ ਹਨ
ਕੁੱਤੇ - ਜੋ ਉਨ੍ਹਾਂ ਦੇ ਘੜਿਆਂ 'ਚੋਂ ਵਧੀਆ ਸ਼ਰਾਬ ਪੀ ਕੇ
ਮੌਸਮੀ ਘੁਰਰ-ਘੁਰਰ ਕਰਦੇ ਹਨ
ਕੁੱਤੇ - ਜੋ ਮੁਰਗਿਆਂ ਦੀਆਂ ਟੰਗਾਂ ਚੱਬਦੇ ਹੋਏ
ਧੰਨਵਾਦ ਵਜੋਂ ਪੂਛਾਂ ਹਿਲਾਂਦੇ ਹਨ

ਕੁੱਤੇ - ਜੋ ਉਨ੍ਹਾਂ ਦੇ ਅਸ਼ੀਰਵਾਦਾਂ ਨਾਲ ਲਿਬੜੇ
ਰੇਡੀਓ-ਟੀ.ਵੀ. ਪ੍ਰੋਗਰਾਮ ਚਲਾਂਦੇ ਹਨ
ਕੁੱਤੇ - ਜੋ ਉਨ੍ਹਾਂ ਦੀ ਮਾਨਸਿਕ ਸੰਤੁਸ਼ਟੀ ਲਈ
ਬੇ-ਮੌਸਮੀਂ ਚਿਤਰਕਾਰੀ ਦਾ ਦੰਭ ਭਰਦੇ ਹਨ
ਕੁੱਤੇ - ਜੋ ਉਨ੍ਹਾਂ ਲਈ, ਉਨ੍ਹਾਂ ਦੀਆਂ ਖੁਰਲੀਆਂ ਲਈ
'ਮਨੁੱਖੀ ਵਿਉਪਾਰ' ਕਰਦੇ ਹਨ
ਕੁੱਤੇ - ਜੋ ਉਨ੍ਹਾਂ ਦੇ ਇਸ਼ਾਰਿਆਂ 'ਤੇ
ਰਾਜਨੀਤੀ ਵਿੱਚ ਸ਼ਾਜ਼ਿਸ਼ਾਂ ਰਚਾਉਂਦੇ ਹਨ

ਮਰਦ-ਪ੍ਰਧਾਨ ਸਮਾਜ ਵਿੱਚ ਔਰਤ ਨਾਲ ਹੁੰਦੀਆਂ ਜ਼ਿਆਦਤੀਆਂ ਅਤੇ ਉਸ ਉੱਤੇ ਹੁੰਦੇ ਹਿੰਸਾਤਮਕ ਹਮਲਿਆਂ ਦਾ ਮੈਂ ਸਦਾ ਹੀ ਸਖਤ ਆਲੋਚਕ ਰਿਹਾ ਹਾਂ. ਮੈਂ ਇਸ ਵਿਚਾਰ ਦਾ ਵੀ ਧਾਰਨੀ ਹਾਂ ਕਿ ਔਰਤ ਨੂੰ ਆਪਣੇ ਨਾਲ ਹੁੰਦੀਆਂ ਜ਼ਿਆਦਤੀਆਂ ਨੂੰ ਚੁਣੌਤੀ ਦੇਣ ਲਈ ਸ਼ਕਤੀਸ਼ਾਲੀ ਆਵਾਜ਼ ਨਾਲ ਬੋਲਣਾ ਚਾਹੀਦਾ ਹੈ. ਮੇਰੀ ਨਜ਼ਮ 'ਨੀਲਮ, ਤੂੰ ਕਦ ਬੋਲੇਂਗੀ' ਵਿੱਚ ਵੀ ਮੇਰੇ ਇਨ੍ਹਾਂ ਵਿਚਾਰਾਂ ਦੀ ਹੀ ਤਰਜ਼ਮਾਨੀ ਕੀਤੀ ਗਈ ਹੈ:

ਸਦੀਆਂ ਬੀਤ ਗਈਆਂ
ਪਰ ਤੇਰੀ ਚੁੱਪ ਨਹੀਂ ਟੁੱਟੀ
ਨੀਲਮ, ਤੂੰ ਕਦ ਬੋਲੇਂਗੀ -

ਇੱਕ ਦਿਨ ਤਾਂ ਤੈਨੂੰ ਬੋਲਣ ਦੀ
ਜੁਰੱਅਤ ਕਰਨੀ ਪੈਣੀ
ਭਰੀ ਸਭਾ ਵਿੱਚ ਤੇਰੀ ਪੱਤ ਰੋਲਣ ਵਾਲੇ
ਦਰਯੋਧਨ ਦੇ ਮੂੰਹ ਉੱਤੇ ਥੁੱਕਣਾ ਪੈਣਾ
ਤੈਨੂੰ ਨੀਚ ਗੰਵਾਰ ਲਿਖਣ ਵਾਲੇ
ਮਹਾਂ ਕਵੀ ਤੁਲਸੀ ਦੀ ਬੋਦੀ ਖਿਚਣੀ ਪੈਣੀ
ਭੱਠ ਰੰਨਾਂ ਦੀ ਦੋਸਤੀ ਕਹਿੰਦੇ
ਪੀਲੂ ਦੇ ਕੰਨ ਖਿਚਣੇ ਪੈਣੇ
ਗਰਭਵਤੀ ਹੁੰਦਿਆਂ ਵੀ ਤੈਨੂੰ ਜੰਗਲ ਵੱਲ ਧੱਕਣ ਵਾਲੇ
ਰਾਮ ਦੀ ਸੂਰਮਗਤੀ 'ਤੇ ਸੁਆਲੀਆ ਚਿੰਨ੍ਹ ਲਗਾਣਾ ਪੈਣਾ

ਔਰਤ ਦੀ ਜ਼ਿੰਦਗੀ ਦੀ ਤਰਾਸਦੀ ਨੂੰ ਮੇਰੀ ਨਜ਼ਮ 'ਉਹ, ਇੱਕ ਔਰਤ ਹੈ' ਕੁਝ ਇਸ ਤਰ੍ਹਾਂ ਬਿਆਨ ਕਰਦੀ ਹੈ :

ਇੱਕ ਦਿਨ, ਉਹ ਖਿੜਿਆ ਗੁਲਾਬ ਹੁੰਦੀ ਹੈ
ਦੂਜੇ ਦਿਨ, ਚੁੱਲ੍ਹੇ ਵਿੱਚ ਪਈ ਸਵਾਹ ਦਾ ਢੇਰ

ਇੱਕ ਰਾਤ ਵਿੱਚ ਹੀ ਕਿੰਨਾਂ ਬਦਲ ਜਾਂਦਾ ਹੈ
ਇੱਕ ਦਿਨ, ਉਹ ਬਹਾਰ ਦੇ ਮੌਸਮ ਵਿੱਚ ਖਿੜੀ ਕਲੀ ਹੁੰਦੀ ਹੈ
ਦੂਜੇ ਦਿਨ, ਬਰਫ਼ੀਲੇ ਝੱਖੜ ਨਾਲ ਝੰਬੀ ਹੋਈ ਇੱਕ ਵੇਲ
ਇੱਕ ਰਾਤ ਵਿੱਚ ਹੀ ਕਿੰਨਾਂ ਬਦਲ ਜਾਂਦਾ ਹੈ ਮੌਸਮ

ਇੱਕ ਦਿਨ, ਉਹ ਬੱਚਿਆਂ ਦੀ ਪਿਆਰੀ ਮਾਂ ਹੁੰਦੀ ਹੈ
ਦੂਜੇ ਦਿਨ, ਲੱਪ ਲੱਪ ਹੰਝੂ ਕੇਰ ਰਹੀ ਬੇਸਹਾਰਾ ਔਰਤ
ਇੱਕ ਰਾਤ ਵਿੱਚ ਹੀ ਕਿੰਨਾਂ ਬਦਲ ਜਾਂਦਾ ਹੈ ਮੌਸਮ

ਇੱਕ ਦਿਨ, ਉਹ ਪਿਆਰ, ਸਤਿਕਾਰ,
ਯੋਗ ਹੱਡ ਮਾਸ ਦਾ ਪੁਤਲਾ ਹੁੰਦੀ ਹੈ
ਦੂਜੇ ਦਿਨ, ਭੇਡ, ਬੱਕਰੀ, ਢੋਰ, ਗੰਵਾਰ,
ਨਫ਼ਰਤ ਕਰਨ ਯੋਗ ਇੱਕ ਵਸਤੂ
ਇੱਕ ਰਾਤ ਵਿੱਚ ਹੀ ਕਿੰਨਾਂ ਬਦਲ ਜਾਂਦਾ ਹੈ ਮੌਸਮ
ਇੱਕ ਦਿਨ, ਉਹ ਬਲੌਰੀ ਅੱਖਾਂ ਵਾਲੀ
ਸੱਸੀ, ਸੋਹਣੀ, ਹੀਰ ਹੁੰਦੀ ਹੈ
ਦੂਜੇ ਦਿਨ, ਰੋ ਰੋ ਸੁੱਜੀਆਂ ਅੱਖਾਂ ਜਿਸਮ
'ਤੇ ਥਾਂ ਥਾਂ ਪਏ ਨੀਲ ਵਾਲੀ ਕੁੜੀ
ਇੱਕ ਰਾਤ ਵਿੱਚ ਹੀ ਕਿੰਨਾਂ ਬਦਲ ਜਾਂਦਾ ਹੈ ਮੌਸਮ

ਪਰ ਔਰਤ ਦੀ ਤਰਾਸਦੀ ਇਸ ਤੋਂ ਵੀ ਵੱਧ ਭਿਆਨਕ ਹੈ. ਸਾਡੇ ਕਵੀਆਂ, ਚਿੰਤਕਾਂ, ਧਰਮੀ ਆਗੂਆਂ, ਧਾਰਮਿਕ ਗ੍ਰੰਥਾਂ ਨੇ ਔਰਤ ਨੂੰ ਪੈਰ ਦੀ ਜੁੱਤੀ ਬਣਾ ਕੇ ਰੱਖ ਦਿੱਤਾ ਹੈ. ਮੇਰੀ ਨਜ਼ਮ 'ਰਿਸ਼ਤਾ' ਇਸ ਤਰਾਸਦੀ ਦੀ ਭਿਆਨਕਤਾ ਵੱਲ ਧਿਆਨ ਦੁਆਂਦੀ ਹੈ :

ਕਿੰਝ, ਮੈਂ, ਮਾਂ, ਭੈਣ, ਧੀ, ਪਤਨੀ
ਦੇ ਪਵਿੱਤਰ ਰਿਸ਼ਤਿਆਂ ਤੋਂ
ਮੰਡੀ 'ਚ ਵਿਕਣ ਵਾਲੀ
ਇੱਕ ਸ਼ੈਅ ਬਣਾ ਕੇ
ਦੁਕਾਨਾਂ ਦੀਆਂ ਪ੍ਰਦਰਸ਼ਨੀ
ਖਿੜਕੀਆਂ 'ਚ ਸਜਾ ਕੇ
ਰੱਖ ਦਿੱਤੀ ਗਈ

ਮੇਰੀਆਂ ਅਨੇਕਾਂ ਹੋਰ ਨਜ਼ਮਾਂ ਵਿੱਚ ਵੀ ਔਰਤ ਦੀ ਤਰਾਸਦੀ ਨਾਲ ਜੁੜੇ ਸੁਆਲਾਂ ਬਾਰੇ ਚਰਚਾ ਛੇੜਿਆ ਗਿਆ ਹੈ :

ਕਿਸ ਨੇ ਤੇਰੇ ਪੈਰਾਂ ਵਿੱਚ
ਗੁਲਾਮੀ ਦੀਆਂ ਜੰਜੀਰਾਂ ਬੰਨ੍ਹੀਆਂ
ਕਿਸ ਨੇ ਤੇਰੇ ਸਾਹ ਸੂਤ ਲੈਣ ਲਈ
ਤੇਰੇ ਹਰ ਰਾਹ ਉੱਤੇ ਫਨੀਅਰ ਸੱਪ ਛੱਡੇ
ਕਿਸ ਨੇ ਤੇਰੀ ਪੱਤ ਰੋਲਣ ਲਈ
ਧਰਮ ਗ੍ਰੰਥਾਂ ਵਿੱਚ ਤੈਨੂੰ ਨੀਚ ਦਿਖਾਇਆ
ਕਿਸ ਨੇ ਉਮਰਾਂ ਦਾ ਰੋਣਾ ਤੇਰੇ ਪੱਲੇ ਬੰਨ੍ਹਣ ਲਈ
ਹਰ ਸ਼ਹਿਰ, ਹਰ ਦੇਸ਼, 'ਚ ਤੈਨੂੰ ਚਕਲੇ ਵਿੱਚ ਬਿਠਾਇਆ
ਕਿਸ ਨੇ ਤੈਨੂੰ ਮਾਂ ਦੀ ਕੁੱਖ ਵਿੱਚ ਹੀ ਕਤਲ ਕਰਨ ਲਈ
ਧਰਤੀ ਦੇ ਚੱਪੇ ਚੱਪੇ ਉੱਤੇ ਕੋਹੜ ਫੈਲਾਇਆ
ਕਿਸ ਨੇ ਤੇਰੇ ਹੋਠਾਂ ਨੂੰ ਜੰਦਰਾ ਲਾਉਣ ਲਈ
ਆਪਣੇ ਹੰਕਾਰੀ ਹੋਣ ਦਾ ਢੋਲ ਵਜਾਇਆ
(ਨੀਲਮ, ਤੂੰ ਕਦ ਬੋਲੇਂਗੀ)

ਪਰ ਔਰਤ ਦੀ ਇਸ ਤਰਾਸਦੀ ਨੂੰ ਮੋੜਾ ਦੇਣ ਲਈ ਸਮਾਜਿਕ, ਸਭਿਆਚਾਰਕ, ਰਾਜਨੀਤਿਕ, ਵਿੱਦਿਅਕ ਤੌਰ ਉੱਤੇ ਸੁਚੇਤ ਯਤਨ ਕਰਨੇ ਪੈਣਗੇ ਤਾਂ ਹੀ ਹਾਲਾਤ ਬਦਲ ਸਕਣਗੇ. ਮੇਰੀ ਨਜ਼ਮ 'ਕੁੜੀਆਂ ਕਦੋਂ ਹੱਸਦੀਆਂ ਨੇ' ਇਸ ਸਬੰਧ ਵਿਚ ਕੁਝ ਵਿਚਾਰ ਪੇਸ਼ ਕਰਦੀ ਹੈ :

ਧੀਆਂ ਨੂੰ ਹੱਸਣ ਦਿਓ–
ਹੱਸਦੀਆਂ ਹੀ ਚੰਗੀਆਂ ਲੱਗਦੀਆਂ ਨੇ, ਉਹ
ਹੱਸਦੀਆਂ ਧੀਆਂ ਨੂੰ ਦੇਖ ਯਾਦ ਆਵੇਗਾ
ਚਿੜੀਆਂ ਦਾ ਚਹਿਕਣਾ
ਚਿੜੀਆਂ ਦੇ ਚਹਿਕਣ ਨਾਲ ਯਾਦ ਆਵੇਗੀ
ਸਵੇਰ ਦੀ ਤਾਜ਼ਗੀ
ਸਵੇਰ ਦੀ ਤਾਜ਼ਗੀ ਨਾਲ ਯਾਦ ਆਵੇਗਾ
ਫੁੱਲਾਂ ਦਾ ਖਿੜਨਾ
ਫੁੱਲਾਂ ਦੇ ਖਿੜਨ ਨਾਲ ਯਾਦ ਆਵੇਗੀ
ਚੌਗਿਰਦੇ 'ਚ ਫੈਲੀ ਮਹਿਕ
ਮਹਿਕ ਨਾਲ ਯਾਦ ਆਵੇਗਾ
ਤੁਹਾਨੂੰ ਆਪਣਾ ਹੀ ਹਸੂੰ ਹਸੂੰ ਕਰਦਾ ਚਿਹਰਾ
ਹਸੂੰ ਹਸੂੰ ਕਰਦੇ ਚਿਹਰੇ ਨਾਲ ਯਾਦ ਆਵੇਗਾ
ਕਿੰਨ੍ਹੇ ਹੀ ਖੁਸ਼ਗਵਾਰ ਮੌਸਮਾਂ ਦਾ ਇਤਿਹਾਸ
ਧਰਤੀ, ਹਵਾ, ਪਾਣੀ ਦੀ ਸਿਹਤ ਦਾ ਮਨੁੱਖ ਦੀ ਹੋਂਦ ਨਾਲ ਸਿੱਧਾ ਸਬੰਧ

ਹੈ. ਵਾਤਾਵਰਨ ਵਿੱਚ ਵਿਗਾੜ ਪੈਦਾ ਹੋਣ ਨਾਲ ਧਰਤੀ ਉੱਤੇ ਅਨੇਕਾਂ ਮੁਸੀਬਤਾਂ ਪੈਦਾ ਹੋ ਜਾਂਦੀਆਂ ਹਨ. ਇਨ੍ਹਾਂ ਮੁਸੀਬਤਾਂ ਦਾ ਸਿੱਧਾ ਸਬੰਧ ਧਰਤੀ ਉੱਤੇ ਰਹਿ ਰਹੇ ਮਨੁੱਖ ਨਾਲ ਹੁੰਦਾ ਹੈ. ਇਸ ਗੱਲ ਦਾ ਅਹਿਸਾਸ ਮਨੁੱਖ ਨੂੰ ਹੌਲੀ ਹੌਲੀ ਹੋਣ ਲੱਗਾ ਹੈ; ਪਰ ਇਸ ਦੇ ਬਾਵਜੂਦ ਧਰਤੀ ਦੇ ਕੁਝ ਹਿੱਸੇ ਉੱਤੇ ਕਾਬਜ ਮਨੁੱਖੀ ਸ਼ਕਤੀਆਂ ਆਪਣੀ ਐਸ਼-ਪ੍ਰਸਤੀ ਖਾਤਰ ਅਤੇ ਮੁਨਾਫ਼ਾ ਕਮਾਉਣ ਖਾਤਰ ਵਾਤਾਵਰਨ ਨੂੰ ਪ੍ਰਦੂਸ਼ਿਤ ਕਰ ਰਹੀਆਂ ਹਨ. ਕੁਝ ਲੋਕ ਇਸ ਗੱਲ ਤੋਂ ਹੀ ਅਨਜਾਣ ਹਨ ਕਿ ਉਹ ਵਾਤਾਵਰਨ ਨੂੰ ਪ੍ਰਦੂਸ਼ਿਤ ਕਰ ਰਹੇ ਹਨ, ਪਰ ਇਸ ਦੇ ਨਤੀਜੇ ਸਮੁੱਚੀ ਮਨੁੱਖਤਾ ਨੂੰ ਭੁਗਤਣੇ ਪੈ ਰਹੇ ਹਨ. ਇਸ ਮਸਲੇ ਨੂੰ ਮੈਂ ਆਪਣੀ ਨਜ਼ਮ 'ਗਲੋਬਲੀਕਰਨ-11' ਵਿੱਚ ਵਿਚਾਰਿਆ ਹੈ :

ਗਲੋਬਲ ਵਾਰਮਿੰਗ
ਸਮੁੱਚੀ ਮਨੁੱਖ ਜਾਤੀ ਲਈ
ਚਿੰਤਾ ਦਾ ਵਿਸ਼ਾ
ਬਣ ਗਿਆ ਹੈ

ਪਰ ਅਮਰੀਕਾ ਸੋਚਦਾ ਹੈ
ਇਸ ਪਰਲੋ ਵਿੱਚ, ਜੇਕਰ
ਹਰ ਕੋਈ ਡੁੱਬ ਰਿਹਾ ਹੈ
ਤਾਂ, ਉਸ ਨੂੰ ਇਸ ਬਾਰੇ

ਵਾਧੂ ਚਿੰਤਾ ਕਰਨ ਦੀ
ਕੀ ਲੋੜ ਹੈ -

ਕਾਲ ਪਵੇਗਾ
ਤਾਂ ਅਫਰੀਕਾ ਦੇ ਦੇਸਾਂ ਵਿੱਚ ਹੀ ਪਵੇਗਾ
ਲੂ ਨਾਲ ਲੱਖਾਂ ਲੋਕ ਮਾਰੇ ਜਾਣਗੇ
ਤਾਂ ਯੋਰਪ ਦੇ ਦੇਸ਼ ਹੀ
ਇਹ ਮੁਸੀਬਤ ਝਲਣਗੇ
ਹਜ਼ਾਰਾਂ ਨਵੀਆਂ ਬੀਮਾਰੀਆਂ ਫੈਲਣਗੀਆਂ
ਤਾਂ ਏਸ਼ੀਆ ਦੇ ਦੇਸ਼ ਹੀ
ਇਸ ਅੱਗ ਵਿੱਚ ਸੜਨਗੇ
ਦਹਿਸ਼ਤਵਾਦ ਦਾ ਪਾਸਾਰ ਹੋਵੇਗਾ
ਤਾਂ ਮਿਡਲ ਈਸਟ ਹੀ

ਜੰਗ ਦਾ ਮੈਦਾਨ ਬਣੇਗਾ
ਸਮੁੰਦਰ ਵਿੱਚ ਸ਼ਹਿਰ ਡੁੱਬਣਗੇ
ਤਾਂ ਵੀਨਸ ਵਰਗੇ ਸ਼ਹਿਰਾਂ ਦੀ ਹੀ
ਪਹਿਲਾਂ ਵਾਰੀ ਆਵੇਗੀ
ਹੜ੍ਹਾਂ ਨਾਲ ਭਾਰੀ ਤਬਾਹੀ ਹੋਵੇਗੀ
ਤਾਂ ਉਹ ਦੇਸ ਕੈਨੇਡਾ, ਰੂਸ, ਚੀਨ
ਫਿਜੀ ਜਾਂ ਬਰਾਜ਼ੀਲ ਹੀ ਹੋਣਗੇ

ਸ਼ਬਦ, ਭਾਸ਼ਾ ਅਤੇ ਮਾਂ-ਬੋਲੀ ਦੀ ਮਹੱਤਤਾ ਬਾਰੇ ਵੀ ਮੇਰੀਆਂ ਨਜ਼ਮਾਂ ਵਿੱਚ ਚਰਚਾ ਛੇੜਿਆ ਗਿਆ ਹੈ. ਜਦੋਂ ਮਨੁੱਖ ਇਨ੍ਹਾਂ ਦੀ ਮਹੱਤਤਾ ਬਾਰੇ ਭੁੱਲ ਜਾਂਦਾ ਹੈ ਤਾਂ ਉਸਦੀ ਜ਼ਿੰਦਗੀ ਵਿੱਚ ਸੰਕਟ ਪੈਦਾ ਹੋਣੇ ਸ਼ੁਰੂ ਹੋ ਜਾਂਦੇ ਹਨ. ਭਾਸ਼ਾ ਅਤੇ ਸ਼ਬਦਾਂ ਦੀ ਸਹੀ ਵਰਤੋਂ ਕਰਨ ਨਾਲ ਹੀ ਮਨੁੱਖ ਬੁਲੰਦੀਆਂ ਉੱਤੇ ਪਹੁੰਚਦਾ ਹੈ; ਭਾਸ਼ਾ/ਸ਼ਬਦਾਂ ਦੀ ਸਹੀ ਵਰਤੋਂ ਨ ਕਰਨ ਸਦਕਾ ਉਹ ਅਸਮਾਨ ਤੋਂ ਜ਼ਮੀਨ ਉੱਤੇ ਆ ਡਿੱਗਦਾ ਹੈ. ਮੇਰੀ ਨਜ਼ਮ 'ਨਿਕੀਆਂ ਨਿਕੀਆਂ ਗੱਲਾਂ' ਸ਼ਬਦਾਂ ਦੀ ਤਾਕਤ ਦਾ ਅਹਿਸਾਸ ਜਗਾਂਦੀ ਹੈ :

ਸ਼ਬਦ, ਮਾਰੂ ਹਥਿਆਰਾਂ ਤੋਂ ਵੀ
ਵੱਧ ਅਸਰਦਾਰ-
ਸ਼ਬਦਾਂ ਦਾ ਛੱਡਿਆ ਤੀਰ
ਮਨੁੱਖ ਦੀ ਚੇਤਨਾ ਨੂੰ
ਚੀਥੜਾ, ਚੀਥੜਾ ਕਰ ਦਿੰਦਾ
ਰੀੜ ਦੀ ਹੱਡੀ ਦੇ
ਮਣਕਿਆਂ ਨੂੰ, ਝਟਕੇ ਦੇਣ ਦੀ
ਇੱਕ ਨਿਰੰਤਰ ਪ੍ਰਕ੍ਰਿਆ ਵਿੱਚ
ਪਾ, ਤੁਹਾਡੇ ਪੈਰਾਂ ਹੇਠ
ਬਲਦੇ ਅੰਗਿਆਰ ਰੱਖ ਦਿੰਦਾ

ਬੋਲੀ ਦੀ ਸਹੀ ਵਰਤੋਂ ਬਾਰੇ ਵੀ ਮੇਰੀ ਨਜ਼ਮ 'ਨਿਕੀਆਂ ਨਿੱਕੀਆਂ ਗੱਲਾਂ' ਕੁਝ ਜਾਣਕਾਰੀ ਦਿੰਦੀ ਹੈ :

ਨਿੱਕੀਆਂ, ਨਿੱਕੀਆਂ ਗੱਲਾਂ ਨਾਲ -
ਤਿਤਲੀਆਂ ਦੇ ਪਰ ਉੱਗ ਆਂਦੇ
ਫੁੱਲ ਪੌਣਾਂ ਸੰਗ ਝੂਮਣ ਲੱਗ ਜਾਂਦੇ
ਨੀਲੇ ਅਸਮਾਨ ਵਿੱਚ ਸਤਰੰਗੀ ਪੀਂਘ ਪੈ ਜਾਂਦੀ
ਮੂਸਲਾਧਾਰ ਬਰਸਾਤਾਂ ਦਾ ਸਿਲਸਿਲਾ ਸ਼ੁਰੂ ਹੋ ਜਾਂਦਾ
ਬੰਜਰ ਜ਼ਮੀਨਾਂ 'ਚੋਂ ਕਰੂੰਬਲਾਂ ਫੁੱਟ ਪੈਂਦੀਆਂ

ਉਮਰਾਂ ਤੋਂ ਮੁਰਝਾਏ ਚਿਹਰਿਆਂ 'ਤੇ ਰੌਣਕ ਪਰਤ ਆਉਂਦੀ
ਕਿਸੇ ਦੀ ਉਡੀਕ ਵਿੱਚ ਨਜ਼ਰਾਂ ਬੇਹਬਲ ਹੋ ਉੱਠਦੀਆਂ

ਕੋਈ ਵੀ ਸ਼ਬਦ ਜਦੋਂ ਬੋਲਿਆ ਜਾਂਦਾ ਹੈ ਤਾਂ ਬੋਲਣ ਵਾਲੇ ਦੀ ਚੇਤਨਾ ਵਿੱਚ ਉਸ ਸ਼ਬਦ ਦੇ ਜੋ ਅਰਥ ਹੁੰਦੇ ਹਨ - ਇਹ ਜ਼ਰੂਰੀ ਨਹੀਂ ਕਿ ਸ਼ਬਦ ਸੁਣਨ ਵਾਲੇ ਦੀ ਚੇਤਨਾ ਵਿੱਚ ਵੀ ਸ਼ਬਦ ਉਹੀ ਅਰਥ ਪੈਦਾ ਕਰੇ. ਇਸ ਕਾਰਨ ਕਈ ਵਾਰ ਅਰਥਾਂ ਦਾ ਅਨਰਥ ਹੋ ਜਾਂਦਾ ਹੈ ਅਤੇ ਲੋਕ ਇੱਕ ਦੂਜੇ ਦਾ ਕਤਲ ਕਰਨ ਤੱਕ ਪਹੁੰਚ ਜਾਂਦੇ ਹਨ. ਮੇਰੀ ਨਜ਼ਮ 'ਸ਼ਕਿਜ਼ੋਫਰੇਨੀਆ-21' ਭਾਸ਼ਾ ਦੀ ਇਸ ਸਮੱਸਿਆ ਵੱਲ ਧਿਆਨ ਦੁਆਂਦੀ ਹੈ :

ਅਸੀਂ ਜਦ ਵੀ ਬੋਲਦੇ ਹਾਂ
ਸਾਨੂੰ ਮੁੜ, ਮੁੜ ਆਖਣਾ ਪੈਂਦਾ ਹੈ
ਜਨਾਬ ! ਦਰਅਸਲ ਮੈਂ ਇੰਝ ਕਿਹਾ ਸੀ !

ਅਤੇ ਇਸ ਵਕਫ਼ੇ ਵਿੱਚ
ਸ਼ਬਦਾਂ ਅਤੇ ਅਰਥਾਂ ਦੀਆਂ ਸਰਹੱਦਾਂ ਵਿਚਲੀ
ਨੋ-ਮੈਨਜ਼-ਲੈਂਡ ਦੀ ਜ਼ਰਖੇਜ਼ ਭੂਮੀ 'ਚੋਂ
ਕਿੰਨੇ ਹੀ ਹੱਥ ਉੱਠ ਖੜ੍ਹਦੇ ਹਨ
ਹਵਾ ਵਿੱਚ ਉੱਲਰੇ, ਮੁੱਕਿਆਂ, ਛਵੀਆਂ ਅਤੇ ਗੰਡਾਸੀਆਂ ਵਾਂਗ

ਤੇ ਫਿਰ, ਕਦੀ ਵੀ ਨ ਮੁੱਕਣ ਵਾਲੀ
ਇੱਕ ਦੌੜ ਦਾ ਆਰੰਭ ਹੁੰਦਾ ਹੈ
'ਅਰਥ' ਤਿਲਕਦੇ ਜਾਂਦੇ ਹਨ, ਹਰ ਵਾਰ
ਹੱਥਾਂ 'ਚ ਆਈ
ਚੁਲਬੁਲੀ ਮੱਛਲੀ ਦੇ ਵਾਂਗ !

ਮਨੁੱਖ ਦਾ ਆਪਣੀ ਮਾਂ-ਬੋਲੀ ਨਾਲ ਬਹੁਤ ਗੂੜ੍ਹਾ ਰਿਸ਼ਤਾ ਹੁੰਦਾ ਹੈ. ਜਿਹੜੇ ਲੋਕ ਆਪਣੇ ਘੁਮੰਡ ਕਾਰਨ ਮਾਂ-ਬੋਲੀ ਦੀ ਮਹੱਤਤਾ ਭੁੱਲ ਜਾਂਦੇ ਹਨ ਉਨ੍ਹਾਂ ਦੀਆਂ ਆਉਣ ਵਾਲੀਆਂ ਨਸਲਾਂ ਦੁੱਖ ਭੋਗਦੀਆਂ ਹਨ. ਇਸ ਗੱਲ ਦਾ ਅਹਿਸਾਸ ਬਦੇਸ਼ਾਂ ਵਿੱਚ ਰਹਿਣ ਵਾਲੇ ਪੰਜਾਬੀਆਂ ਨੂੰ ਹੈ. ਜਿਨ੍ਹਾਂ ਪੰਜਾਬੀਆਂ ਨੇ ਆਪਣੇ ਬੱਚਿਆਂ ਨੂੰ ਆਪਣੀ ਮਾਂ-ਬੋਲੀ ਪੰਜਾਬੀ ਨਾਲ ਨਹੀਂ ਜੋੜਿਆ ਉਨ੍ਹਾਂ ਦੇ ਬੱਚੇ ਵੱਡੇ ਹੋ ਕੇ ਨ ਸਿਰਫ ਮਾਂ-ਬੋਲੀ ਪੰਜਾਬੀ ਤੋਂ ਹੀ ਅਨਜਾਣ ਰਹੇ; ਬਲਕਿ ਉਹ ਪੰਜਾਬੀ ਵਿਰਸੇ ਅਤੇ ਪੰਜਾਬੀ ਸਭਿਆਚਾਰ ਤੋਂ ਵੀ ਅਨਜਾਣ ਹੋਣ ਕਾਰਨ ਆਪਣੇ ਹੀ ਘਰ ਵਿੱਚ ਉਨ੍ਹਾਂ ਬਜ਼ੁਰਗਾਂ ਨੂੰ ਨਫ਼ਰਤ ਦੀ ਨਿਗਾਹ ਨਾਲ ਦੇਖਣ ਲੱਗ ਪਏ ਜੋ ਪੰਜਾਬੀ ਵਿਰਸੇ ਅਤੇ ਪੰਜਾਬੀ ਸਭਿਆਚਾਰ ਦੀਆਂ ਗੱਲਾਂ ਕਰਦੇ ਸਨ. ਆਪਣੀ

ਮਾਂ-ਬੋਲੀ ਤੋਂ ਟੁੱਟ ਗਿਆ ਬੰਦਾ ਹੌਲੀ ਹੌਲੀ ਆਪਣੇ ਅੰਦਰੋਂ ਵੀ ਟੁੱਟਣਾ ਸ਼ੁਰੂ ਹੋ ਜਾਂਦਾ ਹੈ. ਉਸ ਨੂੰ ਮਹਿਸੂਸ ਹੋਣ ਲੱਗਦਾ ਹੈ ਕਿ ਇਸ ਦੁਨੀਆਂ ਨਾਲ ਉਸਦਾ ਕੋਈ ਸਬੰਧ ਨਹੀਂ. ਮੇਰੀ ਨਜ਼ਮ 'ਮਾਂ ਬੋਲੀ ਦਾ ਰਿਸ਼ਤਾ' ਮਾਂ-ਬੋਲੀ ਦੀ ਮਹੱਤਤਾ ਬਾਰੇ ਗੱਲ ਕਰਦੀ ਹੈ :

ਮਾਂ ਬੋਲੀ ਪੰਜਾਬੀ ਦੇ ਗੀਤਾਂ ਦੀ ਧੁੰਨ
ਦਿੱਲੀ ਦੀਆਂ ਹਵਾਵਾਂ ਵਿੱਚ ਗੂੰਜੇ, ਜਾਂ
ਲੰਡਨ, ਪੈਰਿਸ, ਨਿਊਯਾਰਕ
ਲਾਹੌਰ, ਟੋਰਾਂਟੋ ਦੇ ਬਾਜ਼ਾਰਾਂ ਵਿੱਚ
ਦਿਲਾਂ ਦੇ ਬੰਦ ਬੂਹੇ, ਆਪ ਮੁਹਾਰੇ
ਖੁੱਲ੍ਹ ਜਾਂਦੇ, ਹੋਠਾਂ ਉੱਤੇ
ਕੋਈ ਸਰਗਮ ਛਿੜਦੀ, ਜਿਵੇਂ
ਹਵਾ ਸੰਗ ਬਿਰਖਾਂ ਦੇ ਪੱਤੇ
ਹਿਲਦੇ, ਡਾਲੀ ਡਾਲੀ ਝੂਮਣ ਲੱਗਦੀ
ਮਹਿਕਾਂ ਭਰੀ ਹਵਾ ਦੇ ਚੁੰਮਣ ਦੀ ਨਸ਼ਿਆਈ

ਕੁਝ ਗੱਲਾਂ ਮੈਂ ਮਨੁੱਖੀ ਰਿਸ਼ਤਿਆਂ ਬਾਰੇ ਵੀ ਕਰਨਾ ਚਾਹਾਂਗਾ. ਮਨੁੱਖੀ ਰਿਸ਼ਤੇ ਬਹੁਤ ਹੀ ਸੂਖਮ ਤੰਦਾਂ ਦੇ ਬਣੇ ਹੁੰਦੇ ਹਨ. ਜ਼ਰਾ ਜਿਹੇ ਝਟਕੇ ਨਾਲ ਹੀ ਰਿਸ਼ਤੇ ਪਾਰੇ ਵਾਂਗ ਬਿਖਰ ਜਾਂਦੇ ਹਨ. ਇੱਕ ਵਾਰ ਰਿਸ਼ਤੇ ਖਿਲਰ ਜਾਣ ਤਾਂ ਹਜ਼ਾਰਾਂ ਕੋਸ਼ਿਸ਼ਾਂ ਕਰਨ ਦੇ ਬਾਵਜੂਦ ਵੀ ਉਹ ਪਹਿਲੀ ਸਥਿਤੀ ਵਿੱਚ ਨਹੀਂ ਆ ਸਕਦੇ - ਨ ਹੀ ਪਹਿਲਾਂ ਵਾਲਾ ਪਿਆਰ, ਦੋਸਤੀ ਅਤੇ ਵਿਸ਼ਵਾਸ ਬਣਿਆ ਰਹਿ ਸਕਦਾ ਹੈ. ਮੇਰੀਆਂ ਨਜ਼ਮਾਂ 'ਖਿੜਕੀਆਂ','ਇੱਕ ਔਰਤ' ਅਤੇ 'ਰਿਸ਼ਤਾ' ਇਸ ਵਿਸ਼ੇ ਬਾਰੇ ਕੁਝ ਖਿਆਲ ਪੇਸ਼ ਕਰਦੀਆਂ ਹਨ :

ਕੌਣ ਖੋਲ੍ਹਦਾ ਖਿੜਕੀਆਂ
ਤਨ, ਮਨ ਦੀਆਂ
ਐਸੀ ਹਵਾ ਲਈ
ਜਿਸਨੇ ਪਲ, ਪਲ
ਤਨ, ਮਨ ਨੂੰ ਦੁੱਖ ਦੇਣਾ
ਜਿਸਨੇ ਆਲ੍ਹਣਾ
ਤੀਲੋ ਤੀਲ ਕਰ ਦੇਣਾ
ਜਿਸਨੇ ਸੁਪਨਾ
ਲੀਰੋ ਲੀਰ ਕਰ ਦੇਣਾ
ਜਿਸਨੇ ਮਨ ਦੀ ਜ਼ਰਾਖੇਜ਼-ਭੂਮੀ ਨੂੰ
ਕੰਡਿਆਲੀਆਂ ਥੋਰਾਂ ਨਾਲ ਭਰ ਦੇਣਾ

ਜਿਸ ਨੇ ਮਨ ਦੇ ਤਹਿਖਾਨਿਆਂ ਵਿੱਚ ਉਤਰ
ਕੁਤਰ ਦੇਣੇ ਨੇ ਖੰਭ ਉੱਡ ਰਹੇ ਪਰਿੰਦੇ ਦੇ

ਮਨਾਂ ਵਿੱਚ ਦੂਰੀਆਂ ਉਦੋਂ ਹੀ ਪੈਂਦੀਆਂ ਹਨ ਜਦੋਂ ਅਸੀਂ ਦੂਸਰੇ ਵਿਅਕਤੀ ਦੀਆਂ ਭਾਵਨਾਵਾਂ ਅਤੇ ਅਹਿਸਾਸਾਂ ਨੂੰ ਕੋਈ ਅਹਿਮੀਅਤ ਨਹੀਂ ਦਿੰਦੇ ਅਤੇ ਹਰ ਗੱਲ ਵਿੱਚ ਆਪਣੀ ਹੀ ਧੌਂਸ ਜਮਾਣ ਦੀ ਕੋਸ਼ਿਸ਼ ਕਰਦੇ ਹਾਂ. ਮੇਰੀ ਨਜ਼ਮ 'ਸੁਆਲ' ਇਸ ਵਿਸ਼ੇ ਬਾਰੇ ਵੀ ਚਰਚਾ ਛੇੜਦੀ ਹੈ :

ਹਰ ਵਾਰ, ਉਹ ਆਖਦੀ :

ਤੂੰ ਮੇਰੇ ਬਾਰੇ ਵੀ ਕੁਝ
ਕਿਉਂ ਨਹੀਂ ਪੁੱਛਦਾ ?
ਮੇਰੀ ਵੀ ਇੱਕ ਹੋਂਦ ਹੈ
ਅਹਿਸਾਸਾਂ, ਭਾਵਨਾਵਾਂ
ਇਛਾਵਾਂ, ਨਿਰਾਸ਼ਾਵਾਂ ਨਾਲ
ਭਰੀ ਹੋਈ
ਉਹ ਆਖਦੀ :
ਮੇਰੇ ਬਾਰੇ ਵੀ ਕਦੀ ਪੁੱਛ
ਪਰੰਪਰਾਵਾਂ ਦੇ ਕੰਡਿਆਂ 'ਤੇ ਤੁਰਦੀ
ਮੈਂ ਪਲ, ਪਲ ਕਿਵੇਂ ਮਰਦੀ ਹਾਂ
ਮੇਰੀਆਂ ਧੜਕਣਾਂ 'ਚ ਵੀ ਕਦੀ ਸੁਣ
ਮੇਰੀਆਂ ਉਦਾਸੀਆਂ ਦੇ ਬੋਲ
ਚੀਨਾ, ਚੀਨਾ ਹੋਏ
ਮੇਰੇ ਸੁਪਣਿਆਂ ਦੀਆਂ
ਮੇਰੇ ਹੀ ਜ਼ਿਹਨ ਵਿੱਚ ਖੁੱਭੀਆਂ
ਕਿਰਚਾਂ ਦੀਆਂ ਨੋਕਾਂ, ਕਦੀ
ਮਹਿਸੂਸ ਕਰ

ਮਨੁੱਖੀ ਰਿਸ਼ਤਿਆਂ ਦੀ ਇੱਕ ਹੋਰ ਵੀ ਕਿਸਮ ਹੁੰਦੀ ਹੈ. ਕਈ ਵਾਰ ਸਾਡੇ ਰਿਸ਼ਤੇ ਆਪਣੇ ਪ੍ਰਵਾਰ ਦੇ ਲੋਕਾਂ ਨਾਲ ਉਨ੍ਹੇ ਗੂੜ੍ਹੇ ਨਹੀਂ ਹੁੰਦੇ ਜਿੰਨੇ ਗੂੜੇ ਉਨ੍ਹਾਂ ਲੋਕਾਂ ਨਾਲ ਹੁੰਦੇ ਹਨ ਜਿਨ੍ਹਾਂ ਨਾਲ ਸਾਡੀ ਵਿਚਾਰਾਂ ਦੀ ਸਾਂਝ ਹੁੰਦੀ ਹੈ. ਮੇਰੀ ਨਜ਼ਮ 'ਸ਼ਕਿਜ਼ੋਫਰੇਨੀਆ-16' ਜ਼ਿੰਦਗੀ ਦੇ ਇਸ ਸੱਚ ਦੀ ਹੀ ਗੱਲ ਕਰ ਰਹੀ ਹੈ :

ਖ਼ੂਨ ਦਾ ਰਿਸ਼ਤਾ ਕੀ ਹੁੰਦਾ ਹੈ ?
ਉਸ ਪਲ ਤੱਕ ਇਸ ਬਾਰੇ
ਮੈਂ ਕਦੀ ਨਹੀਂ ਸੀ ਸੋਚਿਆ

ਜਦ ਤੱਕ ਕਿ ਸੱਚ ਪਰਖਣ ਲਈ 'ਸ਼ਬਦ' ਅਤੇ 'ਖ਼ੂਨ'
ਮੈਨੂੰ ਤੱਕੜੀ ਦੇ ਦੋ ਬਰਾਬਰ ਪੱਲੜਿਆਂ ਵਿੱਚ ਰੱਖਣੇ ਨ ਪਏ :
'ਸ਼ਬਦ' ਤਾਰਿਆਂ ਵਾਂਗ ਜਗਮਗਾਉਂਦੇ ਰਹੇ, ਅਤੇ 'ਖ਼ੂਨ'?
ਹਰ ਪਲ, ਬਰਫ਼ ਦੀ ਸਿਲ ਵਾਂਗ ਜੰਮਦਾ ਗਿਆ !

ਸਾਡੇ ਸਮਾਜ ਵਿੱਚ ਡਰੱਗ ਗੈਂਗਸਟਰ ਮਾਫੀਆ ਵਾਂਗ ਹੀ ਠੱਗ-ਸੰਤ-ਬਾਬਾ ਮਾਫੀਆ ਇੱਕ ਲੁਟੇਰੀ ਜਮਾਤ ਕੋਹੜ ਦੀ ਬੀਮਾਰੀ ਵਾਂਗ ਬਹੁਤ ਤੇਜ਼ੀ ਨਾਲ ਵੱਧ ਫੁੱਲ ਰਹੀ ਹੈ. ਮਕਾਰ ਕਿਸਮ ਦੇ ਇਹ ਲੋਕ ਐਵੇਂ ਝੂਠੀਆਂ ਅਤੇ ਮਨਘੜਤ ਕਿਸਮ ਦੀਆਂ ਧਾਰਮਿਕ ਕਥਾ-ਕਹਾਣੀਆਂ ਲੋਕਾਂ ਨੂੰ ਸੁਣਾ ਸੁਣਾ ਕੇ ਲੋਕਾਂ ਨੂੰ ਲੁੱਟ ਰਹੇ ਹਨ. ਇਨ੍ਹਾਂ ਠੱਗ-ਸੰਤ-ਬਾਬਾ ਮਾਫੀਆ ਕਿਸਮ ਦੇ ਲੋਕਾਂ ਵਿੱਚ ਵਧੇਰੇ ਲੋਕ ਕਰਿਮਨਲ ਕਿਸਮ ਦੇ ਹਨ. ਇੰਡੀਆ ਵਿੱਚ ਤਾਂ ਅਨੇਕਾਂ ਅਜਿਹੇ ਠੱਗ-ਸੰਤ-ਬਾਬੇ ਪੁਲਿਸ ਨੇ ਗ੍ਰਿਫਤਾਰ ਕੀਤੇ ਹਨ ਜੋ ਕਿ ਨ ਸਿਰਫ ਆਪ ਹੀ ਸੈਂਕੜੇ ਔਰਤਾਂ ਦੇ ਬਲਾਤਕਾਰ ਕਰ ਚੁੱਕੇ ਸਨ; ਬਲਕਿ ਇਸ ਤੋਂ ਵੀ ਵੱਧ ਉਹ ਇੰਡੀਆ ਦੇ ਅਨੇਕਾਂ ਸ਼ਹਿਰਾਂ ਵਿੱਚ ਰੰਡੀਬਾਜ਼ਾਰ ਚਲਾ ਰਹੇ ਸਨ ਅਤੇ ਕਾਲਿਜਾਂ, ਯੂਨੀਵਰਸਿਟੀਆਂ 'ਚ ਪੜ੍ਹਦੀਆਂ ਨੌਜੁਆਨ ਔਰਤਾਂ ਦੀ ਜ਼ਿੰਦਗੀ ਬਰਬਾਦ ਕਰ ਰਹੇ ਸਨ. ਅਜਿਹੇ ਠੱਗ-ਸੰਤ-ਬਾਬਿਆਂ ਨੂੰ ਵੀ ਮੈਂ ਆਪਣੀਆਂ ਕੁਝ ਨਜ਼ਮਾਂ ਦਾ ਵਿਸ਼ਾ ਬਣਾਇਆ ਹੈ. ਇਨ੍ਹਾਂ ਠੱਗ-ਸੰਤ-ਬਾਬਿਆਂ ਦੇ ਜੁੰਗਲ ਵਿੱਚ ਲੋਕ ਕਿਉਂ ਫਸ ਜਾਂਦੇ ਹਨ? ਇਸ ਦੇ ਵੀ ਅਨੇਕਾਂ ਕਾਰਨ ਹਨ. ਮੇਰੀ ਨਜ਼ਮ 'ਬੰਦਿਆਂ ਵਰਗੀ ਗੱਲ' ਇਸ ਵਿਸ਼ੇ ਬਾਰੇ ਤੁਹਾਡੀ ਜਾਣਕਾਰੀ ਵਿੱਚ ਜ਼ਰੂਰ ਕੁਝ ਵਾਧਾ ਕਰੇਗੀ :

1.
ਠੱਗ-ਬਾਬਿਆਂ ਨੂੰ ਵੀ
ਐਵੇਂ ਹੀ ਨਾ, ਕਿਤੇ
ਲੱਭਦੇ ਫਿਰਨਾ
ਭਗਵੇਂ ਕੱਪੜਿਆਂ ਵਿੱਚ
ਜਾਂ ਮੱਥਿਆਂ ਉੱਤੇ ਚਮਕਦੇ
ਗਿੱਠ ਗਿੱਠ ਲੰਬੇ
ਤਿਲਕਾਂ ਪਿਛੇ ਲੁਕੀਆਂ
ਮਨਮੋਹਕ ਸੂਰਤਾਂ ਵਿੱਚੋਂ
ਠੱਗ-ਬਾਬੇ ਤਾਂ ਬੈਠੇ ਹਨ
ਮਹਿਲਾਂ ਵਰਗੇ ਘਰਾਂ ਦੇ
ਏਅਰ ਕੰਡੀਸ਼ਨ ਕਮਰਿਆਂ ਵਿੱਚ
ਜਿਨ੍ਹਾਂ ਦੇ ਇਸ਼ਾਰਿਆਂ ਨਾਲ
ਅਖਬਾਰਾਂ ਦੇ ਮੁੱਖ ਪੰਨਿਆਂ ਦੀਆਂ

ਸੁਰਖੀਆਂ ਬਣਦੀਆਂ ਜਾਂ ਮਿਟਦੀਆਂ ਹਨ
ਜਿਨ੍ਹਾਂ ਦੇ ਹੱਥਾਂ 'ਚ ਫੜੀ
ਮੀਡੀਆ ਦੀ ਡੋਰ
ਦੁਨੀਆਂ ਭਰ ਦੇ ਟੈਲੀਵੀਜ਼ਨ ਸਕਰੀਨਾਂ ਉੱਤੇ
ਕਿਸੇ ਵੀ ਅਤੰਕਵਾਦੀ ਨੂੰ
ਸੰਤ ਬਣਾ ਕੇ ਦਿਖਾ ਸਕਦੀ ਹੈ
ਅਤੇ ਕਿਸੇ ਵੀ ਸੰਤ ਨੂੰ ਅਤੰਕਵਾਦੀ

2.

ਠੱਗ ਬਾਬੇ ਤਾਂ ਬੈਠੇ ਹਨ
ਟੈਲੀਵੀਜ਼ਨ ਮੀਡੀਆ ਦੀਆਂ ਉੱਚੀਆਂ ਉੱਚੀਆਂ ਇਮਾਰਤਾਂ ਵਿੱਚ
ਪੰਜਾਬੀ ਸਭਿਆਚਾਰਕ ਵਿਰਸੇ ਦਾ ਪਾਸਾਰ ਕਰਨ ਦੇ ਨਾਮ ਉੱਤੇ
ਲੱਚਰਵਾਦੀ, ਹਿੰਸਾਵਾਦੀ ਅਤੇ ਜ਼ਾਤ-ਪਾਤ ਦੇ ਕੀਟਾਣੂੰਆਂ ਨਾਲ ਭਰੇ
ਗੀਤ-ਸੰਗੀਤ ਨੂੰ ਉਤਸਾਹਤ ਕਰਨ ਦੇ ਮਨਸੂਬੇ ਤਿਆਰ ਕਰਦੇ
ਗੀਤ-ਸੰਗੀਤ ਜਿਸ ਨੂੰ ਸੁਣ ਕੇ
ਨਸ਼ਿਆਂ ਦੀ ਲੋਰ ਵਿੱਚ ਆਏ ਸਰੋਤੇ-ਦਰਸ਼ਕ
ਸਿਰ ਮਾਰ ਮਾਰ ਕੇ ਇੰਜ ਝੂਮਦੇ ਹਨ
ਜਿਵੇਂ ਭੂਸਰੇ ਹੋਏ ਸਾਨ੍ਹ
ਪੰਜਾਬ ਦੀਆਂ ਸੜਕਾਂ ਉੱਤੇ
ਅਵਾਰਾ ਫਿਰਦੇ ਅਤੇ ਖਰੂਦ ਪਾਉਂਦੇ
ਆਮ ਹੀ ਦੇਖੇ ਜਾ ਸਕਦੇ ਹਨ

ਇਹ ਠੱਗ-ਸੰਤ-ਬਾਬੇ ਗੁਰਦੁਆਰਿਆਂ, ਮੰਦਿਰਾਂ, ਮਸਜਿਦਾਂ, ਗਿਰਜਿਆਂ ਵਿੱਚ ਭਾਈ, ਪੰਡਤ, ਮੌਲਵੀ, ਪਾਦਰੀ ਬਣ ਕੇ ਵੀ ਜਿਸ ਜਿਸ ਤਰ੍ਹਾਂ ਦੇ ਘਿਨਾਉਣੇ ਕੰਮ ਕਰਦੇ ਹਨ, ਉਸ ਨੂੰ ਸੁਣਕੇ ਵੀ ਤੁਸੀਂ ਦੰਗ ਰਹਿ ਜਾਓਗੇ. ਅਮਰੀਕਾ ਵਿੱਚ ਇਸ ਸਮੇਂ 5,000 ਤੋਂ ਵੀ ਵੱਧ ਗਿਰਜਿਆਂ ਦੇ ਪਾਦਰੀਆਂ ਉੱਤੇ ਮੁਕੱਦਮੇ ਚੱਲ ਰਹੇ ਹਨ ਜਿਨ੍ਹਾਂ ਨੇ ਬੱਚਿਆਂ ਦੇ ਬਲਾਤਕਾਰ ਕੀਤੇ ਹਨ. ਕੈਨੇਡਾ ਵਿੱਚ ਹਜ਼ਾਰਾਂ ਹੀ ਨੇਟਿਵ ਇੰਡੀਅਨ ਬੱਚਿਆਂ ਦੇ ਪਾਦਰੀਆਂ ਨੇ ਬਲਾਤਕਾਰ ਕੀਤੇ. ਜਿਸ ਗੁਨਾਹ ਦੀ ਅਜੇ ਤੱਕ ਕੈਨੇਡਾ ਸਰਕਾਰ ਲੋਕਾਂ ਤੋਂ ਮੁਆਫੀਆਂ ਮੰਗ ਰਹੀ ਹੈ. ਮੇਰੀ ਨਜ਼ਮ 'ਗਲੋਬਲੀਕਰਨ-5' ਵੀ ਇਸ ਵਿਸ਼ੇ ਵੱਲ ਹੀ ਸੰਕੇਤ ਕਰਦੀ ਹੈ :

ਗਲੋਬ ਦੇ ਕਿਸੇ ਵੀ ਹਿੱਸੇ ਦਾ ਨਾਮ ਲਵੋ
ਹਰ ਜਗ੍ਹਾ ਹੀ ਮਿਲ ਜਾਣਗੇ
ਬਲਾਤਕਾਰੀ ਪਾਦਰੀ -
ਸਾਡੇ ਸਮਿਆਂ ਦੀ ਇਹ ਤਰਾਸਦੀ ਹੈ ਕਿ ਮੀਡੀਆ ਵਿਕਾਊ ਹੋ ਚੁੱਕਾ

ਹੈ. ਸੱਚ ਬੋਲਣ ਦੀ ਜਗਾਹ ਜਿੰਨੀ ਕੋਈ ਕੀਮਤ ਅਦਾ ਕਰਨ ਲਈ ਤਿਆਰ ਹੋਵੇ, ਮੀਡੀਆ ਉਸ ਤਰ੍ਹਾਂ ਦੀ ਹੀ ਕਿਸੀ ਘਟਨਾ ਜਾਂ ਸਥਿਤੀ ਬਾਰੇ ਖਬਰ ਪਰਸਾਰਿਤ ਕਰੇਗਾ ਜਾਂ ਵਿਸਥਾਰ ਪੇਸ਼ ਕਰੇਗਾ. ਮੀਡੀਆ ਦੀ ਨਿਰਪੱਖਤਾ ਨਾਮ ਦੀ ਕੋਈ ਗੱਲ ਹੁਣ ਇਸ ਖੇਤਰ ਵਿੱਚ ਬਾਕੀ ਨਹੀਂ ਰਹਿ ਗਈ. ਮੀਡੀਆ ਦੀਆਂ ਤਾਰਾਂ ਖਿੱਚਣ ਵਾਲੇ ਬੰਦੇ ਤਾਂ ਮੀਡੀਆ ਦੇ ਦਫਤਰਾਂ ਤੋਂ ਦੂਰ ਆਪਣੇ ਏਅਰ ਕੰਡੀਸ਼ਨ ਸ਼ਾਹੀ ਮਹੱਲਾਂ ਵਿੱਚ ਬੈਠੇ ਹੁੰਦੇ ਹਨ; ਮੀਡੀਆ ਦੇ ਦਫਤਰਾਂ ਵਿੱਚ ਤਾਂ ਉਨ੍ਹਾਂ ਦੀਆਂ, ਮਹਿਜ਼, ਕੱਠਪੁਤਲੀਆਂ ਹੀ ਉਨ੍ਹਾਂ ਦੇ ਇਸ਼ਾਰਿਆਂ ਉੱਤੇ ਮੱਖੀ ਉੱਤੇ ਮੱਖੀ ਮਾਰ ਰਹੀਆਂ ਹੁੰਦੀਆਂ ਹਨ. ਇਸ ਵਿਸ਼ੇ ਨੂੰ ਮੈਂ ਆਪਣੀਆਂ ਨਜ਼ਮਾਂ 'ਬੱਚੇ ਕਿੱਥੇ ਜਾਣ' ਅਤੇ 'ਭੇਡਾਂ' ਵਿੱਚ ਵਿਚਾਰਿਆ ਹੈ :

1.
ਮਹਿਜ਼, ਚੰਦ ਕੁ ਡਾਲਰ ਭੇਂਟ ਕਰਨ ਵਾਲੇ ਨੂੰ
ਉਹ, ਕਮਿਊਨਿਟੀ ਦਾ ਪਤਵੰਤਾ ਲਿਖਣਗੇ
ਡਾਲਰਾਂ ਨਾਲ ਵਿਸਕੀ ਵੀ ਭੇਂਟ ਕਰਨ ਵਾਲੇ ਨੂੰ
ਉਹ, ਗੁਣੀ-ਗਿਆਨੀ ਅਤੇ ਮਿਲਣਸਾਰ ਲਿਖਣਗੇ
ਡਾਲਰ, ਵਿਸਕੀ ਅਤੇ ਤੰਦੂਰੀ ਮੁਰਗਾ ਭੇਂਟ ਕਰਨ ਵਾਲੇ ਨੂੰ
ਉਹ, ਕਮਿਊਨਿਟੀ ਦਾ ਰੋਲ ਮਾਡਲ ਅਤੇ ਬਾਬਾ ਬੋਹੜ ਲਿਖਣਗੇ
2.
ਰੇਡੀਓ, ਟੀਵੀ, ਅਖਬਾਰਾਂ, ਮੈਗਜ਼ੀਨਾਂ ਦੇ
ਦਫਤਰਾਂ 'ਚ ਬੈਠੇ ਕਰਿੰਦੇ
ਪਰੋਗਰਾਮ ਕੀਤੇ ਗਏ
ਦਿਮਾਗ਼ਾਂ ਨਾਲ, ਮਹਿਜ਼
ਮੱਖੀ ਉੱਤੇ ਮੱਖੀ
ਹੀ ਮਾਰਦੇ ਹਨ
ਨਿੱਤ, ਚਰਚਾ ਦਾ ਵਿਸ਼ਾ ਬਣਦੀਆਂ ਗੱਲਾਂ
ਫਲਾਣਾ ਫਲਾਣਾ ਮੀਡੀਆ ਦਾ ਬੰਦਾ
ਡਰੱਗ ਸਮਗਲਰਾਂ, ਬਲਾਤਕਾਰੀਆਂ, ਕਾਤਲਾਂ ਦਾ
ਪੱਖ ਪੂਰਦਾ ਹੈ, ਮਹਿਜ਼
ਹਵਾ 'ਚੋਂ ਨਹੀਂ ਬਣਦੀਆਂ
ਇਨ੍ਹਾਂ ਪਿਛੇ ਹਕੀਕਤਾਂ ਭਰੇ
ਤੱਥ ਹੁੰਦੇ ਹਨ-
ਰਾਜਨੀਤੀਵਾਨ ਦੇ ਵਿਹੜੇ 'ਚ
ਉੱਡਦੇ ਫਿਰਦੇ ਡਾਲਰਾਂ ਦੇ ਰੂਪ 'ਚ

ਲੱਖਾਂ, ਕਰੋੜਾਂ ਕੱਖ ਹੁੰਦੇ ਹਨ

ਆਪਣੀ ਕਵਿਤਾ ਬਾਰੇ ਚਰਚਾ ਇੱਥੇ ਹੀ ਸਮੇਟਦਿਆਂ ਮੈਂ ਆਪਣੀ ਕਵਿਤਾ ਬਾਰੇ ਕਹਿਣਾ ਚਾਹਾਂਗਾ ਕਿ ਮੇਰੀ ਕਵਿਤਾ ਕੋਈ ਇਲਹਾਮ ਨਹੀਂ ਹੈ; ਮੇਰੀ ਕਵਿਤਾ ਉੱਤੇ ਮੇਰੀ ਆਪਣੀ ਹੋਂਦ ਦੇ ਹਸਤਾਖ਼ਰ ਹਨ. ਮੇਰੀ ਕਵਿਤਾ ਸਾਡੇ ਸਮਿਆਂ ਬਾਰੇ ਮੇਰਾ ਹਲਫ਼ੀਆ ਬਿਆਨ ਹੈ. ਕਿਉਂਜੁ ਮੇਰਾ ਇਹ ਵਿਸ਼ਵਾਸ ਹੈ :

ਕਵਿਤਾ, ਇੱਕ ਕਵੀ ਦਾ
ਹਲਫ਼ੀਆ ਬਿਆਨ ਹੁੰਦੀ ਹੈ -

ਕਵਿਤਾ, ਉਹੀ ਕੁਝ
ਬਿਆਨ ਕਰੇਗੀ, ਜੋ
ਕਵੀ ਦੇ ਅੰਦਰ ਹੋਵੇਗਾ
ਕਵਿਤਾ, ਕਦੀ ਵੀ
ਸੱਚ ਦਾ ਇਜ਼ਹਾਰ ਨਹੀਂ ਕਰੇਗੀ
ਜੇਕਰ, ਕਵੀ ਖ਼ੁਦ
ਝੂਠ ਦਾ ਪੁਲੰਦਾ ਹੋਵੇਗਾ

■

(Malton, Oct. 28, 2016)

ਸਹਾਇਕ ਪੁਸਤਕਾਂ :

1.

ਬਾਬਾ ਨਜਮੀਂ :

ਅਵਾਮੀ ਸ਼ਾਇਰ ਬਾਬਾ ਨਜਮੀਂ
ਸੰਪਾਦਨ ਤੇ ਲਿਪੀ-ਬਦਲਾਵ : ਹਰਭਜਨ ਸਿੰਘ ਹੁੰਦਲ
ਦਿਲਦੀਪ ਪ੍ਰਕਾਸ਼ਨ, ਬਰਨਾਲਾ, ਪੰਜਾਬ, ਇੰਡੀਆ
2015

2.

ਡਾ. ਜਗਤਾਰ :

ਲਹੂ ਦੇ ਨਕਸ਼ (ਕਵਿਤਾਵਾਂ)
-ਜਗਤਾਰ
ਲੋਕਗੀਤ ਪ੍ਰਕਾਸ਼ਨ, ਚੰਡੀਗੜ੍ਹ, ਇੰਡੀਆ
2003

ਹਰ ਮੋੜ 'ਤੇ ਸਲੀਬਾਂ (ਗ਼ਜ਼ਲਾਂ)
-ਜਗਤਾਰ
ਚੇਤਨਾ ਪ੍ਰਕਾਸ਼ਨ, ਪੰਜਾਬੀ ਭਵਨ, ਲੁਧਿਆਣਾ, ਪੰਜਾਬ, ਇੰਡੀਆ
2014

3.

ਸੰਤ ਰਾਮ ਉਦਾਸੀ :

ਸੰਤ ਰਾਮ ਉਦਾਸੀ : ਸ਼ਖ਼ਸੀਅਤ ਅਤੇ ਸਮੁੱਚੀ ਰਚਨਾ
ਸੰਪਾਦਕ : ਅਜਮੇਰ ਸਿੱਧੂ, ਇਕਬਾਲ ਕੌਰ ਉਦਾਸੀ
ਚੇਤਨਾ ਪ੍ਰਕਾਸ਼ਨ, ਪੰਜਾਬੀ ਭਵਨ, ਲੁਧਿਆਣਾ, ਪੰਜਾਬ, ਇੰਡੀਆ
2014

ਸੰਤ ਰਾਮ ਉਦਾਸੀ (ਸੰਪੂਰਨ ਕਾਵਿ)
ਸੰਪਾਦਕ : ਰਾਜਿੰਦਰ ਰਾਹੀ
ਲੋਕਗੀਤ ਪ੍ਰਕਾਸ਼ਨ, ਚੰਡੀਗੜ੍ਹ, ਇੰਡੀਆ
2004

ਸੰਤ ਰਾਮ ਉਦਾਸੀ : ਜੀਵਨ ਤੇ ਰਚਨਾ (ਸ਼ਾਇਰੀ ਅਤੇ ਆਲੋਚਨਾ)
-ਡਾ. ਚਰਨਜੀਤ ਕੌਰ
ਪਬਲੀਕੇਸ਼ਨ ਬਿਊਰੋ, ਪੰਜਾਬੀ ਯੂਨੀਵਰਸਿਟੀ, ਪਟਿਆਲਾ, ਇੰਡੀਆ
2014

ਸੰਤ ਰਾਮ ਉਦਾਸੀ ਦੇ ਚੋਣਵੇਂ ਗੀਤ (ਕਵਿਤਾਵਾਂ)
ਸੰਪਾਦਕ : ਇਕਬਾਲ ਕੌਰ ਉਦਾਸੀ
ਰੈਡੀਕਲ ਪ੍ਰਕਾਸ਼ਨ, ਮਾਨਸਾ
2005

4.
ਪਾਸ਼ :
ਪਾਸ਼ ਦੀ ਪ੍ਰਸੰਗਿਕਤਾ (ਆਲੋਚਨਾ)
ਸੰਪਾਦਕ : ਡਾ. ਭੀਮ ਇੰਦਰ ਸਿੰਘ
ਤਰਕਭਾਰਤੀ ਪ੍ਰਕਾਸ਼ਨ, ਬਰਨਾਲਾ, ਪੰਜਾਬ, ਇੰਡੀਆ
2014

ਵਿਦਰੋਹੀ ਕਾਵਿ (ਆਲੋਚਨਾ)
ਪਰਮਜੀਤ ਸਿੰਘ ਕੱਟੂ
ਲੋਕਗੀਤ ਪ੍ਰਕਾਸ਼ਨ, ਚੰਡੀਗੜ੍ਹ, ਇੰਡੀਆ
2012

ਪਾਸ਼ ਦੀ ਚੋਣਵੀਂ ਕਵਿਤਾ (ਸ਼ਾਇਰੀ)
ਸੰਪਾਦਕ : ਅਜਮੇਰ ਸਿੱਧੂ
ਤਰਕਭਾਰਤੀ ਪ੍ਰਕਾਸ਼ਨ, ਬਰਨਾਲਾ, ਪੰਜਾਬ, ਇੰਡੀਆ
2010

ਪਾਸ਼-ਕਾਵਿ: ਪਾਠ ਤੇ ਪ੍ਰਵਚਨ (ਆਲੋਚਨਾ)
ਸੰਪਾਦਕ : ਪਰਮਜੀਤ ਸਿੰਘ ਢੀਂਗਰਾ (ਡਾ.)
ਰਵੀ ਸਾਹਿਤ ਪ੍ਰਕਾਸ਼ਨ, ਅੰਮ੍ਰਿਤਸਰ, ਪੰਜਾਬ, ਇੰਡੀਆ
2007

ਪਾਸ਼ ਤਾਂ ਸੂਰਜ ਸੀ (ਕਵਿਤਾਵਾਂ)
ਸੰਪਾਦਕ : ਸੋਹਣ ਸਿੰਘ ਸੰਧੂ, ਸੁਰਿੰਦਰ ਧੰਜਲ
ਚੇਤਨਾ ਪ੍ਰਕਾਸ਼ਨ, ਪੰਜਾਬੀ ਭਵਨ, ਲੁਧਿਆਣਾ, ਪੰਜਾਬ, ਇੰਡੀਆ
2007

ਮੈਂ ਅਸੀਂ ਅਤੇ ਤੁਸੀਂ (ਆਲੋਚਨਾ)
ਪ੍ਰੇਮ ਪਾਲੀ
ਮਾਨਵਗੀਤ ਪਬਲੀਕੇਸ਼ਨ, ਫਰੀਦਕੋਟ, ਪੰਜਾਬ, ਇੰਡੀਆ
1998

5.
ਲਾਲ ਸਿੰਘ ਦਿਲ :

ਨਾਗ ਲੋਕ (ਕਵਿਤਾਵਾਂ)
-ਲਾਲ ਸਿੰਘ ਦਿਲ
ਚੇਤਨਾ ਪ੍ਰਕਾਸ਼ਨ, ਪੰਜਾਬੀ ਭਵਨ, ਲੁਧਿਆਣਾ, ਪੰਜਾਬ, ਇੰਡੀਆ
2014

ਅੱਜ ਬਿੱਲਾ ਫਿਰ ਆਇਆ (ਕਵਿਤਾ)
-ਲਾਲ ਸਿੰਘ ਦਿਲ
ਲੋਕ ਗੀਤ ਪ੍ਰਕਾਸ਼ਨ, ਚੰਡੀਗੜ੍ਹ, ਇੰਡੀਆ
2009

ਕਲਾ, ਜ਼ਿੰਦਗੀ ਤੇ ਨਕਸਲੀ ਸਰੋਕਾਰ (ਮੁਲਾਕਾਤਾਂ)
-ਬਲਬੀਰ ਪਰਵਾਨਾ
ਤਰਕਭਾਰਤੀ ਪ੍ਰਕਾਸ਼ਨ, ਬਰਨਾਲਾ, ਪੰਜਾਬ, ਇੰਡੀਆ
2004

ਦਾਸਤਾਨ (ਵਾਰਤਕ)
ਲਾਲ ਸਿੰਘ ਦਿਲ
ਚੇਤਨਾ ਪ੍ਰਕਾਸ਼ਨ, ਪੰਜਾਬੀ ਭਵਨ, ਲੁਧਿਆਣਾ, ਪੰਜਾਬ, ਇੰਡੀਆ
2014

6.
ਦਰਸ਼ਨ ਖਟਕੜ :

ਸੰਗੀ ਸਾਥੀ
-ਦਰਸ਼ਨ ਖਟਕੜ
ਚਿੰਤਨ ਪ੍ਰਕਾਸ਼ਨ, ਲੁਧਿਆਣਾ, ਪੰਜਾਬ, ਇੰਡੀਆ
2011

ਉੱਲਟੇ ਰੁਖ਼ ਪਰਵਾਜ਼ (ਕਵਿਤਾਵਾਂ)
-ਦਰਸ਼ਨ ਖਟਕੜ
ਚੇਤਨਾ ਪ੍ਰਕਾਸ਼ਨ, ਲੁਧਿਆਣਾ, ਪੰਜਾਬ, ਇੰਡੀਆ
2010

7.
ਸੁਰਜੀਤ ਪਾਤਰ :

ਸੁਰਜ਼ਮੀਨ (ਕਵਿਤਾਵਾਂ)
-ਸੁਰਜੀਤ ਪਾਤਰ
ਲੋਕਗੀਤ ਪ੍ਰਕਾਸ਼ਨ, ਚੰਡੀਗੜ੍ਹ, ਇੰਡੀਆ
2008

ਹਨੇਰੇ ਵਿਚ ਸੁਲਗਦੀ ਵਰਣਮਾਲਾ (ਕਵਿਤਾਵਾਂ)
-ਸੁਰਜੀਤ ਪਾਤਰ
ਲੋਕਗੀਤ ਪ੍ਰਕਾਸ਼ਨ, ਚੰਡੀਗੜ੍ਹ, ਇੰਡੀਆ
2008

ਲਫ਼ਜ਼ਾਂ ਦੀ ਦਰਗਾਹ (ਕਵਿਤਾਵਾਂ)
ਲੋਕਗੀਤ ਪ੍ਰਕਾਸ਼ਨ, ਚੰਡੀਗੜ੍ਹ, ਇੰਡੀਆ
2010

ਹਵਾ ਵਿਚ ਲਿਖੇ ਹਰਫ਼ (ਗ਼ਜ਼ਲਾਂ)
-ਸੁਰਜੀਤ ਪਾਤਰ
ਲੋਕਗੀਤ ਪ੍ਰਕਾਸ਼ਨ, ਚੰਡੀਗੜ੍ਹ, ਇੰਡੀਆ
2013

ਚੰਨ ਸੂਰਜ ਦੀ ਵਹਿੰਗੀ (ਕਵਿਤਾਵਾਂ)
-ਸੁਰਜੀਤ ਪਾਤਰ
ਲੋਕਗੀਤ ਪ੍ਰਕਾਸ਼ਨ, ਚੰਡੀਗੜ੍ਹ, ਇੰਡੀਆ
2013

ਪਾਤਰ-ਕਾਵਿ ਦੀ ਅੰਤਰ-ਯਾਤਰਾ (ਆਲੋਚਨਾ)
-ਡਾ. ਸਾਧੂ ਸਿੰਘ
ਚੇਤਨਾ ਪ੍ਰਕਾਸ਼ਨ, ਪੰਜਾਬੀ ਭਵਨ, ਲੁਧਿਆਣਾ, ਪੰਜਾਬ, ਇੰਡੀਆ
2016

ਸੁਰਜੀਤ ਪਾਤਰ ਦੀ ਕਵਿਤਾ ਦਾ ਸੰਵਾਦ (ਆਲੋਚਨਾ)
-ਸੰਪਾਦਕ : ਸੁਤਿੰਦਰ ਸਿੰਘ ਨੂਰ, ਵਨੀਤਾ
1998

ਪਾਤਰ ਕਾਵਿ-ਚਿੰਤਨ (ਆਲੋਚਨਾ)
-ਸੰਪਾਦਕ : ਗੁਰਇਕਬਾਲ ਸਿੰਘ (ਡਾ.)
ਚੇਤਨਾ ਪ੍ਰਕਾਸ਼ਨ, ਲੁਧਿਆਣਾ, ਪੰਜਾਬ, ਇੰਡੀਆ
2006

8.
ਸੁਖਿੰਦਰ :

ਡਾਇਰੀ ਦੇ ਪੰਨੇ (ਕਵਿਤਾਵਾਂ)
-ਸੁਖਿੰਦਰ
ਤਰਕਭਾਰਤੀ ਪ੍ਰਕਾਸ਼ਨ, ਬਰਨਾਲਾ, ਪੰਜਾਬ, ਇੰਡੀਆ
2016

ਆਮ ਆਦਮੀ ਦਾ ਇਨਕਲਾਬ (ਕਵਿਤਾਵਾਂ)
ਤਰਕਭਾਰਤੀ ਪ੍ਰਕਾਸ਼ਨ, ਬਰਨਾਲਾ, ਪੰਜਾਬ, ਇੰਡੀਆ
-ਸੁਖਿੰਦਰ
2015

ਕਵਿਤਾ ਦੀ ਤਲਾਸ਼ ਵਿੱਚ (ਸਮੁੱਚੀ ਕਵਿਤਾ 1974-2012)
ਵਿਸ਼ਵਭਾਰਤੀ ਪ੍ਰਕਾਸ਼ਨ, ਬਰਨਾਲਾ, ਪੰਜਾਬ, ਇੰਡੀਆ
-ਸੁਖਿੰਦਰ
2013

ਸਮੋਸਾ ਪਾਲਿਟਿਕਸ (ਕਵਿਤਾਵਾਂ)
ਵਿਸ਼ਵਭਾਰਤੀ ਪ੍ਰਕਾਸ਼ਨ, ਬਰਨਾਲਾ, ਪੰਜਾਬ, ਇੰਡੀਆ
-ਸੁਖਿੰਦਰ
2012

ਪ੍ਰਦੂਸ਼ਿਤ ਹਵਾ ਨਾਲ ਸੰਵਾਦ (ਕਵਿਤਾਵਾਂ)
ਲੋਕਗੀਤ ਪ੍ਰਕਾਸ਼ਨ, ਚੰਡੀਗੜ੍ਹ, ਇੰਡੀਆ
-ਸੁਖਿੰਦਰ
2006

ਕੁੱਤਿਆਂ ਬਾਰੇ ਕਵਿਤਾਵਾਂ (ਕਵਿਤਾਵਾਂ ਅਤੇ ਆਲੋਚਨਾ)
-ਸੁਖਿੰਦਰ
ਲੋਕਗੀਤ ਪ੍ਰਕਾਸ਼ਨ, ਚੰਡੀਗੜ੍ਹ, ਇੰਡੀਆ
2006

ਸਕਿਜ਼ੋਫਰੇਨੀਆ (ਕਵਿਤਾਵਾਂ)
-ਸੁਖਿੰਦਰ
ਅਸਥੈਟਿਕ ਪਬਲੀਕੇਸ਼ਨਜ਼, ਲੁਧਿਆਣਾ, ਪੰਜਾਬ, ਇੰਡੀਆ
1993

ਬੁੱਢੇ ਘੋੜਿਆਂ ਦੀ ਆਤਮ-ਕਥਾ (ਕਵਿਤਾਵਾਂ)
-ਸੁਖਿੰਦਰ
ਰੂਪੀ ਪ੍ਰਕਾਸ਼ਨ, ਅੰਮ੍ਰਿਤਸਰ, ਪੰਜਾਬ, ਇੰਡੀਆ
1991

ਇਹ ਖ਼ਤ ਕਿਸਨੂੰ ਲਿਖਾਂ
-ਸੁਖਿੰਦਰ
ਅਸਥੈਟਿਕ ਪਬਲੀਕੇਸ਼ਨਜ਼, ਲੁਧਿਆਣਾ, ਪੰਜਾਬ, ਇੰਡੀਆ
1998

ਤੂਫ਼ਾਨ ਦੀਆਂ ਜੜ੍ਹਾਂ ਵਿੱਚ (ਕਵਿਤਾਵਾਂ)
-ਸੁਖਿੰਦਰ
ਬਲਰਾਜ ਸਾਹਣੀ ਯਾਦਗਾਰ ਪ੍ਰਕਾਸ਼ਨ, ਅੰਮ੍ਰਿਤਸਰ, ਪੰਜਾਬ, ਇੰਡੀਆ
1985

ਲੱਕੜ ਦੀਆਂ ਮੱਛੀਆਂ (ਕਵਿਤਾਵਾਂ)
-ਸੁਖਿੰਦਰ
ਇਕੱਤੀ ਫਰਵਰੀ ਪ੍ਰਕਾਸ਼ਨ, ਦਿੱਲੀ, ਇੰਡੀਆ
1979

ਸ਼ਹਿਰ ਧੁੰਦ ਤੇ ਰੌਸ਼ਨੀਆਂ (ਕਵਿਤਾਵਾਂ)
-ਸੁਖਿੰਦਰ
ਵਿੱਦਵਾਨ ਪ੍ਰਕਾਸ਼ਨ, ਅੰਬਾਲਾ ਛਾਉਣੀ, ਹਰਿਆਣਾ, ਇੰਡੀਆ
1974

ਸੁਖਿੰਦਰ : ਕਾਵਿ-ਚਿੰਤਨ (ਆਲੋਚਨਾ)
-ਸੰਪਾਦਕ : ਸੁਤਿੰਦਰ ਨੂਰ
ਲੋਕਗੀਤ ਪ੍ਰਕਾਸ਼ਨ, ਚੰਡੀਗੜ੍ਹ, ਇੰਡੀਆ
2006

ਕੁਝ ਹੋਰ ਪੁਸਤਕਾਂ :

ਉੱਤਰ-ਆਧੁਨਿਕਤਾ ਅਤੇ ਸਮਕਾਲੀ ਪੰਜਾਬੀ ਕਵਿਤਾ (ਆਲੋਚਨਾ)
-ਡਾ. ਆਤਮ ਰੰਧਾਵਾ
ਚੇਤਨਾ ਪ੍ਰਕਾਸ਼ਨ, ਪੰਜਾਬੀ ਭਵਨ, ਲੁਧਿਆਣਾ, ਪੰਜਾਬ, ਇੰਡੀਆ
2002

ਪਾਠ-ਸਿਧਾਂਤ ਤੇ ਪਾਠਕੀ ਪ੍ਰਵਚਨ (ਆਲੋਚਨਾ)
-ਡਾ. ਜਸਪਾਲ ਕੌਰ
ਚੇਤਨਾ ਪ੍ਰਕਾਸ਼ਨ, ਪੰਜਾਬੀ ਭਵਨ, ਲੁਧਿਆਣਾ, ਪੰਜਾਬ, ਇੰਡੀਆ
2010

ਰਚਨਾ ਦੀ ਚੁੱਪ ਤਕ (ਆਲੋਚਨਾ)
-ਡਾ. ਵਨੀਤਾ
ਸ਼ਿਲਾਲੇਖ, ਦਿੱਲੀ, ਇੰਡੀਆ
2011

ਉਤਰ-ਆਧੁਨਿਕਤਾ ਅਤੇ ਕਵਿਤਾ (ਆਲੋਚਨਾ)
-ਡਾ. ਵਨੀਤਾ
ਸ਼ਿਲਾਲੇਖ, ਦਿੱਲੀ, ਇੰਡੀਆ
2000

ਦਲਿਤ ਸਰੋਕਾਰ ਅਤੇ ਸਾਹਿਤ (ਆਲੋਚਨਾ)
-ਡਾ. ਚਰਨਦੀਪ ਸਿੰਘ
ਲੋਕਗੀਤ ਪ੍ਰਕਾਸ਼ਨ, ਚੰਡੀਗੜ੍ਹ, ਇੰਡੀਆ
2004

ਪੰਜਾਬੀ ਕਵਿਤਾ : ਨਵੇਂ ਪਰਿਪੇਖ ਤੇ ਪਾਸਾਰ (ਆਲੋਚਨਾ)
-ਡਾ. ਗੁਰਇਕਬਾਲ ਸਿੰਘ
ਚੇਤਨਾ ਪ੍ਰਕਾਸ਼ਨ, ਪੰਜਾਬੀ ਭਵਨ, ਲੁਧਿਆਣਾ, ਪੰਜਾਬ, ਇੰਡੀਆ
2002

ਪ੍ਰਯੋਗਵਾਦ (ਆਲੋਚਨਾ)
-ਅਜਾਇਬ ਕਮਲ
ਲੋਕਗੀਤ ਪ੍ਰਕਾਸ਼ਨ, ਚੰਡੀਗੜ੍ਹ, ਇੰਡੀਆ
2009

ਕਵਿਤਾ ਦੀ ਭੂਮਿਕਾ (ਆਲੋਚਨਾ)
-ਸੁਤਿੰਦਰ ਸਿੰਘ ਨੂਰ
ਸ਼ਿਲਾਲੇਖ, ਦਿੱਲੀ, ਇੰਡੀਆ
2002

ਕੈਨੇਡਾ ਦੀ ਪੰਜਾਬੀ ਕਵਿਤਾ : ਪਾਰ-ਸਭਿਆਚਾਰਕ ਸਰੋਕਾਰ (ਆਲੋਚਨਾ)
-ਡਾ. ਰਵਿੰਦਰ ਕੌਰ ਚੀਮਾ
ਚੇਤਨਾ ਪ੍ਰਕਾਸ਼ਨ, ਪੰਜਾਬੀ ਭਵਨ, ਲੁਧਿਆਣਾ, ਪੰਜਾਬ, ਇੰਡੀਆ
2010

✪✪✪